# NGÔN NGỮ
# TẠP CHÍ VĂN HỌC NGHỆ THUẬT
# SỐ ĐẶC BIỆT
# ĐỖ NGHÊ ĐỖ HỒNG NGỌC
# THÁNG 5 NĂM 2024


**NHÓM CHỦ TRƯƠNG:**
Luân Hoán - Song Thao - Nguyễn Vy Khanh - Hồ Đình Nghiêm - Lê Hân

**CỘNG TÁC TRONG SỐ NÀY:**

Ban Mai, Du Tử Lê, Duyên, Đinh Cường, Đinh Trường Chinh, Đỗ Nghê Đỗ Hồng Ngọc, Đỗ Thị Thanh Nga, Đỗ Trung Quân, Đỗ Trường, Elena Pucillo Truong, Hồ Đình Nghiêm, Hoàng Quốc Bảo, Huỳnh Như Phương, Huỳnh Ngọc Chiến, Khuất Đẩu, Khúc Dương, Lam Điền, Lê Chiều Giang, Lê Ký Thương, Lê Minh Quốc, Lê Ngọc Trác, Lê Uyển Văn, Luân Hoán, Lữ Kiều Thân Trọng Minh, Lương Thư Trung, Minh Lê, Ngân Hà, Ngô Nguyên Nghiễm, Nguyên Cẩn, Nguyên Giác Phan Tấn Hải, Nguyễn An Bình, Nguyễn Đức Tùng, Nguyễn Hậu, Nguyễn Lệ Uyên, Nguyễn Nhật Ánh, Nguyễn Quang Chơn, Nguyễn Thánh Ngã, Nguyễn Thị Khánh Minh, Nguyễn Thị Ngọc Hải, Nguyễn Thị Phương Trinh, Nguyễn Thị Tịnh Thy, Nguyễn Thiên Nga, Nguyễn Xuân Thiệp, Phạm Bảo Kim, Phạm Chu Sa, Phạm Hiền Mây, Phan Chính, Phat's Blog, Tâm Nhiên, Thu Thủy, Thy Ngọc, Tô Thẩm Huy, Trần Hoài Thư, Trần Thị Nguyệt Mai, Trần Vấn Lệ, Trang Châu, Trịnh Công Sơn, Trịnh Y Thư, Trương Đình Uyên, Trương Trọng Hoàng, Vĩnh Điện, Võ Tá Hân, Ý Nhi.

BÌA: Uyên Nguyên Trần Triết
HÌNH BÌA: Nhà thơ - Bác Sĩ Đỗ Hồng Ngọc (Ảnh: Tăng Hưng)
ĐỌC BẢN THẢO: Trần Thị Nguyệt Mai
DÀN TRANG: Công Nguyễn



LIÊN LẠC:
Thư và bài vở mời gởi về:
-Luân Hoán: lebao_hoang@yahoo.com
-Song Thao: tatrungson@hotmail.com

**TOÀ SOẠN & TRỊ SỰ:**
Lê Hân: (408) 722-5626 han.le3359@gmail.com

# MỤC LỤC
## NGÔN NGỮ ĐẶC BIỆT
## ĐỖ NGHÊ ĐỖ HỒNG NGỌC

## PHẦN IV: BẰNG HỮU VIẾT VỀ ĐỖ HỒNG NGỌC

# THƯ ĐẦU SÁCH

Cuốn Tác Giả Tác Phẩm Đỗ Nghê Đỗ Hồng Ngọc này là bước tiếp theo sau các ấn bản về Cung Tích Biền, Ngô Thế Vinh, Phạm Cao Hoàng, cùng một thể loại, do tạp chí Ngôn Ngữ tại Hoa Kỳ chăm sóc, giới thiệu.

Tác phẩm này vốn đã được tác giả và nhóm bạn viết của ông thực hiện và phổ biến dưới dạng eBook. Theo nhà văn Nguyên Giác Phan Tấn Hải tổng kết đơn giản, sách có tên gọi "*Thơ Đỗ Nghê - Như Không Thôi Đi Được*". Sách tập trung bài viết của chừng 30 tác giả, đa số đã thành danh nhà văn, nhà thơ và sách chỉ có mục đích để tặng; không thấy ghi năm phát hành.

Chúng tôi vốn rất thích thơ và tạp bút của Nhà thơ - Bác sĩ này từ trước 1975, và được biết nhà thơ Trần Thị Nguyệt Mai, một thành viên trong Ngôn Ngữ quen thân với ông, nên đã nhờ chị bắt liên lạc xin phép, nhằm thực hiện một số đặc biệt. Và nhà thơ Đỗ Nghê đã đồng ý.

Xin được nhắc lại, một số Ngôn Ngữ đặc biệt gồm hai phần: giới thiệu về một tác giả, và sáng tác thơ văn biên khảo từ nhiều người viết gởi đến. Trong thời gian qua, chúng tôi đã phát hành được các số về họa sĩ Khánh Trường, nhà phê bình Nguyễn Vy Khanh, nhà văn Trần Hoài Thư, nhà văn Nguyên Minh, nhà văn Song Thao, nhà văn Hồ Đình Nghiêm, nhà thơ Lê Hân. Các số này tư liệu của mỗi người đi phần đầu trong hơn nửa số báo. Đây cũng là hình thức chung có từ thời Việt Nam Cộng Hòa. Với những tác giả vừa kể, phần tư liệu của họ cũng dồi dào, đủ để in riêng, tiếc rằng lúc đó chúng tôi chỉ nghĩ đến việc thực hiện theo khuôn báo cũ, mà cắt bớt, hạn chế số trang. Nhà văn Cung Tích Biền là người đầu tiên yêu cầu đi hết phần tư liệu của ông. Chúng tôi chấp nhận, và tiếp tục chấp nhận hình thức này cho đến nay, với số về nhà thơ Đỗ Nghê Đỗ Hồng Ngọc. Nhưng lần thứ tư này, cũng là lúc chúng tôi quyết định trả lại tính cách sách cho tác phẩm, dẫu vẫn do tạp chí Ngôn Ngữ trực tiếp chăm sóc để in. Trong khi đó, những số Ngôn Ngữ đặc biệt gồm hai phần cũng sẽ được tiếp tục, nếu có tác giả đủ tư liệu để giới thiệu.

Sách Tác Giả Tác Phẩm cũng không mang logo nhà xuất bản Nhân Ảnh; trên bìa sách vẫn được ghi "Ngôn Ngữ ấn bản đặc biệt".

Để thực hiện theo tin tưởng và yêu cầu của bác sĩ Đỗ Hồng Ngọc, chúng tôi trưng dụng toàn bộ nội dung "*Thơ Đỗ Nghê – Như Không Thôi Đi Được*", đồng thời mời thêm một ít người viết đứng chung, và dàn trang sách qua các mục:

**Phần I:** Tiểu sử tác giả, tác phẩm đã in - chân dung tác giả qua ảnh chụp cùng phác họa của bè bạn hoặc tác giả tự họa.

**Phần II:** Phần thơ, văn tác giả tự chọn, đặc biệt chúng tôi đi trọn tập thơ *"Thơ Ngắn Đỗ Nghê"*, một thi phẩm chính tác giả và đa số người đọc ưa thích, ưu ái cảm nhận.

**Phần III:** Phần văn xuôi đi tiếp sau thơ. Tác giả Đỗ Hồng Ngọc tự nhận không giỏi hư cấu, nên ông chỉ cho giới thiệu một truyện ngắn duy nhất viết trước 1975; đa phần sáng tác còn lại là tùy bút, tạp ghi, tản mạn... Những bài viết này thường ngắn nhưng cũng xuất sắc như thơ, bởi qua đó những nhận xét tinh tế về cuộc sống, tình người, được ông phơi bày một cách đơn giản, nhưng sâu sắc như những bức ảnh chụp đủ chân tình, giàu dí dỏm. Mỗi tạp ghi là một cảnh sống linh động, chúng ta có cảm tưởng ông thật dồi dào vốn sống đời thường. Ông là một bác sĩ cao tay nghề, một người học Phật uyên thâm lại rất thích truyền đạt hiểu biết của mình theo một cách riêng. Tính ít nói cười nhưng sự nghiêm túc, được tâm hồn phóng khoáng giúp ông chơi thêm một trò vẽ vời nữa, cũng thi vị đậm đà không kém những bộ môn kể trên.

Bên cạnh đó, với ưu điểm thơ "hay" (xin gọi ngắn gọn như vậy) lại thường ngắn ngắn nên thơ ông được các nhạc sĩ Miên Đức Thắng, Phạm Trọng Cầu, Trương Thìn, Hoàng Hiệp, Khúc Dương Đặng Ngọc Phú Hòa, Nguyễn Thanh Cảnh, Hoàng Quốc Bảo, Vĩnh Điện, Tôn Thất Lan, Võ Tá Hân, Thuần Nhiên Nguyễn Đức Vinh... đồng cảm phổ thành ca khúc. Chuyện phổ thơ ông không nằm phong trào phổ cho có, phổ để in làm phụ bản. Thơ phổ nhạc của ông được đưa đến quần chúng thưởng ngoạn qua nhiều ca sĩ trình bày, trong đó có cả giọng ca rất được giới ưa thích nhạc thính phòng ái mộ, đó là tiếng hát của nữ ca sĩ Thu Vàng.

**Phần IV:** Tập trung những bài giới thiệu, cảm nhận... của rất nhiều cây viết chuyên nghiệp qua nhiều thời kỳ xuất hiện trên văn đàn. Chúng tôi xin liệt kê dưới đây toàn bộ danh sách những người viết. Qua danh sách này, chúng tôi tin bạn đọc sẽ có sự tin tưởng để tìm sách đọc, để mua sách cho tủ sách gia đình:

Ban Mai, Du Tử Lê, Duyên, Đinh Cường, Đinh Trường Chinh, Đỗ Nghê Đỗ Hồng Ngọc, Đỗ Thị Thanh Nga, Đỗ Trung Quân, Đỗ Trường, Elena Pucillo Truong, Hồ Đình Nghiêm, Hoàng Quốc Bảo, Huỳnh Như Phương, Huỳnh Ngọc Chiến, Khuất Đẩu, Khúc Dương, Lam Điền, Lê Chiều Giang, Lê Ký Thương, Lê Minh Quốc, Lê Ngọc Trác, Lê Uyển Văn, Luân Hoán, Lữ Kiều Thân Trọng Minh, Lương Thư Trung, Minh Lê, Ngân Hà, Ngô Nguyên Nghiễm, Nguyên Cẩn, Nguyên Giác Phan Tấn Hải, Nguyễn An Bình, Nguyễn Đức Tùng, Nguyễn Hậu, Nguyễn Lệ Uyên, Nguyễn Nhật Ánh, Nguyễn Quang Chơn, Nguyễn Thánh Ngã, Nguyễn Thị Khánh Minh, Nguyễn Thị Ngọc Hải, Nguyễn Thị Phương Trinh, Nguyễn Thị Tịnh Thy, Nguyễn Thiên Nga, Nguyễn Xuân Thiệp, Phạm Bảo Kim, Phạm Chu Sa, Phạm Hiền Mây, Phan Chính, Phat's Blog, Tâm Nhiên, Thu Thủy, Thy Ngọc, Tô Thẩm Huy, Trần Hoài Thư, Trần Thị Nguyệt Mai, Trần Vấn Lệ, Trang Châu, Trịnh Công Sơn, Trịnh Y Thư, Trương Đình Uyên, Trương Trọng Hoàng, Vĩnh Điện, Võ Tá Hân, Ý Nhi.

Chân thành cảm ơn tác giả Đỗ Nghê Đỗ Hồng Ngọc cùng tất cả nhà văn, nhà thơ, họa sĩ, nhạc sĩ có tên, góp mặt trong cuốn sách này.

**Luân Hoán**
cùng nhóm chủ trương Ngôn Ngữ

# PHẦN I

# TÁC GIẢ

## ĐỖ NGHỀ ĐỖ HỒNG NGỌC

# TÁC GIẢ
## ĐỖ NGHÊ ĐỖ HỒNG NGỌC

Nhà thơ Đỗ Nghê tên thật Đỗ Hồng Ngọc, sinh năm 1940 tại Phan Thiết. Quê nhà: Lagi, Hàm Tân, Bình Thuận. Ông tốt nghiệp Tiến sĩ Y khoa Quốc gia, Y khoa Đại học đường Saigon, 1969. Bác sĩ chuyên khoa Nhi. Nguyên nội trú ủy nhiệm Bệnh viện Nhi Đồng Sàigòn (1968-1969), Trưởng phòng cấp cứu Nhi (1973-1975), Trưởng khu Phòng khám Cấp Cứu BV Nhi Đồng 1 Tp.HCM (từ 1975-1985), Giám đốc Trung tâm Truyền thông - Giáo dục Sức khỏe Tp.HCM (1985-2005), Tu nghiệp Y tế công cộng tại Đại học Harvard Hoa Kỳ (1993) và Giáo dục sức khỏe tại CFES, Pháp (1997), Giảng viên thỉnh giảng Bộ môn Nhi, Đại học Y dược TP. HCM (1981-1995), Trưởng Bộ môn Khoa học hành vi & Giáo dục sức khỏe, Đại học Y khoa Phạm Ngọc Thạch (1995-2014). Từ 2014 là cố vấn Bộ môn Y Đức - Khoa học hành vi, Đại học Y khoa Phạm Ngọc Thạch, Tp. HCM. Hiện nghỉ hưu tại Sài Gòn.

Khởi viết từ thập niên 1960, ông đã cộng tác với các báo: Bách Khoa, Mai, Tình Thương, Ý Thức, Tuổi Ngọc, Mây Hồng, Tuổi Trẻ, Phụ Nữ, Thanh Niên, Mực Tím, Áo trắng, Doanh Nhân Saigon Cuối Tuần, Sài Gòn Tiếp Thị, Kiến Thức Ngày Nay, Văn Hóa Phật Giáo, Giác Ngộ, Từ Quang, Liễu Quán...

Ông cũng là người phụ trách các trang: "Phòng mạch Mực Tím", báo Mực Tím (1989-2002); "Thư gởi người bận rộn" báo Doanh nhân Saigon Cuối tuần (2003-2004), và "Gia đình Vui khỏe" báo Phụ Nữ Tp.HCM (2008-2010).

## TÁC PHẨM:

### I. THƠ

1/ *Tình Người* (1967); 2/ *Thơ Đỗ Nghê* (1973); 3/ *Giữa Hoàng Hôn Xưa* (1993); 4/ *Vòng Quanh* (1997); 5/ *Thư Cho Bé Sơ Sinh & Những Bài Thơ Khác* (2010); 6/ *Thơ Ngắn Đỗ Nghê* (2017); 7/ Những Bài Viết Về Thơ Đỗ Nghê (Đỗ Hồng Ngọc): *"Như Không Thôi Đi Được"* (2020).

### II. VĂN: Tùy bút, tạp văn

1/ *Gió Heo May Đã Về* (1997); 2/ *Già Ơi... Chào Bạn!* (1999) và bản dịch tiếng Nhật của Kazuo Minagawa (2001); 3/ *Những Người Trẻ Lạ Lùng* (2001); 4/ *Thầy Thuốc & Bệnh Nhân* (2001); 5/ *Như Ngàn Thang Thuốc Bổ* (2001); 6/ *Cành Mai Sân Trước* (Tuyển tập, 2003); 7/ *Thư Gởi Người Bận Rộn I* (2005); 8/ *Khi Người Ta Lớn* (2007); 9/ *Như Thị* (2007); 10/ *Chẳng Cũng Khoái Ru?* (2008); 11/ *Nhớ Đến Một Người* (2011); 12/ *Thư Gởi Người Bận Rộn II* (2011); 13/ *Ăn Vóc Học Hay* (2011); 14/ *Ghi Chép Lang Thang* (2014); 15/ *Già Sao Cho Sướng?* (2015); 16/ *Có Một Con Mọt Sách* (2015); 17/ *Một Hôm Gặp Lại* (2016); 18/ *Chuyện Trò Cùng Bác Sĩ Đỗ Hồng Ngọc Về Nếp Sống An Lạc* (2017); 19/ *Về Thu Xếp Lại* (2019); 20/ *Biết Ơn Mình* (2019); 21/ *Để Làm Gì* (2020); 22/ *Buông* (2022); 22/ *Áo Xưa Dù Nhàu...* (2022); 23/ *Một Ngày Kia... Đến Bờ* (2023) và bản dịch Anh ngữ *"One Day... Reaching the Other Shore"* của Minh Duyên (2023).

### III. Y HỌC PHỔ CẬP

***A- Sách dành cho tuổi mới lớn:***

1/ *Những Tật Bệnh Thông Thường Trong Lứa Tuổi Học Trò* (1972); 2/ *Nói Chuyện Sức Khỏe Với Tuổi Mới Lớn* (1989); 3/ *Bệnh Ở Tuổi Học Trò* (1990); 4/ *Viết Cho Tuổi Mới Lớn* (1995); 5/ *Với Tuổi Mười Lăm* (1997); 6/ *Bỗng Nhiên Mà Họ Lớn* (2000); 7/ *Bác Sĩ Và Những Câu Hỏi Của Tuổi Mới Lớn* (2003); 8/ *Tuổi Mới Lớn* (Tuyển tập, 2005); 9/ *Khi Người Ta Lớn* (2011).

***B- Sách dành cho các bà mẹ:***

1/ *Viết Cho Các Bà Mẹ Sinh Con Đầu Lòng* (1974); 2/ *Chăm Sóc Trẻ Từ Sơ Sinh Đến 3 Tuổi* (1978); 3/ *Để Bé Được Khỏe Mạnh Và Thông Minh* (1991); 4/ *Những Bệnh Nguy Hiểm Thường Gặp Ở Trẻ Em* (1980); 5/ *Săn Sóc Con Em Nơi Xa Thầy Thuốc* (1986); 6/ *Nuôi Con* (1988); 7/ *Sức Khỏe Trẻ Em* (1991); 8/ *Câu Chuyện Sức Khỏe* (1996).

### IV. PHẬT HỌC

1/ *Nghĩ Từ Trái Tim* (về Tâm Kinh Bát Nhã, 2003); 2/ *Gươm Báu Trao Tay* (về kinh Kim Cang, 2008) và bản dịch Anh ngữ *"Handing Down Precious Sword"* của Diệu Hạnh Giao Trinh (2015); 3/ *Thấp Thoáng Lời Kinh* (2012); 4/ *Thiền và Sức khỏe* (2013); 5/ *Ngàn Cánh Sen Xanh Biếc* (về kinh Pháp Hoa, 2014); 6/ *Cõi Phật Đâu Xa* (về kinh Duy Ma Cật, 2016); 7/ *Thoảng Hương Sen* (2018); 8/ *Bông Hồng Cho Mẹ và những cảm nhận học Phật* (2022); 9/ *Tôi Học Phật* (2023).

*Đỗ Hồng Ngọc*
*(Đinh Cường par memoire, 12.1993)*

*Đỗ Hồng Ngọc*
*(Đinh Trường Chinh 2020)*

*Chân dung BS Đỗ Hồng Ngọc*
*Charcoal on paper 28 x 24"*
*by Trương Đình Uyên 2020*

*Đỗ Hồng Ngọc*
*(Duyên vẽ 2015)*

# NGÔ NGUYÊN NGHIỄM

## PHÚT TÂM GIAO VỚI NHÀ THƠ ĐỖ NGHÊ ĐỖ HỒNG NGỌC

Nửa thế kỷ từ *"Tình Người"* đến *"Thơ Ngắn Đỗ Nghê"*.

Tập Thơ đầu tay, *Tình Người*, thơ Đỗ Nghê, 1967 bìa do Lữ Kiều Thân Trọng Minh trình bày, và năm 2017, tập *Thơ Ngắn Đỗ Nghê* do Lê Ký Thương trình bày.

Mới thôi! Mà đã nửa thế kỷ.

■ ***Ngô Nguyên Nghiễm:*** Nhà thơ Đỗ Nghê/ Đỗ Hồng Ngọc, đã góp mặt với nền văn học nghệ thuật thập niên 60 – 70 thế kỷ qua. Lúc đó, tác phẩm Thơ đầu tay được ấn hành là tập *Tình Người* (1967), và sau đó *Thơ Đỗ Nghê* (1973) là một dấu ấn đặc biệt. Sau 1975, rời bỏ bút hiệu Đỗ Nghê, bước sang giai đoạn Đỗ Hồng Ngọc, ấn hành khá nhiều tản văn truyền đạt Y học rồi Phật học. Sự chuyển hướng này có ảnh hưởng thế nào giữa Đỗ Nghê và Đỗ Hồng Ngọc? Ý kiến về cái thực của đời (Y học), và cái huyễn của Thi ca?

■ ***Đỗ Hồng Ngọc:*** Không phải "rời bỏ bút hiệu Đỗ Nghê" đâu. Chỉ là "rửa tay gác kiếm tạm thời" thôi! Thời đó có quá nhiều "Ông Đồ xứ Nghệ", nên Đỗ Nghê tạm lánh đi để tránh nhầm lẫn. Đỗ Nghê/ Đỗ Hồng Ngọc vẫn là một đó chứ dù là viết dưới dạng nào đi nữa bạn không thấy sao? Đỗ Nghê là bút hiệu do ghép họ Cha và Mẹ đó bạn ạ. Ai bảo y khoa là cái thực và thi ca là cái huyễn? Y khoa vừa là khoa học vừa là nghệ thuật! Còn đọc được một bài thơ hay ta chẳng phải đã "sảng khoái" còn hơn ngàn thang thuốc bổ ư?

■ ***Ngô Nguyên Nghiễm:*** Hình như tản văn viết về y học dưới bút pháp Đỗ Hồng Ngọc lại là những tác phẩm văn chương tuyệt diệu. Anh có xem cả hai như một khối duy nhất? Vì sao?

■ ***Đỗ Hồng Ngọc:*** Hình như trong tôi có sự lẫn lộn nào đó. Thân và tâm đâu có tách rời, sắc thọ tưởng hành thức vẫn là một, "ngũ uẩn giai Không" mà! Viết, chỉ biết viết. Tôi không biết cách nào phân biệt rạch ròi hai lãnh vực này. Tại cái tạng nó vậy. Người đọc thơ tôi bảo "đời thường" quá, không có gì bay bổng tuyệt vời cả, người đọc tạp văn lại bảo như thơ…

■ ***Ngô Nguyên Nghiễm:*** Sự hiện thực được bày tỏ trong tác phẩm thi ca mới nhất của Đỗ Hồng Ngọc/ Đỗ Nghê, là *Thư Cho Bé Sơ Sinh & Những Bài Thơ Khác*, càng đọc càng làm rúng động lòng người. Anh có thể tâm sự phút giây về những cảm xúc được ghi lại trong loạt thơ đầy nhân bản này?

■ ***Đỗ Hồng Ngọc:*** Bạn vừa dùng một cụm từ lạ: "loạt thơ đầy nhân bản". Chẳng lẽ có thơ không đầy nhân bản hay sao? Tôi nghĩ thơ, bản chất đã là nhân bản, dù được thể hiện dưới hình thức này hay hình thức khác, ở thời đại này hay thời đại khác. "Người ta đẻ ra mà tĩnh, ấy là tính Giời cho nguyên như thế, cảm ở vật ngoài mà động thời ấy mới là sự muốn của tính. Đã có muốn thời phải có nghĩ, đã có nghĩ thời phải có nói, đã có nói thời những cái ý nhị không thể nói hết ra được mà hình hiện ở trong lúc ngậm ngùi ngợi than, tự nhiên tất phải có những giọng điệu cung bực, như không thôi đi được. Ấy tại thế mà sinh ra có thơ!". Chu Hy đã viết như thế ngàn năm trước khi để tựa cho tập Kinh Thi, khi có người hỏi ông: Thơ tại sao mà làm ra? (Tản Đà dịch). *"Như không thôi đi được"*, bạn thấy không? Những người làm thơ... trên cõi nhân gian đều vậy đó, *"như không thôi đi được"*...!

(...)

(Ngô Nguyên Nghiễm, Người đồng hành quanh tôi, Tác giả tác phẩm, NXB Thanh Niên, 2010)

**Ngô Nguyên Nghiễm**

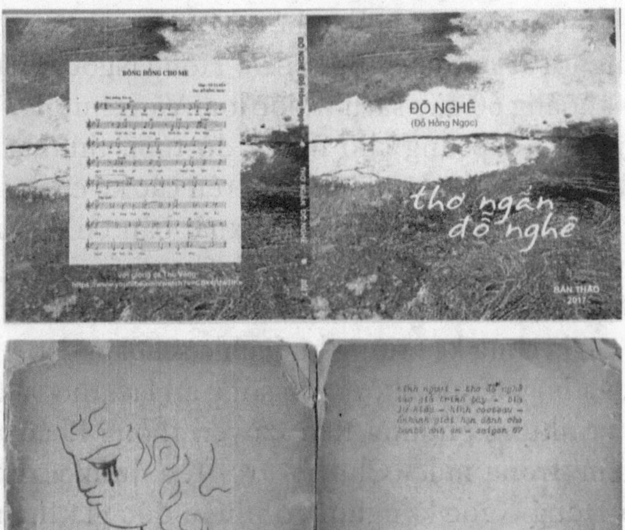


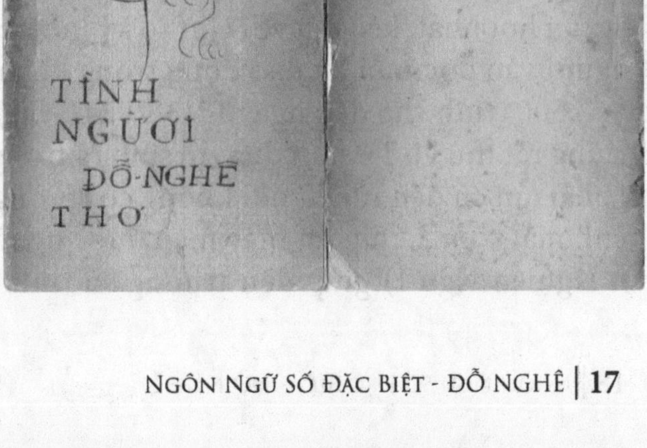

BK

# TRẦN THỊ NGUYỆT MAI

## ĐỖ NGHÊ ĐỖ HỒNG NGỌC, NHƯ KHÔNG THÔI ĐI ĐƯỢC*

Nếu hỏi tên một tác giả đương thời có nhiều đầu sách, được nhiều tầng lớp độc giả ở mọi tuổi tác thích đọc lẫn ngưỡng mộ và có nhiều bạn bè quý mến, có lẽ trong trí nhiều người sẽ nghĩ đến Bác sĩ Đỗ Hồng Ngọc. Thật vậy, ông có khoảng 60 đầu sách thuộc loại Văn chương, Y học và Phật học; đáp ứng cho nhiều độ tuổi, thường được trưng bày ở các vị trí trang trọng trên các kệ của các nhà sách, thuộc loại best seller, được xuất bản tái bản nhiều lần như *"Viết Cho Các Bà Mẹ Sinh Con Đầu Lòng"*, *"Gió Heo May Đã Về"*, *"Nghĩ Từ Trái Tim"*, *"Gươm Báu Trao Tay"*... Đó là chưa kể những buổi chia sẻ, đàm đạo, thuyết giảng của ông về sức khỏe, nếp sống an lạc, thở và thiền, v.v... qua những phương tiện truyền thông khác. Cũng nên thêm, trong mục "Chuyện trò trên dutule.com", tác giả Đỗ Hồng Ngọc là người có nhiều độc giả tham gia, đặt nhiều câu hỏi nhất, kéo dài với con số kỷ lục 24 kỳ và số lượt người vào đọc mỗi kỳ dao động trong khoảng từ 4.273 đến 7.500 (tính cho đến ngày 12-3-2024). Cuộc đời của ông cũng rất thú vị. Từ một đứa trẻ sinh ra trong thời loạn lạc, phải tản cư đến nhiều nơi không có trường học, cha bị bệnh mất sớm... Ông rất may mắn được người cậu (nhà văn Nguiễn Ngu Í) giúp đến trường và tình cờ sở hữu được cuốn sách *"Kim chỉ nam của học sinh"* của học giả Nguyễn Hiến Lê bày bán "xôn" trên lề đường. Vốn rất thông minh, lại thêm ý chí và nghị lực, ông quyết tâm thực hành những điều trong sách để có thể học nhảy lớp theo kịp các bạn cùng trang lứa và thi đậu các kỳ thi...

Bài viết này chỉ là những mảnh ghép đó đây góp nhặt từ sách báo hoặc trên các trang mạng hầu giúp bạn đọc được biết thêm về một tác giả mà mình yêu mến. Hy vọng hành trình đến với cuộc đời của ông sẽ tạo cảm hứng và động lực cho những bạn trẻ muốn vươn lên và tiến xa (the sky is the limit).

## CHÂN DUNG TỰ HỌA

Đỗ Hồng Ngọc là tên thật và cũng là bút hiệu. Trước năm 1975, ông dùng bút hiệu Đỗ Nghê (ghép họ cha và họ mẹ) khi sáng tác. Bút hiệu Giang Hồng Vân chỉ được dùng một lần khi viết bài Dẫn nhập cho tập *"Qê hương"* của Nguiễn Ngu Í. Khi viết về y học, ông dùng tên thật Đỗ Hồng Ngọc, thậm chí ghi rõ Bác sĩ Đỗ Hồng Ngọc, theo nguyên tắc, để chịu trách nhiệm chuyên môn về những bài viết của mình. Trả lời phỏng vấn của nhà thơ Ngô Nguyên Nghiễm (2010) về câu hỏi: *"Sau 1975, rời bỏ bút hiệu Đỗ Nghê, bước sang giai đoạn Đỗ Hồng Ngọc, ấn hành khá nhiều tản văn truyền đạt Y học rồi Phật học. Sự chuyển hướng này có ảnh hưởng thế nào giữa Đỗ Nghê và Đỗ Hồng Ngọc?"*. Ông cho biết, *"Không phải 'rời bỏ bút hiệu Đỗ Nghê' đâu. Chỉ là 'rửa tay gác kiếm tạm thời' thôi! Thời đó có quá nhiều 'Ông Đồ xứ Nghệ', nên Đỗ Nghê tạm lánh đi để tránh nhầm lẫn. Đỗ Nghê / Đỗ Hồng Ngọc vẫn là một đó chứ dù là viết dưới dạng nào đi nữa bạn không thấy sao?"*

Ông viết sách dành cho mọi người ở mọi lứa tuổi và được biết đến với nhiều tư cách: bác sĩ, nhà văn, nhà thơ, nhà tư vấn tâm lý...

Đỗ Hồng Ngọc tự nhận xét về mình: "Tôi vốn ít hay cười. Ngay từ nhỏ, người ta đã gọi tôi là "một ông cụ non", vì lúc nào cũng có vẻ đạo mạo, nghiêm túc quá. Sau này ra hành nghề, làm một người thầy thuốc, một người dạy học, tôi như càng nghiêm túc, đạo mạo hơn. Tại cái tạng, biết sao! Thấy bạn bè vui vẻ, khoái hoạt… tôi cũng thích lắm mà không làm sao bắt chước được. Chỉ đôi khi đọc sách có chỗ nào dí dỏm thâm trầm kín đáo một chút, tôi mới tủm tỉm cười một mình. Tôi cũng không biết hút thuốc, không uống rượu, không bia bọt, thường chỉ 'phá mồi' trong những bữa họp mặt đông vui làm bạn bè vừa thương vừa giận! Cũng tại cái tạng thôi."

(Trích Lời ngỏ *Như Ngàn Thang Thuốc Bổ*)

"Đó là một người có cái tên rất 'đàn bà' nhưng lại là một người đàn ông thứ thiệt. Hồi tôi giữ mục Phòng mạch Mực Tím trên báo Mực Tím dành cho tuổi mới lớn, nhiều em viết thư: Thưa cô, em có điều này rất bí mật, không dám nói với ai...

Thứ hai, đó là một ông già mà nhiều người tưởng hãy còn trẻ lắm, nhờ tóc chưa bạc nhiều và viết lách lăng nhăng làm cho người ta cười...

Thứ ba, đó là một bác sĩ nhà quê đến nỗi người ta không biết là bác sĩ, vì toàn nói chuyện làm sao cho người ta biết tự bảo vệ và nâng cao sức khỏe mình, ít phải lệ thuộc vào thầy vào thuốc..."

(Trích Phụ lục *Biết Ơn Mình*)

## TUỔI THƠ TRONG THỜI LOẠN

Cha ông tên Đỗ Đơn Trì và mẹ là bà Nghê Thị Như, nhưng khi đi làm thẻ căn cước, người làm hộ tịch ghi bừa là họ Lê. Ngày còn nhỏ, ông thường được nghe mẹ đọc truyện Kiều, ca dao, hát ru...

Ông tâm sự, "mình chỉ có 'Tháng Sinh Nhựt' (!). Vì bà Má nói tuổi thì Canh Thìn (1940), sanh tháng 8, ở nhà bảo sanh Cô mụ Bé, dưới chân cầu sắt Phan Thiết, ngày thì Bà không nhớ, giờ thì hình như… sáng sớm, vì thế Tử vi coi cũng không được! Tản cư trong rừng bảy năm, về thành trễ học, phải làm lại Thế vì Khai sanh 1943 (con Dê) để vào lớp. Tóm lại tuổi thì vừa Rồng vừa Dê."

"Lúc 5 tuổi, tôi cùng gia đình từ La Gi (Bình Tuy, nay là Bình Thuận) tản cư lên rừng ở vùng Láng Găng, Bưng Riềng (Xuyên Mộc, Bà Rịa - Vũng Tàu). Bị sốt rét triền miên, kiết lỵ, suy dinh dưỡng... đủ thứ.

Lúc 10 -11 tuổi (khoảng 1950), tôi ở nhà Ngoại đi học trường Gò Ông Nồm (gần Gò Đình bây giờ). Xung quanh lớp học, có đào nhiều hầm chữ U, chữ V, chữ Z để khi có máy bay đến thì tất cả nhào xuống hầm tránh bom… Ngày ngày đi học chân trần trên bờ ruộng, có mấy gốc mù u rậm rịt nghe nói có ma cũng ớn. Hàng ngày chỉ mang theo lủng lẳng cơm bó trong mo cau, kèm với con cá khô nướng. Buổi trưa cả bọn tắm ở mấy cái mương lớn, rồi đi móc đất sét vò thành mấy viên bi, bỏ vào lò gạch gần đó, đợi ít ngày thì viên bi chín cứng, màu sắc khá đẹp. Thời đó, bắn bi với đánh chõng là thú vui duy nhất của đám học trò. Các anh chị lớn, 15 16 tuổi cũng học chung. Chỉ có tới lớp Ba là hết."

Người bạn cùng quê – nhà văn Nguyễn Hiệp – cũng chia sẻ, "Trường Gò Ông Nồm, đó là ngôi trường nhỏ vài ba lớp tiểu học, được cất sơ sài trong thời kháng chiến, trên gò đất cao thuộc thôn Hiệp Trí, xã Tân Hiệp, quận lỵ Hàm Tân (nay thuộc xã Tân Thuận, Hàm Thuận Nam, Bình Thuận), nơi bác sĩ Đỗ Hồng Ngọc có những buổi học đầu tiên trong đời. Ngày nay trường không còn nữa nhưng thỉnh thoảng những người thân trong nhà cứ nhắc câu chuyện đôi giày của cậu bé Ngọc như một giai thoại đáng yêu của tuổi học trò miền quê. Chuyện rằng: Bé Ngọc được mẹ đi Phan Thiết mua cho đôi giày vải mới, cậu quý lắm, cứ ngắm hoài không chán. Sáng hôm sau, Ngọc mang đôi giày mới đến lớp với niềm vui thích hân hoan trong lòng, nhưng khi gần vào đến sân trường, nhìn chân các bạn hầu hết là mang guốc gỗ hoặc không giày dép gì cả, bé Ngọc dừng lại hồi lâu, nghĩ rằng mình mang giày mới mà các bạn thì không ai có, sợ các bạn buồn, Ngọc cởi giày đem giấu trong lùm cây và đi chân trần vào lớp cho giống các bạn. Chuyện của con nít, không có gì lớn lao, nhưng quả thực nó là tín hiệu nhạy cảm, tinh tế đầu tiên được biểu lộ của tâm hồn một con người biết thật sự quan tâm, thật sự yêu thương những người sống quanh mình."

## Ý CHÍ VÀ NGHỊ LỰC VƯƠN LÊN

Theo lời ĐHN, cha ông bị bệnh lao mất khi tản cư ở rừng Bàu Lời vì thiếu thầy, thiếu thuốc khi ông mới 12 tuổi (1952). Ông theo mẹ về tá túc trong một ngôi chùa với người cô bị tật nguyền. Lúc đó ông chỉ cân nặng 25kg, da xanh mét, lá lách sưng to, mỗi ngày phải đi nhà thương thí để chích thuốc. Riết rồi ghiền cái mùi nhà thương. Và cũng từ lúc đó ông có ý muốn học Y khoa.

Ông kể, "Thế rồi, một hôm cậu Ngu Í điên của tôi đến thăm. Người ta nói ông điên vì ngộ chữ dù ở quê tôi ông là người hay chữ nhất, được bà con rất quý trọng. Thấy tôi

12 tuổi rồi mà học hành ấm ớ trong rừng, ông dẫn tôi tới trường tiểu học của một người bạn gửi cho học miễn phí. Ông còn tặng tôi một đống sách báo từ Sài Gòn mang về. Tôi mê tít. Mới đầu, nhà trường cho tôi vào học thử lớp 3. Vài tháng sau nói tôi học được cho lên lớp nhì (lớp 4 bây giờ). Vài tháng sau nữa cho tôi vào thẳng lớp nhất (lớp 5). Trường tư, trong một ngôi chùa, nếu học giỏi thì được miễn phí. Tôi học giỏi. Cuối năm nhất lớp, chở phần thưởng về chùa bằng... xe xích lô! Cô tôi khen ngợi thưởng cho 10 đồng, đủ ăn năm chén chè sâm bổ lượng với mấy người bạn thân!

Tôi thi đậu cao vào đệ thất (lớp 6) Phan Bội Châu. Hằng ngày vừa đi học, vừa lo cơm nước cho mẹ tôi bán hàng ngoài chợ. Thế rồi, giữa chừng lại bỏ học vì cả gia đình dời về quê cũ La Gi. Tỉnh mới thành lập, chưa có trường trung học. Tôi thất học, phụ bán hàng xén với mẹ ở chợ La Gi. Ba năm sau mới có lớp đệ thất đầu tiên trong một ngôi nhà thờ. Nhớ lại hồi nhỏ học nhảy tưng bừng của mình, tôi tính chuyện học nhảy tiếp. Nhân một chuyến theo xe chở cá nước đá về Sài Gòn bổ hàng cho mẹ, tôi lang thang lề đường nơi bán sách cũ, vớ được cuốn *"Kim chỉ nam của học sinh"* của tác giả Nguyễn Hiến Lê. Tôi đọc thấy trúng ý mình quá, bèn đánh bạo viết thư hỏi ý kiến ông nói muốn học nhảy có nên không. Ông trả lời ngay: *"Cháu có thể học nhảy được, vì đọc thư thấy sức cháu có thể học lớp đệ tứ (lớp 9) rồi đó"*. Tôi bèn lập chương trình học nhảy.

Thi đậu ngay Trung học đệ nhất cấp, lại nhảy tiếp bỏ đệ tam, đậu tú tài I rồi tú tài II. Khi đó tôi băn khoăn trước ngã ba đường giữa học y, học sư phạm hay học văn khoa. Cái nào cũng thích. Ông Nguyễn Hiến Lê lần nữa khuyên nên học y để giúp gia đình, giúp đời, nếu học giỏi có thể dạy học và nếu có tâm hồn vẫn có thể viết lách được. Đã có nhiều nhà văn là bác sĩ như Chekhov, Cronin, Sommerset Maugham... Tôi đã làm đúng như thế. Tôi học y nhưng ghi danh học thêm văn khoa, xã hội học, những ngành tôi thích. Những năm này tôi đã vào Sài Gòn 'du học', ở nhà trọ, ăn cơm tháng trong khu ổ chuột Bàn Cờ (Q.3) và thường xuyên đến thăm ông Nguyễn Hiến Lê. Ông luôn động viên, khuyến khích việc học của tôi. Khi báo Bách Khoa ra số đặc biệt kỷ niệm 100 đầu sách của ông, tôi viết bài 'Ông Nguyễn Hiến Lê và tôi'. Ông nói đây là 'món quà' quý nhất của ông. Ông đã coi tôi như một người học trò 'chân truyền' rồi vậy."

## NHỮNG NGƯỜI CÓ ẢNH HƯỞNG LỚN

Trong một trả lời phỏng vấn, ĐHN cho biết: "Chính là nhờ mẹ tôi luôn động viên khuyến khích - bà là người rất có ý chí - lại nhờ cậu tôi là nhà văn Nguiễn Ngu Í dẫn đến trường và nhất là nhờ những cuốn sách quý giá của ông Nguyễn Hiến Lê đã ảnh hưởng lớn đến tôi như *Kim chỉ nam của học sinh, Gương danh nhân, Gương can đảm, Gương kiên nhẫn*... Tuổi thơ tôi gặp nhiều khó khăn nhưng may mắn là luôn có những tấm gương tốt quanh mình để tôi noi theo."

*Nhà văn Nguiễn Ngu Í*

Về nhà văn Nguiễn Ngu Í, tên thật Nguyễn Hữu Ngư (1921-1979), ĐHN chia sẻ:

Mẹ tôi và ông là chị em cô cậu ruột. Mẹ ông họ Nghê nên ông còn có bút danh là Ngê Bá Lí, với cách viết "đặc biệt" của ông. Tôi gọi ông bằng cậu, gần gũi và thân thiết. Cha tôi mất sớm, mẹ con tôi về trú ngụ ở nhà cô tôi trong một ngôi chùa nhỏ ở Phan Thiết, lúc đó ông đang làm báo ở Saigon về thăm, thấy tôi thất học bèn dẫn tôi tới gởi vào trường tiểu học của bạn ông là cô Hồ thị Tiểu Sính (con ông Hồ Tá Bang) để tôi được đi học lại. Sau này khi vào Saigon học, tôi gần như sống hằng ngày bên ông.

Ông viết văn, làm báo, có nhiều bút hiệu: Trinh Nguiên, Tân Fong Hiệb (ghép địa danh quê nhà Tam Tân, Phong Điền, Hiệp Nghĩa), Ngê Bá Lí, Trần Hồng Hừng, Ki Gob Jó Cì, Fạm Hoàn Mĩ... Bút danh Nguiễn Ngu Í được nhiều người biết đến, nổi tiếng là một ký giả chuyên phỏng vấn các vấn đề văn học nghệ thuật cho tạp chí Bách Khoa thập niên 1960s tại Sài Gòn.

Ông có lối viết tiếng Việt rất đặc biệt, rất riêng, gây ít nhiều tranh cãi, ít nhiều khó chịu cho người đọc, nhưng vẫn có cái lý riêng của ông. Thí dụ ông thấy không hợp lý khi ta viết NGA, nhưng lại NGHE (ông sửa lại NGE), GA nhưng GHE (ông sửa lại GE...).

Ông có một vài tác phẩm về sử, đặc biệt về Quang Trung và về Hồ Quý Ly trong thời gian dạy sử ở vài trường trung học, ký Fạm Hoàn Mĩ; ông cũng có vài cuốn tiểu thuyết như *"Suối Bùn Reo"*, *"Khi người chết có mặt"*, v.v... Nhưng tác phẩm nổi tiếng nhất của ông là *"Sống và Viết với ..."*, do Ngèi xanh xuất bản (1966), tập hợp các bài phỏng vấn trên báo Bách Khoa với các nhà văn nổi tiếng đương thời Nhất Linh, Đông Hồ, Bình Nguyên Lộc, Nguyễn Hiến Lê, Hồ Hữu Tường, Sơn Nam, Doãn Quốc Sỹ... (sau này Xuân Thu in lại ở nước ngoài). Ông cũng chuẩn bị ra mắt các cuốn *"Sống và Vẽ với..."* phỏng vấn các họa sĩ, và *"Sống và Đàn với..."* phỏng vấn các nhạc sĩ. Tiếc thay ý nguyện chưa tròn. Ngoài ra ông còn có một tập thơ *"Có những bài thơ"*, do Trí Đăng xuất bản, 1973.

Trong thời gian nằm ở Dưỡng trí viện Biên Hòa vì bệnh thần kinh, ông cùng các "bạn điên" có ra một tập thơ, lấy tên là *"Thơ điên thứ thiệt"* rất thú vị, do ông làm chủ biên (có mấy bài của Bùi Giáng). Thời đó, ngoài thuốc men, các bác sĩ ở Dưỡng trí viện Biên Hòa còn khuyến khích bệnh nhân làm thơ, vẽ tranh, đánh cờ, lao động tay chân, v.v... như một liệu pháp chữa trị tâm bệnh. Khi được hỏi vì sao gọi là *"Thơ điên thứ thiệt"*, thì ông cười bảo vì lúc này có nhiều người làm thơ giả điên quá!

Ông thường xuyên ra vào các nhà thương điên Biên Hòa và Chợ Quán:

*Cũng tưởng một đi không trở lại*
*Nào ngờ duyên nợ lại dằng dai*
*Bỗng nhiên sực tỉnh nằm trong "khám"*
*Khám của lòng ai, ai của ai...*
(Bài thơ tái ngộ Dưỡng trí viện, 1966)

Trong một bài thơ khác, ông viết:

*Ta đi lang thang*
*Ta nói tàng tàng*
*Ta cười nghinh ngang*
*Ta chửi đàng hoàng*
...
(Bài thơ tự giết, 1966)

"Chửi đàng hoàng" quả không phải là chuyện dễ, nhưng với ông thì ông làm được. Hỏi chửi ai? Ông nói: "Chửi cả và thiên hạ, trong đó có mình!"

Ông có nhiều bài thơ hay. Bài thơ viết cho Mẹ rất cảm động:

*Má ơi con má điên rồi*
*Má còn trông đứng đợi ngồi mà chi...*

Năm 1960, một lần tôi có dịp đi với ông trên bãi biển từ La Gi về Ngảnh Tam Tân (Bình Thuận) đến Nước Nhỉ, ông dừng chân nghỉ và nằm lim dim trên đống cát gạch vụn, dưới bóng mát của các bụi dứa gai um tùm nhìn lên trời mây… Một lúc ông gọi tôi đến và đọc cho nghe bài thơ vừa làm xong. Tôi còn nhớ mấy câu:

*Nằm đây mà ngó lên trời*
*Lá cây dứa đã mấy đời đong đưa*
*Nằm đây mà nhớ mơ hồ*
*Những xanh tóc ấy bây giờ về đâu...*

Thì ra ông nhớ mấy người bạn cũ, trong đó có Ba tôi, đã cùng nhau xây cái giếng Nguồn Chung ở Nước Nhỉ này cho khách bộ hành qua đường nghỉ ngơi, uống bụm nước ngọt, nhỉ ra từ động cát, giữa trưa nắng gắt trên đường dọc biển mênh mông đầy nắng và gió.

Cuộc đời ông nhiều truân chuyên, tài hoa nhưng mắc bệnh không thể chữa được. Tuổi lớn, cơn điên ngày càng nhặt. Có lần ông nằm giữa xa lộ Biên Hòa cho xe Mỹ cán, nhưng họ kịp dừng, chở thẳng vào nhà thương điên. Có lần ông trốn viện, bắt đom đóm làm đèn đi trong giờ giới nghiêm cũng bị bắt lại…

Trước đó, hình như ông biết trước cái chết của mình, viết một bức thư như là một di chúc cho vợ ông. Ông ước ao được thả trôi trên một chiếc thuyền nhỏ, đục thủng đáy, nhét nút lại, rồi để thuyền trôi lênh đênh trên biển Thái Bình Dương, để được nhìn trời mây nước cho thỏa thích, rồi rút nút cho thuyền chìm dần và chết trong bụng cá, cho "Ngư về với Cá". Thế nhưng ông chết với lửa. Ông được hỏa táng ở An dưỡng địa Phú Lâm và đưa về đặt kề ông bà và dì Nga ở Ngảnh Tam Tân. Tôi nhớ hai câu thơ từ lâu của ông:

*Bao nhiêu chí trẻ rồi tro bụi*
*Một thoáng tình xa cũng ngậm ngùi.*

Ông là bạn cùng lớp, cùng trường Pétrus Ký với Trần văn Khê, Lưu Hữu Phước... Gia đình có làm một tập tư liệu về ông: Ngu Í Nguyễn Hữu Ngư, qua ký ức người thân, do mợ tôi, bà Nguyễn Thị Thoại Dung thực hiện (1996), gồm các bài viết của Bà Tùng Long, Trần Văn Khê, Lê Ngộ Châu, Lê Phương Chi, Phan Chính, Hoàng Hương Trang, Hồ Trường An, Trần Huiền Ân, Tô Dương Hiệp, Đỗ Đơn Chiếu, Phan Khắc Khoan, Đỗ Hồng Ngọc...

Sau này, khi về La Gi - Tam Tân, tôi có một bài thơ viết cho ông:

***Đêm trên biển La Gi***
*(tặng cậu tôi, Nguiễn Ngu Í)*

*Sóng cuốn từng luồng trăng lại trăng*
*Đêm Hòn Bà dỗ giấc ai nồng*
*Phẳng lì bãi cát buồn hiu ngóng*
*Cao vút hàng dương quạnh quẽ trông*
*Đá cũ mòn rêu hoài đá Ngảnh*
*Nguồn xưa cạn nước vẫn Nguồn Chung*
*Về đâu mái tóc xanh ngày ấy*
*Câu hỏi ngàn năm có chạnh lòng...*
(ĐHN 1990)

Còn về học giả Nguyễn Hiến Lê (1912-1984), trả lời câu hỏi của ông Hai Trầu trên trang dutule.com (2013), ĐHN cho biết, "Tôi may mắn được quen biết với ông NHL từ năm 1957 đến năm ông mất, 1984. Suốt thời gian đó, tôi thường gặp ông, khi trực tiếp khi thư từ qua lại. Đến nay tôi vẫn còn giữ nhiều thư viết tay của ông như một kỷ niệm. Tôi học được ở ông lối sống và lối viết. Ông là tấm gương nghị lực, gương tự học, chọn con đường làm văn hóa suốt đời mình.

*Học giả Nguyễn Hiến Lê*

Câu 'châm ngôn' của ông là 'Viết để học và học để viết'. Tôi chịu lắm. Chỉ có cách đó mình mới học được nhiều, học được sâu. Tôi bây giờ còn đi dạy và vẫn nghĩ: 'Dạy để học và học để dạy'.

Ấy là bắt chước ông đó.

... Tôi vẫn luôn nghĩ ông là một 'người hiền' - người hiền Nam bộ, dù sinh ở đất Bắc. Khiêm tốn, giản dị, chính trực. Ông sống tri túc, kham nhẫn, hết lòng vì sự nghiệp "trồng người". Năm 1986, hai năm sau ngày ông mất, báo Thanh Niên nhờ tôi viết một bài về ông. Đó là bài đầu tiên viết về NHL sau 1975. Tôi đặt tựa là *'NHL, nhà giáo dục'*, nhưng tòa soạn sửa thành *'NHL, một tấm gương kiên nhẫn'*. Tôi nghĩ ông xứng đáng được gọi là 'Nhà giáo dục'. Anh biết không, thật bất ngờ khi sách của ông bây giờ được rất nhiều bạn trẻ ở miền Bắc đọc, nghiền ngẫm, ứng dụng. Họ thực hiện các tủ sách Nguyễn Hiến Lê, trao đổi cho nhau..."

Trong bài viết *"Nguyễn Hiến Lê và tôi"* (tạp chí Bách Khoa số 426 ngày 24-4-1975), ĐHN cũng nhắc đến, "Quen biết ông mới thấy ít ai yêu tiếng mẹ như ông. Muốn cho ông 'thao thao bất tuyệt' thì cứ việc nói đến tiếng Việt, nói về tiếng Việt với ông. Ông chịu không nổi khi thấy một chữ bị dùng sai. Còn nhớ khi bọn sinh viên chúng tôi vận động chuyển ngữ Việt tại trường Y khoa, ông đã hỗ trợ bằng những bài báo nẩy lửa. Lúc đó giọng không còn cái vẻ nghiêm túc, hiền lành, điềm đạm thường ngày nữa mà sôi nổi, gay gắt, phẫn nộ, đầy khích động.

Tôi chịu nhiều ảnh hưởng của ông. Cuốn sách đầu tay của tôi, *'Những tật bệnh thông thường trong lứa tuổi học trò'*, chỉ là phần bổ túc cho cuốn *'Kim chỉ nam của học sinh'*. Sau tôi viết thêm một cuốn khác, cũng loại y học phổ thông, cũng nằm trong chiều hướng nâng cao trình độ đại chúng mà ông đã vạch. Ông nói muốn cho nước giàu, dân mạnh thì không phải chỉ một người hay một nhóm người làm được, mà phải toàn dân cùng ý thức, cùng thực hiện. Muốn vậy phải đặt nặng vấn đề giáo dục đại chúng.

Với tôi, ông là một tấm gương sáng. Tấm gương của Nghị lực, của Tự học và của Phụng sự.

Nhìn lại toàn bộ tác phẩm ông, không ai chối cãi giá trị của những *Đông Kinh nghĩa thục, Bảy ngày trong Đồng Tháp Mười, Đại cương triết học Trung Quốc, Ngữ pháp Việt Nam*... và những *Chiến tranh và hòa bình, Sử ký Tư Mã Thiên, Chiến quốc sách*... Những tác phẩm đó thực sự có ích cho các nhà nghiên cứu, các sinh viên đại học và đã đóng góp một phần đáng kể cho nền văn hóa miền Nam. Nhưng theo tôi, những tác phẩm quan trọng trong đời ông, đáng cho ông hãnh diện chính là những tác phẩm nho nhỏ, ông viết nhằm giáo dục thanh thiếu niên, hướng dẫn họ trong việc tự huấn luyện trí đức. Đó là *Kim chỉ nam của học sinh, Tự học để thành công, Tương lai trong tay ta, Rèn nghị lực*... Và nhất là bộ Gương danh nhân của ông.

Cuộc đời ông quả thật là một tác phẩm lớn. Tôi là độc giả của ông từ ngày còn là một học trò đệ thất, lại được quen biết ông hơn 15 năm nay, nghĩ lại, nếu trong thời thơ ấu không được đọc những sách đó của ông, không được gặp ông, có lẽ tôi cũng đã khác; nên tuy không được may mắn học với ông một ngày nào, từ lâu tôi vẫn xem ông là một vị thầy của mình, hơn thế, một người thân. Tôi đâu có cần phải nói cám ơn ông!"

**NGHỀ**

*Đỗ Hồng Ngọc hồi 20 tuổi*

Nghe theo lời khuyên của học giả Nguyễn Hiến Lê, ĐHN đã nộp đơn và trúng tuyển kỳ thi vào Lớp Dự bị Y khoa (APM) năm 1962. Bên cạnh đó, ông cũng ghi danh ở Văn Khoa và về sau học thêm Xã Hội Học ở Đại học Vạn Hạnh. Theo chương trình thời đó, Y khoa học 7 năm, sinh viên năm thứ ba được đi thực tập tại các bệnh viện. Ra trường phải thi tốt nghiệp, đậu bốn môn Bệnh lý (Nội, Ngoại, Sản, Nhi) thì được gọi là bác sĩ và hành nghề bác sĩ, sau khi đã đăng ký vào Y sĩ đoàn và thực hiện đúng Nghĩa vụ luận Y khoa. Sau đó, những ai làm luận án và bảo vệ thành công thì được nhận Văn bằng Tiến sĩ Y khoa Quốc gia (Doctorat en Médecine, Diplôme d'Etat). Bác sĩ Đỗ Hồng Ngọc đã đậu kỳ thi tốt nghiệp năm 1969 và trình luận án Tiến sĩ, để tài "Bệnh Sốt rét cấp tính ở Trẻ em" vào năm 1970 với Hội đồng Giám khảo gồm GS Phan Đình Tuân, GS Nguyễn Văn Út và GS Nguyễn Thế Minh…

Ông là Bác sĩ chuyên khoa Nhi. Nguyên nội trú ủy nhiệm Bệnh viện Nhi Đồng Sàigòn (1968-1969), Trưởng phòng cấp cứu Nhi (1973-1975), sau 1975 là Trưởng khu Phòng khám Cấp Cứu BV Nhi Đồng 1 TP. HCM (từ 1975-1985), Giám đốc Trung tâm Truyền thông – Giáo dục Sức khỏe TP. HCM (1985-2005), Tu nghiệp Y tế công cộng tại Đại học Harvard Hoa Kỳ (1993) và Giáo dục sức khỏe tại

CFES, Pháp (1997), Giảng viên thỉnh giảng Bộ môn Nhi, Đại học Y dược TP. HCM (1981-1995), Trưởng Bộ môn Khoa học hành vi & Giáo dục sức khỏe, Đại học Y khoa Phạm Ngọc Thạch (1995-2008), Trưởng Bộ môn Y đức - Khoa học hành vi, Đại học Y khoa Phạm Ngọc Thạch (2008-2016), Cố vấn Bộ môn Y Đức – Khoa học hành vi, Đại học Y khoa Phạm Ngọc Thạch, TP. HCM.

ĐHN chia sẻ, "Ngay từ khi còn là một sinh viên y khoa, đi thực tập ở Bệnh viện Nhi Đồng, tôi đã mê trẻ con để trở thành một bác sĩ nhi khoa. Khám chữa bệnh cho trẻ con có cái thú là chúng không... biết nói, thỉnh thoảng còn giật kiếng cận và ống nghe của mình, lúc cao hứng còn... tè vào mặt mình. Thú vị nữa là chỉ cần bẵng đi một thời gian, đã thấy chú nhóc bệnh nhi dạo nọ bế trên tay một... chú nhóc khác - là con của chú - đến nhờ khám chữa bệnh tiếp!"

Nói về nghề thầy thuốc, Bs ĐHN cho biết, "Tôi nghĩ y đức không chưa đủ. Còn phải có tay nghề, kỹ thuật chuyên môn nữa. Không nên tách bạch bởi hai cái là một. Nói y đức suông mà không có tay nghề thì… hại người ta nhiều hơn, làm người ta "đau" nhiều hơn. Còn giỏi kỹ thuật chuyên môn mà thiếu y đức thì làm cho người ta "khổ" nhiều hơn. Người thầy thuốc phải quan tâm cả cái đau và cái khổ của con người. Y đức không đơn giản, không phải là một khẩu hiệu, phải được học tập và rèn luyện xuyên suốt quá trình học y khoa và hành nghề.

Tôi không cảm thấy có bước chuyển nào cả khi bước vào tuổi hưu. Y khoa vốn là một nghề độc lập. Người thầy thuốc có thể làm việc suốt đời nếu còn đủ sức khỏe. Nghề văn cũng vậy, là một nghề tự chủ, có thể làm việc suốt đời, nếu còn thấy hứng thú. Tôi rất hoan nghênh các bạn trẻ muốn theo nghề y. Đây là một ngành đang có nhu cầu rất lớn của xã hội. Nhưng chọn học y là chọn con đường gian nan, tiếp xúc thường trực với những nỗi đau, nỗi khổ của kiếp người (sinh, lão, bệnh, tử)... Phải thật sự yêu nghề và có năng lực. Nói chung, học y cần có lý tưởng nhân đạo, một "tiếng gọi sâu thẳm" (vocation) của nghề nghiệp. Nếu học y để mong đầu tư... làm giàu trên bệnh nhân thì không nên! Thật ra, học y cũng rất thú vị, nhiều thử thách, đòi hỏi trách nhiệm cao. Người bác sĩ luôn đứng trước lương tâm của mình. Hạnh phúc rất lớn khi thấy mình sống hữu ích cho gia đình, cho cộng đồng, cho xã hội. Cứu sống một mạng người bằng lập năm bảy kiểng chùa, phải không?

**VÀ NGHIỆP**

ĐHN chia sẻ, "Tôi mê văn thơ từ hồi nhỏ, đọc gần hết tủ sách trong một tiệm cho mướn sách ở Phan Thiết. Cô Hai tôi (đi xe lửa trúng mìn, bị gãy cả hai chân) cư ngụ trong một ngôi chùa nhỏ, thường kêu tôi đi mướn sách về cho cô đọc, nhưng lại cấm tôi đọc vì con nít đọc truyện không tốt, mê, bỏ học. Mỗi lần đi mướn truyện, tôi lén đọc hết dọc đường đi, có khi ngồi gốc cây đọc xong mới về. Tôi còn ghi chép tóm tắt nội dung, các nhận xét của mình vào một cuốn vở.

Tôi nhớ những bài văn của mình hồi học lớp Nhứt (lớp 5) thường được thầy khen và đọc trước lớp. Rồi cậu tôi là ông Ngu Í Nguyễn Hữu Ngư làm báo ở Saigon về thăm, cho một đống sách báo, tranh ảnh. Tôi mê tít.

Bài thơ đầu tiên đăng trên báo Bách Khoa năm 1960, ký với một cái tên tắt. Tuy biết ông Ngu Í cậu mình làm ở đó nhưng tôi giấu ông. Khi báo đăng, tôi mới nói. Ông ngạc nhiên và khen ngợi. Sau đó tôi lấy bút hiệu Đỗ Nghê và đăng nhiều thơ trên Bách Khoa, Mai, trong Ban biên tập báo Tình Thương (với Phạm Đình Vy, Ngô Thế Vinh, Trần

Mộng Lâm...), rồi ở trong nhóm chủ trương bán nguyệt san văn học nghệ thuật Ý Thức (Nguyên Minh, Lữ Kiều, Lữ Quỳnh, Trần Hoài Thư, Lê Ký Thương...).

Năm 1967, đang là sinh viên Y, tôi in tập thơ đầu tay *Tình Người* và sau đó là các tập *Thơ Đỗ Nghê* (1974), *Giữa hoàng hôn xưa* (1993), *Vòng Quanh* (1997), *Thư cho bé sơ sinh & Những bài thơ khác* (2010) ...

Tôi không viết 'chuyên nghiệp' được như Nguyễn Hiến Lê, tôi chỉ viết khi có hứng. Bây giờ có máy vi tính cũng tiện. Khi hứng đến, tôi cứ viết ào ào rồi để đó, năm bảy ngày sau cho nó 'hoai' đi mới 'chỉnh' lại đôi chút. Tuy nhiên, khi báo đặt bài gấp thì cũng viết ngay được. Lâu lâu gom lại có thể in thành một cuốn sách như Thư gởi người bận rộn, Chẳng cũng khoái ru, Nhớ đến một người,... Tôi không viết được truyện, vì không có khả năng... hư cấu!"

Đến nay, họ Đỗ có khoảng 60 đầu sách thuộc ba tủ sách Văn học, Y học, và Phật học được xuất bản, trong đó vài cuốn được dịch ra ngoại ngữ. Độc giả có thể tham khảo thêm ở phần tiểu sử tác giả trong số báo này. Có thể nói nhờ có văn chương mà sách Y học và Phật học của ông dễ đi vào lòng người, được độc giả ưa chuộng.

Riêng về phần thơ, với người viết, thơ Đỗ Nghê / Đỗ Hồng Ngọc không bí hiểm, kiểu cách hoặc màu mè... Những từ, những chữ rất đời thường được ông khéo léo đặt vào đúng vị trí nên thành "đắc địa", rất tuyệt, khiến người đọc có thể cảm được cái không khí, cái thời tiết được nhắc đến trong bài thơ nên rất thích và rất thấm. Chẳng hạn:

*Đi giữa Sài Gòn*
*Phố nhà cao ngất*
*Hoa nở rực vàng*
*Mà không thấy Tết*

*Một sáng về quê*
*Chợt nghe gió bấc*
*Ơ hay xuân về*
*Vỡ òa ngực biếc!*
(ĐHN – Gió bấc)

Hay là:

*Tuyết bay*
*Bay nhẹ*
*Phố Tàu*

*Gió co*
*Ro lạnh*
*Phố*
*Đìu hiu*
*Theo*
(ĐHN - Tuyết)

Người viết rất đồng thuận với nhà thơ Trịnh Y Thư, "Thơ ông là tiếng nói, tiếng nói thầm thì nhưng trong veo và có sức mạnh chuyển tải cảm xúc, biểu hiệu cho một tâm hồn thơ giàu suy cảm. Nhờ thấm đẫm Thiền vị, thơ Đỗ Nghê thắt buộc sự hiện hữu của con người vào thế giới xung quanh, và quan trọng hơn, tìm ra được quan hệ hài hòa giữa sự hiện hữu ấy với thế giới."

## VÀ CŨNG CÓ MỘT "HỌA SĨ" ĐỖ HỒNG NGỌC

Có lẽ ít người biết ĐHN vẽ tranh, trừ nhóm bạn của ông. Những tranh bút sắt ông vẽ rất "tới" như Đà Lạt, Quê Nhà, Tà Cú, Phan Thiết, Harvard Square... Ông cũng vẽ những phác thảo chân dung bạn bè: Thầy Tuệ Sỹ, Đinh Cường, Lữ Kiều, Lữ Quỳnh, Khuất Đẩu, Lê Ký Thương, Nguyễn Lệ Uyên, Trần Vấn Lệ... Và cả những bức chân dung rất thú vị khi "len lén" quan sát những nhân vật mà ông có dịp gặp gỡ đã được kể lại trong *"Áo Xưa Dù Nhàu..."* như nhà thơ Huy Cận (1996), Giáo sư Trần Văn Khê (1997).

Còn nhớ năm 2014, khi biết tôi về thăm nhà lúc cuối năm, họa sĩ Đinh Cường "bỏ nhỏ": "Khi nào về Sài Gòn nhớ nói Ngọc vẽ cho một bức..." Tôi chỉ trả lời: "Em không dám đâu..." vì nghĩ tới Khánh Minh... Thời đó, anh Ngọc toàn vẽ các bạn nam, chưa người nữ nào có hân hạnh được anh vẽ. Một bữa, chị KM nói anh Ngọc vẽ cho một bức chân dung, nhưng anh thoái thác bằng một bài thơ:

***thục nữ***
gởi khánh minh

*em bảo vẽ cho em một bức chân dung*
*chân dung người làm thơ*
*một người làm thơ nữ*
*trời đất ơi*
*làm sao vẽ được chân dung*
*một người làm thơ nữ*
*đom đóm hái sao*

*tôi nhắm mắt lại nhìn em*
*cho rõ*
*lần đầu gặp ở trương thìn,*
*đây khánh minh*
*rồi làm thinh*

*tôi thấy em thục nữ,*
*tại sao mà làm thơ*
*rồi nhìn thêm lần nữa*
*oan oan thư cưu*

*cho đến một hôm nơi ồn ào kia*
*quanh bè bạn thân quen đâu từ kiếp trước*
*em tặng mỗi người tập thơ còn ướt*
*những bài thơ hình hiện muôn đời*
*như không thôi đi được...*

*tôi nhắm mắt nhìn em cho rõ*
*thử hình dung ra cái hình dung*
*rồi vẽ vào không gian trong*
*một người làm thơ nữ*

*khi mở mắt ra*
*em tan biến*
*đành ghi vội mấy dòng*
*tạ lỗi!*

Đỗ Hồng Ngọc
(9.2014)

Nhưng cuối cùng, chị KM đã đạt được ước mơ có một bức phác thảo chân dung do anh Ngọc vẽ vì cảm bài thơ "Sắc Màu Bay" của chị.

Nghĩ mình kém cỏi, không thể nào làm thơ hay được, nên tôi chọn im lặng... Chẳng ngờ, anh Đinh Cường nói với anh Ngọc sao đó, nên rốt cuộc tôi cũng được một bức phác thảo anh vẽ tặng. Vui ơi là vui! Anh Đinh Cường khen bức đó lắm "nét là tài hoa hồn là người"... Sau này, anh Ngọc còn vẽ cho chị Duyên và Thu Vàng nữa...

## BÀI THƠ "THƯ CHO BÉ SƠ SINH"

Giáo sư Huỳnh Như Phương nhận xét, "... Với bài '*Thư cho bé sơ sinh*', ngòi bút Đỗ Nghê không chỉ tranh đấu cho hòa bình như một lẽ phải đương nhiên, mà còn suy ngẫm về thân phận con người trong một thời buổi nhiễu nhương và phả hơi ấm tình yêu con người trong một cấu trúc ngôn ngữ hiện đại. Thật kỳ lạ, ở tuổi 25, Đỗ Hồng Ngọc đã tự đặt cho mình một cột mốc thơ ca mà chính ông không dễ gì vượt qua. Ni sư Giải Nghiêm ở Canada có lý khi cho rằng nhiều bài thơ và bài viết của Đỗ Hồng Ngọc về sau này dường như là một sự nối dài '*Thư cho bé sơ sinh*'.

*'Thư cho bé sơ sinh'* còn đặc trưng cho thơ Đỗ Hồng Ngọc ở điểm này: tác giả khai thác nhiều khía cạnh tương phản của đời sống: tiếng khóc và nụ cười, màu sáng và màu tối, thực chất và nhãn hiệu, cái bé bỏng nhỏ nhoi và cuộc đời rộng lớn; nhưng không đẩy nó vào thế đối lập mà đưa những tương phản đó thành những hợp thể. Phải chăng đây cũng là dấu ấn của lý tưởng hòa hợp trong thơ ông sau này, khi ông viết những bài thơ mang hơi thở thế sự hay mang tâm thức thiền học."

Trường hợp sáng tác bài thơ này được Bác sĩ ĐHN chia sẻ:

"Bài thơ *'Thư cho bé sơ sinh'* tôi viết năm 1965, trong một đêm trực ở Bệnh viện Từ Dũ, sau một ca đỡ đẻ đầu tiên trong đời của một sinh viên y khoa thực tập. Hồi đó, phải học đến năm thứ ba y khoa chúng tôi mới được phép đỡ đẻ trên người. Mỗi sinh viên phải đỡ ít nhất 20 'ca' sanh thường, không bệnh lý. Tối tối, chúng tôi túc trực ở phòng nhận bệnh để 'bắt ca'. Một hôm, tôi bắt được ca '4 cm', nghĩa là ca mà cổ tử cung đã nở gần trọn, sắp sanh. Tôi đưa sản phụ lên phòng sanh, thăm khám, làm vệ sinh các thứ, theo dõi cơn co tử cung, ghi chép cẩn thận vào hồ sơ bệnh án rồi ngồi bên trò chuyện cho sản phụ quên đau. Tôi nghĩ đến mẹ mình, đến những giọt mồ hôi của biết bao bà mẹ chờ sanh khác. Đến gần sáng thì cơn đau đã rột. 'Lúng túng' một cách lành nghề, tôi cũng đã đỡ được ca đầu tiên mẹ tròn con vuông! Lòng lâng lâng tôi đẩy xe cho hai mẹ con về phòng, rồi viết bản 'phúc trình'. Trời đã hửng sáng. Bên ngoài khung kính cửa phòng sanh, Sài Gòn tấp nập và hừng hực không khí ngột ngạt những ngày tháng này của năm 1965.

Đột nhiên, một cảm xúc trào dâng, tôi viết liền một mạch ngay sau phần bệnh án một bài thơ nhỏ:

***Thư cho bé sơ sinh***

*Khi em cất tiếng khóc chào đời*
*Anh đại diện đời chào em bằng nụ cười*
*Lớn lên nhớ đừng hỏi tại sao có kẻ cười người khóc*
*Trong cùng một cảnh ngộ nghe em*

*Anh nhỏ vào mắt em thứ thuốc màu nâu*
*Nói là để ngừa đau mắt*
*Ngay lúc đó em đã không nhìn đời qua mắt thực*
*Nhớ đừng hỏi vì sao đời tối đen*

*Khi anh cắt rún cho em*
*Anh đã xin lỗi chân thành rồi đó nhé*
*Vì từ nay em đã phải cô đơn*
*Em đã phải xa địa đàng lòng mẹ*

*Em là gái là trai anh chẳng quan tâm*
*Nhưng khi em biết thẹn thùng*
*Sẽ biết thế nào là nước mắt trong đêm*
*Khi tình yêu tìm đến*

*Anh đã không quên buộc étiquette vào tay em*
*Em được dán nhãn hiệu từ giây phút đó*
*Nhớ đừng tự hỏi tôi là ai khi lớn khôn*
*Cũng đừng ngạc nhiên sao đời nhiều nhãn hiệu*

*Khi em mở mắt ngỡ ngàng nhìn anh*
*Anh cũng ngỡ ngàng nhìn qua khung kính cửa*
*Một ngày đã thức giấc với vội vàng, với hoang mang,*
*Với những danh từ đao to búa lớn*
*Để bịp lừa để đổ máu đó em*

*Thôi trân trọng chào em*
*Mời em nhập cuộc*
*Chúng mình cùng chung*
*Số phận*
*Con người...*

Đỗ Nghê
(Đỗ Hồng Ngọc, Bv Từ Dũ, 1965)

Sáng hôm sau, giáo sư HNM đọc bản phúc trình của tôi, gọi tôi vào rầy: 'Đỡ đẻ không lo đỡ đẻ, lo làm thơ!'. Chẳng ngờ bài thơ viết vội trong đêm trực đã phổ biến nhanh trong giới sinh viên và nữ hộ sinh thời đó. Không biết ai đã viết lên bảng đen! Bài thơ được đăng trên báo Tình Thương, rồi in lại trong tập thơ *'Tình Người'* của tôi, năm 1967.

Số phận bài thơ khá ly kỳ. Năm 1973, Bác sĩ Lương Phán đăng lại *'Thư cho bé sơ sinh'* trong một tạp chí y học do ông phụ trách, và đã trả nhuận bút rất hậu! Tôi nhớ thời đó thơ ít khi được trả nhuận bút. Ngay cả báo Bách Khoa cũng chỉ trả trung bình 50 đồng cho một bài thơ, nhưng bác sĩ Lương Phán đã trả tôi… 5000 đồng! Ông nói, 'vì tôi rất thích bài thơ này'. Điều cảm động là sau ngày đất nước thống nhất, nhạc sĩ Phạm Trọng Cầu (sinh ở Phnom-Penh 1935 và mất ở Saigon 1998, tốt nghiệp nhạc viện Paris, còn có bút danh là Phạm Trọng) chống nạng đến thăm tôi – trước đó chúng tôi chưa từng quen biết nhau – nói chỉ để tặng cho tác giả thơ bài hát *'Thư cho bé sơ sinh'* mà anh đã phổ nhạc từ trong nhà tù nhờ đọc được cuốn tạp chí y học của bác sĩ Lương Phán. Anh nói anh viết bài này là để dành riêng cho ca sĩ Thái Thanh hát! Và cũng từ đó nhạc sĩ đã rất thân thiết với tôi. Chúng tôi vẫn thường gặp nhau luôn, nhất là mỗi khi anh có bài hát mới, thường kêu tôi tới để hát cho nghe! Anh luôn 'mày tao' rất dễ thương, vì anh lớn hơn bọn tôi đến mấy tuổi!

Còn chú bé – hay cô bé? – sơ sinh của tôi lúc đó thì nay đã gần 40 rồi còn gì! Biết đâu cũng đang là một người "bận rộn", chẳng có thì giờ để đọc những dòng chữ này. Dầu vậy, tôi vẫn rất muốn nói cảm ơn em!

Khoảng năm 1995 tôi có dịp làm việc với ba vị bác sĩ, là giảng viên của Trường Trung học Y tế tỉnh Phú Thọ ở miền Bắc lần đầu vào Saigon. Trong lúc chuyện trò, có người tình cờ nhắc bài thơ '*Thư cho bé sơ sinh*' của tôi thời sinh viên thì thầy Nguyễn Hồng Hải, một trong ba vị bác sĩ đến từ Phú Thọ bỗng chồm lên, ôm lấy tôi, mừng rỡ: 'Thế ra anh là tác giả bài thơ đó ư?'.

Rồi thầy đọc liền một mạch. Thầy nói gần 20 năm nay, năm nào dạy lớp nữ hộ sinh ở Phú Thọ, thầy đều đọc cho họ nghe bài thơ mà thầy không biết tác giả là ai, chỉ nói 'khuyết danh' thôi. Gần đây, tôi tình cờ phát hiện trên mạng, có một bản dịch sang tiếng Anh bài '*Thư cho bé sơ sinh*' của Phát (Phat's blog), một người không quen biết, với những lời bình thật sâu sắc!"

## NHỊP CẦU Ô THƯỚC

Nhà văn Trần Hoài Thư chia sẻ, "Tôi có được cơ duyên gần gũi với nhà thơ họ Đỗ này trong một thời gian khi tôi làm lính vùng hai. Cứ mỗi lần đi phép, tôi hay chọn SG để về. Có hai nơi để tôi qua đêm. Đó là cái cabin của vợ chồng họa sĩ Hồ Thành Đức & Bé Ký và căn lầu của Đỗ Nghê tại một hẻm gần khu Bàn Cờ.

Và những lần rảnh rỗi, Đỗ Nghê vẫn hay chở tôi bằng chiếc Vespa đi rong chơi các phố SG, hoặc có khi đêm đêm hai đứa ghé tại một quán bánh cuốn lộ thiên ở đầu hẻm. Một chàng bác sĩ luôn luôn chỉnh tề chững chạc, miệng hay nở nụ cười, với đôi kính trắng, dáng người phốp pháp, đi đứng thì ung dung, nói năng từ tốn, không bao giờ chửi thề, hiền như bụt… lại làm bạn với một tên lính bụi đời, phóng đãng, thì quả là chuyện lạ, khiến một số bạn bè ngạc nhiên không ít.

Làm sao họ biết có một thứ chung như keo kết dính chúng tôi. Đó là lòng yêu mến nghệ thuật, thi ca chảy trong máu huyết.

Bằng chứng? Hãy nhìn quanh ông: bạn bè toàn là nhà văn, nhà thơ.

Với mẫu người như vậy, nào ai biết ông đã lập một kỳ công là xây cái nhịp cầu Ô Thước ngay tại con đường Phan Đình Phùng SG gần tòa soạn Bách Khoa để giúp một chàng Ngưu Lang từ chót vót Trường Sơn và nàng Chức Nữ ở mút tận đồng bằng châu thổ gặp nhau! Cái cầu ấy được thực hiện bằng chiếc Vespa mà ông đã làm tài xế để thả chàng xuống trước tòa soạn, rồi sau đó dzọt lẹ!"

ĐHN cũng kể: Trần Hoài Thư từ xa về, ở tạm nhà tôi mấy hôm để tôi đưa đến Tòa soạn Bách Khoa "coi mắt" người trong mộng đã hò hẹn qua thư. Nàng ở tận miền Tây, mê THT qua thơ văn… Hai người chưa hề biết mặt nhau. Suốt mấy ngày, THT đi vào đi ra nôn nao lắm. Tôi đưa anh đi bằng cái xe Vespa cà tàng của tôi nơi này nơi khác, lúc café, lúc bánh cuốn nóng đầu hẻm cho vui, nhưng anh không vui mấy mà có vẻ lo lo. Đi phép có mấy ngày. Thời chiến. Bách Khoa có Lê Ngộ Châu như ông mai, môi giới cho hai trẻ...

Hôm đó đúng hẹn với Y, người trong mộng tại báo Bách Khoa, tôi thấy anh hồi hộp lắm, ăn mặc có chút chải chuốt hơn như chàng rể đi coi mắt vợ. Tôi lấy xe Vespa cà tàng của mình đưa anh đến BK và lén bỏ đi ngay cho họ tự do tâm tình mà không có mặt mình. Ai dè lát sau THT về nhà, tiu nghỉu, đầy vẻ thất vọng vì nàng không đến như lời ước hẹn mà cũng không một lời giải thích. Ngay sáng sớm hôm sau, anh "cuốn gói" lên đường, trong một nỗi tuyệt vọng rã rời chưa bao giờ tôi thấy ở một chàng trai "giang hồ" đầy khí phách nơi gió cát như vậy. Tôi không dám có một lời khuyên. Đành đưa anh lên đường và hai bạn vào một quán café góc phố trên con đường Phan Đình Phùng xóm Bàn Cờ quen thuộc.

Tôi nhìn anh rít thuốc lá như nuốt hết khói vào trong. Thời chiến. Mùa hè đỏ lửa. Tôi biết anh đi không chắc trở lại. Bỗng dưng tôi viết rất nhanh:

*Ta cũng muốn ngâm tràn câu tống biệt*
*Đưa người đi tiếng sóng ở trong lòng*
*Nhưng khói thuốc đã cay sè đôi mắt*
*Có ai còn thổi sáo trên sông...*

*Trời buổi sáng mù sương lớp lớp*
*Người hành trang nỗi tuyệt vọng rã rời*
*Và khí phách thôi một thời trẻ dại*
*Ta nói gì cho bớt chút chia ly...*

Rồi đột nhiên không cầm lòng được, tôi bỗng viết tiếp:

*Người yêu thương cũng vội vàng lỗi hẹn*
*Còn gì không hay một thoáng chiêm bao*
*Ơi cánh chim của mùa xuân lỡ đến*
*Khoảng trời xanh còn chất ngất xôn xao*

*Ta bè bạn dám đâu lời can gián*
*Một giờ yêu cũng đủ một đời vui*
*Hãy tin tưởng có hôm nào trở lại*
*Cho trời xanh và mây trắng đẹp đôi...*

Rồi tôi quay trở lại với dòng thơ "tống biệt" của mình:

*Đưa người ta nâng ly cà phê nhỏ*
*Rồi quan san rồi bụi đỏ người đi*
*Rồi khói súng người tập tành nỗi chết*
*Ta trở về hiu hắt đường khuya*

*Ta đã nói gì hình như chưa nói*
*Những dặn dò những hứa hẹn bâng quơ*
*Rồi người bước đường hoang lạnh quá*
*Ta đứng nhìn nghe ngày tháng đong đưa...*
(Đỗ Nghê, 1972)

Khi in tập *Thơ Đỗ Nghê* năm 1974 – (Ý Thức xuất bản, ronéo, dành tặng bạn bè anh em – do Lữ Kiều Thân Trọng Minh, Trần Hữu Lục, Nguyễn Sông Ba … thực hiện ở Đà Lạt với hình bìa tranh Nguyễn Trung do Hoàng Đăng Nhuận trình bày, rồi Hoàng Khởi Phong mang xe chở sách về tận Saigon cho Đỗ Nghê) thì tôi đã đăng nguyên 6 khổ của bài Buổi tiễn đưa này, thế nhưng 20 năm sau, khi in lại trong tập *Giữa hoàng hôn xưa*, tôi cắt bỏ hai khổ giữa, vì nghĩ đây là chuyện rất riêng tư, không nên nhắc, có thể khiến THT buồn! Vả lại, bài thơ cắt gọn sẽ cô đọng hơn.

May thay, tôi còn giữ được bản thảo do Lữ Kiều gởi lại cho. Chuột gặm, mối nhấm, nhưng có hề gì! Bản thảo đánh máy trên giấy pelure mỏng, máy chữ Olivetti, cắt dán, phết keo phía sau thời đó trông cứ tưởng như bài thơ bị xóa.

Không đâu, keo hồ đó thôi, phải không Trần Hoài Thư?

## ĐỖ CHÂU LA NGÀ

La Ngà là con sông lớn chảy qua La Gi quê nhà của Đỗ Hồng Ngọc. Theo Wikipedia, sông La Ngà bắt nguồn từ cao nguyên Di Linh ven khu vực thành phố Bảo Lộc thuộc tỉnh Lâm Đồng, chảy qua các tỉnh Lâm Đồng, Bình Thuận, Đồng Nai. Đó cũng là tên người con gái đầu lòng của ông đã mất năm 1990 vì tai nạn giao thông trong một chuyến đi công tác xã hội tại Bình Chánh với các bạn ở trường Y.

Câu chuyện được Bác sĩ / Nhà văn Minh Ngọc, người bạn cùng lớp với Đỗ Châu La Ngà, hiện ở Nữu Ước, Hoa Kỳ, là Clinical Assistant Professor khoa Gây mê, Chăm sóc chu phẫu và Thuốc giảm đau tại Trường Y khoa NYU Grossman Long Island, chia sẻ trong tùy bút *"Người Bạn Trong Mơ"* sau đây:

"Đỗ Châu La Ngà, con gái đầu lòng của BS. Đỗ Hồng Ngọc, là bạn cùng lớp với tôi hai năm đầu sinh viên. Lúc đó BS. Đỗ Hồng Ngọc phụ trách Trung tâm Truyền thông – Giáo dục sức khỏe Sở Y Tế, ông bà dạy con rất nghiêm theo nề nếp gia đình trí thức hồi xưa nên Ngà giản dị hồn nhiên, bạn bè ai cũng thương mến. Tôi bây giờ gần nửa đời, gặp gỡ không biết bao nhiêu người, vẫn thấy hiếm có ai như Ngà, luôn luôn nở nụ cười tươi tắn trên môi, hòa nhã ôn tồn với mọi người, không hề thấy Ngà cao giọng hay lớn tiếng, giận hờn trách móc ai.

## Tuổi thơ ơi

*Rồi một hôm thầy mình nhỏ lại*
*Mặc áo dài xanh mẹ mới may*
*Và đôi giày đỏ tươi hoa giày*
*Đi đến trường cặp sách trong tay*

***

*Vui biết mấy những ngày xưa ấy*
*Cùng cha mẹ, thầy cô, bạn bè*
*Những ngày tháng thảnh thơi tuổi trẻ*
*Và những chiều thơ thẩn cùng mây.*

***

*Đó đến nay biết bao thay đổi*
*Trường xưa, bạn cũ, tuổi thơ ơi*
*Vừa mới bốn nay đã mười sáu*
*Ngày ấy xa rồi, thời gian ơi !*

2-5-1985

ĐỖ CHÂU LA NGÀ

Lúc đó chúng tôi chuẩn bị lên năm thứ ba. Nghỉ hè, các lớp được phân công trực đêm ở trường. Đêm đó lớp tôi trực, cũng đủ trò như mọi khi, ăn uống, cười giỡn, kể chuyện ma, đánh bài, đàn hát. Đám con gái ngồi bàn tán chuyện mua sách giáo khoa vì đã lâu trường chưa tái bản nên rất khó tìm. Tôi khoe vừa mua được ở tiệm sách cũ gần trường Dự bị Đại học, Ngà biết tiệm đó nhưng không hiểu sao một mực bắt tôi hứa phải đi mua sách với Ngà, tôi hứa để hai ba bữa nữa rồi đi. Sáng, chúng tôi thu dọn đồ đạc đi về, Ngà ngồi một mình trên băng đá trước phòng bảo vệ đọc cuốn *"Kiến và chim bồ câu"* của Leo Tolstoy. Tôi hỏi sao chưa về, Ngà cười nói Ngà chờ đoàn công tác xã hội của trường. Tôi nói vậy đi vui nghe, rồi tôi về nhà ngủ.

Buổi chiều trời mưa dông nên sập tối sớm, tôi mới ngủ dậy thì nghe đám con trai trong lớp kêu cửa inh ỏi. Chị tôi ra mở cửa và lấy nước cho rửa chân. Kim Minh thấy mặt tôi nói liền: "Bà thay đồ đi với tụi tui. La Ngà chết rồi!". Tôi nói: "Giỡn gì kỳ vậy?". Mân và Thái Minh kể sáng hôm đó Ngà đi theo đoàn công tác xã hội lên trường khuyết tật ở Bình Chánh. Ngà đạp xe đi song song với Thúy Nga, tới Phú Lâm thì bị chiếc xe buýt từ phía sau tông trúng. Lúc đó đường vắng không có xe, anh trưởng đoàn phải kêu chiếc xích lô chở Ngà về Chợ Rẫy, một nhóm chạy về nhà báo tin cho ba mẹ Ngà. BS. Đỗ Hồng Ngọc chạy tới phòng cấp cứu bệnh viện Chợ Rẫy thì Ngà đã tắt thở trên đường đến bệnh viện, ông đứng khóc ròng. Ngà bị thương tích quá nặng.

Tôi vào hỏi ba má tôi, chắc mặt tôi thất thần lắm nên ba má tôi khuyên để hôm sau hãy đi, sợ tôi xúc động quá (tôi vốn bị loạn nhịp tim nhanh, supraventricular tachycardia). Chiều hôm sau tôi đến, đã có một nhóm bạn trong lớp. Ngà nằm trên chiếc giường trong phòng khách, mặc chiếc áo trắng quen thuộc, thanh thản như ngủ say. Chúng tôi lên thăm căn phòng xinh xắn của Ngà, những cuốn nhật ký, sổ tay chép thơ dán ảnh trang trí, Ngà cũng có làm thơ nữa mà chúng tôi không biết. Ngày đưa tang Ngà lên nghĩa trang nằm bên bờ sông La Ngà quê nội, trời mưa dầm sụt sùi. Chúng tôi nhìn tấm ảnh Ngà tươi cười lồng trên bia mộ mà không cầm được nước mắt, nụ cười và đôi mắt tinh nghịch sau cặp kính đó vĩnh viễn chúng tôi không bao giờ còn thấy được nữa.

Sau ngày đưa tang Ngà, đêm nào ngủ mơ tôi cũng thấy Ngà mặc chiếc áo trắng, năn nỉ đi mua sách với Ngà đi. Má tôi bàn hay là đem cuốn sách đốt cho Ngà rồi khấn cho Ngà siêu thoát.

Chưa kịp làm thì cuốn sách của tôi tự nhiên biến mất tìm không ra, rồi tôi cũng không thấy Ngà nữa.

Ngày Ngà mất, BS. Đỗ Hồng Ngọc làm một bài thơ với những câu cuối như sau:

*Cô học trò Minh Khai*
*– Gia Long của mẹ –*
*Cô sinh viên trường thuốc*
*– Tuổi trẻ của ba –*
*Con đã lớn lúc nào ba má không hay biết*
*Cứ tưởng con còn nhỏ xíu thôi*
*Đến khi con mất đi rồi*
*Mới biết con đã lớn!"*

Minh Ngọc
Tháng 10/2018

Đó là vết cứa sâu thẳm trong tim, nỗi đau âm ỉ vô cùng, và sự mất mát quá lớn mà bậc cha mẹ phải gánh chịu, dù vẫn nhận biết: "Cuộc sống tự nó là nỗi hiểm nguy và sự bất an, sự chuyển động bất tuyệt, và tự nó cũng là nỗi hân hoan, là niềm cực lạc. Thật là tuyệt khi ý thức cuộc sống là vô thường, luôn thay đổi, chuyển động… để rồi tuyệt vọng, thất vọng vì không được như ý".

Đã bao nhiêu năm qua nhưng không lúc nào ông quên người con yêu với nụ cười hiền dịu, tươi tắn. Những bài thơ ông viết cho La Ngà là những bài thơ xót xa nhất, xúc động nhất, không thể ngăn được dòng lệ tiếc thương.

***Tình yêu***
*Trước mộ con còn ướt*
*Ba nói với bè bạn ba rằng*
*Hãy yêu thương con mình cách khác*
*Đừng như ba*
*Giấu kín trong lòng*

*Bởi tình yêu*
*Có bao giờ cho đủ*
*Có đâu sợ dư thừa*
*Ba đã sai lầm bao nhiêu*

*Hãy tỏ bày đi*
*Vồ vập đi*
*Âu yếm ồn ào đi*
*Tình yêu*
*Có bao giờ cho đủ*
*Có đâu sợ dư thừa*

*Ba đã sai lầm bao nhiêu*
*Vì cứ chờ cứ đợi*
*Có biết đâu*
*Đời như mây nổi*
*Như gió thổi*
*Như chiêm bao*
*Ơi bài học tự thuở nào*
*Sao bây giờ mới hiểu*

*Muốn vồ vập con hôm nay*
*Muốn âu yếm con mãi mãi*
*Thì đã muộn rồi*
*Có bao giờ thừa thãi*
*Tình yêu?*
(ĐHN 1990)

***La Ngà 5***
*Ba dạy con*
*Mỗi ngày*
*Một chút*

*Không bài học nào*
*Như ba đã học*
*Từ con:*

*Nỗi mất!*
(ĐHN - 1990)

Ngày giỗ con, ông viết bài thơ *"Giỗ một dòng sông"* se sắt được nhạc sĩ Thuần Nhiên Nguyễn Đức Vinh ở Đà Lạt phổ thành bài nhạc *"Sông ơi cứ chảy..."* vào mùa Giáng sinh 2017 như một khúc réquiem cho nước mắt lặng lẽ trôi ngược vào tim.

***Giỗ một dòng sông***
*Sông ơi cứ chảy*
*Cứ chảy về trời*
*Cứ về biển khơi*
*Cứ làm suối ngọt*
*Cứ làm thác cao*
*Cứ đổ ầm ào*
*Cứ làm gió nổi*
*Cứ làm mây trôi...*

*Sông ơi cứ chảy*
*Chảy khắp châu thân*
*Chảy tràn ra mắt*
*Chảy vùi bên tai*

*Dòng sông không tắt*
*Dòng sông chảy hoài...*
(ĐHN)

## MỘT NGÀY CỦA BÁC SĨ ĐỖ HỒNG NGỌC

Trò Chuyện với Bác Sĩ Đỗ Hồng Ngọc (Nhà thơ Đỗ Nghê) kỳ 23 – 30.9.2013

*(Nguồn: dutule.com)*

Sáng thức dậy, không cần biết mấy giờ. Trừ những ngày phải đi dạy học còn thì cứ ngủ... thẳng giấc. Ngủ cần thiết cho tuổi già lắm. À, mà già chưa nhỉ thì không biết. Vệ sinh cá nhân các thứ xong,... ngồi thiền chừng 30 phút, tựa lưng vào giường, lim dim nhìn vào vách (diện bích?) vì nhà chật quá. Chỉ theo phương pháp thiền "quán niệm hơi thở" (Anapanasati) vì đây là một phương pháp thiền có cơ sở khoa học, sinh học, đáng tin cậy nhất, dưới cái nhìn của một bác sĩ, không có chuyện thần bí, mê tín dị đoan ở đây. Mươi năm nay, ngày nào cũng vậy, đã thành một thói quen, thiếu thì thấy... thiếu! Tiếp đó là thể dục, cũng chừng 30 phút, với những động tác tự "sáng chế" riêng phù hợp với thể chất mình, sức khỏe, tuổi tác mình. Phật dạy "hãy quay về nương tựa chính mình" là vậy. Bởi nếu có thầy dạy cho thì thầy thường ép mình phải theo cách của thầy. Chỉ nên nắm lấy nguyên tắc thôi! Nhờ thiền và thể dục đều đều như vậy mà mươi năm nay không bị đau lưng, nhức mỏi như trước, làm việc dẻo dai hơn và không phải dùng nhiều thuốc. Chỉ dùng mỗi một thứ để ổn định huyết áp sau cái vụ stroke phải mổ năm xưa.

Từ những trải nghiệm bản thân này, tôi cũng vừa cho in cuốn "*Thiền và Sức khỏe*" để chia sẻ kinh nghiệm cùng bè bạn gần xa, nhất là những người có tuổi hay ốm đau, phiền muộn.

Tắm rửa xong thì tự pha cho mình một ly café filtre, với yaourt thay vì sữa đặc có đường (trừ những ngày đi dạy hoặc đi "nói chuyện sức khỏe" đâu đó thì tăng cường một gói mì gói cho đủ calo). Café-yaourt ư? Phải. Cũng tự chế ra vậy thôi, vì yaourt tốt hơn sữa đặc! Nhớ André Maurois kể, một hôm ngồi café vỉa hè Paris, đang dùng muỗng lách cách khuấy tách café sữa thì đột nhiên "ngộ" ra một điều thú vị: Thì ra cái dải Ngân hà (la Voie lactée) vĩ đại kia hình thành chỉ do ai đó tình cờ hí hoáy khuấy tách café sữa khiến dòng sữa vỡ ra thành những dải tinh vân xoay vần trong vũ trụ…

Lúc này tôi vẫn còn dạy chút ít ở Đại học Y khoa Phạm Ngọc Thạch Saigon, ít thôi, lai rai thôi. Đi dạy thì có cái thú được gặp sinh viên và nhớ lại thuở đôi mươi của mình. Tôi dạy kiến thức chút chút, những điều cốt lõi thôi, còn thì dành thì giờ kể chuyện xưa nay, đông tây kim cổ cho các em nghe, để từ đó rút ra bài học về cách sống, cách học, cách hành nghề sau này… Mấy năm nay tôi cũng ít trực tiếp khám bệnh, vì đã có đứa con "nối nghiệp". Chẳng bao lâu nữa, tôi nghĩ mình cũng sẽ như người bắn cung thiện xạ nọ không còn biết cây cung, mũi tên là cái chi chi! Trái lại, tôi thường được mời đi đây đó để "nói chuyện sức khỏe" (health talk), với các đề tài như Thở để chữa bệnh, Thiền và sức khỏe, Một nếp sống hạnh phúc, Một tuổi già hạnh phúc, Cân bằng cuộc sống, Stress trong đời sống hàng ngày v.v… Mỗi buổi đi nói chuyện như vậy, với tôi, là một cơ hội để giao lưu và học hỏi.

Sau đó rồi thì ngồi vào máy vi tính. Trả lời "meo". Đọc chút báo mạng. Có hứng thì lọc cọc gõ chút gì đó, sai be bét cũng mặc, đợi ít lâu cho nó "hoai" đi rồi sửa dần. Có cái vi tính cũng hay. Không khổ sở như hồi máy đánh chữ! Lại tiện lợi gởi "meo", gởi hình trong nháy mắt. Ở Việt Nam, người ta đùa: *"Dân ta phải biết sử ta / Ai mà không biết thì tra Google!"*…

Từ ngày về hưu rồi thì thứ Bảy và Chủ nhật mới là ngày… làm việc thực sự! Lu bu nhất mấy ngày đó. Đi dự đám cưới đủ mệt. Thỉnh thoảng dạo cảnh chùa. Có dịp thì lang thang đây đó, lên rừng xuống biển, về quê. Tôi vẫn thường ngồi tán gẫu với bạn bè ở các quán café vắng vẻ, nơi bờ ao, bờ hồ, còn chút thiên nhiên... Nhớ lần ngồi café với Nguyễn Tường Bách ở Đức về, nói chuyện trên trời dưới đất, từ Big Bang đến Niết Bàn các thứ, lúc ra về Bách nói ai mà nghe mình nói chuyện sáng nay chắc nghĩ bọn mình điên!

Bây giờ đọc ít thôi. Mắt kém. Đọc trên mạng nhiều hơn sách báo vì có thể phóng to lên được. Lạ, từ ngày nghiền ngẫm kinh sách Phật, thấy cũng mê như đọc kiếm hiệp!

Xưa viết cho nhiều báo, nay gần như chỉ viết cho Văn hóa Phật giáo, Giác Ngộ, Từ Quang…

Nhớ năm đó nhóm bạn Ý Thức ngồi café cùng Nguyễn Mộng Giác, Giác bảo viết như Đỗ Nghê mà hay đó, hỏi tại sao, đáp tại vì Đỗ Nghê viết về "sanh lão bệnh tử"... của kiếp người! Lúc đó Giác vừa mới mổ gan về thăm anh em. Nhớ Jean Paul Sartre bảo cuốn La Nausée của ông không có ý nghĩa gì trước một em bé sắp chết đói ở Châu Phi! Lúc đó ông chỉ mong có một ổ bánh mì!

Cũng tại cái "nghiệp" thầy thuốc của tôi thôi! Nó thế. Tôi không có khả năng "hư cấu" nên không viết được truyện dài truyện ngắn tiểu thuyết như các bạn mình. Thơ tôi bây giờ cũng đặc quánh lại, có khi chỉ vài câu như khi viết mấy câu cho Mẹ trong ngày Vu Lan năm ngoái:

*Con cài bông hoa trắng*
*Dành cho mẹ đóa hồng*
*Mẹ nhớ gài lên ngực*
*Ngoại chờ bên kia sông...*

Hoặc một bài cho tình xa:

*Lá chín vàng*
*Lá rụng về cội*
*Em chín vàng*
*Chắc rụng*
*Về anh...*

Đại khái vậy. Không biết có phải là thơ không nữa!

Nhắc lại, giấc ngủ rất quan trọng. Phải ngủ đủ. Khoảng 7-8 tiếng một đêm ở tuổi này. Khi nào buồn ngủ thì đi ngủ, không thì thôi. Bài viết *"Có một nghệ thuật ngủ"* của tôi được nhiều bạn bè chia sẻ. Nhà văn Hồ Anh Thái ở Hà Nội bảo đã photocopy ra khá nhiều để gởi cho bạn bè vì lúc này nhiều người mất ngủ quá! Trên thế giới thì thuốc ngủ vẫn là thuốc bán nhiều nhất! Tuổi càng cao, càng cần ngủ, như pin điện thoại xài lâu, sạc phải càng lâu. Ăn thì rất đơn giản thôi. Có gì ăn nấy. Tôi thường tự chế biến thức ăn cho mình, theo ý mình. Càng ngày tôi càng học tốt hơn hạnh sống "độc cư", "kham nhẫn / tri túc".

## QUỸ THỜI GIAN

Hình như tôi không có ý niệm có một "quỹ thời gian" nào đó, bởi tôi không thể biết trước tôi có bao nhiêu, đã xài hết bao nhiêu, còn lại bao nhiêu để... lên kế hoạch. Bùi Giáng có câu "Một đời lận đận đo rồi đếm / Gối mỏi người đi đứng lại ngồi" nhớ không?

Tôi sống có vẻ hồn nhiên quá chăng? Lúc Mẹ tôi còn sống bà hay bảo tôi ngu hạng nhất, nhưng tôi cãi, chỉ ngu hạng nhì hay hạng ba thôi! Bà đành cười trừ!

"Xưa nay hiếm" là cái thời của Khổng Tử. Mới mấy hôm trước đây, tôi làm "em xi" (MC) cho một buổi "giao lưu" của những người cao tuổi, có bác sĩ-họa sĩ Dương Cẩm Chương, 103 tuổi, giáo sư nhạc sĩ Trần Văn Khê, 93 tuổi; nhà giáo Đàm Lê Đức, 83 tuổi, nhà thơ Tôn Nữ Hỷ Khương. Với họ, tôi hãy còn quá trẻ! Kinh nghiệm là khi mình có tuổi, nên thường xuyên gặp gỡ những người cao tuổi hơn để lúc nào mình cũng "quá trẻ" như vậy! Nhớ nhà văn Võ Hồng ở Nha Trang năm xưa kể vào năm tuổi 70 của ông, người ta làm một buổi họp mặt long trọng mừng thầy Võ Hồng, ai cũng phát biểu chúc mừng thầy "cổ lai hy". Khi đứng lên đáp từ, ông trịnh trọng đưa tay sờ vào cổ mình và nói thất thập cổ lai hy, rồi lần tay xuống ngực lục thập ngực lai hy, ngũ thập bụng lai hy… và tứ thập… làm mọi người la hoảng và cười vỡ một trận!

Lâu lâu gặp bạn cũ tôi giật mình thấy bạn già quá, da mồi tóc bạc, nhăn nhúm trong khi tôi… vẫn như xưa! Dĩ nhiên, lúc đó bạn tôi cũng thấy tôi già quá, da mồi tóc bạc, nhăn nhúm trong khi bạn vẫn như xưa. Thì ra, đó là một diễm phúc của cuộc sống! Không ai ngờ mình già cả. Nguyên Sa bảo "người ta chỉ có thể đo đếm được tuổi mình qua ánh mắt cố nhân". Mà lạ, khi gặp lại "cố nhân", bạn bè hồi niên thiếu, ôn lại chuyện xưa một lát, bỗng thấy mình nhỏ xíu lại, như không hề có thời gian. Mà thật, không hề có thời gian. Cái đồng hồ, cái ngày tháng nọ kia, chẳng qua là những giả định, vui thôi! Khi tôi viết những dòng này, thì tôi đang ở giữa trưa ngày thứ bảy trong khi bạn đang ở nửa khuya ngày thứ sáu! Cho nên Phật dạy: đừng bám vào ngã tướng, nhân tướng, chúng sanh tướng, thọ giả tướng thì mới "thoát" được. Thế nhưng, tuổi già sinh học thì có. Một lần nọ, một chị còn khá trẻ bồng đứa bé đến tôi khám bệnh. Đứa bé la khóc om sòm, chị dỗ: "Nín đi, nín cho ông ngoại khám con!". Thì ra tôi đã đến ông ngoại rồi mà không hay. Tôi hỏi theo thói quen: Chị là gì của cháu? "Dạ, bà ngoại". Chị trả lời ngon ơ. Rồi bỗng đâm ra bẽn lẽn. Tôi phải đánh trống lảng ngay! Nhưng chuyện đó xưa rồi, hai mươi năm trước rồi. Mới đây, tôi gặp lại một người quen cũ quê nhà, hơn nửa thế kỷ chưa gặp. Nàng nhắc chuyện đi câu cá, hái chùm ruột đến trèo động cát như mới ngày nào. Đột nhiên nàng nói bây giờ em đã có cháu gọi bằng bà Cố!

Tôi nhớ Trịnh Công Sơn viết: "*Về thu xếp lại/ Ngày trong nếp ngày/ Vội vàng thêm những lúc yêu người... Cuồng phong cánh mỏi/...*" mà tôi đã trích dẫn trong cuốn *Gió heo may đã về* (1997), nhưng khi gởi tặng cho anh bạn nhạc sĩ Miên Đức Thắng lúc đó đang ở Đức, anh phone phản đối: làm gì có chuyện vội vàng thêm những lúc yêu người! Tôi hiểu, anh vẫn đang còn rất... ung dung, từ tốn kia mà!

Phần tôi, đôi khi cũng thấy mình cần *về thu xếp lại/ ngày trong nếp ngày* mà...không dễ.

Bừa bãi quen rồi. Lười biếng quen rồi. Xung quanh chỗ ngồi là một chồng sách ngổn ngang, cao nghệu, rất mất trật tự, nhưng có ai lỡ tử tế sắp xếp lại thế nào tôi cũng la toáng lên! Mất trật tự mà tôi biết cái nào nằm ở đâu!

Còn "làm những việc mình thích" ư? Đương nhiên rồi. Nhân sinh quý thích chí. Không cần phải đợi "cổ lai hy" mới vậy. Phải làm những việc mình thích ngay bây giờ đi! Bởi già dẫn tới già cả, già khú đế mau lắm đó!

## THI SĨ – BÁC SĨ ĐỖ HỒNG NGỌC

Bác sĩ Đỗ Hồng Ngọc là một trong những tên tuổi rất quen thuộc những ngày này. Một bạn trẻ đã vào "còm" trên trang nhà của ông thật cảm động:

"Ngôn từ không thể diễn đạt hết sự biết ơn của con (hay của mọi độc giả). Trang nhà của Bác, nơi trở về của con. "*Như không thôi đi được*", phải ghé qua, dạo qua, canh xem bài mới, đọc chầm chậm, thưởng thức, như sợ hết món ngon. Nghiền ngẫm, ứng dụng, tự nhắc nhở, và luôn thấy mình quá may mắn!!

Chúng con như có GPS dẫn đường, một đại lộ sáng sủa, với 26 "cửa hàng" là những hàng hiệu, chất lượng miễn bàn, an tâm, bình yên, thong dong mà well-being và well dying."

– Đồng Xuân viết - 23/01/2024 lúc 6:34 sáng

Dù là Đỗ Hồng Ngọc hay Đỗ Nghê, ông đều được nhiều người yêu quý. Nói về ông, học giả Nguyễn Hiến Lê nhận định, "Một bác sĩ mà lại là một thi sĩ thì luôn luôn làm cho chúng ta ngạc nhiên một cách thú vị."

Còn với nhà thơ Phạm Chu Sa, "Nhiều người nghĩ Đỗ Hồng Ngọc là một bác sĩ làm thơ, viết văn và gọi anh là bác sĩ – nhà văn. Nhưng tôi vẫn thích gọi anh là thi sĩ – bác sĩ bởi Đỗ Hồng Ngọc có cốt cách thi sĩ trong con người bác sĩ."

**Trần Thị Nguyệt Mai**
*Tháng 3/2024*

Tham khảo:
1) Trang nhà Đỗ Hồng Ngọc
2) Trang nhà Du Tử Lê
3) Thư Viện Hoa Sen và các trang mạng khác
4) Sách báo Đỗ Hồng Ngọc
5) Tạp chí Thư Quán Bản Thảo

--------

* "Có người hỏi rằng: Thơ tại sao mà làm ra? Ta giả nhời rằng: Người ta đẻ ra mà tĩnh, là tính Giời cho nguyên như thế; cảm ở vật ngoài mà mới động, thời ấy mới là sự muốn của tính. Đã có muốn thời phải có nghĩ; đã có nghĩ phải có nói; đã có nói thời những cái ý nhị không thể nói hết ra được mà hình hiện ở trong lúc ngậm ngùi ngợi than, tự nhiên tất phải có những giọng điệu cung bực, như không thôi đi được. Ấy tại thế mà sinh ra có thơ." (Chu Hy, Bài tựa Thi tập truyện 詩集傳, Tản Đà dịch)

# NGUYÊN MINH

## HAI TẬP THƠ CỦA ĐỖ NGHÊ TRƯỚC NĂM 1975

Nhớ lại mười năm trước. Con gái út cùng chồng và đứa con nhỏ vừa dọn đi ở nhà mới xây cất xong, tôi liền tranh thủ dọn vào căn phòng chỉ khoảng $10m^2$. Trang hoàng lại một ít, gắn cái bảng nhỏ trên cánh cửa mấy chữ "Tòa soạn Quán Văn" như sợ mấy ông bạn văn đi nhầm. Gọi điện thoại cho Lữ Kiều, Đỗ Nghê mời đến để cùng nhau làm Quán Văn số 9 giới thiệu chân dung nhà thơ Đỗ Nghê. Hai ông bạn già cấp kỉnh đến đúng giờ hẹn, phải bỏ việc riêng, sợ buồn lòng tôi: Nguyên Minh, chủ biên Quán Văn, Tập san Văn học Nghệ thuật ra hằng tháng, người đang "đốt lửa" cho anh em.

Tuổi đã già, trí nhớ cũng mập mờ, hơn nữa muốn công bố một tư liệu về văn học phải có chứng từ hẳn hoi, tôi nhờ Lữ Kiều mang theo tập bản thảo *Thơ Đỗ Nghê* mà anh còn cất giữ đã mấy mươi năm qua một cuộc bể dâu. Đỗ Nghê lấy từ trong chiếc cặp tập thơ *Tình Người* đã hoen ố và rách từng trang một để tôi scan lại. Tôi nhìn lại từng trang chữ đánh máy cắt dán lên tập vở làm ma-kết đưa cho nhà in. Chữ đã mờ theo thời gian. Cái bìa sau chữ viết bay bướm của Lữ Kiều giới thiệu những tác phẩm sẽ do Ý Thức xuất bản. Có tác phẩm sau đó chính tay tôi thực hiện được như tập thơ: *Bếp Lửa Thơm Mùi Bã Mía* của Lê Ký Thương (hiện anh còn giữ). Tập kịch *Bờm Cười* của Lữ Kiều vừa in xong cuối tháng ba năm 1975, không phát hành được. Điều làm tôi áy náy, ray rứt là làm mất luôn bản thảo duy nhất vở kịch *Bờm Cười* của Lữ Kiều. Tự an ủi mình, đổ lỗi cho thời cuộc vậy. Tập truyện Vào Đời của Nguyễn Mộng Giác chưa kịp in.

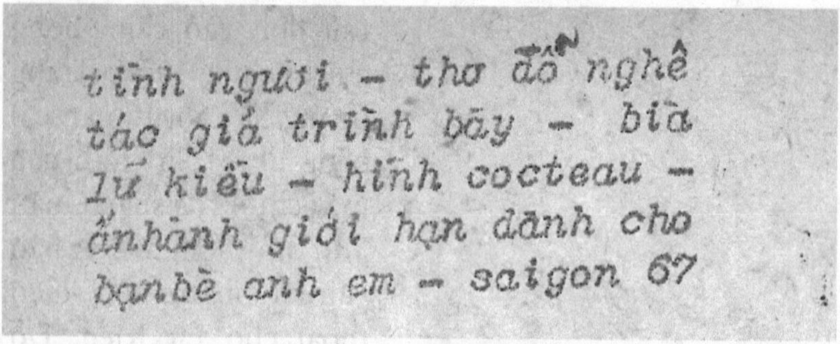
tình người - thơ đỗ nghê
tác giả trình bày - bìa
lữ kiều - hình cocteau -
ấnhành giới hạn dành cho
bạnbè anh em - saigon 67

Mới đó mà đã mấy chục năm qua. Kẻ còn người mất. Thời gian còn lại với đời chẳng bao lâu, nên tôi nguyện với mình sống chết với văn chương chữ nghĩa như một cái nghiệp mà mình phải trả. Thế thôi.

Ba người bạn văn khởi đầu từ Gió Mai, tiền thân của tạp chí Ý Thức còn hăng hái viết lách trao đổi với nhau như một cuộc đàm thoại. Tôi có bổn phận viết tổng hợp.

Lữ Kiều cho biết có ba ý chính viết về hai tập thơ của Đỗ Nghê trước năm 1975.

*Tình Người* được in ra trong thời điểm các sinh viên Y Khoa học năm cuối đang chuẩn bị ôn thi, làm luận án ra trường, Đỗ Hồng Ngọc là một trong những sinh viên đó lại xuất bản Thơ, quay ronéo, phổ biến hạn chế. Lữ Kiều lo trình bày, đưa in.

Tập thơ thứ hai: *Thơ Đỗ Nghê* lúc ấy tác giả đã là một bác sĩ nổi tiếng với những tác phẩm về Y khoa với cái tên thật là Đỗ Hồng Ngọc, cũng nhờ Lữ Kiều đang làm bác sĩ ở Đà Lạt đưa nhà in Việt Anh do Trần Hữu Lục giới thiệu, có Nguyễn Sông Ba kẻ chữ in. Tập *Thơ Đỗ Nghê* cũng phổ biến hạn chế.

Buổi ra mắt sách được tổ chức có mặt Lữ Kiều, Trần Hữu Lục, Lê Văn Ngăn, Hoàng Đăng Nhuận, Phong Vũ, Hoàng Khởi Phong, chỉ thiếu tác giả. Nâng ly rượu mừng, nhìn chồng sách, cầm lên ngắm nghía cái bìa, trang in. Sao thấy gần gũi. Nâng niu tập thơ của một người chưa quen mà lòng ấm lại tình người. Hoàng Khởi Phong chưa bao giờ gặp mặt Đỗ Nghê lại có trách nhiệm mang một thùng sách chứa đầy cả mấy trăm tập thơ trên chiếc xe Jeep từ Đà Lạt xuống Sài Gòn giao cho Đỗ Nghê.

Riêng Đỗ Nghê, kỹ càng hơn, anh gởi cho tôi một lá thư *"Gởi bạn xa xôi"* muốn nói những điều mà cả ba chúng tôi cùng nói.

**Nguyên Minh**

# PHẦN II

# THƠ

## ĐỖ NGHỆ  ĐỖ HỒNG NGỌC

*Chân dung tác giả: Tự họa, 2001*

# ĐỖ NGHÊ ĐỖ HỒNG NGỌC
## THƠ NGẮN ĐỖ NGHÊ

### TRÁI ĐẤT

Giữa đêm
Thức giấc
Giữa ngày...

*Boston, 1993*

### SÓNG

Sóng
Quần quại
Thét gào

Không nhớ
Mình
Là nước

## NƯỚC

Nước từ đâu đến?
Nước trôi về đâu?
Từ con suối nhỏ
Từ dòng sông sâu
Từ khe núi lở
Từ dưới nhịp cầu
Từ cơn thác lũ
Từ giọt mưa rơi

Nước đến từ đâu?
Nước trôi về đâu?
Từ cơn gió thoảng
Từ làn mây trôi
Từ hơi biển mặn
Từ phía mặt trời

Nước vẫn muôn đời
Không đi chẳng đến
Ai người nỡ hỏi
Nước đến từ đâu?
Ai người nỡ hỏi
Nước trôi về đâu?...

*Paris, 1997*

## BÔNG HỒNG CHO MẸ

Con cài bông hoa trắng
Dành cho mẹ đóa hồng
Mẹ nhớ gài lên ngực
Ngoại chờ bên kia sông...

*2012*

## QUÊ NHÀ

Mùa xuân mừng tuổi thơm tho áo
Nắng cũng vàng phai ngày cũng xa
Anh thương nhớ quá làm sao nói
Gọi tên em vang động gốc cây già

Hái đóa hoa màu biển biếc
Chợt thương khung trời xa
Núi mờ trong mây trắng
Em mờ trong dáng hoa

Gió bấc mùa thơm ngát
Bâng khuâng một mái nhà
Biển xanh lùa sóng bạc
Cát vàng hoàng hôn xưa

Tiếc em về chốn cũ
Tình vương đến bao giờ
Tiếc đời phơ tóc bạc
Thương mãi núi mây xa

Nụ mai vàng trước ngõ
Góc phố bờ quạnh hiu
Con đường xưa đứng đợi
Ta làm chi đời ta

Thương em còn thương mãi
Nắng vàng thơm quê nhà...

*Minh họa: Tác giả*

## Đêm trên biển La Gi
*tặng NNI*

Sóng cuốn từng luồng trăng lại trăng
Đêm Hòn Bà dỗ giấc ai nằm
Phẳng lì bãi cát buồn hiu ngóng
Cao vút hàng dương quạnh quẽ trông
Đá cũ mòn rêu hoài đá Ngảnh
Nguồn xưa cạn nước vẫn Nguồn Chung
Về đâu mái tóc xanh ngày ấy
Câu hỏi ngàn năm có chạnh lòng?

*La Gi, 1990*

## Chiang Mai

Anh về lại với Chiang Mai
Nửa vầng trăng nhạt đôi người H'mông
Nhớ ơi rung tiếng chuông trần
Em xa xôi biết có bần thần không?

*1995*

## Biển mặn

Em mang biển mặn
Lùa vào tay anh
Em mang rêu xanh
Lùa vào ngực ấm
Em mang xuân thắm
Lùa vào giá băng

## Viết tên lên cát

Anh viết tên em lên cát
Cho sóng cuốn đi
Anh viết tên em lên cát
Cho gió cuốn đi

Gió cuốn đi
Tên em chập chùng động cát
Sóng cuốn đi
Tên em mênh mông đại dương...

*1990*

## GIẢ SỬ

Giả sử sóng thần ập vào Nha Trang
Ập vào Mũi Né
Anh chỉ kịp quẳng em lên một chiếc thuyền thúng
Vút qua những ngọn dừa
Những đồi cát trắng

Em nhớ mang theo đôi quả trứng
Vài nắm cơm
Vài hạt giống
Đừng quên mấy trái ớt xanh...

Biết đâu mai này
Ta làm An Tiêm
Trở về làng cũ
Nơi này ta sẽ gọi là Nha Trang
Nơi kia gọi là Mũi Né...

Cho nên
Sao chẳng sớm mà thương nhau hơn?...

*2011*

## NỤ CƯỜI CỦA MẸ

Mẹ tôi có nụ cười lạ lắm! Lúc nào bà
cũng nhìn tôi mà cười cười. Không nói.
Lúc tôi có vẻ vội vã chào lẻn
đi đâu đó bà cười cười tha thứ.
Vậy hả con. Lúc tôi lần khân
thì nụ cười như biết rồi, khỏi nói.

Những lúc tôi mang chuyện bực mình
thì như thôi đi, đừng sinh sự!
Nhột nhất là khi bà cười như châm biếm
lúc tôi loanh quanh kiếm chuyện...
Mẹ tôi cứ vẫn cười cười như thế
suốt ba năm trên bàn thờ!

*2014*

## Có không

*tặng HQB*

Chắt ra cho hết
Giọt hơi cuối cùng
Thả mình như lá
Rơi vào hư không

Tràn vào khắp ngả
Đất trời mênh mông
Nhẹ như không có
Có mà như không...

## La Ngà 1

Ba không mê tín dị đoan
Không tin đồng tin bóng
Con hãy hiện hồn về
trong vi tính
Để trò chuyện cùng ba
Giữa đêm thanh vắng...

## La Ngà 2

Ba viết trăm lần lý lịch
Cứ mỗi lần viết đến tên con
Ba lại ngẩn ngơ
Như một kẻ mất hồn
Biết trả lời sao
Câu hỏi
Hiện con đang làm gì?
Ở đâu?

## La Ngà 3

Mỗi năm
Mỗi người
Thêm một tuổi
Chỉ mình con
Mãi mãi
Tuổi đôi mươi...

*1990*

## La Ngà 4

Ba vun gốc trường sanh
Mẹ đặt chùm vạn thọ
Lên mộ con
Giữa ngày Mùng Một Tết

## La Ngà 5

Ba dạy con
Mỗi ngày
Một chút

Không bài học nào
Như ba đã học
Từ con:

Nỗi mất!

*1990*

## GIỖ MỘT DÒNG SÔNG

Sông ơi cứ chảy
Cứ chảy về trời
Cứ về biển khơi
Cứ làm suối ngọt
Cứ làm thác cao
Cứ đổ ầm ào
Cứ làm gió nổi
Cứ làm mây trôi...

Sông ơi cứ chảy
Chảy khắp châu thân
Chảy tràn ra mắt
Chảy vùi bên tai

Dòng sông không tắt
Dòng sông chảy hoài...

## Chân Không

*tặng NBS*

Thơ ngươi hào khí ngất trời
Hơi men ngất đất hơi người ngất ngây
Từng phen ta đọc mà cay
Thương người thơ sống một đời Cực Đông
Một gùi đầy ắp chân không
Lênh đênh xuống núi giữa mênh mông người...

*Minh họa: Thân Trọng Minh*

## Thở

Lắng nghe hơi thở của mình
Mới hay hơi thở đã nghìn năm xưa
Một hôm hơi thở tình cờ
Dính vào hạt bụi thành ra của mình
Của mình chẳng phải của mình
Thì ra hơi thở của nghìn năm sau...

## Vũ trụ

Khi mắt mũi kèm nhèm
Là áp thấp nhiệt đới
Khi bần thần rã rượi
Là áp thấp gần bờ
Khi huyết áp tăng cao
Là bão từ nổi dậy
Từ phía mặt trời xa
Vũ trụ chừng nhỏ lại
Còn chút xíu trong ta!

## Theo già

Cảm ơn em sợi bạc
Cảm ơn em sợi hung
Cảm ơn em năm tháng
Đã theo già cùng anh

## Đất

Đất động ta cũng động
Sóng thần ta cũng sóng
Giật mình chợt nhớ ra
Vốn xưa ta là đất

## TAN TRƯỜNG

Từng bầy phất phới
Dài trắng tung bay
Bấc ơi bấc thổi
Làm xuân tràn đầy

## TUYỀN LÂM

Nước xanh như ngọc
Sâu đến tận trời
Vốc lên một vốc
Ơi mùa xuân ơi!

## Hội An sớm

Hội An còn ngái ngủ
Mái chùa ôm vầng trăng
Giật mình nghe tiếng chổi
Gà gáy vàng trong sương

## Hội An đêm

Bập bềnh con sóng rợn
Nghìn lồng mắt chao nghiêng
Những linh hồn thức dậy
Thở cùng Hội An đêm

## Cố nhân

Mới đó mà em đã cố nhân
Lòng đau như cắt hiểu gì không
Hoa vàng đã rụng đầy sân vắng
Tình cũng ngùi phai theo tháng năm...

## Khi gặp lại

Khi gặp lại tóc nàng dài như biển
Sóng từng cơn xao xác mặn trên môi
Bờ vai cũ run run âm điệu nhỏ
Lời chua ngoa còn chút xíu cho vui

Và trong mắt nàng thời gian bốc khói
Ta giật mình nghe ta đã ba mươi
Ba mươi năm khà khà ba mươi tuổi
Ta làm sao mà lòng ta chưa nguôi!

*1970*

## NỖI NHỚ

Thôi hết cồn cào
Thôi không quặn thắt

Chỉ còn âm ỉ
Chỉ còn triền miên

Thì thôi cấp tính
Thì đành kinh niên!

*1995*

## ĐỒNG HƯƠNG

Thì cứ nhận bừa đồng hương Huế
Chắc em chẳng nỡ trách chi tôi
Cái dòng sông biếc thơm tho đó
Hẳn để cho người đắm đuối thôi

Ai bảo áo em vàng hoàng hậu
Cho tôi phải thở nhịp quân vương
Biết xưa lững thững quanh thành nội
Đâu đến bây giờ mới đồng hương!

*Minh họa: Tác giả*

## GIỮA HOÀNG HÔN XƯA

Còn lại gì không
Rêu phong dấu giày
Nước hồ quanh quẩn
Mây đồi quên bay

Ta về lối cũ
Giữa hoàng hôn xưa
Lâu đài thành quách
Tàn phai đâu ngờ

Nhớ em qua đó
Mà hồn như mơ
Mây trời phiêu lãng
Ngàn năm hững hờ

Ta về lối cũ
Nghe lòng lạnh băng
Thiếu em hoàng hậu
Ngai vàng như không...

## HÀ TIÊN MƯA

*tặng ĐH*

Mưa trên Đông Hồ mưa mênh mông
Tô Châu nghiêng mình nghe mưa giăng
Thuyền câu mấy lá chìm mưa rộng
Ai người xưa mưa trời một phương...

*2001*

## VÔ THƯỜNG

Ta bay vù vù trong không gian
Mà cứ tưởng nằm im
Trên gối

Mỗi ngày ta rơi rụng
Mỗi ngày ta phục sinh
Mà cứ tưởng không hề thay đổi...

## Thời tiết

Cơn bão nào
Đã làm ta uể oải chiều nay
Hay chỉ vì ta uể oải chiều nay
Đã làm nên cơn bão
Bản tin thời tiết
Chưa kịp loan truyền

## Ngộ

Tham chẳng còn
Sân cũng hết
Si đã tuyệt

Niết Bàn
Tịch diệt
Để làm chi?

## Về thăm quê

Lâu không về thăm quê
Những người xưa biền biệt
Lũ trẻ lớn lên
Ngơ ngác
"Ủa, chú là ai?
Làm sao chú biết...?"

## Dẫu thế nào

Dẫu thế nào đi nữa
Em vẫn còn trẻ măng
Dẫu thêm ngàn năm nữa
Em còn thua tuổi anh!

## Niềm tin

Đừng nói điều hạnh phúc
Chẳng ai tin đâu
Hãy nhắc điều bất hạnh
Ai nấy đều vui...

## Thiền

Thực chẳng dễ dàng
Sống trong cái chết
Và chết trong cái sống...

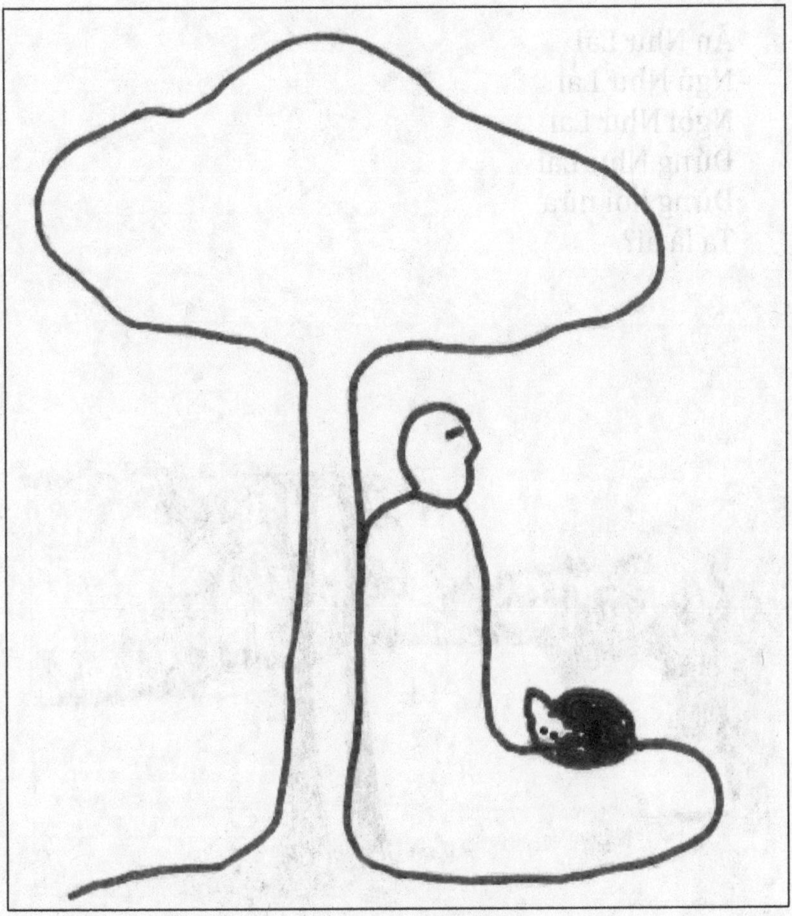

*Minh họa: Lê Ký Thương*

## NHƯ LAI

Ăn Như Lai
Ngủ Như Lai
Ngồi Như Lai
Đứng Như Lai
Đừng hỏi nữa
Ta là ai?

*Minh họa: Tác giả*

## Chúng sanh

Thân đã mục chưa đã rã chưa
Lưng treo như chiếc áo sang mùa
Hơi xì xẹp lép đâu cần nữa
Lặng ngắt trong ngoài chẳng đón đưa...

Ý vút ngàn xanh ý vẫn xanh
Thì ra trời đất chẳng vô tình
Sẻ chia đôi chút cho xì xọp
Bình đẳng muôn đời chúng vẫn sanh!

## Sinh nhật

Anh không có ngày sinh nhật
Nên mỗi ngày
Là sinh nhật của anh

Cảm ơn em
Nhớ đến anh
Ngày sinh nhật

## CHÁNH NIỆM
*tặng ĐC*

mỗi ngày anh chánh niệm về em chánh
niệm sáng chánh niệm chiều chánh niệm
đêm mỗi lần niệm chú đọc đà la ni em
lại hiện ra như làn gió em ngồi đó vô
biên vô số với phép mầu không có thời
gian cho anh trở về tuổi hai mươi
em mười tám ...

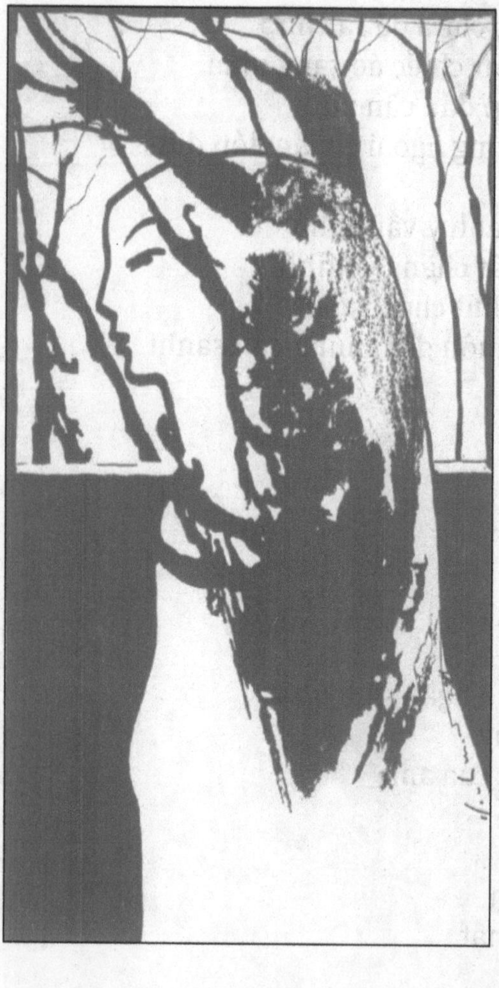

*Minh họa:*
*Đinh Cường*

## TÍM

Cơn gió ngọt rót qua làn áo ấm
Một nụ cười mỏng lét mùa xuân
Trái thông khô rớt vào chiều tím
May mà còn ánh mắt dao cau...

*Minh họa: Tác giả*

## THƠ TÌNH

Anh đọc bài thơ tình
Em ngồi nghe lặng thinh
Anh đọc thêm bài nữa
Em vẫn ngồi lặng thinh
Anh thôi không đọc nữa
Em chồm lên hôn anh
Như đổ dầu vào lửa...

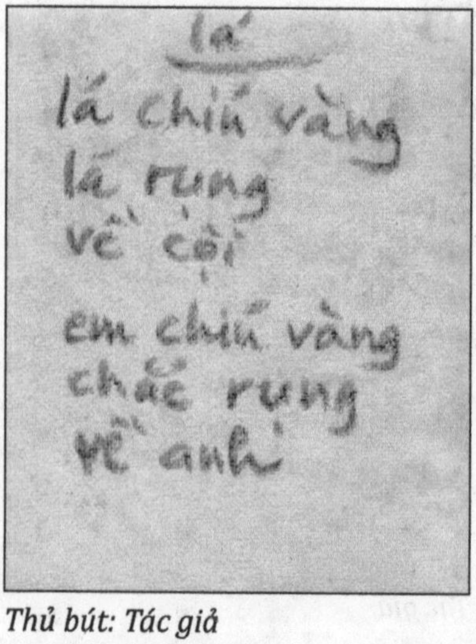


*Thủ bút: Tác giả*

## LÁ

Lá chín vàng
Lá rụng
Về cội

Em chín vàng
Chắc rụng
Về anh.

*1994*

## Gió bấc

Đi giữa Sài Gòn
Phố nhà cao ngất
Hoa nở rực vàng
Mà không thấy Tết

Một sáng về quê
Chợt nghe gió bấc
Ơ hay xuân về
Vỡ òa ngực biếc!

## Biển vắng

Anh... ngoằn ngoèo trên cát
Không ngờ mà hóa tên em
Biển xanh nắng vàng sóng bạc
Không ngờ cùng kéo nhau xem...

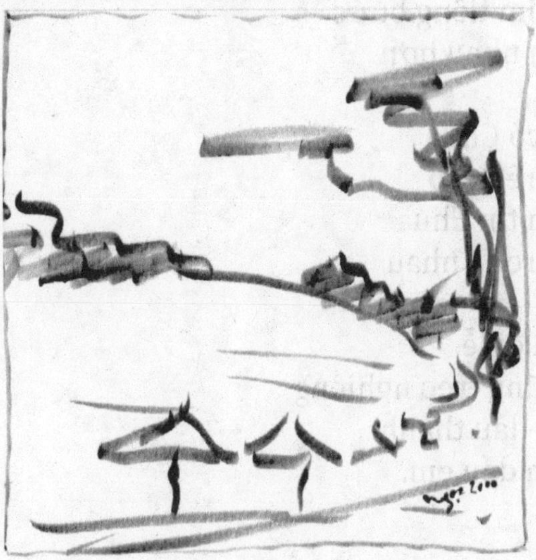

*Minh họa: Tác giả*

# ĐI LỄ

Đưa em đi lễ
Vầng trăng treo nghiêng
Đường im tiếng bước
Cho gần nhau hơn

Em tin có Chúa
Ngự ở trên cao
Còn anh tin Chúa
Ngự ở trong nhau

Đưa em đi lễ
Vầng trăng treo nghiêng
Em làm dấu thánh
Anh làm dấu em.

*1997*

## ĐÔNG BOSTON

Còn cây
trơ lại với cành
Với linh hồn lá
ngập ngừng trút qua...

*Boston, 1993*

*Phụ bản: Chớm Đông, Đỗ Hồng Ngọc*

## THU

Chiều thu
Nghe tiếng quạ

Giật mình
Nỗi xa nhà

Nhớ sao
Mà nhớ

Quá!

*Boston, 1993*

## TUYẾT

Tuyết bay
Bay nhẹ
Phố Tàu

Gió co
Ro lạnh
Phố
Đìu hiu
Theo.

*Boston, 1993*

# VĂN MIẾU

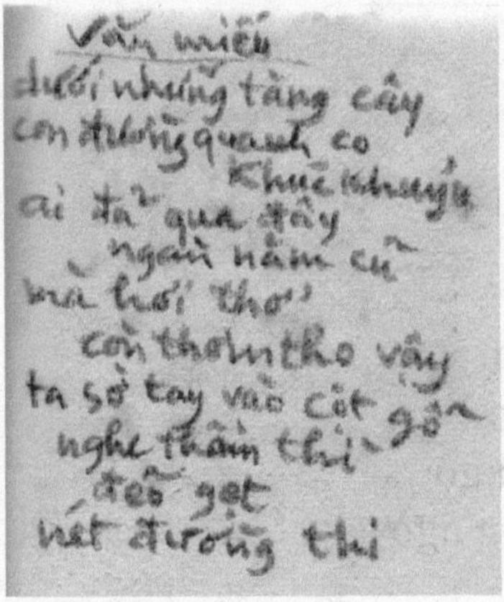
Văn miếu
dưới những tàng cây
con đường quanh co
Khúc khuỷu
ai đã qua đây
ngàn năm cũ
mà hơi thở
còn thơm tho vậy
ta sờ tay vào cột gỗ
nghe thầm thì
đẽo gọt
nét đường thi

*Thủ bút: Tác giả*

Dưới những tàng cây
Con đường quanh co
Khúc khuỷu

Ai đã qua đây
Ngàn năm cũ
Mà hơi thở còn thơm tho vậy

Ta sờ tay vào cột gỗ
Nghe thì thầm
Đẽo gọt
Nét Đường thi.

*1995*

*Minh họa: Tác giả*

## QUẤN QUÍT

Ta đi trên đường Nguyễn Du
Mùa này không còn hoa sữa
Cây với cành thôi mà cũng ngộ
Khẳng khiu quấn quít không ngờ

*1995*

*Minh họa: Tác giả*

## Ở Montmartre

Con đường là một dòng sông
Sóng lăn tăn gợn vỗ quanh ghế ngồi
Chảy tuôn về nẻo luân hồi
Một ngàn năm trước có người có ta
Trên cao ngó xuống quan hà
Dấu chân ngựa mỏi về qua chốn này
Ta nhìn xuôi ngược ơ hay
Những làn gạch sóng lắt lay cõi người...

*Paris, 1997*

## MÓN QUÀ

Anh hôn đằng sau
Anh hôn đằng trước
Anh hôn phía dưới
Anh hôn phía trên
Chiếc áo của em
Món quà em tặng
Chiếc áo lạ lùng
Có mùi biển mặn
Có mùi dừa xiêm
Có mùi cát trắng
Có mùi quê hương...

*Paris 1997*

## Không tên

Khi nhìn nhau xa lạ
Là rất đỗi thân quen
Khi nói năng vô nghĩa
Là thác reo trong hồn

## Tìm kiếm

Anh không sống
Anh đợi sống
Anh để dành anh
Anh chắt mót em
Anh cắt xén niềm vui
Anh gậm nhấm nỗi buồn
Anh tìm kiếm
Một điều anh chẳng biết

## To Edith
*(Bertrand Russell)*

Đã bao tháng năm dài
Anh mải mê tìm kiếm
Nào đâu nỗi bình an
Nào đâu niềm thanh thản

Chỉ có khoái sướng thôi
Và đớn đau vô hạn
Chỉ có quạnh hiu thôi
Và những cơn điên loạn

Giờ đây tuổi đã già
Cuộc đời như sắp cạn
Anh mới tìm thấy em
Anh mới tìm được em

Và hạnh phúc vô biên
Và bình an thanh thản
Và tình yêu cuộc sống
Mới vỡ òa trong anh

Anh biết mình sẽ thôi
Sẽ không còn tìm kiếm
Giấc ngủ sẽ tràn đầy
Em
Bình an
Thanh thản...

*(ĐHN dịch)*

## MỚI HÔM QUA THÔI

Họ ngồi đó
Bên nhau
Đàn ông
Đàn bà
Không nhìn
Không nói

Họ ngồi đó
Gục đầu
Nín lặng
Ngửa cổ
Giật nhẹ tay chân

Có người
Trên chiếc xe lăn
Chạy vòng vòng
Có người
Trên chiếc xe lăn
Bất động

Họ ngồi đó
Hói đầu
Bạc trắng
Móm sọm
Nhăn nheo

Mới hôm qua thôi
Nào vương
Nào tướng
Nào tài tử
Nào giai nhân
Ngựa xe
Võng lọng

Mới hôm qua thôi
Nào lọc lừa
Nào thủ đoạn
Khoác lác
Huênh hoang

Mới hôm qua thôi
Nào galant
Nào quý phái
Nói nói
Cười cười
Ghen tuông
Hờn giận

Họ ngồi đó
Không nói năng
Không nghe ngóng
Gục đầu
Ngửa cổ
Móm sọm
Nhăn nheo

Ngoài kia
Tuyết bay
Trắng xóa
Ngoài kia
Dòng sông
Mênh mông
Mênh mông...

*Montréal, 1993*

# MỚI HÔM QUA THÔI

(TRONG MỘT NHÀ GIỮ LÃO Ở MONTREAL)

Thơ : *Đỗ Hồng Ngọc*
Nhạc : *Vĩnh Điện*

*Mới hôm qua thôi -Thơ Đỗ Hồng Ngọc*
*Nhạc Vĩnh Điện- Tiếng hát Vũ Hoành*
*https://www.youtube.com/watch?v=j60WwjpilQA*

# T

# Và Những Bài Khác

## Biết rồi còn hỏi!

Tôi ngồi trước tượng Phật
Viết lăng nhăng mỗi ngày
Để khi nào bí thì hỏi
Phật tủm tỉm cười
"Biết rồi còn hỏi!"

Sáng ra đường phố
Từng bước như đi dạo
Không thấy nở hoa sen
Ngước mắt nhìn lên
Một tấm biển to chữ đỏ
"Đồ ngu cao cấp"
Cửa hàng Fashion
Rơi dấu hỏi...

Đâu cần trốn ra khỏi cổng thành
Xóm nghèo nơi tôi ở
Bên phải là nhà bảo sanh
Bên trái là bệnh viện
Đằng kia lớp dưỡng sinh
Đằng nọ nhà quàn vô lượng thọ...

Hằng ngày nghe tiếng khóc trẻ con
Nghe tiếng rên người lớn
Tôi nhắc Phật đừng buồn
Không được quạu quọ, không được cau có
Không được nhăn nhó...
Phật cười
"Phải! Nó vậy đó".

*(2020)*

## "MUỐN ĐÙA MÂY VỀ LẤP MỘT DÒNG SÔNG"

(Những bài thơ Đỗ Nghê trên Nguyệt san Tình Thương, Saigon 1963-66)

*Anh ray rứt với tháng ngày chóng mặt*
*Vạch bàn tay tìm dấu vết tiền nhân*
*Rồi ngây ngất tưởng mình đầy phép lạ*
*Muốn đùa mây về lấp một dòng sông...*
(Dỗ em, Đỗ Nghê, 65)

*Bìa tập thơ Tình Người của Đỗ Nghê,*
*Lữ Kiều trình bày. Tranh Cocteau.*
*(Tự xuất bản, ronéotypé, Saigon 1967)*

Nguyệt san Tình Thương của Sinh viên Y khoa Saigon (63-66) đăng khá nhiều thơ, nhiều thơ hay, nhưng có thể nói có một "dòng thơ" Đỗ Nghê những năm tháng đó, trên Tình Thương mà sau này tác giả đã tập hợp in trong tập *Tình Người, thơ Đỗ Nghê,* (1967) do người bạn cùng lớp, Lữ Kiều trình bày bìa. Tập thơ *ronéo*, không giấy phép, in với một số lượng ít (200 cuốn), dành cho bạn bè anh em. Bìa tập thơ *Tình Người với tranh Cocteau,* và *những dòng nước mắt...* khóc cho quê hương cùng những ước mơ cháy bỏng của người sinh viên tuổi mới ngoài đôi mươi...

*"Muốn đùa mây về lấp một dòng sông..."* gần như là chủ đề xuyên suốt của thơ Đỗ Nghê trên nguyệt san Tình Thương lúc đó, với ước mơ tràn đầy phép lạ để xóa đi những nỗi chia cắt trên quê hương, xóa đi những vết hằn lịch sử như một lời nguyền truyền kiếp.

Nhưng ước mơ vẫn chỉ là ước mơ. Phép lạ không hề có. Chỉ còn lại nỗi chua chát:

*Em khóc đi, khóc đi rồi anh dỗ*
*Khóc nhiều hơn khóc nhiều nữa đi nghen*
*Này tủi nhục với niềm đau nỗi khổ*
*Của quê mình không đáng khóc sao em?*

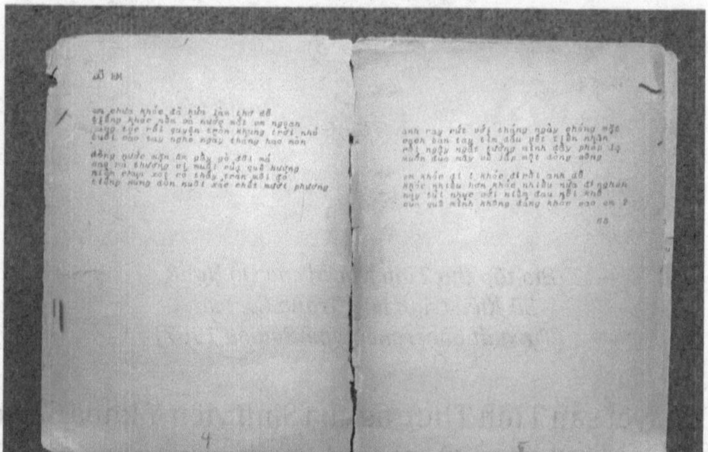

*Dỗ em (Tình Thương, tháng 5/65)*

Gọi là có một "dòng thơ" Đỗ Nghê trên nguyệt san Tình Thương bởi những năm tháng đó Đỗ Nghê chủ yếu chỉ có những bài thơ nặng trĩu thế sự, những lời thơ chua chát, xót xa, cay đắng, nghẹn ngào... từ nỗi lòng của người tuổi trẻ trong thời tao loạn, nhiễu nhương, chiến tranh ngày càng khốc liệt trên quê hương... Nỗi ước mơ xây dựng một đất nước thanh bình, chấm dứt cuộc chiến nồi da xáo thịt, ám ảnh như bởi một lời nguyền từ thuở đầu lập quốc khi Lạc Long Quân và Âu Cơ chia đàn con nửa lên non nửa xuống biển, để rồi từ đó mà Sông Gianh, mà Bến Hải... cho đến ngày nay vẫn mãi mãi đôi bờ...

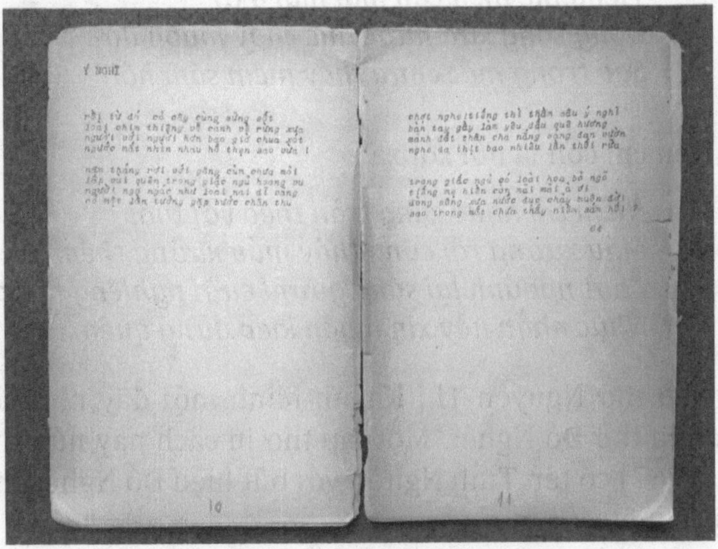
Ý NGHĨ

*Ý nghĩ (Tình Thương, tháng 5/64)*

Hơn 40 năm trước, Thu Thủy (Võ Phiến) viết về Thơ Đỗ Nghê: "... dù đề cập đến nhiều đề tài, giữa các bài thơ trong tập không phải không có một mối liên hệ. Có lẽ không được đặt thành chủ đề chung, nhưng mối ưu tư về "chiến tranh và hòa bình" bàng bạc, thấm nhuần gần khắp các sáng tác của ông Đỗ Nghê (...) Hoặc khi nhắc lại huyền thoại Lạc Long Quân chia con đi hai ngả để liên tưởng tới tình trạng Nam Bắc lưỡng phân; hoặc khi nói về cổ tích ngôn ngữ để ám chỉ cuộc xâu xé liên miên giữa các dân tộc; hoặc nghe một bản tin thời tiết hàng ngày; hoặc làm một bài vè cho niềm mơ ước đơn giản v.v..., lúc nào người ta cũng nhận thấy nhà thơ bị vấn đề chủ yếu nọ ám ảnh: Chiến tranh trên quê hương; Hòa bình cho quê hương" (Chính Luận 11.1974).

Và từ những ước mơ vô vọng, đã trở thành câu hỏi không lời đáp:

*Trong giấc ngủ có loài hoa bỏ ngỏ*
*Tiếng mẹ hiền còn mãi mãi à ơi*
*Dòng sông xưa nước đục chảy muôn đời*
*Sao trong mắt chưa thấy niềm sám hối?*

Nên chỉ còn là nỗi xót xa:

*Niềm tủi nhục cũng tràn theo với tuổi*
*Máu xương rồi cũng thấy máu xương thêm*
*Chợt ngoảnh lại súng gươm cười nghiêng ngửa*
*Nhục nhằn này xin muôn kiếp đừng quên...*

Nhà thơ Nguyễn Thị Khánh Minh mới đây nhìn lại lần nữa thơ Đỗ Nghê: "Một tập thơ in cách nay nửa thế kỷ (1967) có tên Tình Người, với bút hiệu Đỗ Nghê, ông nói về một ước mơ:

*Súng giòn*
*Ánh sáng lóe lên*
*Đạn đan trên nền trời*
*Thành hai chữ Việt Nam*
*Những kẻ tử thù nhìn rõ mặt nhau*
*Khóc vì mừng*
*Anh em*
(Ước Mơ)

Định mệnh một cuộc chiến... Đã biết bao gia đình, trong một nhà anh cầm súng vì bên này, em ra chiến trường cho bên kia. Hai phía ngỡ ngàng khi súng đạn lóe sáng nhìn ra nhau anh em... Người thơ ước sao cho đường đi của súng đạn đan thành hai chữ Việt Nam, để thức tỉnh nhau còn khóc được vì mừng... Và dường như có một đau lòng, nỗi chia cắt đất nước, nỗi phân ly ý thức hệ." (tuongtri.com/2017).

Trong bài Tổ quốc, Đỗ Nghê viết:

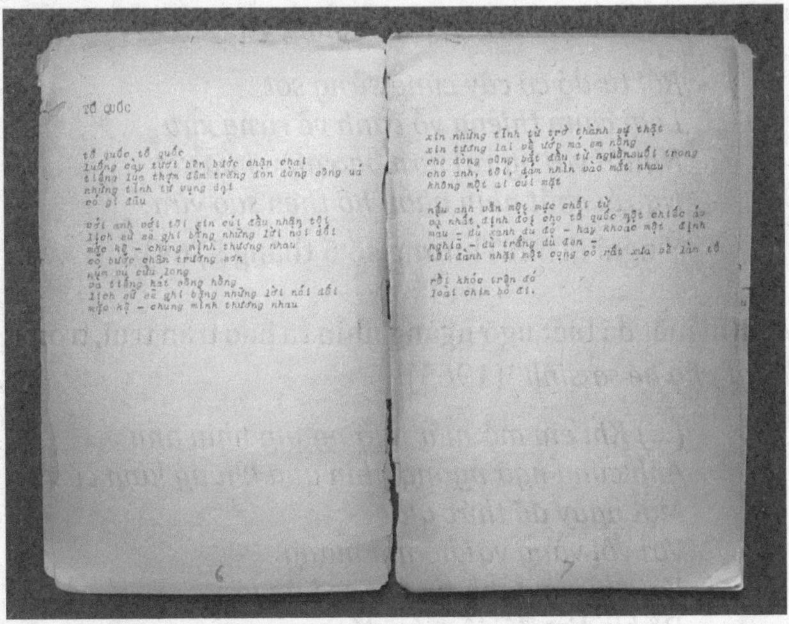

TỔ QUỐC

tổ quốc tổ quốc
luống cày tươi bên bước chân chai
tiếng lúa thơm đêm trăng đơn dòng sông ư
những tình từ vụng dại
có gì đâu

với anh với tôi xin cúi đầu nhận tội
lịch sử sẽ ghi bằng những lời nói dối
mặc kệ - chúng mình thương nhau
có bước chân trường sơn
núm vú cửu long
và tiếng hát sông hồng
lịch sử sẽ ghi bằng những lời nói dối
mặc kệ - chúng mình thương nhau

6

xin những tình từ trở thành sự thật
xin tương lai về ướp má em nồng
cho dòng sông bắt đầu từ nguồn suối trong
cho anh, tôi, dám nhìn vào mắt nhau
không một ai cúi mặt

nếu anh vẫn một mực chối từ
và nhất định đòi cho tổ quốc một chiếc áo
màu - dù xanh dù đỏ - hay khoác một định
nghĩa - dù trắng dù đen -
tôi đành nhặt một cọng cỏ rất xa để làm tổ

rồi khóc trận đó
loài chim bỏ đi.

7

*"lịch sử sẽ ghi bằng những lời nói dối*
*mặc kệ- chúng mình thương nhau..."*

Bởi hạnh phúc thực sự chỉ là:

*... ngày hai bữa cơm khoai*
*rừng núi sông hồ*
*đời người tự do*

(...) Thế nhưng mọi sự không vậy, cho nên cuối cùng:

*"nếu anh vẫn một mực chối từ*
*và nhất định đòi cho tổ quốc*
*một chiếc áo màu –dù xanh dù đỏ-*
*hay khoác một định nghĩa -dù trắng dù đen-*
*tôi đành nhặt một cọng cỏ rất xưa về làm tổ*
*rồi khóc trên đó*
*loài chim bỏ đi!"*

Tổ quốc (Tình Thương số 21, tháng 9/65)

Khi chỉ còn lại nỗi trơ trụi, hoang vu:

*Rồi từ đó cỏ cây cùng sửng sốt*
*Loài chim thiêng vỗ cánh về rừng xưa*
*Người với người hơn bao giờ chua xót*
*Ngước mắt nhìn nhau hổ thẹn sao vừa*

Ý nghĩ (Tình Thương số 5 tháng 5/64)

Khi mắt đã biết ngỡ ngàng nhìn ra bao trần trụi, trong *"Thư cho bé sơ sinh"* (1965):

*(...) Khi em mở mắt ngỡ ngàng nhìn anh*
*Anh cũng ngỡ ngàng nhìn qua khung kính cửa*
*Một ngày đã thức giấc*
*Với vội vàng với hoang mang*
*Với những danh từ đao to búa lớn*
*Để bịp lừa để đổ máu đó em...*

Lạc Long Quân rồi cũng đành đấm ngực, ăn năn, van vỉ các con:

*Đốt hết sách vở xé hết cờ xí đi*
*Rồi đứng ôm nhau mà khóc*
*Nước mắt sẽ làm tươi lại cỏ cây*
*Nước mắt sẽ làm phì nhiêu mảnh đất...*

Bởi:

*Muôn lỗi lầm này có phải vì ta*
*Khi ta đưa các con 50 người xuống biển*
*Và vợ ta đưa 50 đứa lên rừng...*
*...*

Bởi còn chút hy vọng:

*Các con sẽ không bao giờ quên*
*Đã cùng sinh ra trong một bọc*
*Một trăm trứng*
*Một trăm con*
*Các con sẽ không bao giờ quên...*

*"Muốn đùa mây về lấp một dòng sông"* xuyên suốt dòng thơ Đỗ Nghê trên báo Tình Thương của sinh viên y khoa thời đó và như còn mãi đến tận hôm nay không khác đi, khi mà lòng sông thì sẽ được lấp, mà lòng người thì mãi mãi chia xa... không phải chỉ bởi ở thời gian, không gian của đôi bờ cách biệt.

Bao giờ cho đến Gaté Gaté Paragaté Parasamgaté Bodhi Svàha đây?

**ĐHN**
*Thư Quán Bản Thảo, Trần Hoài Thư 4.2017*

## Con đã lớn

Con đã lớn lúc nào mà ba má không hay
Cứ tưởng con còn nhỏ xíu
Mới ngày nào đợi con khóc chào đời
Oa oa trong bệnh viện
Mới ngày nào cho con bú mớm
Đút cho con ăn
Gạt gẫm cho con há miệng
Hù con ông kẹ bà già
Mới ngày nào con làm oai làm tướng
Ra lệnh tối ngủ tắt đèn
Mới ngày nào dẫn con tới trường
Bỏ đi không nỡ
Những lúc con ốm đau
Cả nhà run sợ
Con ho mà ba ran lồng ngực
Con sốt mà má đắng chát môi
Lúc con học nói bi bô
Ba dạy con ca dao trước khi học chữ

Con làm thơ trước khi biết nói
Công sinh thành dưỡng dục con trả từ lâu
Ba má nhìn con lớn lên
Thấy mình nhỏ lại
Ba ở trong con từng dáng vẻ trầm ngâm
Má ở trong con từng lời ăn tiếng nói
Con đầy ắp căn nhà
Hiền ngoan với nội
Dịu dàng với em
Thân thiết với bạn bè
Con ơi
Cô học trò Minh Khai
– Gia Long của mẹ –
Cô sinh viên trường thuốc
– Tuổi trẻ của ba –
Con đã lớn lúc nào mà ba má không hay biết
Cứ tưởng con còn nhỏ xíu thôi
Đến khi con mất đi rồi
Mới biết con đã lớn!

*Đỗ Hồng Ngọc*
*(1990)*

## TÌNH YÊU

Trước mộ con còn ướt
Ba nói với bè bạn ba rằng
Hãy yêu thương con mình cách khác
Đừng như ba
Giấu kín trong lòng
Bởi tình yêu
Có bao giờ cho đủ
Có đâu sợ dư thừa
Ba đã sai lầm bao nhiêu
Hãy tỏ bày đi
Vồ vập đi
Âu yếm ồn ào đi
Tình yêu
Có bao giờ cho đủ
Có đâu sợ dư thừa
Ba đã sai lầm bao nhiêu
Vì cứ chờ cứ đợi
Có biết đâu
Đời như mây nổi
Như gió thổi
Như chiêm bao
Ơi bài học tự thuở nào
Sao bây giờ mới hiểu
Muốn vồ vập con hôm nay
Muốn âu yếm con mãi mãi
Thì đã muộn rồi
Có bao giờ thừa thãi
Tình yêu?

*Đỗ Hồng Ngọc*
*(1990)*

## ĐẠO DIỄN

Có tiếng thét lên
"Dừng lại"
Con dịu dàng trong mộ tối bước ra
Phủi bụi
Nhìn mọi người chưa kịp lau nước mắt
Mỉm cười
Ơi ba má với các bác các cô các chú ơi
Bà nội với các em ơi
Bạn bè ơi
Sao mà giỏi thế
Cứ đóng y như thiệt...

*Đỗ Hồng Ngọc*
*(1990)*

# La Ngà

Có lần con kể
Bạn bè chòng ghẹo
Gọi con con La
Rồi con lặng im
Mỉm cười không nói
Ba cười sảng khoái
Khen bạn bè con
Thông minh đáo để
Con là con la
Thì ba con ngựa
Thì má con lừa
Con lừa hiền ngoan
Con lừa cặm cụi
Con ngựa chạy nhanh
Con ngựa bay giỏi
Bạn bè thương con
Mới chòng ghẹo thế
Con là con La
Con còn con Ngà
La Ngà xanh mãi
Một dòng sông xa...

*Đỗ Hồng Ngọc*
*(1990)*

## THƯ CHO BÉ SƠ SINH

Khi em cất tiếng khóc chào đời
Anh đại diện đời chào em bằng nụ cười
Lớn lên nhớ đừng hỏi tại sao có kẻ cười người khóc
Trong cùng một cảnh ngộ nghe em!

Anh nhỏ vào mắt em thứ thuốc màu nâu
Nói là để ngừa đau mắt
Ngay lúc đó em đã không nhìn đời qua mắt thực
Nhớ đừng hỏi vì sao đời tối đen.

Khi anh cắt rún cho em
Anh đã xin lỗi chân thành rồi đó nhé
Vì từ nay em đã phải cô đơn
Em đã phải xa địa đàng lòng mẹ.
Em là gái là trai anh chẳng quan tâm
Nhưng khi em biết thẹn thùng
Sẽ biết thế nào là nước mắt trong đêm
Khi tình yêu tìm đến!

Anh đã không quên buộc étiquette vào tay em
Em được dán nhãn hiệu từ giây phút ấy
Nhớ đừng tự hỏi tôi là ai khi lớn khôn
Cũng đừng ngạc nhiên sao đời nhiều nhãn hiệu!

Khi em mở mắt ngỡ ngàng nhìn anh
Anh cũng ngỡ ngàng nhìn qua khung kính cửa
Một ngày đã thức giấc với vội vàng với hoang mang
Với những danh từ đao to búa lớn
Để bịp lừa để đổ máu đó em...

Thôi trân trọng chào em
Mời em nhập cuộc
Chúng mình cùng chung
Số phận...
Con người...

*Đỗ Hồng Ngọc*
*(BV Từ Dũ, Saigon,1965)*

## XIN CÁM ƠN, CÁM ƠN

Xin cám ơn, cám ơn
Cơn bệnh ngặt nghèo quật ta gục ngã
Như cỏ cây trước cơn bão dữ
Như con thuyền tung hê lên vách núi cao
Cho ta trở về làm con thú hoang sơ
Trần truồng như nhộng
Kẻ cạo đầu người lột da
Kẻ đục sọ người giúp thở
Kẻ đặt ống sonde vào đường tiểu
Người bơm thuốc qua dịch truyền
Cho ta trở về làm con thú trinh nguyên
Cho ta trở về làm em bé sơ sinh
Không lý trí không nghĩ suy không toan tính.

Xin cám ơn, cám ơn
Cơn bệnh ngặt nghèo như cơn bão dữ
Bản tin thời tiết chưa kịp loan truyền
Quất qua đời ta cây cỏ
Để khi tỉnh dậy ta nhìn ra em
Nhớ tiếng người này nhìn ra người nọ
Gọi tên người này nhớ mặt người kia
Như đã qua một kiếp khác
Bao năm xa vắng quê nhà!
Nhớ bước chân trâu nhớ giàn bông bí
Nhớ cây khế ngọt nhớ trái dừa xanh
Nhớ tiếng mẹ già nhớ đàn con trẻ,
Nhớ người hàng xóm lâu nay còn lạ
Nhớ những người thương nhớ luôn người ghét
Thấy ai cũng tội nghiệp
Như ta
Đã bao lâu ta không sống với mình
Ta có ta mà quên ta phứt.

Xin cám ơn, cám ơn
Cơn bệnh ngặt nghèo quật ta kịp lúc
Cho ta trở lại với mình
Ta muốn ôm hôn tất cả mọi người
Và ôm hôn ta nữa
Cái đầu trọc lóc bình vôi
Hai lỗ thủng và 18 vết khâu từ ái
Ta ngạc nhiên lắng nghe mình thở
Lắng nghe sự sống cục cựa trong mình.

Xin cám ơn, cám ơn
Những cơn đau vật vã toát mồ hôi
Những nhức buốt thiệt thà thú vật
Khi đứng được hai chân như con người
Thật vô cùng hạnh phúc
Khi bước đi những bước con người
Khi còn được nghe được nói
Được cầm cây viết vẽ bâng quơ
Được đọc vài trang báo
Ôi phép lạ nhiệm mầu!
Những hòn sỏi bỗng có linh hồn
Những lá cây đong đưa lạ lẫm
Tiếng chim và ánh nắng
Như đã lâu rồi ta mới gặp nhau
Như đã lâu rồi ta mới quen nhau...

Xin cám ơn, cám ơn
Cơn bệnh ngặt nghèo quật ta gục ngã
Cho ta trở về làm con thú trinh nguyên
Cho ta trở về làm em bé sơ sinh
Tràn đầy hạnh phúc
Để ta biết chắc một điều có thực
Tình yêu
Đã giúp ta tìm lại chính mình
Đã giúp ta vượt thoát!

*Đỗ Hồng Ngọc*
*(Bệnh viện AB 12/1997)*

## KẺ RONG CHƠI

*tặng Trịnh Công Sơn*

Chàng đến như một kẻ rong chơi
Du ư Ta bà thế giới
Thương những giọt nắng
Yêu những cơn mưa
Biết nghe lời tự tình của từng ngôi tháp cổ
Đau nỗi đau hòn sỏi lăn trầm...
Thấy vô thường là đóa hoa rực rỡ
Phúc âm là nỗi buồn
Khi Chúa, Phật đi xa...

Chàng đến như một kẻ rong chơi
Du ư Ta bà thế giới
Với em thơ
Chàng thị hiện bông hồng
Với tình nhân
Chàng hóa nguồn suối ngọt
Với gió heo may
Chàng trở thành bóng mát
Thênh thang giữa cõi đi về...
Chàng đến như một kẻ rong chơi
Du ư Ta bà thế giới
Trái đất là hòn bi xanh
Một hôm dừng chân ghé trọ
Bằng diệu âm linh ngữ
Chàng hiến cho đời cỏ lạ hoa thơm...
Không vướng chút bụi trần
Như mặt trăng dịu mát
Như thủy triều dào dạt
Chàng du ư
Trong cõi Ta bà...

Rồi một hôm nằm xuống
Sống thiên thu...

*Đỗ Hồng Ngọc*

## Buổi tiễn đưa

*tặng Trần Hoài Thư*

Ta cũng muốn ngâm tràn câu tống biệt
Đưa người đi tiếng sóng ở trong lòng
Nhưng khói thuốc đã cay sè đôi mắt
Có ai còn thổi sáo trên sông...

Trời buổi sáng mù sương lớp lớp
Người hành trang nỗi tuyệt vọng rã rời
Và khí phách thôi một thời trẻ dại
Ta nói gì cho bớt chút chia ly...

Đưa người ta nâng ly cà phê nhỏ
Rồi quan san rồi bụi đỏ người đi
Rồi khói súng người tập tành nỗi chết
Ta trở về hiu hắt đường khuya

Ta đã nói gì hình như chưa nói
Những dặn dò những hứa hẹn bâng quơ
Rồi người bước đường hoang lạnh quá
Ta đứng nhìn nghe ngày tháng đong đưa...

*(Đỗ Nghê, 1972)*

## Mũi Né

Em có về thăm Mũi Né không?
Hình như trời đã sắp vào xuân
Hình như gió bấc lùa trong Tết
Những chuyến xe đò giục bước chân.

Em có về thăm Mũi Né không?
Mùa xuân thương nhớ má em hồng
Nhớ môi em ngọt dừa xứ Rạng
Nhớ dáng thuyền đi trong mắt trong.

Em có về thăm Mũi Né xưa?
Con đường sỏi đá vẫn quanh co
Hoàng hôn sóng vỗ bên trời biếc
Sóng vỗ trong hồn ta ngẩn ngơ.

Em có về thăm Mũi Né yêu?
Mười năm như một thoáng mây chiều
Mười năm vườn cũ chim bay mỏi
Áo trắng chân mềm em hắt hiu.

Mũi Né ơi, người xưa đã xa
Mùa ơi gió bấc nhớ không ngờ
Năm nay người có về ăn Tết
Có ngậm ngùi nghe chút ấu thơ?

*Đỗ Hồng Ngọc (1970)*

## Trên Sông Khói Sóng

Năm năm không về thăm Phan Thiết
Năm năm dù hẹn đã trăm lần
Những gốc me già xưa nhớ quá
Những con đường nhỏ rất quen thân

Ơi những con đường ta đã đi
Gia Long Đồng Khánh mượt xuân thì
Chân run rẩy cát bờ Thương Chánh
Gió ở đâu về thơm bước khuya

Ơi những chiều vàng trên bến xưa
Trên khoang đò là dáng em vừa
Những buồm những lái về đâu đó
Lầu nước còn nghiêng nghiêng bóng soi

Ơi những bạn bè thuở tóc xanh
Những cô thiếu nữ ngỡ riêng mình
Một hôm xao xuyến tin người chết
Một sáng bàng hoàng người sang sông

Và mái trường xưa nữa nhớ không
Rêu xanh còn ngún ở trong lòng
Những ngày bỡ ngỡ chim xa đến
Nghe khói hoàng hôn mờ mi trông

Còn chuyến tàu nào say sân ga
Người về Mường Mán về Sông Pha
Người ra Mũi Né về Đại Nẫm
Thương giọt chuông chiều Lạc Đạo xa

Năm năm không về thăm Phan Thiết
Năm năm đã hẹn trăm lần về
Nghe nói người xưa chừng lỡ bước
Nghe nói lòng ta chừng chưa nguôi...

*Đỗ Hồng Ngọc*
*(1971)*

# Người ta ở bển...

*bạn có qua cồn Thới Sơn*
*người ta ở bển...*
(Trần Vấn Lệ)

*minh họa*
*Đinh Cường*

bạn nhắn nhờ thăm người ta ở bển
cồn Thới Sơn giữa dòng Mekong
ta lặn lội trăm lần tìm kiếm
ngược xuôi khắp ngả chằng chịt bóng dừa xanh.
sông rạch quanh co lách con thuyền nhỏ
bập bềnh sóng nước phương Nam

bạn dặn người ta mười bảy
tóc chải mượt dầu dừa
môi thơm mùi kẹo
nước da trắng muốt
nhờ tắm nước dừa xiêm
ta lang thang kiếm tìm
gặp ai cũng hỏi
những cô gái Thới Sơn
má hồng hây hẩy
lắc đầu quầy quậy
hổng quen!

cho đến một hôm trời cũng chiều lòng
có một cô răng khểnh,
bẻ gãy sừng trâu,
rất xinh
đúng là người xưa của bạn
nàng nhìn ta đôi mắt long lanh
khi ta nhắc tên,
nàng ôm chầm lấy ta rồi kêu to
ngoại ơi ngoại ơi...
trần vấn lệ
ổng dìa nè!

*Đỗ Hồng Ngọc*
*(Saigon, 22.01.2015)*

## Treo trên rừng cây

*gởi Trần Vấn Lệ*
*người rất thương yêu quạ*

Trời nắng, tôi ra phơi tôi
trên rừng cây
đêm qua ngủ mơ thấy vậy
như Đỗ Hồng Ngọc thấy
*ngoại ơi ngoại ơi*
*Trần Vấn Lệ*
*dìa nè*!

rừng cây khô nơi đây
và rừng tràm ở miệt vườn
có khác
nhưng vẫn làm gió reo
vẫn là bóng mát
tôi đã đi qua những mùa
nước đục phù sa
đi qua những chuyến phà chiều
những chùm lục bình tím
bồng bềnh trôi ngược lại
và trưa nay nắng lên
nhớ đêm qua mình nằm mơ
treo trên rừng cây
làm chiếc bóng
bây giờ chiếc bóng đã bay đi
cùng lũ quạ
những con quạ đen
rất thân thiện
những con quạ đen lông óng mượt
như nói với tôi
hãy đi hãy thở và hãy sống...

*Virginia, January 22, 2015*
*Đinh Cường*

## Rùng mình...

*Tùng địa dũng xuất*
(Pháp Hoa)

Người rùng mình hỏi vì sao động đất sóng thần cứ triền miên
hết ngày này sang ngày khác?
vì sao núi lửa cứ phun trào?
vì sao băng tan vì sao bão táp...?
vì sao trẻ con người già bị cuốn trôi bị thiêu đốt
thành phố tan hoang cửa nhà đổ nát như món đồ chơi
của một đứa trẻ đang giận dữ
vì sao và vì sao?...

Nhưng hãy lắng nghe
Dù trong giây lát

Trái đất cũng đang rùng mình tự hỏi vì sao
những ngọn núi cứ triền miên đổ sập?
vì sao những dòng sông nghẽn tắt?
vì sao những mũi đao cứ ngày đêm xoáy sâu vào lòng đất?
vì sao chim rừng cá biển không chốn nương thân
vì sao cổ thụ mầm xanh bị tận diệt
vì sao lúa bắp phải cấy ghép gen người?...
vì sao và vì sao?

Ta nương tựa vào nhau.
Nay có vẻ đã không còn cần nhau nữa!
Đất rùng mình phận đất...
Người rùng mình phận người...

*Đỗ Hồng Ngọc (2011)*

# PHẦN III

## VĂN

ĐỖ NGHÊ ĐỖ HỒNG NGỌC

## MỘT HÔM GẶP LẠI...

Hồi lên sáu tuổi, có lần tác giả Saint-Exupéry vẽ một bức phác thảo trông như thế này rồi đem khoe kiệt tác đó của mình với những người lớn và hỏi nó có làm cho họ khiếp hãi không, họ đều trả lời: "Sao lại phải khiếp hãi với một cái mũ chứ?"

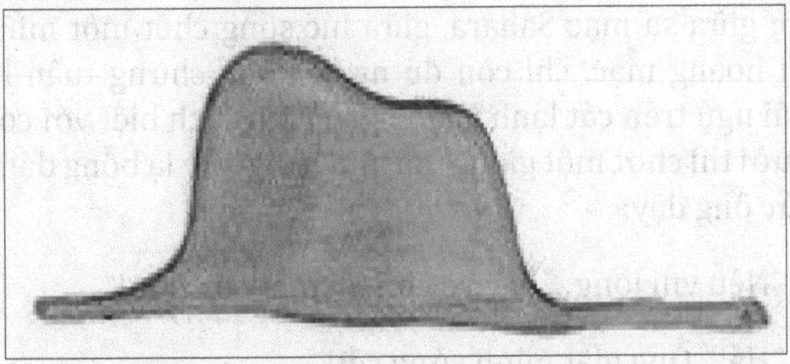

Điều này khiến ông vô cùng thất vọng. Ông đâu có vẽ cái mũ - mà là vẽ một con trăn vừa nuốt chửng một con voi đang nằm chờ tiêu hóa! Vậy là ông phải vẽ thêm một phác thảo thứ hai có hình con voi trong bụng trăn để người lớn có thể hiểu. Người lớn lúc nào cũng cần phải có giải thích mới hiểu được! Ông nghĩ.

Và thật là mệt cho bọn trẻ con phải luôn cố công giải thích cho họ hiểu. Họ còn khuyên ông hãy bỏ cái trò vẽ vời vớ vẩn đó đi để lo học toán, lý hóa, địa dư...! Chán nản, ông chọn nghề... lái máy bay!

Sau này, mỗi khi có dịp gặp một người lớn có vẻ sáng sủa thông minh một chút, ông lại đem bức phác thảo số một ra để hỏi. Thì họ luôn trả lời: "Đấy là một cái mũ"!

Cho tới một ngày kia, phi cơ của ông bị hỏng máy rơi tòm giữa sa mạc Sahara, giữa lúc sống chết một mình nơi hoang mạc, chỉ còn đủ nước uống chừng tuần lễ, phải ngủ trên cát lạnh ngàn ngàn dặm cách biệt với con người thì chợt một giọng nói nhỏ lớ ngớ kỳ lạ bỗng đánh thức ông dậy:

"Nếu vui lòng... hãy vẽ cho tôi một con cừu!"

"Hả!". Ông giật mình sửng sốt!

"Vẽ cho tôi một con cừu..."

Ông nhảy nhổm, dụi mắt năm lần bảy lượt. Và thấy một chú chàng tí hon rất mực kỳ lạ đương chằm chặp nhìn mình. Chú bé chẳng có vẻ gì là một đứa trẻ lạc lõng giữa sa mạc hoang vu, ở cách cõi sống của con người ngàn ngàn dặm đất.

"Nhưng... nhưng mà chú bé làm cái gì ở đây vậy?

"Nếu vui lòng... xin vẽ cho tôi một con cừu!". Chú dường như chẳng thèm để ý tới lời ông, nằng nặc đòi cho được ý mình.

Vì trước nay chưa bao giờ vẽ cừu, ông đành vẽ lại bức phác thảo số một cho chú. Và ông đờ đẫn kinh ngạc khi nghe chú bé tí hon nhìn bức họa nói:

"Không! Không! Tôi không muốn. Tôi không thích cái con voi nằm trong bụng con trăn thế này đâu! Một con trăn, thật là nguy hiểm, và một con voi, thì thật là lịch kịch rầy rà. Quê tôi bé tí. Tôi cần một con cừu. Hãy vẽ cho một con cừu đi." Chú nài nỉ.

Từ chối mãi không được, ông đành vẽ con cừu cho chú. Vẽ đi vẽ lại mấy lần chú đều không chịu. Bực mình, ông vẽ đại... một cái thùng rồi gắt lên:

"Nè, con cừu chú muốn nè. Nó nằm ở trong đó đó!"

Chú bé mặt rạng ngời:

"Thật đúng cái tôi muốn! Bác nghĩ có cần nhiều cỏ cho cừu ăn không?"

"Vì sao hỏi vậy?" Ông chưng hửng.

"Vì quê tôi, thật bé tí..."

Hai người từ đó thân quen, tác giả và hoàng tử bé. Chú kể cho ông nghe những chuyến du hành qua các tinh cầu nhỏ, gặp bao nhiêu là chuyện lạ. "Tôi biết một tinh cầu có một ông nọ mặt đỏ như gấc chín. Chẳng bao giờ ông ta ngó một ngôi sao. Chẳng bao giờ ông ta yêu ai hết. Chẳng bao giờ ông ta làm một cái việc chi khác, suốt ngày ông ta lặp đi lặp lại y hệt như bác:

"Tôi là một con người trang nghiêm!" và cái đó làm ông ta phình to lên cái lỗ mũi tự hào. Nhưng đó không phải một con người, đó là một cây nấm!". "Một cây nấm ư?". "Phải, một cây nấm!".

Rồi chú gặp một vị vua ở một tiểu tinh cầu khác:

– A! Đây là một thần dân của ta! Nhà vua kêu lên khi thấy hoàng tử bé. Ngươi hãy đến gần cho trẫm nhìn ngươi được rõ!

Chú bé mỏi mệt, ngáp dài một cái.

– Đứng trước bậc đế vương mà ngáp là vô lễ! Ta cấm ngươi ngáp.

– Nhưng vì tôi không giữ được ạ! Tôi buồn ngủ quá!...

– Thế thì trẫm ra lệnh cho nhà ngươi ngáp. Nào, ngáp nữa đi!

– Nhưng tôi hết ngáp... được rồi!

– Hừm! Thế thì ta ra lệnh cho ngươi khi thì ngáp khi thì... Nhà vua có vẻ phật ý!

Rồi ở một tiểu tinh cầu khác, chú gặp một "người bận rộn". Ông này bận rộn đến nỗi không ngẩng được đầu lên khi hoàng tử bé tới gần ông.

– Chào ông, em nói với hắn. Điếu thuốc lá của ông tắt rồi kìa!

– Ba với hai là năm. Năm với bảy là mười hai. Mười hai với ba là mười lăm. Chào chú. Mười lăm với bảy là hăm hai. Hăm hai với sáu là hăm tám. Chẳng có thời giờ! Hăm sáu với năm ba mươi mốt. Xong! Tất cả là năm trăm linh một triệu sáu trăm năm mươi hai nghìn bảy trăm ba mươi mốt.

– Năm trăm triệu cái gì vậy?

– Hử? Năm trăm linh một triệu... ta cũng chẳng biết là cái gì nữa. Ta có quá nhiều công việc phải làm!...

Và cứ thế chú bé đưa ta đi khắp các tinh cầu nhỏ bé... để rồi hiểu được nụ hồng vì sao có gai, hiểu được một người say xỉn, một anh hề, một con sói...!

Hoàng Tử Bé của Antoine de Saint-Exupéry – bản dịch Bùi Giáng - là một tác phẩm đầy ắp tình người với những thông điệp vẫn còn nóng bỏng cho hôm nay: cứu lấy hành tinh chúng ta trước khi nó bị nhấn chìm trong cơn đại hồng thủy!

Hãy một hôm gặp lại chàng! Hoàng tử bé của mỗi chúng ta!

# NHỚ TIẾNG THU GIỮA BOSTON

Tôi đi giữa Boston. Cả một mùa thu. Trọn một mùa thu. Nhớ tới Xuân Diệu với "Lá không vàng, lá không rụng, lá lại thêm xanh, ấy là mùa thu đã về, mùa thu mới về, yểu điệu thục nữ...". Thực ra, lá như ráng níu lại chút xanh, và vì níu lại nên có vẻ chặt hơn, xanh hơn lên mà thôi. Bởi vì rất nhanh, lá bỗng vàng rượm, vàng rực, vàng tía, vàng buốt... và bầu trời rộng ra, thênh thang, yểu điệu kỳ cục. Mới mấy ngày thôi mà cây cứ tô dần tô dần cái màu vàng buốt, óng ả, rực rỡ chen lẫn với xanh đậm, xanh lợt mong manh đó... và sáng hôm sau, rơi từng lá từng lá tràn ngập các lối đi.

Thu ở Boston hình như lạ hơn thu ở những nơi khác trên nước Mỹ, nên hàng năm cả nước Mỹ hành hương về Boston giữa mùa thu vàng. Họ không gọi Autumn – mùa Thu, mà gọi Fall – mùa Rụng, bởi vì chỉ có lúc lá rụng bời bời như vậy người ta mới thấy hết được nỗi vui mừng, nỗi xót xa, nỗi buốt nhớ... không rõ vì đâu. Và vì Fall, người ta dễ "fall in love" có phải, vì vậy mà người qua đường như cũng đẹp thêm ra, luộm thuộm thêm ra với lụa là gấm vóc, không còn nhếch nhác mùa hè mà cũng chưa cục mịch mùa đông. Tôi chưa có lần nào được sống thu như vậy, hoặc là chỉ sống với mùa thu trong sách vở, tưởng tượng ra cái mùa thu không có thật giữa miền Nam mưa nắng hai mùa nên tôi cứ lang thang, lang thang mà dòm cho hết cái thu của Boston. Và tôi bỗng nghe. Vâng, lúc đầu tôi chỉ định dòm thôi nhưng tôi bỗng nghe, không phải là tiếng quạ kêu quang quác thảng thốt, cũng không phải tiếng chim cu gù rúc rúc quyến rũ mà là một thứ tiếng lạ, tôi chưa từng nghe bao giờ, *tiếng thu*. Và tôi giật mình nhớ Lưu Trọng Lư. Chính Lưu Trọng Lư chứ không phải ai khác. *Em không nghe mùa thu*. Rõ ràng thu không phải để dòm, để ngó, để ngắm, để nghía... mà chỉ có thể để nghe. Mà cũng không phải để nghe tiếng, dù là tiếng lá rụng mà để nghe mùa. Cái tiếng mùa đi, mùa về, cái tiếng đời của mỗi chúng ta. Nó ở trong không gian dằng dặc, đùng đục thênh thang kia, và ở cả trong thời gian hun hút, héo hon rơi rụng nọ, một thứ "tiếng động nào gõ nhịp không hay" (Trịnh Công Sơn) đó chăng. Tôi bước đi từng bước nhẹ dưới những vòm cây và nghe cho hết tiếng thu về. Dưới chân mình là từng lớp lá rụng, bước chân bỗng như hẫng đi và tôi chợt ngơ ngác. Thấy mình như không còn là mình nữa. Hay mình là nai? Có thể chứ? *Con nai vàng ngơ ngác* của Lưu Trọng Lư? Và... Ơ hay... Có lẽ nào... Hay cũng chính là... Cũng có thể là... không hề có một con nai nào cả, mà nhà thơ, chính nhà thơ là nai! Thôi rồi, đừng có hòng mà giấu giếm gì nữa nhà thơ ơi! Chính nhà thơ là con nai vàng đang bước đi từng bước huyễn hoặc ngơ ngác đó thôi, sao lâu nay cứ làm cho người ta tưởng là có một con nai thiệt, đến nỗi trong một bài dịch thơ sang tiếng Mỹ, người ta cứ dịch con nai là con nai, có tội nghiệp không chứ! Phải rồi chính nhà thơ mới là con nai, một con nai ngơ ngác, nghe tiếng mùa yêu và *fall in love*. Với ai, vì sao nên nỗi? Có phải cái tiếng *thổn thức*, cái tiếng *rạo rực* của ai kia đã một hôm thu làm cho chàng thi sĩ trẻ tuổi trở thành một con nai, lang thang dẫm ngập lá vàng, hẵng bước đi mà chẳng biết về đâu, vì sao...

*(Thu 1993, Massachusetts)*

*Đỗ Hồng Ngọc (Boston 1993)*

## KỂ THƠ TRÊN XE LỬA

Buổi tối, chúng tôi ngồi xe lửa từ Baltimore về Washington D.C. Cô bạn Mỹ Susan Barnes nhỏ nhắn và lanh lẹ hướng dẫn tôi cứ coi tôi như một em bé, sợ tôi lạc giữa đám đông. Tôi bỗng lo sợ vẩn vơ. Đọc báo cứ thấy lâu lâu ở Mỹ có người nổi hứng leo lên xe lửa ria một loạt đạn vào mọi người rồi... lạnh lùng bước đi. Tôi nhìn quanh quất hỏi có chắc xe này về D.C không, cô cũng không biết rõ nữa, phải hỏi lại người soát vé mới sure. Cả buổi chiều đi thăm bệnh viện Johns Hopkins, phòng xét nghiệm, khoa điều trị, tiếp xúc với bác sĩ, bệnh nhân, tôi đã thấy thấm mệt, muốn mau mau về nghỉ. Xe lửa lắc lư chậm chạp đi trong đêm.

Những hành khách trễ tàu. Vội vã. Nhăn nhó. Có người thấy như muốn rút súng thì phải. Bỗng Susan lên tiếng: "Thơ cổ điển Việt Nam, ngoài Nguyễn Bỉnh Khiêm, Nguyễn Du... Hồ Xuân Hương còn ai nữa không?". Tôi giật mình, sửng sốt. Dĩ nhiên cô nói tiếng Mỹ và phát âm tên riêng còn khó nghe nhưng tôi nghe rất rõ những tên người đó. Cô hỏi cả Nguyễn Khuyến, Trần Tế Xương! Suốt buổi sáng làm việc trong hội thảo và cả buổi chiều đưa tôi đi thăm Johns Hopkins đâu thấy cô có "triệu chứng" gì để biết cô rành văn chương Việt Nam đến thế.

Cô giải thích rằng từ ba năm nay cô theo học khoa Đông Nam Á và chọn văn hóa Việt Nam. Ra thế. Cô lại hỏi về những người làm thơ tình đương đại. Tôi lục trong trí nhớ. Nhiều quá! Những nhà thơ tình Việt Nam đương đại! Tôi nhắc tên nhiều người cả trong và ngoài nước – và bỗng đọng lại ở Đỗ Trung Quân. Dĩ nhiên có nhiều người làm thơ tình hay hơn Đỗ, bay bướm hơn, ướt át hơn, lâm ly hơn... nhưng tôi không biết giải thích cách nào để cho cô bạn Mỹ không rành tiếng Việt kia hiểu, cũng không thể đọc cho cô nghe âm điệu để cô có thể thấm được cái hay. Vả lại, tôi cũng chẳng thuộc được mấy chút thơ. Đỗ thì từ lâu đã khá nổi tiếng với bài *Quê hương*, anh cũng có những bài thơ tình cho mẹ, cho con và cho vợ... cho cả tình đầu, tình cuối gì đó nữa... Nhưng ngay với bài *Quê hương*, tôi cũng không sao giải thích cho cô bạn cái hay của "*Quê hương là đêm trăng tỏ, Hoa cau rụng trắng ngoài thềm*". Bởi vì ở Mỹ, đèn điện thì cứ sáng choang hoặc sương mù che lấp cả trăng đi, mà có nói đến trăng người ta cũng chỉ nói đến Apollo, đến Armstrong mà thôi. Còn hương cau, biết nói sao đây? Làm sao cho cô nghe được mùi hương cau của những đêm trăng tỏ, làm sao cho cô biết được cái mo cau, để từ đó có cái quạt của thằng Bờm và làm sao cho cô hiểu rằng cau không phải là cau mà gắn với trầu để thành cái "*Ngày xưa có hai anh em nhà kia...*", rồi làm sao cho cô hiểu cái cau qua cái trầu của "*Ba đồng một mớ trầu cay...*". Tôi cũng không thể nói cho cô hiểu về cái anh chàng có "Bài thơ cứ còn hoài trong cặp... Giữa giờ chơi mang đến lại mang về" bởi vì ở Mỹ thường những mối tình đầu như vậy sẽ là chuyện giả tưởng... ở một hành tinh nào khác. Cho nên tôi đành kể cho Susan nghe bài thơ "Thầy còn nhớ em không" của Đỗ. Hình như tựa bài thơ không phải vậy, nhưng chẳng cần! Cái cậu học trò ăn mặc bảnh bao đến mua thuốc lá và nhận ra người bán thuốc lá ở góc đường kia là thầy học cũ của mình. Cậu học trò nhớ những bài học tôn sư trọng đạo được thầy dạy ngày xưa ở trường nên đã reo lên mừng rỡ: "Thầy còn nhớ em không?", nhưng người thầy kia đã lạnh lùng từ chối, không dám nhận mình là thầy nữa rồi. Vì đâu nên nỗi? Không cần sống trong bối cảnh Việt Nam vào thời điểm đó, tôi thấy cô bạn tôi đã hiểu và im lặng hồi lâu. Tôi lại kể cho cô nghe bài thơ khác của Đỗ, tôi cũng chẳng nhớ nổi cái tựa, đó là bài thơ viết về mấy đứa nhỏ học trò ngây thơ được người lớn dẫn đi coi... máy chém, và nhà thơ hỏi có khi nào bạn mua món quà là máy chém về tặng sinh nhật con mình không? Đại khái ý thơ là vậy còn câu cú lời lẽ thì tôi quên tuốt. Cô bạn Susan không nói năng gì, im lặng hồi lâu để tôi nghe rõ tiếng sắt xình xịch trên đường ray. Tôi không dám nhìn cô. Nhưng tôi biết cô đang nghĩ đến một điều gì khác, như nghĩ đến bức tường ghi tên dài ngoằng ở quê hương cô chẳng hạn. Đột nhiên cô reo lên: "Tới rồi!". Và cô vội vã thu xếp hành lý. Cô lí nhí cảm ơn tôi đã cho cô biết thêm về thơ Việt Nam và tôi cũng cảm ơn cô vì nhờ cô mà tôi quên tuốt đoạn đường đi và cả những bản tin khủng khiếp về những người leo lên xe lửa ria một loạt đạn... Tôi cũng cám ơn anh bạn Đỗ đã có những bài thơ mà tôi không nhớ nổi cái tựa để tôi được làm một việc là kể thơ trên đoạn đường xe lửa từ Baltimore về Washington D.C của một buổi tối mùa thu 1993.

*(1993)*

## LÀM MỚI THƠ

Hơn nửa thế kỷ trước, anh bạn tôi, một nhà thơ có nhiều thơ đăng báo, có lần thử gửi thơ mình đến một vài tòa báo có tiếng là đang "làm mới thơ" thì đều bị từ chối không đăng. Một hôm, anh hí hửng khoe: "Rồi, họ đăng thơ moa rồi." "Thiệt hả! Sao họ chịu đăng"? – Tôi hỏi. Anh cười: "Có gì đâu, moa thấy bài thơ hay mà họ không chịu đăng, tức quá, cắt ra từng mảnh, bỏ vào cái nón nỉ, xóc xóc mấy cái, lượm ra, ghép lại, thành một bài thơ kỳ dị, ký cái tên lạ hoắc, gửi, họ đăng ngay. Có lẽ tòa soạn đọc thấy lạ, không hiểu gì cả nên đăng." Còn một anh bạn khác, để thơ được sớm đăng, ký một bút danh có thêm chữ Thị, một cái tên con gái. Ông chủ bút vốn ga-lăng. Thời đó có ít nhà thơ nữ.

Gần đây, đọc mấy bức thư Phan Triều Hải – đang dự hội thảo văn học ở Iowa (Mỹ) gửi về – đăng trên báo, thấy anh ghi nhận có những nhà thơ làm thơ như sau:

*a*
*ab*
*abc*
*abcd*
...

... và cứ như thế ghép cho đủ 26 chữ cái. Dĩ nhiên thơ này không để ngâm, không để đọc, mà chỉ để nhìn. Rồi có thơ sử dụng vi tính, có lập trình sẵn để đảo câu đảo chữ tạo ra những từ mới, tứ mới, rất công nghiệp. Chẳng khác gì hơn 40 năm trước anh bạn tôi cắt nhỏ bài thơ rồi xóc xóc trong cái nón nỉ một cách thủ công.

Tôi có được đọc một tạp chí thơ của một nhóm bạn Việt kiều, có bài thơ không có chữ nào cả mà toàn là ký hiệu như ký hiệu giao thông, các đường vẽ ngoằn ngoèo dẫn ta đi từ nơi này sang nơi khác. Dĩ nhiên, thơ này cũng để nhìn, không để đọc. Họ cũng giới thiệu một thứ thơ gọi là thơ "thơ tương tác". Trong thơ có các gạch dọc (/) để người đọc tùy nghi đảo chữ, sắp chữ, đọc ngược xuôi theo ý mình. Một bài thơ như vậy sẽ trở thành vô số bài. Cũng trong tạp chí đó, một nhà phê bình đã nhận xét khá lý thú bằng cách cho một thí dụ với hai câu thơ của Vũ Hoàng Chương:

*Em ơi lửa tắt bình khô rượu*
*Đời vắng em rồi say với ai*

Có thể đọc theo lối "tương tác" là:

*Bình rượu*
*Khô*
*Em ơi*
*Lửa tắt*
*Vắng em*
*Say với ai*
*Rồi đời*

Tôi nhớ không chính xác lắm, nhưng không sao, thơ "tương tác" mà, ta có thể "chập" đủ kiểu!

Ngàn năm trước, Kinh Thi nói thơ là cõi lòng, là tiếng lòng, "thốn tâm thiên cổ", mà nay tiếng lòng nỗi lòng bây giờ thật đã trở nên phức tạp hơn nhiều! Bỗng nhiên thèm nghe một câu thơ đơn giản như:

*Thò tay ngắt một cọng ngò*
*Thương anh đứt ruột giả đò ngó lơ...*

*(2009)*

*Mũi Né (Minh họa Đỗ Hồng Ngọc)*

TM

# VĂN HÓA ĐỌC...

Nhiều người sợ rằng đến một lúc nào đó người ta sẽ không còn ai đọc sách in trên giấy nữa, vì đã có CD-ROM, eBook... tiện lợi hơn nhiều!

Thực ra, với những người yêu sách, mê sách, thì không có lý do gì để phải... hoảng sợ! Bởi vì sách không chỉ để đọc mà còn để nhìn, để ngắm, để ngửi, để nghe.... Thời còn in typo, xếp chữ chì, bước vào nhà in nghe cái mùi mực, mùi chì, riết rồi ghiền. Nhìn những người thợ xếp chữ ở trần trùng trục, hai tay thoăn thoắt bắt chữ, xong vỗ một cái cộp lên giấy, ta có ngay một bản vỗ (morasse) còn ướt mực, nóng hổi, "vừa thổi vừa đọc"! Rồi nhìn ông thầy "cò" (correcteur) ốm nhom, râu lởm chởm như nhiều ngày quên cạo, chăm chú móc từng chữ sai trong bản vỗ, hí hoáy lòng vòng như vẽ bùa - chỉ có những người thợ xếp chữ mới biết ông ta muốn gì - để sau đó, ta có bản vỗ thứ hai rồi thứ ba, cho đến lúc sạch trơn không còn sai một lỗi nhỏ. Thật là kỳ công mà cũng thật là... thú vị! Hiện nay, trên một vài phố nhỏ ở Paris, người ta còn thấy trưng bày trong tủ kính những trang bản thảo do chính những nhà văn nổi tiếng tự sửa morasse. Ta như có dịp thấy Victor Hugo, Lamartine, Marcel Proust... ngồi trước mặt mình, chăm chú, hí hoáy... móc từng dòng từng dòng, xóa, xóa, thêm, thêm...

Có một thời mỗi loại sách có kiểu giấy riêng. Thơ được in trang trọng nhất trên giấy có hoa văn, mùi thơm thoang thoảng, khổ to, chữ bự, cứ như một bức tranh. Tiểu thuyết, sách nghiên cứu... dùng những loại giấy khác nhau. Mỗi nhà xuất bản thường "chơi" một loại giấy riêng, cách đóng riêng, trình bày riêng. Nhìn qua là biết ngay nhà xuất bản nào. Có "nhà" không dùng giấy trắng láng mà in trên giấy dày, xù xì, màu gỗ như gạo lứt, thô ráp, rờ đủ sướng. Sách lại không xén sẵn mà để nguyên từng "cahier" cho người đọc được cái thú tự rọc lấy. Khi rọc - với một con dao không bén ngót - chẳng những được nghe tiếng soàn soạt, lích rích, mà còn được thấy giấy vụn bươm ra, tung tóe như cánh bướm, được ngửi mùi gỗ thơm vương vít trong bụi giấy... Tóm lại, ngửi, nghe, nhìn, sờ... đủ kiểu trước khi sách được đọc. Mà vẫn chưa đọc ngay đâu. Hắn coi cái cách người ta trình bày bìa, trình bày sách, kiểu chữ, dàn trang ra sao cái đã. Hắn coi những dòng ghi ở cuối sách, cho biết in lần thứ mấy, bao nhiêu cuốn, có bao nhiêu cuốn đặc biệt được đánh dấu riêng, dành cho tác giả... cái đã. Rồi đọc. Đọc nhâm nhi hay đọc ngấu nghiến. Đọc ngồi hay đọc nằm, đọc đứng, đọc đi, tùy. Nhưng khi đọc, thường có cây viết chì cùn, giắt ở mép tai, thỉnh thoảng đánh dấu chỗ này chỗ nọ, ghi chú điều này điều khác. Tóm lại, người mê sách đã biến cuốn sách đâu đâu thành thân quen, gần gũi, riêng tư của mình... Vài chục năm sau, một hôm dọn dẹp nhà cửa, tình cờ đọc lại những dòng xưa, nét xưa... không khỏi ngậm ngùi!

Sách còn một chức năng khác: Một ông bạn kể chuyện ông mê cô hàng xóm xinh đẹp, không dám nói, một hôm gởi tặng nàng cuốn "Hình như là tình yêu" của Hoàng Ngọc Tuấn (ông chưa hề đọc) rồi hồi hộp chờ đợi. Khá lâu sau, nàng gởi tặng lại ông cuốn "Tâm tình hiến dâng", bản dịch thơ Tagore (cũng chưa hề đọc). Thế rồi hai người cùng đọc với nhau tới bây giờ... chưa biết chán!

Người mê sách còn phải luôn cảnh giác vì người xưa có nói: "Thư trung hữu nữ nhan như ngọc", trong sách có cô gái đẹp như... ngọc. Nên phải hết sức cẩn thận. Không khéo có hôm nàng hiện ra, "hỏi không đáp..." thì nguy!

Tóm lại, còn lâu mới "diệt" được sách in!

***

Thế nhưng gần đây sự phát triển ồ ạt của sách in lại có mặt đáng lo khác! Sách ngày càng nhiều, ngày càng đẹp. Bìa hoa hòe hoa sói có, thiếu nữ khỏa thân có... bên cạnh những cuốn sách triết học đông tây kim cổ dày cộm có... Các đại gia nhà cao cửa rộng bắt đầu say mê sách! Họ trưng bày nhiều tủ sách trong nhà nhưng không phải để đọc mà để khoe như khoe quầy rượu, tủ quần áo, giày dép hàng hiệu... Có lần tôi đến một khách sạn lớn để dự một buổi ra mắt sách. Ôi chao! Căn phòng rộng mênh mông của khách sạn đầy sách là sách! Các tủ sách kín bưng bọc quanh bốn bức tường khiến khách như bị ngộp trong một hang động... sách! Đủ các loại, tây tàu nga mỹ nhật hàn... cổ kim dày mỏng đều có, ngập từ dưới sàn nhà cho đến tận trần nhà. Không ngờ một "nơi ăn chốn ngủ" giữa thành phố thế này mà văn hóa đọc cao đến thế! Tôi tấm tắc lần mò dò đọc các gáy sách với lòng thán phục rồi hỏi nhỏ người phụ trách có cho mượn không, anh thiệt thà bảo chỉ toàn là gáy sách đó thôi, chớ có sách vở gì đâu, chỉ trưng bày cho đẹp căn phòng "văn hóa" đó thôi! Thì ra vậy. Cứ tưởng thiệt thì lỗi tại ta!

TM

## SẾN GIÀ NAM

Thấy tôi đứng loay hoay tìm kiếm mãi trên các kệ đầy nhóc băng đĩa ngổn ngang, cô bé bán hàng đến gần hỏi:

– Bác muốn kiếm loại nào?

– Nhạc. Nhạc xưa.

Cô đọc vài cái tên gì đó...

– Không. Xưa hơn nữa kìa. Chừng nửa thế kỷ trước. Có không?

– Bác chờ con lấy.

Một lúc, cô mang ra một cái... giỏ, đúng hơn là một cái rổ to, hình chữ nhật, chứa hàng ngàn đĩa CD, buộc dây thun từng cọc nói bác lựa đi.

Tôi giật mình thấy trên thành rổ dán mấy mảnh giấy viết tay bằng chữ in khá to: SẾN GIÀ NAM.

Tuần trước, vào một siêu thị ở một tỉnh miền Đông nọ tôi thấy nơi người ta bán băng đĩa có rất nhiều rổ đựng các thứ, được phân loại như có rổ phim hành động, phim kinh dị, phim Mỹ, phim Hồng Kông... và đặc biệt có hai rổ ghi: Nhạc sến nam, Nhạc sến nữ. Tôi định mua vài thứ xem sao, nhưng thấy kỳ kỳ nên thôi. Tuy vậy, tôi cũng học được vài từ mới. Có điều ở cửa hàng này, một cửa hàng bán băng đĩa khá lớn ở thành phố có cách phân loại độc đáo hơn: Sến Già Nam. Tôi đoán đây là loại nhạc "sến" dành riêng cho nam giới "già"!

– Có Sến Già Nữ không cháu? Tôi tò mò.

– Dạ có. Bác kiếm xong Sến Già Nam con đưa Sến Già Nữ ra bác lựa!

Thì ra nam nữ đây không phải khách hàng mà là ca sĩ. "Sến" do "nam" ca sĩ hát cho người "già" nghe thì gọi là... Sến Già Nam v.v...Tiếng Việt ta thiệt hay! Nhớ lần ra Hà Nội năm xưa, người ta giới thiệu tôi một xí nghiệp có tên là Xí nghiệp Cao Xà Lá. Hỏi "Cao xà lá" là cái gì? Là Cao su, Xà bông và thuốc Lá, gọi tắt Cao Xà Lá!

Tôi vừa tủm tỉm cười vừa lựa đống băng đĩa trong rổ Sến Già Nam, chọn được vài đĩa. Nhiều khi cả đĩa chỉ có một bài ưng ý. Thôi vậy cũng được. Có một bài mình thích là quý rồi! Tôi hỏi còn Sến Già Nữ đâu? Cô bưng ra một rổ Sến Già Nữ nữa và nhìn tôi có vẻ nghi tôi mê cô ca sĩ nào đó của năm mươi năm trước!

"Sến" là gì? Người ta bảo là do chữ Marie sến, tức người giúp việc, người ở đợ, con sen, người nhà quê, ít học. Nhạc sến là nhạc... tầm thường, nhà quê mà các cô gái này thường hát hỏng để trải tâm sự nỗi lòng khi vô công rỗi việc.

Đã có những bài báo, những tranh luận sôi nổi về thứ nhạc "sến hay không sến" này. "Sến" mà sao người ta thuộc, người ta khắc cốt ghi tâm? "Sến" mà sao người ta cười người ta khóc?... Gần đây trên mạng, nhiều bạn trẻ "còm" rằng nhờ "sến" mà nuôi dưỡng được tâm hồn trong một thế giới vô cảm, và có bạn còn rất tự hào rằng đã sưu tầm được hàng ngàn bản nhạc "sến" để làm của quý!

Còn tôi, tôi chỉ biết nhạc hay hay dở với mình mà thôi. Hay là thứ làm tôi "rung động sáu cách" (nhãn nhĩ tỷ thiệt thân ý)..., còn dở là nhạc "nghe không vô"!

***Chiều làng em*** của Trúc Phương chẳng hạn, với tôi là một bài hay, không chỉ rất lãng mạn "khói lam buồn như muốn ngừng thời gian" mà còn do tác giả viết bài này lúc ở Bình Tuy, quê tôi, cho một cô gái mà tôi có lẽ cũng quen biết:

*Anh ơi nhớ về thăm thôn xưa,*
*Để nghe tiếng ngọt ngào ru bóng dừa*
*Xa xôi bước người anh lữ thứ*
*Nhớ thương hoài câu hát chiều làng em...*

Còn ***Mộng ban đầu*** của Hoàng Trọng làm sao quên được:

*Trông em mừng vườn cau*
*Trái mập tròn xuân mới*
*Bỗng me cười me nói*
*Con bé lớn thật mau*
*Mai mốt mẹ ăn trầu*

"Mai mốt mẹ ăn trầu" bây giờ không còn nữa nên "đám trẻ" không biết là phải rồi. Còn những trái cau "mập tròn xuân mới" cũng khó kiếm! Bây giờ là bưởi, là dưa hấu cả rồi!

Rồi ***Lối về xóm nhỏ*** của Trịnh Hưng:

*Có những chiều hôm*
*Trời nghiêng nắng xế đầu non*
*Nắng xuống làng thôn*
*Làm cho đôi má em thêm giòn*
*Lúa đã lên bông*
*Mắt già tươi sáng thôi chờ mong*
*Tiếng hò cô gái bên Cửu Long*
*Mơ rằng mai lúa lên đầy bông...*

hay ***Tình lúa duyên trăng*** của Hoài An:

*Quê hương ta đất xưa vốn nghèo*
*Nhưng giàu tình thương nhau*
*Biết yêu lúa mầu xa cuộc đời cơ cầu*
*Gái trai biết làm tròn lời thề khi ban đầu*

Tôi không hiểu vì sao những lời ca đầy tình quê hương, đất nước, tình gia đình, tình gái trai "biết làm tròn lời thề khi ban đầu" như vậy mà "sến" được?

Hà Đình Nguyên trong một bài báo về vấn đề nhạc sến đã viết: "... nhưng không biết do đâu mà hầu như tất cả các bản nhạc được sáng tác trước 1975 – nhất là những bản có điệu boléro, rumba... đều bị quy là nhạc sến (tiếng "sến" được hiểu theo nghĩa dè bỉu, mỉa mai, khinh thị...).

... nhưng sẽ thật sai lầm khi quan niệm "nhạc sến" với hàm ý khinh thị, chê bai bởi trong dòng nhạc bình dân này có rất nhiều tuyệt tác mà chưa chắc các nhạc sĩ dòng nhạc "hàn lâm" đã sáng tác được, như: *Khúc Ca Ngày Mùa* (Lam Phương), *Hoài Thu* (Văn Trí), *Xóm Đêm* (Phạm Đình Chương), *Ai Lên Xứ Hoa Đào* (Hoàng Nguyên), *Nắng Chiều* (Lê Trọng Nguyễn), *Đường Xưa*

*Lối Cũ* (Hoàng Thi Thơ), *Nửa Đêm Ngoài Phố* (Trúc Phương), *Thương Hoài Ngàn Năm* (Phạm Mạnh Cương), *Nắng Lên Xóm Nghèo* (Phạm Thế Mỹ)..."

Còn nhà thơ *Đỗ Trung Quân* có một bài thơ được Vũ Hoàng phổ nhạc rất hay tên *Phượng Hồng* có lần bực mình:

*"Nói chú đừng giận, bài Phượng Hồng phổ thơ của chú sến chảy nước", chàng trai 20 tuổi tóc tai kiểu hip-hop nói thẳng thừng. ... Thế hệ trẻ 8X hôm nay không thể tin nổi, không thể chấp nhận nổi có một gã nào đó trạc tuổi mình suốt một năm dài ngồi cạnh bàn, học cùng lớp để ý cô bạn gái mà vẫn cứ: "bài thơ còn trong cặp... giữa giờ chơi mang đến lại mang về...". Nhát gái đến thế, "yếu" đến thế thì "sến" là cái chắc. Bây giờ, chỉ cần một cú nhắn tin chớp nhoáng là a-lê-hấp! Ra cà phê hộp ngồi ngay. Yêu à? Tỏ tình à? Đây, nhanh gọn lẹ: "Anh là number one, vừa đẹp trai lại vừa dễ thương...". Không yêu nữa cũng chẳng sao: "thà như thế, thà rằng như thế...". Đỡ lôi thôi, đỡ mất thì giờ, khỏi mang tiếng "sến"...*

Gần đây nhiều ca sĩ bắt đầu quay về với nhạc "sến" có lẽ để đáp ứng nhu cầu tình cảm của con người trong một thế giới ngày càng vô cảm chăng! Có điều, vì sến... thiếu gốc nên nhiều khi hát sai mà không hay. Chẳng hạn "Đêm qua chưa mà trời sao vội sáng" trong ***Chiếc lá cuối cùng*** của Tuấn Khanh, có ca sĩ hát ngon lành "đêm chưa qua mà trời sao vội sáng"! *Qua chưa* với *chưa qua* khác nhau xa quá! Cũng như "Bây giờ tháng mấy rồi hỡi em" của Từ Công Phụng mà hát thành "Bây giờ mấy tháng rồi hỡi em?"... thì nguy tai!

Tôi vẫn còn nhớ những đêm ngồi nghe Tuấn Khanh đàn piano dưới chân cầu sắt Đa Kao trong một quán cà phê nhỏ chênh vênh...

*Đêm qua chưa mà trời sao vội sáng*
*Một đàn chim cánh nhỏ chở mùa sang*
*Chiều vào thu tiễn em sầu lạnh giá*
*Lá trên cành từng chiếc cuốn bay xa...*

(xin đừng nhầm với Tuấn Khanh, Hoài An, các nhạc sĩ nổi tiếng hiện nay!)

Tôi chắc rồi một hôm nào đó cậu trai 8X kia sẽ tìm đến bản nhạc "sến chảy nước" nọ và rồi 8X sẽ được thay thế bởi 9X, 0X... Rồi sẽ có những người tìm đến Sến Già Nam, Sến Già Nữ như tôi hôm nay cho mà coi!

Không lâu lắm đâu! Hãy đợi đấy!

*(2013)*

# "Một Cốt Cách Ở Đời"

Võ Phiến, "Cuối Cùng" là sự Mộc Mạc.

Suốt một đời người đeo đẳng văn chương chữ nghĩa, chẻ sợi tóc làm tư, lặn lội vào những nẻo u uẩn ngóc ngách của lòng người, bỗng dưng cuối cùng hiện ra trước mắt một vầng sáng: ***Mộc Mạc***.

Phải, Mộc Mạc. Đó là tựa của một bài Thơ đặt ở trang cuối cùng của cuốn *Cuối Cùng*, như một khép lại: *Những hẹn hò từ nay khép lại. Thân nhẹ nhàng như mây... Chút nắng vàng giờ đây cũng vội...* (Trịnh Công Sơn). Với tôi, Cuối Cùng là bài thơ, một bài thơ Thiền. Nhiều người tưởng Võ Phiến là một nhà văn, hóa ra ông là một nhà thơ. Đọc kỹ đi rồi thấy. Có người mắt tinh đời sớm nhận ra điều đó: *"Võ Phiến là thi sĩ. Mà là thi sĩ của trần gian nữa. Dù có khi anh viết bằng văn xuôi"*. (Đặng Tiến).

Cuối Cùng của Võ Phiến là một tập sách trang nhã. Bìa cứng cổ điển. Nhưng bìa bọc ngoài lại là một màu trời xanh và mây trắng với những cái bóng của Võ Phiến. Không phải hình, mà bóng. Một cái lõi, xưa cũ, cứng cáp bên trong; một cái vỏ, bay bổng, tuyệt mù... bên ngoài.

Trang cuối không đánh số trang của Cuối Cùng như đã nói là một bài thơ. Mộc Mạc là tên bài thơ đó. Một sự trở về. Về với mộc mạc, với chất phác. *Đi đâu loanh quanh cho đời mỏi mệt* (Trịnh Công Sơn). Chắc vậy rồi. Với Võ Phiến, chốn về đó là xóm là làng, có con trâu, con chó, con gà, đàn cò, lũ sẻ, bà con cô bác...

*Xưa từng có xóm có làng*
*Bà con cô bác họ hàng gần xa*
*Con trâu, con chó, con gà*
*Đàn cò, lũ sẻ, đều là cố tri.*
(Mộc Mạc)

"Đều là cố tri". Họ thân thiết nhau quá, gần gũi nhau quá mà! Đi sao nỡ. Xa sao đành. Chẳng qua gặp thời thế thế thời thôi. Một người như Võ Phiến hẳn "*chân bước đi mặt còn ngoảnh lại, từ cái mái nhà cái thềm nhà cho đến bụi cây khóm cỏ...:*" (Quốc văn giáo khoa thư). Rứt sao ra.

Rồi Võ Phiến viết tiếp sau khi ngậm ngùi nhớ những "cố tri" đó của mình:

*Múa may mãi chẳng ra gì*
*Mỗi lâu thêm một cách ly rã rời.*
(Mộc Mạc)

Ra gì là ra gì? "Múa may" coi cũng được quá đó chứ! Mọi người đều nhìn nhận Võ Phiến, dù không nói ra mà ai cũng phải gật gù. Đông Hồ khen "nhất" miền Nam. Nguyễn Hiến Lê khen tùy bút sâu sắc, tự nhiên, dí dỏm, đa dạng... Đặng Tiến bảo tác giả hàng đầu, Nguyễn Hưng Quốc kêu nhà văn của thế kỷ... Vậy mà múa may mãi chẳng ra gì sao? Tới bây giờ, nhớ *Đêm xuân trăng sáng* hay *Thác đổ sau nhà* của ông đọc từ hồi còn trẻ, tôi vẫn còn như nghe nhột nhột ở đùi trong...

Tuyệt vời nhất ở hai chữ: *mỗi lâu.* Vừa mộc mạc vừa sâu thẳm. Sao lại "mỗi lâu"? Ấy là bởi ông đã đợi chờ, đã nghe ngóng, đã mong mỏi nó "rụp rụp" cho rồi, ai dè nó cứ dùng dằng dủng dẳng, bực cả mình. Rụp rụp như cái dao phay chặt thịt mà ông từng thấy ở một người đàn ông mặc áo thun, bán hủ tíu, quơ dao múa may mấy cái rồi rụp rụp ngon lành. Đằng này nó cứ đủng đỉnh, cứ lằng nhằng. Nó càng đủng đỉnh, càng lằng nhằng ông càng bẽn lẽn vì đã có đôi lần ông làm thơ "giã biệt" gởi cho "những người ở lại" rồi, thế mà, chính ông lại ở lại. "Quê" quá chứ phải không? Nhưng mỗi lâu rồi thì sao? Thì, khổ thay, cứ mỗi lâu nó lại thêm một cách ly, rã rời! Cách ly? Rã rời? Ông thấy hình như mọi người đâu đó đã sẵn sàng cả rồi, hồi hộp chờ đợi cả rồi, vậy mà chuyện lại không tới. Tẽn tò, tản ra, xa dần, quên lãng...? Tự ông, ông cảm thấy "ngượng ngập vu vơ". Ngượng ngập. Vu vơ. Văn viết không ra, chỉ có thơ mới "nói lên" được: mỗi lâu thêm một cách ly rã rời...

> *Thân tàn đất lạ chơi vơi*
> *Trông lên chỉ gặp bầu trời là quen.*
> (Mộc Mạc)

Người ta thì gần đất xa trời, ông thì gần trời xa đất. Đất lạ, trời quen. Với người xa xứ "lạc loài đến đây" như ông thì cách ly với con trâu, con chó, con gà, đàn cò, lũ sẻ đã đành là khổ, mà cách ly với những thân tình càng khổ hơn: "Gần đây nhiều lần nghe những trao đổi tưng bừng về các hướng thơ văn cũ mới, bị không khí sôi nổi lôi cuốn mạnh, tôi xun xoe nhấp nhổm. Bỗng chợt buồn, tặc lưỡi: Mình còn được bao nhiêu ngày tháng? Những chuyện... như thế... trên đời... ối dào! (Người ơi người ở dài dài, tr 45)". Mãn Giác thiền sư chẳng đã từng than "*Sự trục nhãn tiền quá/ Lão đầu tùng thượng lai...*" đó sao? Còn "rã rời". Làm sao mà không rã rời cơ chứ? Có cái gì gắn với cái gì đâu. Toàn tạm bợ, lắp ráp cả đó chứ. Ngũ uẩn giai không mà! Bài thơ "Cũng Hợp" - lại Thơ - mở đầu cho cuốn *Cuối Cùng*, ông chẳng bảo "lắp ráp" xài chơi, lâu ngày chầy tháng thấy "cũng hợp", cũng OK. Rồi đến một lúc nghĩ hay là ta... ở lại trần gian luôn chừng nghìn năm nữa cũng được. Để rồi giật mình: đã lắp ráp thì hẳn có lúc phải rời ra. Một câu hỏi đặt ra: Lắp ráp để chi? Để "trưa nào cũng bay" (tr 139) chớ chi. Hoàn thành nhiệm vụ rồi thì rã. Rã rồi lại ráp không chừng. "Cả năm uẩn chúng quấy ta là thế" (Cũng Hợp). Võ Phiến hiện nguyên hình thành một... thiền sư!

*Dặn lòng lòng vẫn nao nao*
*Ta đi mây ở, trưa nào cũng bay*

Nhưng thiền sư mà có cái chuyện dặn lòng này mới lạ! Dù sao thì cũng chỉ nao nao thôi. Nao nao khác với bừng bừng. Đó là khi ông nhìn những phút "ân tình" của chim câu: "... cái đuôi con chim mái, vẹt qua một phía...". Xong. Rồi bay. Trưa nào cũng bay. Ông thấy "nao nao". Nao nao quá chớ. Nó đến nó đi hờ hững thản nhiên. Sao trời nỡ đọa đày nhau đến thế? (Cũng Hợp, tr 17).

***

*"Cái còn lại của một cốt cách: ít ỏi quá, mong manh quá"*. (Hình bóng cũ, tr 32).

Không đâu. Cái cốt cách ở đời của Võ Phiến theo tôi không ít ỏi quá, cũng chẳng mong manh quá. Nó đáng cho ta ngả mũ chào. Với một nụ cười tủm tỉm, hân hoan.

## HỎI KHÔNG ĐÁP, BÈN...

Xã Khang Ninh, tục gọi làng Mễ, có văn nhân Lý Vĩnh tuổi còn trẻ mà học lực uyên thâm, kinh sử thuộc làu, khiếu văn thông thạo, đặt bút thành thơ. Và chẳng rõ thực hư, nhưng cứ theo lời một người láng giềng thì vào những đêm trăng vắng sao mờ, vẫn có hồn ma bóng quỷ hiện về trộm nghe chàng ngâm nga bên ngõ. Niên hiệu Minh Mệnh, Lý đỗ đầu xứ. Kịp khi thi hương, liền chiếm Giải Nguyên. Mùa thu năm đó, bạn đồng khoa là họ Ngô ở Nam Trực gởi thiếp mời Lý sang chơi. Trong thiếp nói sẽ dẫn chàng đi coi mắt một trang tuyệt thế giai nhân, nếu ưng ý sẽ vì bạn mà đứng ra xe tơ kết chỉ. Bèn nhận lời. Không ngờ đến hẹn, sắp sửa khởi hành, bỗng nhiên ngọa bệnh. Mất nửa tháng sau, khỏi hẳn, mới lên cáng ra đi. Nhưng đến nơi thì Ngô tưởng Lý không sang nữa, đã đánh thuyền ngược thăm quê ngoại từ ba bữa trước. Người em trai Ngô cho người ruổi ngựa đi đón anh về. Đêm đó, Lý ngủ một mình, buồn không biết cùng ai đàm luận. Muốn cho khuây khỏa bèn dậy lấy sách coi chơi. Ngẫu nhiên đụng một cuốn sách cũ, bìa long gáy rách, là một cuốn ngoại sử ly kỳ, có vẽ hình một mỹ nhân diễm lệ. Lý lắc đầu gấp sách, lẩm bẩm: "Cổ nhân thật khéo bịa đặt hão huyền! Thế gian làm gì có những chuyện như thế!" Rồi định chọn cuốn khác. Giữa khi đang lúi húi soi nến trong ngăn tủ, bỗng đầu váng mắt hoa. Định thần nhìn lại thấy một nữ lang xinh đẹp dịu dàng đang đắm đuối nhìn mình... Lý tâm thần bất định, vội ôm lấy nàng. Hỏi không đáp. Bèn... giao hoan.

Giao Châu Đậu Húc, tự Hiếu Thông, bữa nọ đang nằm ngủ trưa, chiêm bao thấy một người con gái tuổi 16, 17 nhan sắc nguyệt thẹn hoa nhường, bước đi nghe tiếng ngọc khua rổn rảng, hương bay ngào ngạt khiến chàng rung động ngất ngây... Hỏi không đáp. Bèn giao hoan...

Trần công tên là Bảo Thược, người tỉnh Mân, làm quan đạo Thanh Châu. Sau một ngày vất vả, đêm ngồi một mình đọc sách trước án thư đột nhiên thấy một nữ lang vén màn che đi vào, nhìn coi thì không quen mà đẹp quá lắm... Hỏi không đáp. Bèn giao hoan.

Thường thì những cuộc tình "hỏi không đáp, bèn giao hoan"(*) như vậy chỉ nồng thắm chừng vài năm... rồi thì chàng thân thể đã ngày một hao mòn, thần khí suy nhược mà không tự biết... người yếu quá đến nỗi không thể lê bước, công danh sự nghiệp dở dang, kịp lúc có một đạo sĩ xuất hiện... chỉ vào mặt mà bảo rằng: "Ta mà chậm chút nữa thì tính mệnh nhà ngươi đi đời. Cũng may chớ không thì nó làm yêu làm quái chắc ta đâu trị nổi! Từ nay nên thận trọng, đừng có nhẹ dạ, điên cuồng!" Nói xong cho một viên thuốc, giục nuốt ngay. Rồi cười: Đã thật sướng chưa? Từ nay chừa nhé! Kế ân cần chỉ cách nhiếp sinh, luyện khí, tầm dưỡng đâu đó rồi đứng dậy ung dung cất bước ra đi...

Khá lâu trước đây, người ta cho thủ dâm – tự tìm khoái cảm tình dục một mình – là một hành vi tội lỗi, đưa đến những nguy cơ vô sinh, liệt dương, sinh con tật nguyền... do vậy mà trong suy nghĩ của nhiều người, thủ dâm bị kết án, tạo ra một tâm lý sợ hãi, che giấu, lo lắng, mặc cảm, đặc biệt ở tuổi mới lớn là thời kỳ có sự thay đổi nhanh chóng và mạnh mẽ về tính dục dưới ảnh hưởng của các kích thích tố. Y học ngày nay xác định thủ dâm không phải là một bệnh hay tật gì cả mà chỉ là một hành vi bình thường của đời sống tính dục, rất phổ quát ở mọi lứa tuổi, mọi thời đại, mọi nơi chốn trên thế giới. Y học coi hành vi thủ dâm của trẻ con chẳng khác gì thói quen bú tay, tự nhiên sẽ khỏi khi trẻ lớn lên. Gần đây, khi bịnh AIDS hoành hành, thì thủ dâm còn được coi là một hành vi tình dục an toàn (safe sex), được khuyến khích để phòng tránh AIDS. Lý do vì AIDS chủ yếu lây qua đường tình dục (90%), nên thà "hỏi không đáp, bèn giao hoan" còn hơn là "cò kè bớt một thêm hai". Thế nhưng lạm dụng cũng tai hại không kém như "thân thể ngày một hao mòn, thần khí bạc nhược...". Có tình trạng đó dĩ nhiên là do lạm dụng quá độ! Tác hại rõ nhất là những bất ổn về tâm lý, xã hội: hoang mang lo lắng, không tập trung vào chuyện học hành; mặc cảm tội lỗi với bản thân, với gia đình; không có khả năng giao tiếp nhất là với người khác phái, ru rú trong xó nhà, lẩn tránh mọi tiếp xúc... Cũng như mọi thứ "nghiện" khác, nhiều khi phải có "đạo sĩ" ra tay và bản thân phải có nghị lực, phải tìm một đam mê khác mạnh mẽ hơn để thay thế như nghệ thuật, thể dục thể thao... thì mới có thể "từ nay chừa nhé" được!

*(2010)*

...

*(*) Dựa theo "Liêu trai chí dị" (Bồ Tùng Linh) và "Nam Hải truyền kỳ" (Hư Chu).*

## Bò, Tại Sao Điên?

Càng ngày người ta càng bị "vô sinh", không hiểu tại sao! Vô sinh có tính "toàn cầu hóa" một cách rất rõ rệt. Nước càng tiên tiến, càng vô sinh. Tiên tiến trước vô sinh trước, tiên tiến sau (chậm tiến) vô sinh sau, còn đang phát triển thì... vô sinh từ từ! Trong khi người Âu – Mỹ đi tìm con nuôi dáo dác thì người Mễ, người Uganda... vẫn đẻ ào ào. Tại một quốc gia giàu có... thì người giàu đẻ khó hơn người nghèo. Nhà cao cửa rộng, tiện nghi đầy đủ, cao lương mỹ vị thì vô sinh nhiều còn nhà ổ chuột, thiếu ăn thiếu mặc thì đẻ nuôi không xuể! Trong một cuộc điều tra "Xã hội học – sức khỏe" tại một xã nghèo ở ngoại thành có tỷ lệ phát triển dân số rất cao, một thanh niên cho chúng tôi biết sở dĩ người ta đẻ nhiều là vì không có niềm vui nào khác! Mười năm sau trở lại chốn này đã thấy đô thị hóa, dịch vụ giải trí thừa mứa, người ta bận rộn nhiều việc, có nhiều niềm vui khác nên người ta không buồn đẻ nữa! Kỹ thuật thụ tinh trong ống nghiệm ngày càng dễ dàng và tiện lợi, giá cả phải chăng và tại Anh, người ta còn cho miễn phí nhằm thúc đẩy phát triển dân số, "trẻ hóa" dân số đang già cỗi của họ nên chuyện thụ tinh nhân tạo sẽ ngày càng phổ biến. Cách đây khá lâu, một tạp chí Pháp đăng một bức tranh biếm, vẽ một đám cưới cô dâu chú rể đang âu yếm dắt tay nhau đi chào mọi người thì một đoàn các labo cầm ống nghiệm rồng rắn chạy theo để tiếp thị.

Tại sao bỗng dưng con người lại bí... đẻ một cách toàn cầu hóa như thế? Có phải vì nhà cao cửa rộng, người ta ít còn có dịp thân mật gần gũi như xưa? Có phải vì ngày nay người ta quá đỗi bận rộn không còn có thì giờ? Có phải vì người ta bây giờ đa đoan vất vả, căng thẳng thần kinh, rã rời thân xác đến nỗi phải mượn đến Viagra hỗ trợ mà Viagra thì lại hoàn toàn không có tác dụng gì cho chuyện sinh tinh, giúp dễ thụ thai. Các nghiên cứu gần đây cho thấy tinh trùng ở đàn ông ngày càng yếu đi, cả chất lượng lẫn số lượng, đến nỗi thụ tinh nhân tạo phải chắt lọc, tìm kiếm cho được một chú tinh trùng còn khỏe mạnh rồi giúp "bắn" thẳng chú vào cái trứng đang mong đợi kia, nếu không làm vậy, chú cũng chẳng buồn ngo ngoe! Khác với ngày xưa, cả một bầy hàng tỷ con hùng hục chạy marathon tìm đến trứng, rồi chỉ một "người hùng" xâm nhập được vào trong trứng... để thụ tinh. Ôi, thời oanh liệt nay còn đâu!

Có một giả thuyết hoàn toàn sinh học để giải thích hiện tượng vô sinh toàn cầu hóa này: Đó là tại cái... quần Jean! Số là tinh trùng được sinh sôi nảy nở ở hai tinh hoàn, vốn là một phòng thí nghiệm tối tân, luôn luôn được giữ lạnh ở mức tối ưu mà thiên nhiên đã xếp đặt sẵn trong hai "bìu dái" nằm bên ngoài cơ thể, để nhiệt độ lúc nào cũng mát mẻ hơn so với nhiệt độ cơ thể, thế rồi con người bày ra các loại đồ lót kín bưng, kín mít, rồi còn tròng thêm một lớp quần jean dày cứng, ngột ngạt... sẵn sàng bóp nghẹt mọi mầm mống phát triển, khiến cho việc sinh tinh bị hạn chế, cả về số lượng lẫn chất lượng! Không phải sao? Thử nhớ lại các cụ ta ngày xưa! Họ không hề mặc đồ lót dày cứng mà chỉ mặc... xà lỏn thùng thình, phất phới tung bay; quần áo ngoài thì chỉ là một bộ bà ba lụa lèo rộng rãi, phong phanh, mát mẻ; ăn uống thì lành mạnh, không lo thừa đạm, dư cholesterol;

ngủ thì chật chội, xoay qua đụng, xoay lại đụng... do vậy mà cứ đẻ sòn sòn, đầu năm con trai, cuối năm con gái!

Nhưng mà, bài này có cái tựa là: "Bò, tại sao điên?" kia mà! Chuyện như vầy. Một ông bạn tôi hỏi sao lúc này bò điên nhiều thế, hết ở Anh lại đến Pháp rồi Hà Lan, Canada...? Tôi giải thích là do một loại Prion gần giống như virus làm cho não bộ của bò bị xốp đi... Ông bạn cười: Ông chả biết cái gì cả! Bò điên là tại vì trên thế giới hiện nay người ta nhân giống bò không theo kiểu cổ điển, lâu ngày bò chẳng làm ăn gì được nên mới hóa điên đó thôi!

*(2010)*

TB

## "THY ĐẠO"

Nói đến Nguyễn Bắc Sơn không ít người nhắc mấy câu thơ nổi tiếng một thời của anh:

*Mai ta đụng trận ta còn sống*
*Về ghé Sông Mao phá phách chơi*
*Chia sớt nỗi buồn cùng gái điếm*
*Vung tiền mua vội một ngày vui...*

để chứng minh rằng anh là một nhà thơ lính chiến, ngổ ngáo và ngang tàng... Tôi không thấy vậy. Tôi chỉ thấy trong thơ anh một nỗi chua xót, đắng cay. Nỗi chua xót, đắng cay dằng dặc cho cả một thế hệ dưới màu áo của thời binh lửa. Nỗi đau như lịm hẳn vào trong: *mai ta đụng trận ta còn sống...*

GS Cao Huy Thuần, sống ở Pháp trên 40 năm, tác giả *Thấy Phật*, có lần nói với tôi lâu nay ở xa đọc những bài viết về Nguyễn Bắc Sơn cứ nghĩ anh là một nhà thơ của lính, nay đọc *"Nhớ nhớ quên quên"* (Đỗ Hồng Ngọc, *Như Thị*, Văn Nghệ, 2006) mới nhận ra một Nguyễn Bắc Sơn khác: nhà thơ của thiên nhiên, của tình yêu đầy nhân hậu...

Thật vậy, ở ngoài đời Nguyễn Bắc Sơn hiền như... bụt, với nụ cười chân chất dễ thương, bởi trong sâu thẳm, anh là một đạo gia, một thiền sư chính cống: *"Những ngày ăn gạo lứt muối mè/ Những ngày xem Zen là lẽ sống"*. Trong bài "Ở đời như một nhà thơ phương Đông", anh viết *"Một ngày kia y chiêm bái đồng lúa chín vàng/ Và nhìn thấy lòng hảo tâm của trời đất"*.

Anh viết về bạn bè thì:

*Có khi nghĩ trời sinh một mình ta là đủ*
*Vì đám đông quậy bẩn nước hồ đời*
*Nhưng lại nghĩ trời sinh thêm bè bạn*
*Để choàng vai ấm áp cuộc rong chơi...*

Và về tình yêu thì:

*Vì người đàn bà nào cũng như người nấy*
*Nên ta bảo mình thôi hãy quên em*
*Nhưng đàn bà đâu phải*
*người nào cũng như người nấy*
*Nên ta suốt đời nhớ nhớ quên quên...*

Mấy năm trước, gặp anh dưới chân núi Tà Cú, tôi viết tặng anh mấy câu:

*Thơ ngươi hào khí ngất trời*
*Hơi men ngất đất hơi người ngất ngây*
*Từng phen ta đọc mà cay*
*Thương người thơ sống một đời cực Đông*
*Một gùi đầy ắp chân không*
*Lênh đênh xuống núi giữa mênh mông người*
(Đỗ Hồng Ngọc)

Lần đó anh gởi tôi tập bản thảo lạ: *Thy Đạo*. Thy viết hoa với chữ y dài và ghi chú thêm: Essays on the Tao of Poetry. Anh nói: Đây là vài chương sơ thảo. Đã có Kinh Thi, lẽ nào không có Thy Đạo? Tôi lật thử trang đầu:

*"Sao gọi là Thy Đạo? Đạo là con đường đưa ta đến cõi miền Chân Thiện Mỹ, với miền thân tâm thường an lạc, cõi bờ chân hạnh phúc. Có nhiều con đường đi lên đỉnh núi, hãy chọn con đường phù hợp với riêng anh, nhưng cũng có một con đường chung nhất, là con đường tươi mát lá cây xanh: con đường thy ca, con đường của âm thanh du dương, dìu dặt, của thanh âm hài hòa hảo hợp. Con đường của diệu âm và ẩn ngữ, mật ngữ.*

*Thế gian ngôn ngữ nguyên phi chân*
*Nguyện ngộ Như lai chân thật ngữ."*

Tôi biết anh bắt chước người xưa khấn nguyện mỗi khi đọc kinh Phật: *Nguyện giải Như Lai chân thật nghĩa!* Với anh là "nguyện ngộ Như lai chân thật ngữ"! Bởi có ngữ rồi mới có nghĩa. Không thể bỏ ngữ mà lấy nghĩa cũng như không thể bỏ nghĩa mà lấy ngữ. Huống chi ngữ còn có diệu âm, linh ngữ... Chỉ một tiếng OM đủ thức tỉnh chàng sa môn của Hermann Hesse sắp vùi mình xuống dòng nước sâu trong *Câu chuyện của dòng sông!* Không lạ, trước khi thuyết kinh Pháp Hoa, Phật đã xuất từ trong định "vô lượng nghĩa xứ" là vậy.

Thy Đạo viết tiếp:

*Dường như có hai loại thơ: thơ thần và thơ thẩn, thơ dở và thơ hay, thơ phù du và thơ vĩnh cửu. Thy Đạo chỉ riêng dụng thơ thần và thơ thật, thơ tâm huyết, thơ tâm tủy. Còn thơ thẩn, thơ phù du, thơ phù phiếm, ấy là sản phẩm của các thi công, dùng để tranh danh đoạt lợi. Xin miễn bàn.*

Rồi ở chương tiếp theo, Thy Đạo bàn phương pháp luyện "Thơ thần" để trị bệnh và tăng cường sức khỏe. "Dùng bàn tay phải, bấm đầu ngón tay cái vào đầu ngón tay trỏ thành một vòng tròn. Ngón cái thuộc Thủ thái âm phế kinh, ngón trỏ thuộc Thủ dương minh đại tràng kinh. Phế dữ đại tràng vi biểu lý, kết liên nhị khí tất luân lưu. Giữ gìn năng lượng trong cơ thể. Tiếp nhận vi ba sóng điện âm". Sau đó mới bắt đầu đọc thơ. Chẳng hạn với Kiều của Nguyễn Du: *Trăm năm trong cõi người ta...* mỗi câu phải đọc ít nhất 3 lần, có câu phải 6 hay 9 lần. Phải đọc tụng từ 36 câu trở lên mới thấy hiện tượng đắc khí, nhân thân rung chuyển. Đắc khí tức khai thông kinh mạch, huyệt đạo...

Cách đây vài tháng, anh thều thào gọi tôi qua điện thoại: "Đại ca ơi, tiểu đệ mệt quá rồi... Thở không được, ho hơn 3 tuần rồi, khạc ra máu...". Tôi lo anh bị lao phổi. Nhưng anh quyết không chịu vào nhà thương. Đòi đi y học dân tộc. Tôi bảo cứ đến đó, nói là Nguyễn Bắc Sơn, bạn của Trương Thìn thì người ta sẽ ưu tiên cho ông. Anh đi liền. Ngay sau đó, anh cho biết: "Khi tôi nói Nguyễn Bắc Sơn bạn Trương Thìn" như anh dặn thì người ta đuổi tôi ra, còn đối xử với tôi tệ hơn mấy người khác! Anh buồn, giận, bỏ về. Tôi thấy không xong, bảo ông phải vào bệnh viện này này... có gì báo tôi ngay!

Tháng rồi nhân có lớp tập huấn chuyên môn ở Phan Thiết, xong phần mình tôi trốn đi cà phê với các bạn. Hú nhau một tiếng đã kéo đến đông vui. Chỉ thiếu Từ Thế Mộng. Hẹn ở quán cà phê thôi, vì ai cũng thương tôi không biết nhậu. Có đủ mặt "anh hào", nào Nguyễn Bắc Sơn, nào Nguyễn Như Mây, Vũ Hy Triệu, Phan Anh Dũng, Trần Văn Hiếu, Liên Tâm, Đắc... xúm xít ở một quán cà phê ven bờ biển Phan Thiết rạt rào sóng vỗ...

Nhìn Nguyễn Bắc Sơn khỏe hẳn ra tôi hết sức ngạc nhiên. Hỏi, anh nói anh chẳng thèm đi nhà thương, bệnh viện gì cả, chỉ dùng Thần số công, phối hợp Thái Ất khí công và Hà đồ lạc thư cùng với vài thứ Đà-la-ni bí truyền gì đó. Anh chỉ thay đổi có mấy chữ số mà ... hiệu nghiệm tuyệt vời! Rồi cầm lên cuốn *Nghĩ Từ Trái Tim* viết về Tâm kinh Bát nhã của tôi trên tay, anh nói để anh bói cho mỗi người một quẻ. Nhà thơ nữ Liên Tâm liền đặt cho anh một câu, anh lâm râm khấn vái cái gì đó một lúc rồi lật trang sách ra, đọc mấy câu "xủ quẻ" rồi bắt đầu giải. Đúng... y boong!

Rồi Nguyễn Bắc Sơn đọc thơ vui cho mọi người nghe. Thơ rất đổi dễ thương, dù là thơ làm tốc hành và đọc chỗ anh em:

*Sáng nay anh đã nhậu rồi*
*Chiều nay nhất định anh ngồi anh tu*
*Con rùa thì có cái mu*
*Đời anh thì có... lu bù vỏ chai...*
(Nguyễn Bắc Sơn)

*Em đã lấy chồng anh chết điếng*
*Anh đi lơ ngơ té xuống giếng*
*Hoát nhiên đại ngộ. Anh nhận ra*
*Danh lợi, tình yêu đều mộng huyễn!*
(Nguyễn Bắc Sơn).

Tôi mong anh sớm hoàn tất tập "Thy Đạo" để chia sẻ cùng bè bạn, anh em.

*(2009)*

## "VỀ THU XẾP LẠI..."

*tranh Lê Ký Thương*

Người ta nói đúng. Mình đang ở tuổi nào thì đó là cái tuổi đẹp nhất, không thể có tuổi nào đẹp hơn! Một người 40 mà cứ tiếc mãi tuổi 20 của mình, một người 60 mà tiếc mãi tuổi 40 thì đến 75 họ sẽ tiếc mãi tuổi 60... thật là đáng thương!

Tôi nay ở tuổi 80. Thực lòng... đang tiếc mãi tuổi 75! Thấy những bạn trẻ... trên dưới bảy mươi mà "gato"! Mới vài năm thôi mà mọi thứ đảo ngược cả rồi. Bây giờ có vẻ như tôi đang lùi dần về lại tuổi ấu thơ, tuổi chập chững, tuổi nằm nôi...

Vòng đời rất công bằng. Chỉ còn cách tủm tỉm cười một mình mà thôi!

Cái tuổi đẹp nhất của đời người theo tôi có lẽ ở vào lứa 65-75. Đó là lứa tuổi tuyệt vời nhất, sôi nổi nhất, hào hứng nhất... Tuổi vừa đủ chín tới, có thể rửa tay gác kiếm, tuyệt tích giang hồ, "nợ tang bồng trang trắng vỗ tay reo" (NCT), nhưng cũng là tuổi có thể lại vướng víu, đa đoan nhiều nỗi, để một hôm ngậm ngùi *ta là ai mà còn khi giấu lệ/ ta là ai mà còn trần gian thế? (TCS)*

Nhớ hồi ở tuổi 55, mới hườm hườm, tôi ngẫm ngợi, ngắm nghía mình rồi lẩn thẩn viết *Gió heo may đã về*. Đến 60 thì viết *Già ơi... chào bạn!* như một reo vui, đến 75 còn... ráng viết *Già sao cho sướng?*... để sẻ chia cùng bè bạn đồng bệnh tương lân. Nhưng 80 thì thôi vậy.

Đã đến lúc phải ***"về thu xếp lại"*** rồi, bởi "*chút nắng vàng giờ đây cũng vội*"... rồi đó thôi!

Khi viết "Gió heo may đã về", tôi cảm xúc từ nhạc Trịnh, nên đã mượn những ca từ của anh làm tiêu đề cho mỗi chương sách. Trong Lời bạt cho cuốn sách này, Trịnh Công Sơn đã viết: "*... Bạc đầu có phải đã chớm già không. Theo tôi, bạn Đỗ Hồng Ngọc ạ, đó chỉ là thay đổi một màu tóc... Tôi nghĩ rằng, không có già, không có trẻ, nói với một người trẻ, tôi già rồi em ạ là vô lễ*".

Thế rồi, đến một hôm kia, anh đã lại viết:

> *"Ôi phù du/*
> *từng tuổi xuân đã già/*
> *một ngày kia đến bờ/*
> *Đời người như gió qua..."*

Tôi nhớ mãi lần đến thăm anh ở phòng Săn sóc đặc biệt Bệnh viện Chợ Rẫy năm đó, trông anh như một tàu lá chuối khô, dán sát giường bệnh, tôi bỗng ngộ, những câu chữ anh viết trong ca khúc thì ra đã đến từ một cõi nào khác, xa xôi, một "mặc khải", một "phó chúc" nào đó, chớ không phải từ tấm thân tứ đại ngũ uẩn mong manh này. Cho nên khi viết những dòng này, hôm nay, tôi lại nhớ người bạn nhạc sĩ họ Trịnh và lại mượn những ca từ của anh như một đề dẫn...

Những dòng viết này góp nhặt từ những trang nhật ký rời, từ những ghi chép lang thang không ngày tháng, rải rác nơi nọ nơi kia, chỉ để sẻ chia cùng bè bạn thân thiết, những bè bạn cùng trang lứa, cùng tâm trạng.

Rất riêng tư, và rất chủ quan...

Thân mến,

**Đỗ Hồng Ngọc**

*Buổi ra mắt sách Về Thu Xếp Lại ở Đà Lạt*

TM

## CÁT BỤI TUYỆT VỜI...

*"Hạt bụi nào hóa kiếp thân tôi,*
*Để một mai vươn hình hài lớn dậy?*
*Ôi, cát bụi tuyệt vời*
*Mặt trời soi một kiếp rong chơi..."*
(TCS)

Cái hình ảnh lấy cát bụi vo thành môt cục rồi thổi vào đó một hơi dài để vươn vai lớn dậy làm người thì thật là thú vị. Thú vị ở chỗ nghĩ cho cùng, cái thân xác cát bụi kia một hôm trở về làm cát bụi thì đã là chuyện dĩ nhiên, đương nhiên, tự nhiên, sao còn sanh sự tào lao chi cho mệt. Có điều để cái "cát bụi tuyệt vời..." này trở thành "cát bụi mệt nhoài" thì lỗi tại ta. Ta có thể làm cho cát bụi trở nên "thú vị" được lắm chứ! Cứ như người làm gốm sứ, cát bụi mệt nhoài là bởi thứ cát bụi làm kiểu công nghiệp, hàng loạt, giống nhau như đúc, dù cố vẽ vời chi đó trên gốm cũng vô ích. Cát bụi tuyệt vời là thứ cát bụi rất riêng tư. Nó tùy màu đất. Nó tùy độ lửa. Tùy chất liệu điểm tô không thể tính toán trước. Nó tạo ra vô vàn sự khác biệt. Như người họa sư chới với, kinh ngạc khi nhặt từ lò nung ra một thứ phẩm vật trời cho, tươm bao sắc màu pha trộn quái dị, chảy theo một dòng chảy không thể lường trước...

Phải, chính cái "phần hồn" kia – cái *thức* – đã được lưu chuyển từ một kiếp nào xa đó, chằng chịt quấn quít với bao thứ duyên sinh, từ không mà có, từ có mà không, vừa chân không vừa diệu hữu, đã khiến cát bụi tuyệt vời kia một hôm trở nên cát bụi mệt nhoài nọ, với thất tình lục dục, hỉ nộ ái ố... để rồi nhận ra "trăm năm vô biên chưa từng hội ngộ/ chẳng biết nơi nao là chốn quê nhà..." (TCS).

Nói không được. Bất khả thuyết. Không từ đâu đến/ chẳng đi về đâu. Nó Như Lai. Khi cát bụi và hơi hướm kia không chịu nhau nữa, giận nhau, cãi nhau, hục hặc, chí chóe, đòi tách nhau ra thì đủ thứ chuyện trên đời sẽ sinh sôi. Cuối cùng thì đến một lúc, cát bụi trở về cát bụi, hơi hướm trở về hơi hướm... Rã ra. Tan ra. Không thương tiếc. Có một chu kỳ, có một nhịp điệu chăng? Không biết.

Banki, thiền sư Nhật Bản, tác giả Tâm bất sinh (bản dịch Ni sư Trí Hải) nói ngay lúc sống người ta nên thường xuyên nghĩ về cái chết. Đúng vậy, bởi vì cái sống không tách rời cái chết. Cũng như thở vào không thể tách rời thở ra. Nó là một chu trình khép kín.

Có sinh ắt có tử, có tử ắt có sinh. Hơi vào có hơi ra và ngược lại. Cho nên người đạt đạo họ tỉnh queo, nôm na là họ... giác ngộ. Họ chẳng cần phải bối rối. Họ biết nó phải vậy. Như Thị.

Chu trình "khép kín" đó bắt đầu tăng tốc ở lứa 65-75 tuổi. Tăng tốc khô héo, tăng tốc nhăn nheo. Sự tăng tốc của lứa tuổi này cũng làm ta há hốc, muốn kêu lên kinh ngạc... như ở tuổi dậy thì, tuổi mới lớn. Cái vòng đời nó diễn biến tuyệt vời đến vậy, liên tục đổi thay đến vậy thì có gì đáng phàn nàn đâu! Nhiều bạn cùng lứa than với tôi sao thế này sao thế khác, tôi thường chỉ nói "Ai biểu già chi?" rồi cười xòa với nhau mà không khỏi có chút... ngậm ngùi.

Anh chàng Alexis Zorba nói: "Cũng phải chăm nom đến thân thể nữa chứ, hãy thương nó một chút. Cho nó ăn với. Cho nó nghỉ với. Đó là con lừa kéo xe của ta, nếu không cho nó ăn, nó nghỉ, nó sẽ bỏ rơi mình ngang xương giữa đường cho mà coi" (Nikos Kazantzaki). Từ ngày biết thương "con lừa" của mình hơn, tử tế với nó hơn, thì có vẻ tôi... cũng khác tôi xưa. Tôi biết cho con lừa của mình ăn khi đói, không ép nó ăn lúc đang no, không cần phải cười cười nói nói trong lúc ăn. Món gì khoái khẩu thì ăn, chay mặn gì cũng tốt. Cá khô, mắm ruốc gì cũng được, miễn là đừng nhiều muối quá, đừng nhiều mỡ quá!

Mỗi người có đồng hồ sinh học của riêng mình. Không ai giống ai. Như vân tay, như mống mắt vậy. Cho nên không cần bắt chước. Chỉ cần lắng nghe mình. Phương pháp này, phương pháp nọ của người này người kia bày vẽ chẳng qua cũng chỉ để tham khảo. Nắm lấy nguyên tắc chung thôi, rồi áp dụng vào hoàn cảnh riêng cụ thể của mình, tính cách mình, sinh lý mình. Phương pháp nào có sự ép buộc cứng ngắc thì phải cảnh giác!

Thời tôi học y khoa được học tế bào thần kinh không thể sinh sản, mất là mất luôn, hư hỏng thì không thể tự sửa được, không như tế bào ở các mô khác. Ngày nay người ta biết có khoảng 100 tỷ neuron thần kinh và 100 nghìn tỷ kết nối giữa chúng, nhưng thật ra não bộ còn rất nhiều điều bí ẩn chưa thể biết hết. Khoa học ngày nay tiến bộ, cho thấy tế bào thần kinh chẳng những rất nhu nhuyễn (plasticity), có khả năng tự thích nghi, tự điều chỉnh mà còn có thể sinh sản tế bào mới (neurogenesis). Chúng có thể kết nối tự bên trong, hoán chuyển vị trí... chứ không phải tập trung từng khu vực cứng ngắc như ngày xưa đã tưởng. Khả năng thay đổi và thích nghi này của não không bị mất đi, tuy khi có tuổi thì các khả năng nhận thức, ngôn ngữ, trí nhớ, suy luận cũng kém đi theo tiến trình chung. Nghiên cứu gần đây cho thấy ở tuổi 80 não bộ vẫn còn tiếp tục tạo nên những con đường mới nối kết bên trong nên vẫn phát triển được.

Bây giờ thời đại cái gì cũng "thông minh" đáng ngại. Không lâu nữa, chắc con người sẽ có đủ "tam minh lục thông" chăng? Tam minh là Túc mạng minh (biết rõ kiếp trước của mình), thiên nhãn minh (biết rõ... kiếp sau của mình), lậu tận minh (dứt tất cả lậu hoặc); lục thông gồm thiên nhãn thông, thiên nhĩ thông, tha tâm thông, thần túc thông, ...

Từ ngày có trang web riêng mình (www.dohongngoc.com/web/) do một bạn trẻ giúp cho, tôi bận bịu với nó nhiều hơn. Rồi nhờ nó mà tôi lần mò học cách post bài, đưa hình ảnh, chỉnh sửa tùm lum... Nó giúp tôi như quên ngày tháng, quên đi những buổi mai buổi chiều buổi trưa buổi tối... Nhưng cũng nhờ nó, tôi mở rộng việc học hỏi, mở rộng giao lưu, thấy quả đất chỉ còn là một hòn bi xanh trong lòng bàn tay... Và chiếc điện thoại thông minh cũng giúp mình nhiều việc, dù thực tế nhiều lúc thấy nó thiệt là... ngu!

Mắt kém, đọc mỏi, tôi bắt đầu ít đọc báo, ít xem TV – ngày trước, mỗi ngày ngốn chục tờ báo là thường! Nay chỉ đọc lướt qua cái tựa là xong. Thời đại cần cái gì, gõ gõ vài cái có người đưa tới tận nhà! Hy vọng không lâu nữa, họ gởi các thứ qua mạng, bấm nút in ba chiều, muốn gì cũng có... Nghe nói người ta đã có thể "fax" một con người từ nơi này sang nơi khác... giúp ta không phải đợi chờ lâu! Máy móc, kỹ thuật, phương tiện nghe nhìn ngày càng chiếm ngụ trong ta, "thay mãi đời ta"...

TM

# TÔI CHỢT NHÌN RA TÔI

*"Có nụ hồng ngày xưa rớt lại*
*Bên cạnh đời tôi đây*
*Có chút tình thoảng như gió vội..."*
(TCS)

"Chợt" là vì bất ngờ. Nhưng không phải bất ngờ vì tôi *thấy* tôi. Mà bất ngờ vì tôi chợt "nhìn ra" tôi. "Nhìn ra" khác với *thấy*. Nhìn ra là "quán". Quán Tự Tại Bồ-tát hành thâm Bát Nhã chiếu kiến ngũ uẩn giai không... Quán là thấy rõ (chiếu kiến). Tôi bấy giờ không còn là tôi bây giờ. Tôi bấy giờ là tứ đại, là ngũ uẩn. Và nếu quán một cách sâu sắc hơn, có thể thảng thốt kêu lên: "Bổn lai vô nhất vật"! (Lục tổ Huệ Năng).

Có lần Phật hỏi Duy-ma-cật: *Ông quán Như Lai thế nào?* Duy-ma-cật đáp: *Thì như quán pháp thân của Phật và của chính tôi thôi. Có gì khác nhau đâu!*

Nhìn thì có thể thấy khác. Bởi nhìn thì qua mắt, nhãn căn. Quán thì không nhìn bằng mắt. Mà nhìn bằng cả năm thứ con mắt (*ngũ nhãn)* gồm *nhục nhãn (mắt thịt), thiên nhãn, tuệ nhãn, pháp nhãn và Phật nhãn.* Thú vị, khi quán thì cả Như Lai, Phật và Tôi... đều là một, không khác. Đó là đã thấy *pháp thân, thật tướng vô tướng*.

Tôi thường tự hỏi tôi khác gì tôi xưa. Xưa ở đây là trước cái hồi tôi bị tai biến mạch máu não phải mổ sọ não cách đây cũng vài chục năm rồi. Câu trả lời là khác. Khác quá đi chứ. Trước hết tôi bây giờ già hơn tôi xưa, già thấy rõ, già tốc hành chớ không phải già lai rai như trước.

Nhiều hôm nhìn vào gương soi, tôi thấy mình như một quả táo để lâu ngày, héo dần, teo tóp, nhăn nheo. Nhưng có cái gì đó như cứng cỏi hơn, tuy quắt queo mà chỉ bay hơi nước, bay cái láng mượt, nuột nà của quả táo căng phồng, ngây thơ, tràn đầy thuở nào. Bây giờ thì co cụm lại, co rúm lại, gom tụ lại vào trong cái hột, cái lõi. Tôi thường tủm tỉm cười, cảm thấy khoái khi gặp một người bạn trẻ, nghĩa là nhỏ hơn tôi chừng mươi, mươi lăm tuổi, lâu ngày không gặp nhìn tôi kinh ngạc, há hốc, như định kêu lên cái gì đó rồi thôi. Tôi hiểu và dĩ nhiên tôi cũng nhìn người bạn, cũng định kêu lên một cái gì đó, nhưng rồi cũng thôi. Thì ra cả tôi, cả người bạn trẻ đều cùng đã thay đổi, đã già đi mà không hay! Và như Nguyên Sa nói, người ta chỉ có thể đo tuổi mình qua ánh mắt cố nhân!

Tôi biết vòng đời của con người có ba giai đoạn đổi thay rất nhanh. Đó là thai nhi trong bụng mẹ, tuổi dậy thì và tuổi già. Khi trứng thụ tinh thì chỉ hình thành một tế bào, phải soi dưới kính hiển vi mới thấy; đến 3 tháng tuổi, thai nhi cũng mới bằng ngón tay út, vậy mà 6 tháng đã dài hơn ba mươi lăm phân và nặng trên một ký; đến lúc chào đời thì đã dài hơn nửa thước, nặng hơn ba ký rồi. Lớn nhanh như thổi!

Bé sinh ra lớn lên từng ngày, mỗi ngày mỗi khác, nhưng phải đến tuổi dậy thì mới có sự tăng trưởng và phát triển đột ngột. Chừng vài ba tháng không gặp, khi gặp lại cô bé mười ba, cậu trai mười bảy kia ta đã hết hồn, há hốc, kinh ngạc. Nó không chỉ cao lớn mà còn trổ mã, xinh đẹp, đầy đặn, căng tròn như quả táo muốn tươm mật. Gái thì yểu điệu thục nữ, tóc mượt lưng ong. Trai thì vạm vỡ, hiên ngang, râu hùm hàm én... Rồi đến cái tuổi gió heo may, dìu dịu, nhạt nhòa nhưng vẫn là tuổi năng nổ, hoạt động mạnh mẽ và hiệu quả nhất để rồi chuyển sang tuổi già, tạm coi là sau tuổi 65, một chu trình "khép kín" đã lại bắt đầu: tăng tốc khô héo, tăng tốc nhăn nheo, tăng tốc ngược chiều đủ làm hết hồn, làm há hốc, muốn kêu lên kinh ngạc...

Nó diễn biến tuyệt vời đến vậy, liên tục đổi thay đến vậy thì có gì đáng phàn nàn đâu, có gì mà không thể tủm tỉm cười một mình đâu. Cho nên nếu tôi có gì khác tôi xưa thì chính ở chỗ tôi có phần... khoái cái sự già nua tăng tốc đó của mình, tôi hồi hộp dõi theo nó, tôi cảm thấy nó... hợp lý, nói chung là... cũng dễ thương quá đó chớ!

Ở tuổi 70 chưa thấy già đâu. Thậm chí đến 72, 73 vẫn còn thấy trẻ chán. Những năm tháng đó, khi đến những buổi *giao lưu, trò chuyện* (Talk) ở đâu người ta cũng nói tôi trông trẻ quá, chừng 60 là cùng. Không phải an ủi đâu. Tôi cũng... thấy vậy. Tóc vẫn đen nhánh, da căng mượt, trí tuệ sáng láng. Thấy có lửa. Thấy thèm muốn. Rồi sau đó, bỗng dưng mọi thứ như trôi tuột, tứ đại đất nước gió lửa gì gì đó coi bộ ai muốn về chỗ nấy, ngũ uẩn sắc thọ tưởng hành thức gì gì đó coi bộ cũng không còn muốn bó trong một bó (uẩn) như xưa nữa mà xục xịch lỏng lẻo dần ra, mỗi thứ cứ muốn tách ra riêng, trở về chốn cũ của nó. Thì ra tôi chỉ là cái được cho "mượn tạm", "xài đỡ" một thời gian.

Bỗng lầm lì. Hình như ngó vào bên trong nhiều hơn ngó ra bên ngoài. Có vẻ như đang lắng nghe một cái gì đó. Cái mà Trịnh gọi là "tôi đang lắng nghe... im lặng đời mình", hay lắng nghe "lời mời đã dậy"... Các hormone bắt đầu cạn dần, cạn dần. Mọi thứ đã "lập trình" đâu đó từ trước. Tùy mỗi người. Không phải cứ muốn mà được. Điều quan trọng người ta phải chấp nhận mình là. Nghe tin người nọ người kia tự nhiên mà quên hết, tự nhiên mà không nhớ mình là ai, không nhớ ai là ai. Chụp ảnh não bộ thì thấy teo, teo ở một nơi nào đó, làm mất trí nhớ dần. Thật đáng sợ và cũng đáng tức cười. Tự nhiên mà nhớ rồi tự nhiên mà quên. Có người phải tu tập khó khăn lắm mới buông bỏ được, mới quên được, có người tự nhiên mà quên tuốt tất cả mọi sự đời, chẳng cần phải tu! Hôm qua, nghe tin người bạn cùng tuổi, cách đây 60 năm vào cùng trường cùng lớp với mình tự dưng quên cả tên vợ con, quên cả đường đi quanh nhà. Anh vốn là một nhà toán học, mà bây giờ không biết cả hai với hai là bốn. Một bạn khác, vốn là một nhà quản lý có tiếng ở một bệnh viện lớn ngày xưa mà nay cũng không nhớ nổi tên mình! Một người bạn hứa cùng đi chơi, giờ chót xin lỗi vì không mặc được quần vì thấp khớp... Quên chìa khóa, quên mắt kiếng, quên điện thoại, quên số nhà, không biết đường về... thì thường xuyên rồi. Con đường mòn của ký ức đã trục trặc, vấy bẩn hay vì những nguyên nhân gì khác không biết. Quên ngày tháng, quên nơi chốn. Nói điều gì xong quên ngay. Hỏi đi hỏi lại mãi. Ăn mặc luộm thuộm. Thích đi lang thang. Rồi đến lúc không thể tự săn sóc cho mình được nữa, phải hoàn toàn lệ thuộc. Nghĩa là người ta cứ từ từ trở lại tuổi nằm nôi, từ biết đi biết chạy đến đứng chựng, biết bò biết lật rồi... Giận hờn, trách móc, lo âu, trầm cảm, còn thêm nhiều thứ bệnh ập tới không thương tiếc. Rồi té ngã, loét da, táo bón, tiêu tiểu không kiểm soát... Già ấy là lúc cạn, lúc teo, lúc héo. Thích nghi không dễ. Biết để mà thương, mà chấp nhận mình.

Nhiều khi, sáng dậy, nhìn vào gương soi tôi lại thấy tức cười. Tôi đó sao? Nhăn dần từng nét ngộ nghĩnh trên mắt trên da. Đôi khi muốn lấy viết vẽ nguệch ngoạc gương mặt thay đổi từng ngày của mình, từng ngày nhưng rất nhanh, thấy rõ chứ không như ngày xưa, nhiều năm mới nhận ra nét đổi thay. Tôi tức cười nhìn mình. Nó nhìn tôi cũng cười. Ngộ nghĩnh. Cười mà ráng. Không ráng thì nó trĩu nặng. Mấy tế bào của cơ mặt hình như sinh tật làm biếng, xệ xuống cho khỏe.

Tôi thường tự hỏi, tôi bây giờ khác gì tôi xưa? Khác nhiều chứ. Tôi tập xả hơi. Tôi tập xì hơi. Nhiều khi thử xả cho tận kiệt xem sao. Tôi thử bịt mũi từng tế bào, coi nó ra sao? Tôi thử thả trôi nó coi nó ra sao. Tôi tách thân xác ra khỏi thân hơi coi nó ra sao. Trần Nhân Tông nói có lý: thân thể y như cái túi da. Là bác sĩ, tôi còn biết túi da đó đựng những gì nữa! Không chỉ thấy là xương là thịt, là mỡ gì đó đâu, tôi còn thấy đến tận những chất liệu Carbone (C), Hydrogen (H), Nitrogen (N), Oxygen (O) và chừng 60 món vô cơ khác từ sắt đồng chì kẽm mangan, vôi vữa... các thứ câu kết ra sao, thay đổi ra sao, hùng hục, huỳnh huỵch với những phản ứng hóa học ra sao.

Tôi ăn cũng khác mà ngủ cũng khác xưa. Bây giờ tôi thấy ngủ cũng chỉ là cách cho cơ thể nghỉ ngơi, giảm tiêu hao năng lượng, cho tế bào não sạc pin, phục hồi, tế bào cơ thư giãn. Nếu có cách nào khác làm cho tế bào cơ thư giãn, hết co cơ, tế bào não hết sinh sự, kiếm chuyện, thì tôi cứ để cho thân thể tự dàn xếp. Cơ thể tự biết cách thu xếp. Nó biết xì hơi, xả hơi. Thường thì nhờ vậy, tôi ngủ lúc nào không hay. Kệ nó. Nó muốn thức dậy giờ nào thì cứ cho nó dậy, ngủ tiếp thì ngủ. Mỗi ngày cũng mất 7-8 giờ cho chuyện ngủ nghỉ này. Pin đủ, đầu óc sáng suốt, trí nhớ tốt, nhạy hơn hẳn. Trưa cũng cần sạc pin chút xíu.

Lâu nay tôi hoang phí năng lượng vào những chuyện không đâu, cho nên cơ thể căng cứng, rã rời, lúc nào phổi cũng phải bơm hơi cho kịp, tế bào cũng phải quần quật hì hục sản xuất năng lượng. Bây giờ tôi chủ trương thở vừa đủ xài. Xài ít thì thở ít. Bộ não có chút xíu, có 2% thể trọng mà hoạt động cực kỳ mạnh mẽ, tiêu thụ đến 25% khối lượng Oxy đưa vào cơ thể. Nếu có cách nào làm cho não nghỉ ngơi thì giảm được sự mệt nhọc. Còn khi có tranh chấp, căng thẳng thì... cơ sẽ căng cứng, cứ y như những con thú rừng, sẵn sàng tư thế chiến đấu hoặc bỏ chạy (stress). Toàn bộ cơ mà căng thẳng vậy, nhu cầu năng lượng tăng gấp... 4 lần!

Ghi tiếp "Nhật ký rời": Chỉ còn mấy ngày nữa, đã đầy tám chục (tuổi ta). Phải nhanh chóng ghi lại vài điều kẻo quên.Thứ nhất, ở tuổi này tôi thấy tay mình ngày càng run. Làm cái gì mà cẩn thận thì đổ vỡ. Làm cái gì không tính trước thì được. Tùy cơ ứng biến thì tốt. Tay run đến nỗi viết cũng khó mà vẽ chơi cũng khó. Tôi phải vẽ kiểu "tốc họa", vẽ như chớp, theo một cảm xúc bất chợt, không toan tính thì tốt. Ai bắt chước được cái run?

"Già khú" là giai đoạn một, thêm một bước nữa thì gọi là "già khú... đế". Khú, Từ điển tiếng Việt bảo là "để thâm lại và có mùi hôi", thí dụ dưa khú, tức là một thứ dưa để lâu quá, sắp hư. "Khú đế" là "vua" của khú đó chăng?

Sai lầm lớn khi ta nghĩ rằng già sẽ đến từ từ. Cứ từ từ mà thích nghi. Không đâu. Già nó xồng xộc trên trời rơi xuống, dưới đất vọt lên. Không những xồng xộc nó còn gia tốc, tàn bạo như cơn sóng vỗ vào bờ đá, vội vã để mau chóng nhập vào dòng nước cuồn cuộn đuổi theo sau. Nó mạnh mẽ và tàn nhẫn, tung tóe, tan tác, lắng chìm, không một chút xót thương. Nó lãnh đạm bởi nhiệm vụ nó phải thế. Nó thú vị bởi nó không phân biệt. Giàu nghèo sang hèn, da trắng da đen... Còn ta, ta chần chờ, làm ngơ... Đi đâu mà vội... Không đâu! Một hôm già bỗng chuyển hệ sang già... khú, rồi khú đế đột ngột làm đảo lộn mọi thứ tính toan. Bây giờ tôi thấy mình lạc lõng, ở đâu cũng lạc lõng. Với lứa trẻ, mình lạc lõng đã đành mà với lứa trung niên mình cũng bị... loại sớm. Bạn già cũng rơi rụng đâu mất dần.

Một người bạn điêu khắc gia có tiếng nắn tôi cái tượng chân dung. Anh không nói trước. Một hôm, kêu lên nhà café chơi. Tôi đến. Anh mang tượng ra, bảo, ngồi yên chút cho anh retouch lại. Lúc đó mới biết. Tôi nhìn anh hý hoáy gọt gọt giũa giũa... thấy ngộ, bèn cũng hý hoáy vẽ anh với bộ râu đặc biệt. Anh không biết là tôi đang vẽ anh. Xong đâu đó, trao tặng anh. Anh ngạc nhiên, vui lắm. Tượng sau đó tôi mang về giấu kỹ. Mười lăm năm trôi qua từ ngày đó. Tình cờ nhìn lại tượng, tôi giật mình: râu tóc đã bạc phơ. Nhăn nhúm đã tràn đầy! Lạ thiệt!

**Đỗ Hồng Ngọc**

# ĐỖ HỒNG NGỌC

## GIÓ HEO MAY ĐÃ VỀ...

Năm 1995, mình được 55 tuổi, vừa nghe chút 'gió heo may...' về, và cắm cúi viết. Một tùy bút không giống ai. Tiêu đề toàn là những ca từ của Trịnh Công Sơn, rồi đề từ trên mỗi chương cũng là ca từ TCS (về sau này có người nói nhờ đọc cuốn này mà thấu hiểu thêm về TCS đó bạn ạ!). Đưa Đỗ Trung Quân coi, Đỗ khoái chí viết ngay bài "Như sông vào biển" trên Tuổi Trẻ Chủ nhật ngày đó. Trịnh Công Sơn viết thêm mấy dòng, nét chữ bay bướm, như một lời Bạt. Mình chọn một số minh họa của Đỗ Trung Quân đưa vào các chương sách rất có ý nghĩa. Dĩ nhiên, không phải là một tùy bút y học, tâm lý học, xã hội học, nhân chủng học gì cả mà là một thứ "tả pí lù", đầy hoang mang của lứa tuổi chớm già này. Tựa sách lúc đầu là Tùy bút viết cho tuổi chớm già. Nghe nặng nề quá. Mình và Lữ Quỳnh bàn bạc rồi đổi tựa thành *Gió heo may đã về...* Sách bất ngờ bán chạy như tôm tươi. Tái bản liên tục. Báo Sàigòn Tiếp Thị thăm dò đưa lên mục "Best seller". Chuyện in sách, bán sách gì gì mình giao hết cho Lữ Quỳnh lo. Lâu lâu bạn nói sắp tái bản. Lâu lâu bạn nói có chút tác quyền còm đủ café. Vậy thôi. Là sướng rồi.

Bản viết tay của Trịnh Công Sơn:

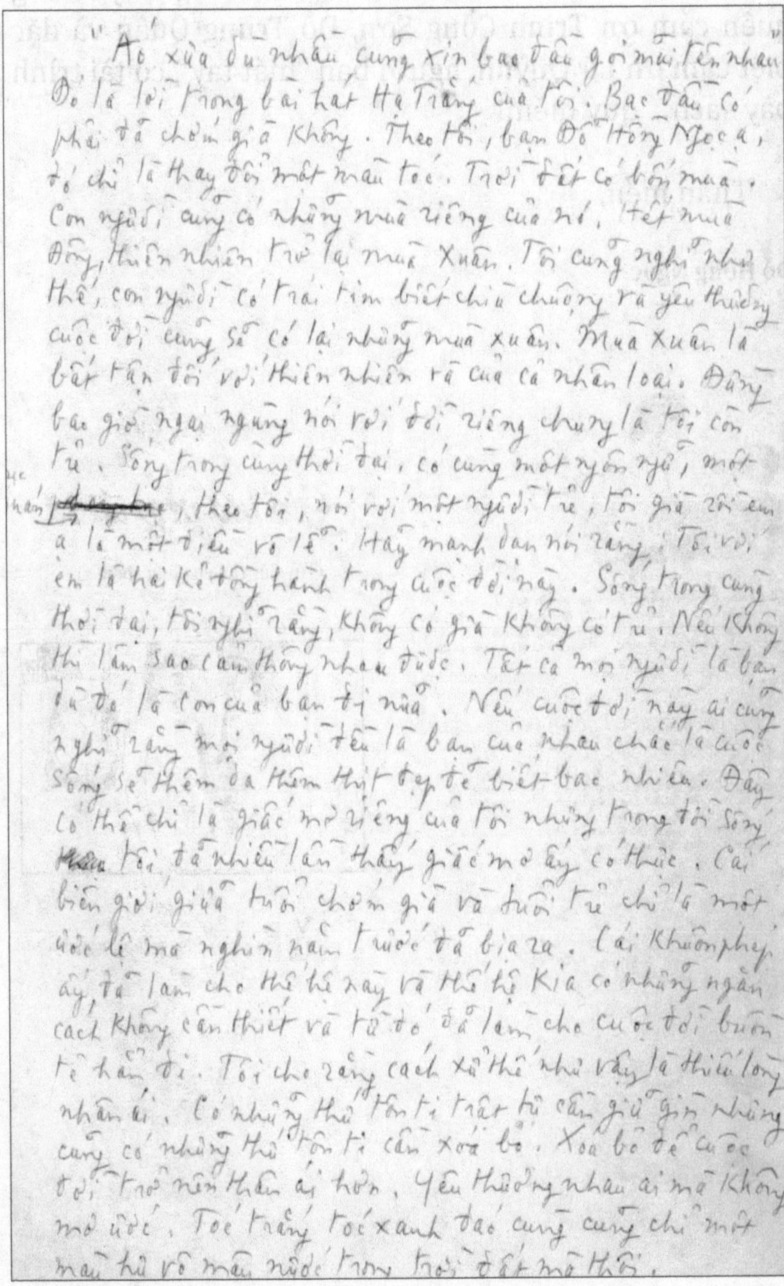

Áo xưa dù nhàu cũng xin bạc đầu gọi mãi tên nhau

Đó là lời trong bài hát Hạ Trắng của tôi. Bạc đầu có phải đã chớm già không. Theo tôi, bạn Đỗ Hồng Ngọc ạ, đó chỉ là thay đổi một màu tóc. Trời đất có bốn mùa. Con người cũng có những mùa riêng của nó. Hết mùa Đông, thiên nhiên trở lại mùa Xuân. Tôi cũng nghĩ như thế, con người có trái tim biết chiu chuộng và yêu thương cuộc đời cũng sẽ có lại những mùa xuân. Mùa Xuân là bất tận đối với thiên nhiên và của cả nhân loại. Đừng bao giờ ngại ngùng nói với đời rằng chừng là tôi còn trẻ. Sống trong cùng thời đại, có cùng một ngôn ngữ, một nếp nghĩ, theo tôi, nói với một người trẻ, tôi già rồi em ạ là một điều vô lễ. Hãy mạnh dạn nói rằng: Tôi với em là hai kẻ đồng hành trong cuộc đời này. Sống trong cùng thời đại, tôi nghĩ rằng, không có già không có trẻ. Nếu không thì làm sao cảm thông nhau được. Tất cả mọi người là bạn dù đó là con của bạn đi nữa. Nếu cuộc đời này ai cũng nghĩ rằng mọi người đều là bạn của nhau chắc là cuộc sống sẽ thêm đậm đà thân thiết đẹp đẽ biết bao nhiêu. Đây có thể chỉ là giấc mơ riêng của tôi nhưng trong đời sống, tôi đã nhiều lần thấy giấc mơ ấy có thực. Cái biên giới giữa tuổi chớm già và tuổi trẻ chỉ là một ước lệ mà nghìn năm trước đã bịa ra. Cái khuôn phép ấy đã làm cho thế hệ này và thế hệ kia có những ngăn cách không cần thiết và từ đó đã làm cho cuộc đời buồn tẻ hẳn đi. Tôi cho rằng cách xử thế như vậy là thiếu lòng nhân ái. Có những thứ tôn ti trật tự cần giữ gìn nhưng cũng có những thứ tôn ti cần xóa bỏ. Xóa bỏ để cuộc đời trở nên nhân ái hơn, yêu thương nhau mà không mơ ước. Tóc trắng tóc xanh đâu cũng chỉ một màu hư vô màu nước trong trời đất mà thôi.

Nay 2017, vừa đúng 20 năm, ngày phát hành Gió heo may đã về, mình nghĩ đến lúc nên đưa vài hình ảnh cuốn sách 20 năm trước coi cho vui nhé. Dịp này không quên cám ơn Trịnh Công Sơn, Đỗ Trung Quân và đặc biệt cảm ơn Lữ Quỳnh, người bạn "mát tay", có tài trình bày sách... quý hiếm!

Thân mến,

**Đỗ Hồng Ngọc**

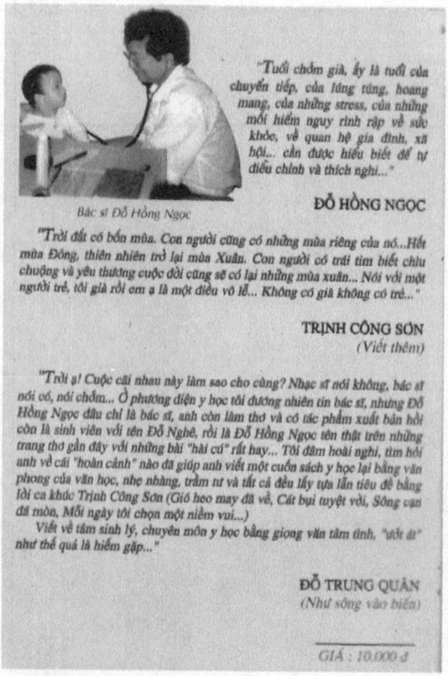


"Tuổi chớm già, ấy là tuổi của chuyển tiếp, của lúng túng, hoang mang, của những stress, của những mối hiểm nguy rình rập về sức khỏe, về quan hệ gia đình, xã hội... cần được hiểu biết để tự điều chỉnh và thích nghi..."

ĐỖ HỒNG NGỌC

"Trời đất có bốn mùa. Con người cũng có những mùa riêng của nó...Hết mùa Đông, thiên nhiên trở lại mùa Xuân. Con người có trái tim biết chiu chuộng và yêu thương cuộc đời cũng sẽ có lại những mùa xuân... Nói với một người trẻ, tôi già rồi em ạ là một điều vô lễ... Không có già không có trẻ..."

TRỊNH CÔNG SƠN
*(Viết thêm)*

"Trời ạ! Cuộc cãi nhau này làm sao cho cùng? Nhạc sĩ nói không, bác sĩ nói có, nói chớm... Ở phương diện y học tôi đương nhiên tin bác sĩ, nhưng Đỗ Hồng Ngọc đâu chỉ là bác sĩ, anh còn làm thơ và có tác phẩm xuất bản hồi còn là sinh viên với tên Đỗ Nghê, rồi là Đỗ Hồng Ngọc tên thật trên những trang thơ gần đây với những bài "hài cú" rất hay... Tôi đâm hoài nghi, tìm hỏi anh về cái "hoàn cảnh" nào đã giúp anh viết một cuốn sách y học lại bằng văn phong của văn học, nhẹ nhàng, trầm tư và tất cả đều lấy tựa lẫn tiêu đề bằng lời ca khúc Trịnh Công Sơn (Gió heo may đã về, Cát bụi tuyệt vời, Sông cạn đá mòn, Mỗi ngày tôi chọn một niềm vui...)

Viết về tâm sinh lý, chuyên môn y học bằng giọng văn tâm tình, "ướt át" như thế quá là hiếm gặp..."

ĐỖ TRUNG QUÂN
*(Như sông vào biển)*

GIÁ : 10.000 đ

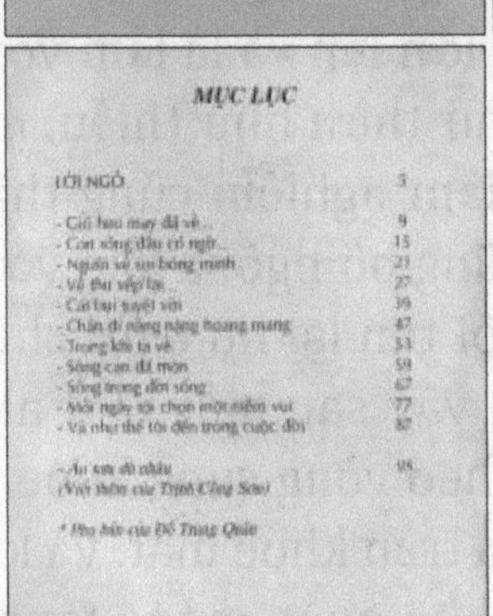

*MỤC LỤC*



*Minh hoạ*
*của Đỗ Trung Quân*

TM

# ĐỖ HỒNG NGỌC

## GIÓ HEO MAY ĐÃ VỀ...

*không hẹn mà đến*
*không chờ mà đi*
*bốn mùa thay lá thay hoa*
*thay mãi đời ta...*
(TCS)

Một sớm mai thức dậy, người uể oải, nặng nhọc, bước vào phòng tắm, nhìn vào gương soi, ngỡ ngàng như vừa gặp một người quen mà không nhớ là ai, nhìn tới nhìn lui một lúc mới nhận ra chính là ta đó.

Ta mà như không ta. Ta bỡ ngỡ như ở cái tuổi mới lớn năm nào, chợt cao lên, chợt lớn lên và lạ lẫm với chính mình, chân tay lọng cọng như thừa như thiếu, mà mày thanh mắt sáng, mà muốn làm nghiêm cũng thấy như tủm tỉm cười; còn giờ đây, cũng bỡ ngỡ lạ lẫm với chính mình mà thử nhích khóe môi tìm lại nụ cười chợt thấy khó khăn. Niềm vui thì vẫn vậy sao mắt môi như trĩu nặng. Một nếp xếp đã đậm theo vòng cung khóe miệng, những dấu chân chim đã hằn trên khóe mắt. Và kia, một vài nhánh tóc đã nhạt phai, khô quắt, mỏng tanh. Bỗng dưng thèm vẽ lại tức khắc khuôn mặt xa lạ mà thân quen kia trước khi tắm táp, để rồi mày râu nhẵn nhụi lao vào công sở hay đến giảng đường, xí nghiệp, công ty... Rồi ngắm nghía mình, nghĩ ngợi mình, rình rập mình, mới hay, đã khá lâu rồi không còn dõi theo ta nữa, đã lâu rồi phải lao vào bao nỗi lo toan, đã lãng quên cả chính mình. Đã lâu rồi như không thấy có thời gian, không chờ lễ hội, dửng dưng với những tờ lịch rụng rơi, nặng trĩu kế hoạch, những lịch công tác, vùi đầu vào những lôi kéo bộn bề. Chợt nhớ ra đã có lúc nào kia, phải chú ý lắng tai hơn nữa để nghe người nói, có khi phải hử hả đôi lần. Có cái gì ở tai ta vậy? Rồi một lần kia, cầm tờ báo thân quen lên đọc bỗng cứ thấy phải đẩy dần tờ báo ra xa, xa chút nữa, rồi chỉ đọc được những cái tựa, những dòng to. Thôi thì đành phải mua cái kính lão. Có kính lão rồi cũng nhất định chưa lão, bất đắc dĩ lắm mới phải đeo lên, cho đến một hôm rồi đành mua thêm sợi dây toòng teng vì kiếm kính hoài thật vất vả. Rồi có lúc chợt quên mất tên một người quen, quá quen. Quên cái tên thôi còn thì nhớ tất cả. Khi cần nhớ thì quên mà khi cần quên thì nhớ. Nhớ rất kỹ những chuyện xưa cũ. Lạ lùng chưa! Có lúc nhấc điện thoại lên, gọi cho ai đó, định nói điều gì đó thì quên tuốt, đành xin lỗi, nhầm số. Không lẽ hỏi người đầu dây bên kia, xin vui lòng cho biết tôi đang định nói gì với bạn đó vậy? Tính tình cũng đâm ra cáu gắt. Chuyện không đáng gì sao cũng quạu. Lại trách cứ. Lại giận hờn. Lại ngờ vực. Lúc nào cũng nói tôi già rồi tôi già rồi như để được nghe mọi người nói không chưa già, vẫn trẻ.

Rồi những ông bà già ngày nào thấy sao mà họ già khụ, già quá cỡ kia bỗng dưng như trẻ lại, ấy là lúc ta đã già kịp với họ, đã vào cái lứa của họ mà lâu nay vẫn cứ ráng như còn ở lứa tuổi nhỏ hơn. Có lúc đã giấu bớt tuổi đi thì bây giờ lại muốn nâng lên. Ở phụ nữ thì không muốn ai hỏi tuổi nữa. Phụ nữ dĩ nhiên có vẻ như chậm già hơn khi trang điểm tí chút, vẫn giấu được nếp nhăn chìm khuất. Nhưng khi một mình thức dậy, đứng trước gương soi, cũng sẽ nhận ra chút ngỡ ngàng xa lạ thân quen. Tất cả những "triệu chứng" kỳ cục đó là đặc trưng của tuổi chớm già, đang già, mới già. Và ơi cái tiếng Việt phong phú của mình còn đẻ ra nhiều thứ già khác như già nua, già cả, già sụ, già háp, già khú đế, già... dịch.

Che giấu nó, trốn chạy nó, dối gạt chính mình hay chấp nhận nó, mỉm cười với nó, điều chỉnh mình… là tùy mỗi chúng ta, tùy mỗi cá tính và tùy mỗi nền văn hóa. Nơi người ta tôn trọng người già, người ta hãnh diện vì già, muốn mau già. Nơi người ta tôn trọng tuổi trẻ, hất hủi tuổi già thì người ta có khuynh hướng trốn chạy xua đuổi tuổi già. Nhưng dù muốn hay không muốn, tuổi gì cũng cứ đến, lù lù đến, xồng xộc đến.

Trước đây không lâu, dưới thời Pháp thuộc thôi, tuổi thọ bình quân của người VN không quá bốn mươi, và do đó, vấn đề tuổi già, tuổi sắp già đã không cần đặt ra. Vả lại ở một nền văn hóa phong kiến, lúa nước, vị trí của các lứa tuổi đã được định sẵn, không có xáo trộn gì nhiều, nên an phận thủ thường thật dễ dàng cho tất cả mọi người.

Ngày nay tuổi thọ của người VN đã tăng đáng kể, nam sáu mươi ba, nữ sáu mươi bảy và còn có thể tăng nhanh trong thời gian tới, kèm với kế hoạch dân số, sinh suất sẽ giảm, tháp tuổi sẽ ngày một phình to phía trên, và người già sẽ ngày càng đông trong xã hội, đặt ra những vấn đề mới. Hiện nay, tỷ lệ người già trên sáu mươi ở nước ta đã vào khoảng gần 10 phần trăm dân số và những người sống ngoài 80 không còn là hiếm. Bùng nổ thông tin, đô thị hóa, di dân, và những đổi thay này. Người ta đã có thể thỉnh thoảng vào ra thẩm mỹ viện, chẻ cái cằm, độn cái ngực, lóc cục mỡ bụng, bơm xóa nếp nhăn, tiêm kích thích tố, rồi mỹ phẩm, rồi trang sức, rồi quần áo muôn màu muôn vẻ, người ta có thể dễ dàng đánh lừa mình, đã có thể chọn lựa già hay không già, *to be or not to be* vậy.

Đỗ Hồng Ngọc

*Trịnh Công Sơn và Lữ Quỳnh đến thăm Đỗ Hồng Ngọc tai Bv An Bình, 12-1997*

## ĐỖ HỒNG NGỌC
### CHUYỆN KỂ VỀ MỘT BÀI THƠ

Chuyện chẳng có gì đáng kể nếu tôi không có dịp gặp và làm việc với ba vị bác sĩ, là giáo viên của Trường Trung học Y tế tỉnh Phú Thọ miền Bắc, lần đầu tiên vào TP. Hồ Chí Minh – Saigon (1995). Sau những ngày làm việc vất vả, chúng tôi đưa ba bạn đồng nghiệp đi thăm thành phố Vũng Tàu cho biết "biển phương Nam". Trong lúc chuyện trò, bác sĩ Phạm Hữu Trí, Phó Giám đốc Sở Y tế Bà Rịa – Vũng Tàu (đã về hưu) tình cờ nhắc lại bài thơ "Thư cho bé sơ sinh" của tôi thời sinh viên thì thầy Nguyễn Hồng Hải, một trong ba vị bác sĩ ở tỉnh Phú Thọ đó bỗng chồm lên, ôm lấy tôi, mừng rỡ: "Thế ra anh chính là tác giả bài thơ đó ư?". Rồi thầy đọc liền một mạch. Thầy nói gần 20 năm nay, năm nào dạy lớp nữ hộ sinh ở Trường Trung học Y tế Phú Thọ, thầy đều đọc cho họ nghe bài thơ mà thầy không biết tác giả là ai – do một anh bộ đội mang về – chỉ nói tác giả "khuyết danh" thôi.

Hồi đó, đầu thập niên 1960, phải học đến năm thứ ba Y khoa chúng tôi mới được thực tập đỡ đẻ trên người. Mỗi sinh viên phải đỡ ít nhất 20 "ca" sanh thường, không bệnh lý, tại Bệnh viện Từ Dũ. Tối tối, chúng tôi túc trực ở phòng nhận bệnh để "bắt ca". Một hôm, đợi đã khuya, chưa bắt được "ca" nào, tôi đã hơi nản thì một cô nữ hộ sinh bỗng kêu: "Có ca 4 cm, ông thầy nhận không này?". Thời đó, các cô gọi chúng tôi là "ông thầy" thân mật dù chúng tôi chỉ là sinh viên y khoa. "Ca 4 cm" là ca mà cổ tử cung đã nở gần trọn, sắp sanh. Tôi mừng quá, nhận lời ngay. Tôi đưa sản phụ lên phòng sanh, thăm khám, làm vệ sinh các thứ, theo dõi cơn co tử cung, ghi chép cẩn thận vào hồ sơ bệnh án rồi còn ngồi bên trò chuyện cho sản phụ quên đau. Tôi nghĩ đến mẹ mình, đến những giọt mồ hôi của biết bao bà mẹ chờ sanh khác. Đến gần sáng thì cơn đau đã rột. "Lúng túng" một cách lành nghề, tôi cũng đã đỡ được ca đầu tiên mẹ tròn con vuông! Lòng lâng lâng tôi đẩy xe cho hai mẹ con về phòng, rồi viết bản "phúc trình". Trời đã hửng sáng. Bên ngoài khung kính cửa phòng sanh, Sài Gòn vẫn tấp nập và hừng hực không khí ngột ngạt những ngày tháng của năm 1965. Đột nhiên, một cảm xúc trào dâng trong lòng, tôi viết liền một mạch ngay sau phần bệnh án một bài thơ nhỏ: Thư cho bé sơ sinh.

Sáng hôm sau, giáo sư Hoàng Ngọc Minh đọc bản tường trình của tôi, gọi tôi vào rầy: "Đỡ đẻ không lo đỡ đẻ, lo làm thơ!". Tôi biết thầy không giận vì tuy rầy mà giọng thầy ấm áp. Mấy ngày sau đó, chẳng ngờ bài thơ viết vội trong đêm trực đã được phổ biến nhanh chóng trong giới sinh viên và nữ hộ sinh. Ai đó đã viết bài thơ lên bảng đen. Bài thơ sau được đăng trên báo Tình Thương – một tờ báo của sinh viên y khoa Saigon và in lại trong tập thơ đầu tay của tôi, tập "Tình người", in ronéo năm 1967, do Thân Trọng Minh, người bạn cùng khóa, sau này là một bác sĩ kiêm họa sĩ trình bày bìa, với tranh của Cocteau. Năm 1973, Bác sĩ Lương Phán đăng lại *"Thư cho bé sơ sinh"* trong một tạp chí y học do ông phụ trách, và đã trả nhuận bút rất cao cho bài thơ mà ông nói là "vì tôi rất thích". Điều thú vị là sau 1975, nhạc sĩ Phạm Trọng Cầu chống nạng đến thăm tôi – anh vừa mới ở tù ra, trước đó tôi chỉ biết tiếng anh qua các bài hát Trường làng tôi và Mùa thu không trở lại – nói chỉ đến thăm tôi để tặng cho tác giả thơ bản nhạc *"Thư cho bé sơ sinh"* mà anh đã phổ từ trong nhà tù nhờ đọc được cuốn tạp chí y học của bác sĩ Lương Phán. Anh nói anh viết là để cho Thái Thanh hát, nhưng bây giờ tình thế đã khác rồi!

Gần đây, tôi tình cờ phát hiện trên mạng, có một bản dịch sang tiếng Anh bài Thư cho bé sơ sinh rất hay của Phát (Phat's blog) - với những lời tâm tình của người dịch thơ làm cho tôi rất cảm kích.

Và không ngờ bài thơ viết vội trong đêm trực ở bệnh viện Từ Dũ đã lan truyền đến tận Phú Thọ, một tỉnh miền Bắc xa xôi từ ngày đó.

Còn chú bé sơ sinh (hay cô bé?) của tôi lúc đó thì nay đã qua tuổi 40 rồi còn gì! Biết đâu cũng đang đọc những dòng chữ này. Mới thôi!

**Đỗ Hồng Ngọc**
*(2006)*

TM

# ĐỖ HỒNG NGỌC

## BÀY ĐẶT VẼ... VỜI

*La Gi 2023*

Bạn hỏi đang làm gì ư? Thì *làm biếng* chớ làm gì nữa! Nhiều bạn cùng lứa U90 kêu giờ chả biết gì, chỉ biết già! Vậy mà có anh Hai Trầu, ít hơn mình vài tuổi vẫn tự hào cái sự "già khú đế" của anh. Già khú đế gì mà một lúc vừa tung cuốn *Người đọc & Người viết IV*, liền quảng cáo tiếp cuốn V, VI... sắp ra nữa, rồi còn hẹn tái bản một lô một lốc sách xưa nay của anh nữa trời ạ!

Mình lúc này hay đi về quê ở La Gi, cách Saigon chừng 160km, nay có cao tốc đi vài giờ thôi. Về ăn bánh căn, tắm biển, đi xe bò... rồi nằm võng đu đưa dưới bóng dừa cũng hay.

Cao hứng, bày đặt vẽ... vời nữa chớ! Mua hộp sơn dầu (thứ của trẻ con), rồi lấy ngón tay quẹt quẹt, bôi bôi, trét trét một lúc là xong một bức tranh... "trời ơi" ngay! Các bạn họa sĩ thứ thiệt của mình đừng la rầy chi nhe.

À, mà thú vị. Cũng là một cách "chánh niệm tỉnh giác" rất Thiền đó nhe. Chừng một lúc đã vào... *Tứ thiền* hổng hay đó chớ chẳng chơi!

Không dám cho ai coi. Vừa rồi, một nhà "phê bình" tình cờ xem, đã kêu lên: "Anh có một cái bàn vẽ thật đẹp!". Vậy đó. Thôi kệ.

Kỷ niệm chuyến đi về Cao nguyên Đá ở Hà Giang, Đồng Văn, Mèo Vạc đó nhe.

Gởi bạn vài bức coi vui.

*Lagi 2023*

*Đường đi Mèo Vạc*

*Đèo Thẩm Mã*

*Tam Giác Mạch*

*Sông Lô (Hà Giang)*

***Biển***

*Thân mến,*

**Đỗ Hồng Ngọc**

# ĐỖ NGHÊ
## THĂM THI SĨ QUÁCH TẤN

Tôi đến thăm Quách Tấn nhân dịp ghé Nha Trang. Buổi sáng trời mưa nho nhỏ. Con đường đến nhà ông loang lổ những vũng nước đọng. Nhà ông ở một góc chợ. Cái tên đường nghe cũng đã huyên náo rồi: Đường Bến Chợ! Người thi sĩ của *mùa cổ điển*, của *đọng bóng chiều* đó, đã sống bằng một cách nào trong bao nhiêu năm để vẫn giữ được một tâm hồn "nhàn" của cổ nhân? Chắc là một thứ "nguyệt lai môn hạ"? Ông đón tôi với nụ cười trên môi. Cái gọng kính trễ xuống sống mũi, đôi mắt sâu sâu như cũng mỉm cười sau hai lưỡng quyền cao, nhưng chưa cao bằng cái trán rộng và càng rộng nhờ cái đầu sói, tóc điểm sương.

– Chút nữa tôi quên ông, nếu không nhờ cái kính cận thị của ông. Tính tôi hay quên một cách lạ lùng, khiến nhiều người cho là tôi kiêu ngạo.

Tôi tò mò:

– Bác quên như thế nào mà gọi là lạ lùng?

– Tôi quên mặt người, mặt chữ, danh từ riêng, còn ý nghĩa câu văn và nhất là thơ thì tôi lại nhớ dai lắm. Tôi viết "Xứ Trầm Hương" hoàn toàn nhờ ký ức. Chuyện càng xưa tôi càng nhớ kỹ.

Tôi tò mò một cách "nghề nghiệp":

– Xin bác cho biết rõ hơn.

– Trước tôi từng dạy chữ Hớn, thế mà mới đây có một lần viết chữ Quách – trong chữ Quách Tấn – mà tôi viết cũng sai. Dịch thơ Hớn của Nguyễn Du và Thái Thuận, tôi phải nhờ người đọc giúp. Họ chỉ đọc lên cho tôi nghe cái âm của chữ, không cần biết nghĩa cũng được. Nói cách khác là họ giúp tôi nhận mặt chữ. Còn tiếng Việt và tiếng Pháp thì tôi bị trật chánh tả luôn, mặc dù nhiều lúc tôi tự đặt ra những mẹo riêng để nhớ, chẳng hạn chữ "chuột" phải tận cùng bằng chữ "t" vì con chuột có đuôi...

Tôi thoáng nghĩ đến một thứ bệnh, vẫn được xếp vào loại bệnh tâm trí ở những người mất tri giác chữ viết nhưng vẫn hiểu nghĩa nếu có người đọc cho họ nghe âm của chữ đó. Tôi hỏi kỹ hơn:

– Tình trạng này bác mới bị đây hay đã lâu?

– Đã lâu. Rồi ông giải thích nguyên nhân của "bệnh" luôn để đánh tan sự nghi ngờ "méo mó" của tôi: Chắc vì hồi nhỏ tôi cố học lấy cái "nội dung" mà bỏ qua cái "hình thức", tôi muốn noi theo cái học của Khổng Minh hơn là Phụng Sồ, nên bây giờ đã thành tập quán xấu. Đọc xong một cuốn sách nào là tôi quên nhân vật, quên cốt truyện, chỉ nhớ những ý hay. Khi viết xong phần nào là tôi quên mất không kể lại được. Tôi cũng thường viết lầm tên bè bạn dù tôi nhớ đúng tên họ.

Một đứa bé chừng ba bốn tuổi chạy ra đến ôm chân "ông nội". Quách Tấn nói với tôi:

– Con thằng Giao đó.

– Bác có tất cả mấy cháu rồi?

– Hai mươi đứa, cả nội lẫn ngoại.

Vậy mà trông "ông nội" vẫn trẻ. Ông mặc bộ bà ba lụa trắng, cũ kỹ; mang đôi guốc xuồng ba màu, quai đen. Dáng người vừa phải, giọng nói thanh thanh, có vẻ vội vàng một chút, nhưng không kém thân mật. Trong câu chuyện ông thường tự hào "tôi hơn Vũ Hoàng Chương 8 tuổi đó!".

– Bác ít khi bị đau ốm?

– Lúc này đỡ nhiều. Năm ngoái tôi đau một trận dây dưa mãi, phải mổ đến 6 lần!

– Bác đau gì mà mổ nhiều vậy?

– Trĩ. Trĩ mạch lươn. Tôi mổ ở Qui Nhơn.

– Nay bác đã khỏi hẳn chưa?

– Thỉnh thoảng bị lại, nhất là lúc bị bón.

Tôi nói một chút về cách chữa bón, rồi hỏi thêm:

– Bác thường đi bộ chứ?

– Tôi đi mỗi ngày 1, 2 giờ là thường. Đi khỏe lắm, không biết mệt. Thực ra thì cũng vì tôi không biết đi xe đạp.

– Bác ngủ có dễ không?

– Không, nhiều đêm tôi thức rất khuya để nói chuyện với khách, hoặc làm việc. Lúc mệt chỉ cần chợp mắt một chút. Nhưng sáng thì tôi ngủ trưa lắm, đến 9, 10 giờ mới dậy.

– Thường bác có dùng thuốc men gì không?

– Tôi uống sâm Cao-ly, thỉnh thoảng chích Syncortyl thấy khỏe lắm. Có bác sĩ quen, cho tôi ít thuốc loại kích thích tố...

– Testostérone?

Thi sĩ cười cười, rồi hỏi tôi về loại thuốc $H^3$ mà một người bạn vừa biếu một chai. Tôi nói sơ lược những điều tôi biết về loại thuốc này rồi hỏi thêm, bắt chước lối hỏi của các nhà chuyên phỏng vấn "nghệ sĩ":

– Bác có ghiền một thứ gì không?

– Không. Tôi không ghiền gì cả. Không rượu, không thuốc, không bài bạc. Tôi cũng không chơi đờn, không đánh cờ, không đá gà... Ngày trước, ông Tú, cha của Nguyễn Tuân, ở sau nhà tôi, có mời tôi làm thử một điếu thuốc phiện, nhưng tôi vì gớm cái ống điếu mà không chịu thử. À, tôi thường đi xi-nê, nhiều người cho là tôi ghiền xi-nê. Mỗi tuần đi 5 lần.

– Bác thích loại phim gì? Tài tử nào?

– Phim gì cũng được. Rạp nào cũng được. Xem thì thích lúc đó. Xong quên ngay. Quên cốt truyện, quên tài tử, nhân vật. Tuy nhiên phim kiếm hiệp tôi vẫn ưa hơn.

– Vậy chắc bác có đọc Kim Dung?

– Phục Kim Dung vô cùng! Kim Dung là một nhà thơ lớn. Kiếm pháp cũng như thi pháp. Vô chiêu kiếm của Kim Dung thực giống với vô ngôn thi.

– Có khi nào bác đạt đến vô ngôn thi?

– Chưa được, khó lắm. Một tiếng tằng hắng, một tiếng than đã là một bài thơ tuyệt tác rồi. Năm ngoái, khi cây mận gần trăm tuổi ở trước cửa nhà tôi đây còn sống có lần tôi thấy một giọt sương lóng lánh rơi từ một lá mận xuống gốc. Đột nhiên, tôi thấy lạnh buốt sống lưng, như giọt sương đó đã rơi từ giữa trán tôi xuống và chảy dọc theo người. Tôi cảm thấy cả thân thể *vibrer* và khoan khoái lạ lùng. Đến bây giờ, mỗi lần nhớ lại, tôi vẫn còn thấy cảm giác đó. Vậy mà tôi vẫn không sao diễn đạt được trong một bài thơ.

– Như vậy, một bài thơ của bác thường bắt nguồn từ một hứng cảm thiên nhiên?

– Không. Thế hệ tôi làm thơ không phân biệt thiên nhiên với tâm tình. Làm thơ là để giải thoát tâm tư, ký thác tâm sự. Làm thơ cho mình chứ không phải cho người.

– Một bài thơ của bác chắc phải được thôi xao kỹ lắm?

– Nhiều bài tôi ấp ủ hằng chục năm. Bài "Đêm khuya nghe quạ kêu" 12 năm, bài "Ấp ủ" 15 năm. Trong một bài mà có một chữ không đạt là tôi bỏ. Tản-Đà có lần định sửa một chữ trong một bài thơ của tôi mà không tìm ra chữ nào ổn, trong ba năm, đành thôi.

– Thưa bác, trong hồi ký bác đang viết, bác có giảng thơ mình không?

– Không. Tôi thấy không nên giảng thơ. Tản-Đà đã giảng thơ ông. Nếu để tôi giảng thơ Tản-Đà có lẽ thú hơn. Bởi vì thơ không những chỉ có vị-nội-vị mà còn có vị-ngoại-vị nữa. Và đọc tức là sáng tạo. *Lire, c'est créer.*

– Hiện nay ngoài hồi ký "Bóng ngày qua" bác còn viết gì thêm?

– Tôi dịch thơ chữ Hớn của Nguyễn Du và Thái Thuận, thi sĩ đời Lê Thánh Tôn.

Ông mang khoe với tôi tập bản thảo thơ dịch rất công phu, gồm phần chữ Hán, phần dịch nghĩa, phần chú giải và phần dịch thơ. Ông nói:

– Có ai ngờ là Nguyễn Du đã từng sống lữ thực hằng chục năm? Có ai ngờ con Nguyễn Du đói, Nguyễn Du đau trong nhiều năm mà không có thuốc men? Ngay cả vấn đề Nguyễn Du có phải là trung thần của nhà Lê không cũng cần phải đặt lại. Những điều này trong các tập thơ chữ Hớn của ông có nói rõ. Về Nguyễn Trãi và Thái Thuận cũng có lắm điều lý thú bất ngờ. Tôi đang tìm nhà xuất bản cho in những cuốn này.

Tôi góp ý:

– Những tài liệu hữu ích cho văn hóa thế này có lẽ bác nên để Trung-tâm Học-liệu Bộ Quốc-gia Giáo-dục xuất bản để dễ phổ biến trong giới sinh viên học sinh vì Bộ in sách bán giá rẻ.

Quách Tấn hơi sẵng giọng:

– Trước cũng có người bạn thương tôi, đề nghị với một nhân vật cao cấp ở Bộ Giáo-dục cho xuất bản những tài liệu này. Họ nhắn bảo tôi đánh máy làm 4 bản, kèm theo đơn xin…

– Bác có thực hiện không?

– Đời nào!

Đã hỏi lung tung như thế, tôi thấy chẳng có lý do gì chẳng hỏi lang bang thêm tí nữa, và cũng để thay đổi không khí:

– Thưa bác, vấn đề tính dục, bác đã thấy có dấu hiệu gì của sự "già nua"?

Quách Tấn cười dễ dãi:

– Chưa. Vẫn tự nhiên. Tuy nhiên từ trước tới giờ tôi vẫn thích những sự ôm ấp, nhưng *caresses* hơn. Tôi thích thưởng thức cái *volupté* của người đàn bà hơn là của mình. Trước kia tôi có nhiều nhơn tình. Tôi cám ơn họ lắm vì nhờ họ tôi có nguồn cảm hứng luôn. Tôi quan niệm "làm thơ cũng như chơi gái". Làm thơ không phải chỉ thuần có khoái cảm ở tâm hồn, nhiều lúc thấy *vibrer* cả cơ thể. Làm xong một bài thơ, cơ thể cũng rã rời, mệt mỏi. Có những bài thơ làm bằng nước mắt. Ngược lại, chơi gái cũng phải là một hành động thơ, chứ không phải chỉ là sự giải quyết sinh lý. Có lần tôi về Sài Gòn, bạn bè đưa đến một cô thực đẹp, nhưng sao tự nhiên tôi cảm thấy không hứng thú gì hết. *Ce n'est qu'un morceau de chair!*

Thấy đã quá trưa, tôi đứng dậy cáo từ. Người thi sĩ của "mùa cổ điển", của "đọng bóng chiều", của "bóng ngày qua" đó tiễn tôi ra cửa cũng với nụ cười trẻ trung trên mắt. Chưa có dấu hiệu già nua trong dáng dấp, cử chỉ, lời nói của ông. Tuy nhiên, những việc làm của ông như viết hồi ký, dịch thơ cổ, viết các loại địa phương chí, đã thoáng chút gì không phải của hiện tại.

**ĐỖ NGHÊ**
*(Nha Trang, 6-70)*

# ĐỖ HỒNG NGỌC

## MỘT HÔM CÓ CHÀNG HUY CẬN

Ông Lê Phương Chi, cậu họ tôi, phone nói muốn nhờ tôi cho mượn một chỗ yên tĩnh ở nhà tôi để ông phỏng vấn Huy Cận. Huy Cận nhà thơ à? Phải. Cậu cứ đến. Tôi nói. Tôi hình dung một Huy Cận nhà thơ mà tôi vốn ngưỡng mộ từ hồi còn nhỏ, Huy Cận của Lửa Thiêng và ông Huy Cận thứ trưởng bây giờ với một lô chức tước bộn bề. Bảy giờ rưỡi tối, cậu Lê Phương Chi đến với một ông già lùn mập, trông giống như Bất Giới hòa thượng, ì ạch leo lên cầu thang. Trời, Huy Cận bằng xương bằng thịt đây sao? Người mà "em ơi hãy ngủ anh hầu quạt đây" đây sao? Lê Phương Chi so vai vế, nói: Cháu kêu bằng bác, bác Huy Cận, nhưng gọi bằng anh Huy Cận cũng được, ổng thích gọi vậy hơn. Tôi nói cũng chẳng cần gọi bằng anh nữa, Huy Cận là đủ rồi. Huy Cận nói bằng một giọng Trung lai hơi khó nghe. Lê Phương Chi đưa tôi cuốn bản thảo bảo tôi ngồi coi lời tựa Huy Cận viết cho cuốn sách của ông, câu giờ trong khi ông phỏng vấn Huy Cận với chiếc máy ghi âm nhỏ xíu. Tôi ngồi nép qua bên, đóng vai con cháu trong nhà. Vừa đọc vừa nghe lóm. Bài thơ đầu tiên của Huy Cận? Lê Phương Chi hỏi. Dở lắm! Dở lắm! Huy Cận nói. Dở cũng được. Bài thơ đầu tiên ông làm lúc nào, về đề tài gì, và còn nhớ câu nào đọc cho vài câu? Dở lắm. Dở lắm. Làm đâu hồi 10 tuổi, học lớp nhất, cho thầy cho bạn. Dở lắm. Huy Cận trả lời, bất đắc dĩ. Rồi ông cũng ráng đọc hai câu. Dở thiệt. Rồi cứ thế cuộc phỏng vấn tiếp diễn. Tôi bỗng giật mình nghe Lê Phương Chi hỏi: Huy Cận biết yêu vào lúc mấy tuổi? Tôi quan sát Huy Cận kỹ hơn. Một ông già Tết này đã 78, bụ bẫm, tay chân ngắn ngủn, mũi hỉnh, trán dẹt, môi dưới dài hơn môi trên, tóc lưa thưa bạc, cổ có nọng, bụng to quá cỡ, quần chật cứng, túi phình như con cá phồng mang, thắt cái cà vạt hơi chật, to bản, đánh một vòng cung quanh bụng, ngồi dựa ngửa trên ghế salon không thoải mái lắm. Ông phì cười vì câu hỏi ngộ nghĩnh của Lê Phương Chi. Và nụ cười làm ông bỗng có vẻ gì trẻ thơ ngơ ngác như chàng Huy Cận thuở nào. Tôi chăm chú nghe. Đâu hồi tám tuổi. Ông nói. Tám tuổi à? Phải, nhưng đó chỉ là mối tình bâng quơ thôi mà. Nhưng người đó là ai vậy? Bây giờ người đó ở đâu? Lê Phương Chi tấn công tới tấp. À, một cô gái quê, ở nông thôn... Hiện nay Huy Cận có mối tình già nào không? Huy Cận ú ớ, trả lời sao tôi không nghe rõ. Phỏng vấn tiếp diễn. Tôi lại giật mình nghe Lê Phương Chi hỏi à còn mối tình của Huy Cận và Xuân Diệu? Có phải là... Không không, Tô Hoài viết bậy đó. Huy Cận có vẻ quạu. Tôi với Xuân Diệu là tình bạn thân thiết, không phải tình trai, đồng tính luyến ái chi đâu. Tôi lại quan sát ông. Cái ông già cũng ngộ. Lúc bẽn lẽn, lúc quạu quọ khá dễ thương dù ngó bên ngoài thấy ông giống Bất Giới hòa thượng, nhưng trong ông như lại có Nghi Lâm tiểu sư muội. Tôi bỗng nổi hứng lấy mảnh giấy trắng phác họa thực nhanh hình ảnh ông, ráng diễn tả cho được cái trán dẹt, cái mũi hỉnh, cái miệng hơi ngạo nghễ mà dễ thương, cái nọng ở cổ, cà vạt ôm vòng cái bụng, rồi cái túi quần phình to như mang cá, với mấy sợi tóc lưa thưa phía sau ót...

Tôi phác thật nhanh, không để cho ông và Lê Phương Chi kịp thấy. Buổi phỏng vấn hình như đã xong. Ông đòi về. Còn mấy câu này dài dòng quá, hẹn dịp khác. Giờ bận rồi, phải đi ngay. Rồi bỗng ông quay sang tôi đột ngột: Vẽ mình đấy à? Tôi cười, chìa cho ông hai bức phác họa tôi vừa làm xong, trong khi Lê Phương Chi hoàn toàn bất ngờ thì ông bình: Được, cái này được. Ơ, ơ, còn tấm này anh vẽ tôi cái trán và cái mũi thế này thì... tôi thành người Phi châu mất! Lê Phương Chi khoái quá cười ha hả. Giống quá, y chang Huy Cận rồi! Cho cậu đi. Tao sẽ in vào bài phỏng vấn. Tôi lấy lại bức "Huy Cận Phi châu" và đưa cho ông bức kia, ông trao lại cho Lê Phương Chi. Lê Phương Chi giới thiệu: Ngọc nó là bác sĩ mà thỉnh thoảng cũng có vẽ và làm thơ nữa. Tôi đứng dậy, rút từ tủ sách tập Giữa Hoàng Hôn Xưa và ghi: Kính tặng nhà thơ Huy Cận của Lửa Thiêng, rồi trao ông. Ông chồm lên: "Huy Cận của Lửa Thiêng à, được được", ông nói, vẻ cởi mở. Ngon trớn, sẵn tập thơ bản thảo vừa viết tay xong, dự định ra mắt năm nay tôi bèn đưa ông xem.

Huy Cận cầm lấy. Chăm chú đọc. Rồi đọc lớn tiếng. Rồi ư ử. Rồi gật gù. Có bài đọc lướt qua. Có bài đọc đi đọc lại. Bài Văn miếu, ông đọc lớn: "Dưới những tàng cây–con đường quanh co khúc khuỷu–ai đã qua đây ngàn năm cũ–mà hơi thở còn thơm tho vậy–ta sờ tay vào cột gỗ–nghe thầm thì–đẽo gọt–nét đường thi". Được. Ta sờ tay vào cột gỗ–nghe thầm thì–đẽo gọt–nét đường thi. Tứ được. Ông nói.

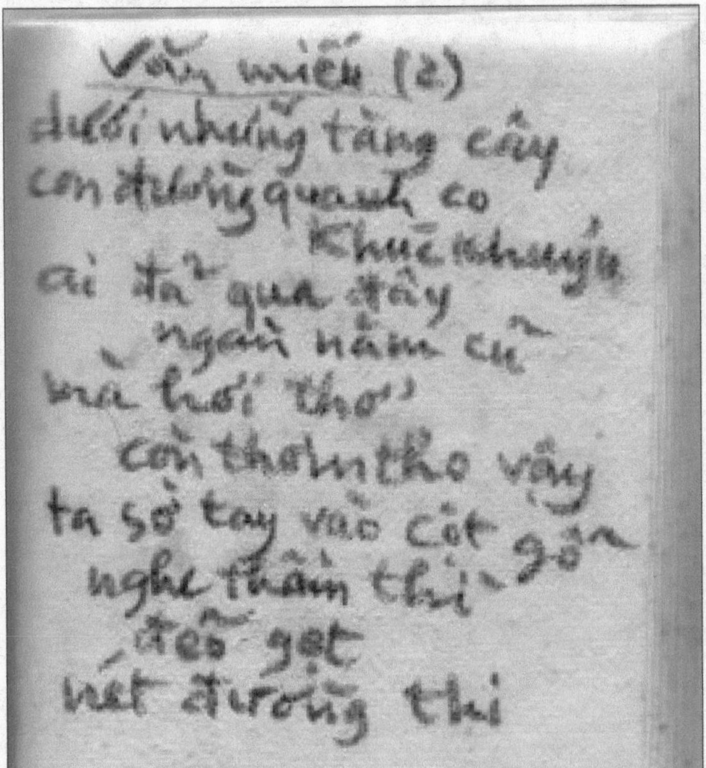
dưới những tầng cây
con đường quanh co
khúc khuỷu
ai đã qua đây
ngàn năm cũ
mà hơi thở
còn thơm tho vậy
ta sờ tay vào cột gỗ
nghe thầm thì
đẽo gọt
nét đường thi

Rồi ông lật tới bài Hoa sữa. Mùa này Hà Nội hết hoa sữa rồi. Ông nói, rồi đọc lớn: "Ta đi trên đường Nguyễn Du–mùa này không còn hoa sữa–cây với cành thôi mà cũng ngộ–khẳng khiu quấn quít không ngờ." À à, được. Rồi gật gù. Khẳng khiu quấn quít. Hay. Cây với cành thôi mà cũng ngộ! Tiếng miền Nam phải không? "Con nhỏ này ngộ quá ta! Con nhỏ này coi ngộ quá hén! Tôi cũng biết tiếng miền Nam lắm đó nghe", rồi ông cười sảng khoái. Chắc là ông đã có lần gặp một "con nhỏ miền Nam nào đó ngộ quá ta" rồi nên mới thấm thía vậy. Không thấy ông đòi về nữa. Huy Cận bỗng trở thành một người khác hẳn. Với thơ. Lạ thật.

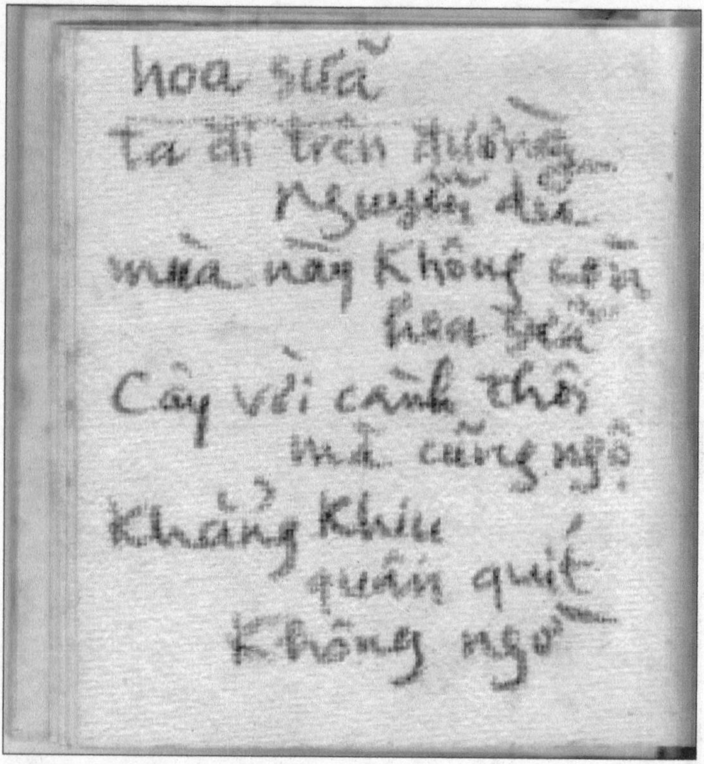


Rồi đọc tới bài Nhật thực. Mới thấy cái tựa, ông đã kêu lên. A, mình cũng có một bài nhật thực. Đâu coi nào. "Chim bay về núi tối rồi. Em ngày nhật thực cũng ngồi bên anh". Bài thơ chỉ có hai câu ngắn ngủn như vậy. Ông ngẫm nghĩ một chút. Lại đọc lại. Lại ngẫm nghĩ. "Nên đổi *vẫn* thay vì *cũng*. Chim bay về núi tối rồi. Em ngày nhật thực vẫn ngồi bên anh. Một sự khẳng định, mạnh hơn". Ông nói. Nhưng trời ơi, *cũng* với *vẫn* khác nhau xa quá mà. Đâu có thay được. *Cũng* mới là vấn đề chứ, cũng không phải là vẫn, mà là bất ngờ, mà là sợ hãi, mà là lo âu... Nhưng tôi không nói ra. Ông đọc bài thơ Nhật thực của ông cho tôi và Lê Phương Chi nghe. Bài ý rằng mặt trăng che lấp mặt trời như cái xấu che lấp lương tâm trong sáng của con người – không sao cứu vãn nổi. Ông lại đọc thêm một bài thơ mới viết về kẻ mất vàng, buồn đến mất ăn mất ngủ, đến ốm o gầy mòn, còn kẻ mất lương tâm thì càng ngày càng béo tốt ra. Tôi biết ông đang có những ưu tư về thời thế. Rồi im lặng giây lâu, ông đọc tiếp bài Huế trong tập thơ bản thảo của tôi: "Một ngày lăng tẩm cung vua–một ngày đi sớm về trưa một ngày–một ngày Vỹ Dạ trăng soi" – Ông ư ử ngâm. Đột nhiên ông im bặt. Tôi sợ ông không đọc được chữ "bác sĩ" nên đọc giúp ông... "Một ngày Đập Đá..." nhưng ông khoát tay. Im. Im đi. Tôi đọc được mà. Rồi ông lại ư ử. Hay. Câu này hay. "Một ngày Đập Đá nghiêng vai biếc người".

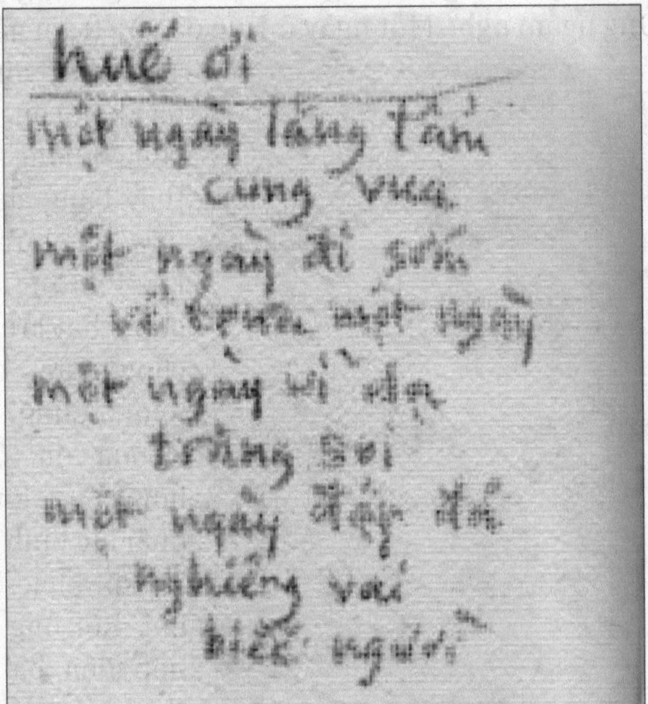

Tôi nhớ lại lúc viết câu đó. Rõ ràng như có cái gì đó dẫn dắt. Một ngày Vỹ Dạ trăng soi, một ngày Đập Đá nghiêng vai biếc người. Ngày thì trăng không soi được rồi, mà tại sao lại biếc người? Không phải chỉ là cái quán cà phê bên dòng nước xanh um bóng cây kia mà chính là, à phải rồi, chính là con thuyền ai đó có chở trăng về kịp tối nay và vườn của ai kia lá có còn mướt xanh như ngọc. Vâng, xanh nên biếc và người nên ngọc. Ông Huy Cận này ghê thiệt. Quả là danh bất hư truyền. Ông đọc và cảm nhận thơ tinh tế không thể tưởng. Mới vừa thấy ông là Bất Giới hòa thượng đó bỗng đã thành Nghi Lâm tiểu sư muội, rồi bây giờ lại là Lệnh Hồ huynh đệ, chỉ dùng kiếm ý mà không cần kiếm chiêu. Tôi bắt đầu phục ông. Ông lại ư ử tiếp phần kết: "... Một ngày ngày xửa ngày xưa–một ngày ở Huế đã vừa trăm năm". Không ổn. Chữ đã như có gì không ổn. Ông nói. Thay bằng chữ gì? Tôi hỏi. Ông ngẫm nghĩ. Một ngày ở Huế đã vừa trăm năm...

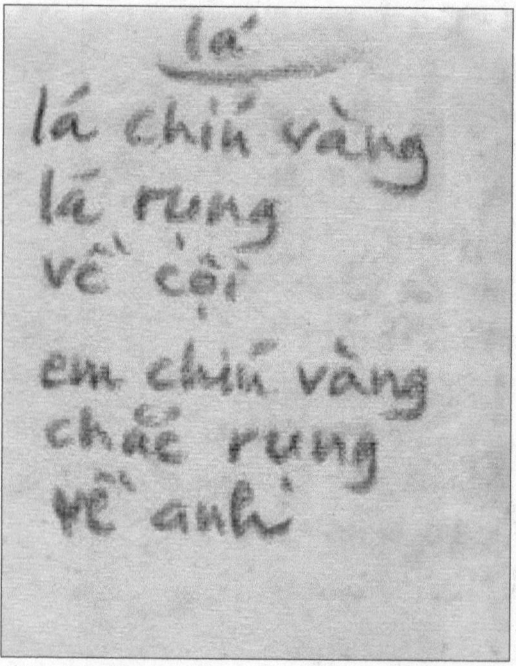


Tứ được, nhưng đã không ổn. Chà, cũng không biết thay bằng chữ gì nữa. Ông bứt rứt. Lê Phương Chi góp ý: hay là cũng, cũng vừa trăm năm... Cũng? Đã? Không ổn. Thôi hôm nay không phải lúc bình thơ. Để khi khác. Ông nói. Rồi ông đọc tiếp đến bài Lá. "Lá chín vàng–lá rụng về cội–em chín vàng–chắc rụng–về anh". Ông đập nhẹ tay lên đùi. Tứ tuyệt. Đọc đi đọc lại vài lần.

Không thấy ông đòi về nữa. Lại đọc đến Nhớ. Thôi hết cồn cào–thôi không quặn thắt–chỉ còn âm ỉ–chỉ còn triền miên–thì thôi cấp tính–thì đành kinh niên." Ông lại trầm ngâm. Kinh niên? Kinh niên ư? Tôi lên tiếng, định giải thích, một từ y học... Không, ông gạt đi, tôi biết rồi chứ. Nhớ. Nhớ... kinh niên, đọc cái tựa là biết rồi. Được. Bài này cũng được. Lê Phương Chi nhắc, đi thôi, trễ rồi. Bỗng nhiên ông hỏi: "Duyệt chưa?" Tôi trả lời: "Chừng nào in mới đưa Nhà xuất bản duyệt". "Không, vợ duyệt chưa?" Trời đất quỷ thần cái ông Huy Cận này. Lại có vụ đó nữa ư? Tôi ấp úng đành cười trừ. Lê Phương Chi cười ha hả: "Cái ông Huy Cận nhứt vợ nhì trời này, mày không biết sao?" Thì ra thế. Rồi ông cho tôi địa chỉ và số điện thoại cơ quan và cả nhà riêng, dặn "bao giờ ra Hà Nội nhớ ghé chơi nhé". Dặn đi dặn lại hai ba lần. Khu Ba Đình, dễ tìm lắm. Nhớ nhé. Vừa đi xuống cầu thang vừa nói.

Và đã có một chàng Huy Cận như thế, một hôm.

*Ghi chú: tập Thơ Đỗ Hồng Ngọc, 1996, gồm 31 bài thơ ngắn, viết tay trên giấy dó thô, với phấn màu Pastel, để kỷ niệm, không in. Một số bài trong tập này đã được chọn in trong tập Vòng Quanh, do Lữ Quỳnh thực hiện, 1997 (Nhà xuất bản Trẻ).*

**Đỗ Hồng Ngọc**
*(3/2017)*

*Bìa tập thơ Đỗ Hồng Ngọc, viết tay trên giấy dó thô, độc bản, 1996.*

*Tranh Đỗ Hồng Ngọc*

# ĐỖ HỒNG NGỌC

## THĂM NHÀ VĂN TRANG THẾ HY

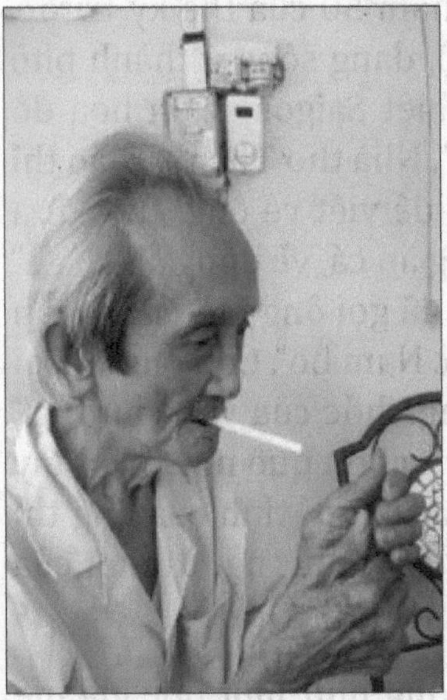

*Nhà vănTrang Thế Hy (ảnh Đỗ Hồng Ngọc)*

Tôi vốn không ưa thuốc lá, không ưa cả người hút thuốc lá. Cũng bởi mình là thầy thuốc, lại làm việc trong chương trình phòng chống tác hại thuốc lá. Nhưng lần này tôi bỗng thấy mê một người hút thuốc lá. Mê thiệt. Thấy cái cách ông ngậm điếu thuốc chếch qua một bên khóe miệng, thấy cái cách ông khum khum đôi bàn tay ấp ủ ngọn lửa như một bông hoa tự dưng thấy lòng xao xuyến. Một người gần 90 tuổi, ghiền thuốc lá từ ngày còn trẻ, ngồi bên cạnh mình, nhẹ nhàng rút một điếu, nâng niu đưa lên miệng, rồi ân cần xoay xoay chiếc hộp quẹt trong tay chuẩn bị bật lửa... có cái gì đó như một nghi lễ tôn giáo, khiến tôi chỉ biết ngồi im, lặng ngắm, không dám hó hé. Tôi biết thứ thuốc lá ông hút chẳng phải nhẹ nhàng gì, nhưng người ta đặt tên dịu dàng với bao bì thanh mảnh dễ thương chẳng qua để người hút tưởng nó nhẹ, nó không nhiều chất độc vậy thôi. Người đàn ông đó, người đàn ông hút thuốc lá mê hoặc được tôi đó chính là nhà văn Trang Thế Hy, buổi trưa nắng gắt ngày 10/11/2009 tại nhà riêng của ông ở dưới chân cầu Rạch Miễu, Bến Tre mà tôi có dịp lần đầu đến thăm sau nhiều lần dự định mà không thành.

Bác sĩ Trần Đức Dũng người quen của gia đình ông đưa tôi đến, theo yêu cầu của tôi, không báo trước. Tôi vẫn nghe từ lâu ông là một nhà văn khó tánh. Nổi tiếng trên văn đàn từ những năm 50 của thế kỷ trước, được nhiều người ngưỡng mộ, đang sống ở thành phố Hồ Chí Minh, ông lặng lẽ từ biệt Saigon phồn hoa đô hội, tự mình "đi chỗ khác chơi". Nhà thơ Thanh Thảo thì dùng một câu ca dao Nam bộ để viết về ông: "Gió đưa gió đẩy, về rẫy ăn còng, về sông ăn cá, về đồng ăn cua..." Còn nhà văn Nguyên Ngọc thì đã gọi ông một cách trân trọng: "người hiền của văn học Nam bộ". Còn ông tự coi mình chỉ là "người tình thoáng chốc của văn chương". Rời bỏ cuộc chơi, lánh về ẩn cư chốn quê nhà, "rửa tay gác kiếm". Thế nhưng hình như người tình của ông thì chẳng bao giờ chịu rời bỏ ông cứ y như người tình của Tchekov ngày nào...

Tôi muốn được đến thăm ông như một độc giả mê văn ông từ thời *Mỹ Thơ* – tên một truyện ngắn của ông - trên báo Nhân Loại hơn nửa thế kỷ trước. Dĩ nhiên sau này ông còn có nhiều truyện ngắn hay hơn, sâu sắc hơn, nhưng với tôi, *Mỹ Thơ* vẫn mãi đọng lại với tiếng còi xe lửa xình xịch Saigon-Mỹ Tho thời đó. Tôi cũng mê thơ ông, đặc biệt bài thơ có tựa là "Đắng và Ngọt", đã được đổi thành "Cuộc đời" khi đăng báo mà sau này trở thành "Quán bên đường", do Phạm Duy phổ nhạc. Từ lâu, mỗi lần nghe "Quán bên đường" tôi lại thấy rưng rưng, như muốn khóc. Cái người có một bài thơ làm mình muốn khóc đó bây giờ ra sao thôi thúc tôi tìm đến thăm ông. Thơ kể chuyện thôi mà, có tân hình thức có hậu hiện đại gì đâu, cớ sao mình mới nghe đã thuộc, đã nhớ, đã thổn thức, đã rưng rưng?

Bác sĩ Dũng hỏi tôi cần mua gì làm quà cho bác Tư không? Tôi bảo thôi. Không cần đâu. Không sao. Tôi giục. Dũng mượn cái nón bảo hiểm, vèo chở tôi đi ngược về phía chân cầu Rạch Miễu, và dừng lại ở một con hẻm nhỏ, bên cạnh một con rạch. Phía bên kia đường là khu dưỡng lão với những ngôi nhà ngói đỏ au. Bác Tư Trang Thế Hy đang sống với vợ chồng cô con gái trong một căn nhà nhỏ bé, thấp lè tè, yên ả giữa mảnh vườn xanh um, dừa chuối bưởi bòng. Đã mấy lần tôi định tìm thăm ông - một người bạn văn của cậu tôi, ông Nguiễn Ngu Í, thời Bách Khoa - để được nhìn ngắm ông, hỏi han sức khỏe ông và... nhờ ông giải thích cho vài chỗ còn lờ mờ trong bài thơ. *"Khét nắng hôi trâu thèm đi học"* thì tôi biết, nhưng *"tóc bánh bèo"* thì chịu. Trước kia tôi vẫn ngỡ bài thơ đó là của Bình Nguyên Lộc, có người còn nói của Khổng Nghi. Khi Phạm Duy phổ nhạc vẫn chỉ ghi tác giả là "khuyết danh" mà! Bây giờ biết tác giả là ông, tôi càng háo hức. Lạ, dù qua giọng ca Thái Thanh ngày xưa hay sau này Ý Lan, con gái Thái Thanh, cứ mỗi lần nghe hát, tôi lại thấy rưng rưng nhớ những ngày thơ ấu của mình. Câu chuyện kể trong bài thơ đó quá xúc động, không dừng ở câu chuyện riêng, mà ở một triết lý sống, một triết lý nghệ thuật với câu kết "Thì cứ hỏi cuộc đời" như mở toang một cánh cửa trống hoác...!

Dũng đưa tôi đến đúng lúc bữa cơm trưa của ông cùng với một người khách quen, Nguyên Tùng, hội nhà văn Bến Tre đến chơi. Dũng lí nhí giới thiệu bác sĩ Ngọc đến thăm bác Tư nè bác Tư. Ông kêu đem thêm chén đũa. Vẻ dè dặt. Tôi cười cười ngắm nghía ông. Thấy thương ghê. Ốm nhom ốm nhách trong bộ pyjama lụa lùng nhùng đặc sệt Nam bộ. Tóc bạc lênh đênh chuồi về phía sau, dồn cái trán rộng về phía trước, miệng móm mém, mũi cao, thẳng, mắt sâu và sắc như một thiền sư khổ hạnh. Tôi phân vân không biết nên gọi ông là chú hay là anh. Sau cùng tôi gọi ông bằng... anh vì nghĩ đã là một nhà văn như ông, hẳn nên được đối xử như một người không có tuổi, nhất là nhà văn này đối với tôi còn là một nhà thơ mà tôi hằng quý mến. Cho nên tôi gọi bằng anh. Gần gũi hơn, ấm áp hơn là chú, là bác, là ông, là cụ hay là... nhà văn! Tôi "thăm dò" bằng cách hỏi han ông: Anh có khỏe không? Hơi yếu hơn trước. Lúc này anh có bệnh gì không? Không. Chỉ bị phổi tắc nghẽn mạn tính thôi. Chắc tại anh hút thuốc lá hơi nhiều? Phải, nhưng nay đã bớt hút rồi. Bây giờ chỉ hút khi có khách. Tôi được biết năm ngoái ông đã từng phải vào cấp cứu ở bệnh viện Nguyễn Đình Chiểu Bến Tre vì khó thở, rồi phải điều trị theo chương trình COPD mất tám tháng. Trong khi tim mạch vẫn rất tốt. Huyết áp ổn định. Ông lại với tay lấy gói thuốc, rút một điếu nữa, bật quẹt. Anh ốm quá, được bốn chục ký không? Bốn chục ký non. Hôm trước 40, nay còn 39 thôi. Vẫn lạnh nhạt, dè dặt.

Trên bàn là những món ăn tốt cho người già, tôi quan sát. Cơm trắng cá kho, canh rau, trái cây, rồi nào bưởi nào chuối luộc... Và một ly rượu nhỏ. Chắc có Nguyên Tùng đến nên Tùng một ly, ông một ly. Ông kêu Tùng rót thêm hai ly nhỏ nữa cho tôi và Dũng. Thấy Dũng hớp vội xong nhỏm dậy lo chạy việc riêng, tôi nhờ anh bấm cho vài tấm hình kỷ niệm. Ông để yên cho chụp không nói gì. Tôi bấm thêm mấy tấm cận ảnh lúc ông ngậm điếu thuốc, với cái dáng điệu nghệ mà tôi mê. Bỗng ông lên tiếng: Này, người ta nói "tốt khoe xấu che", hiểu không? Tốt khoe xấu che. Chụp hình tôi thì chụp nhưng đừng có đăng báo đó nghe! Tôi cười cười trong bụng nghĩ đúng là ông già khó tánh. Tôi nói, già có cái đẹp của già chớ anh Tư! Mà quả thật, tôi thấy ông đẹp. Và khỏe nữa. Tai thính này. Mắt tinh này. Ông cho biết mới mổ cườm, vẫn đọc sách báo tốt. Và đặc biệt, trí nhớ tuyệt vời!

Rồi tôi lảng sang chuyện khác: Bài thơ được phổ nhạc với tên Quán bên đường của anh sao mọi người vẫn tưởng là của Bình Nguyên Lộc? Bởi vì Bình Nguyên Lộc là người đăng bài đó lên báo mà! Báo Vui Sống, khoảng 1960 gì đó phải không? Không, 1959 chớ. Mỗi lần nghe hát bài này sao tôi đều thấy muốn khóc. Lạ thiệt. Tôi nói. "Khét nắng hôi trâu thèm đi học...", rồi "khoai sùng lượm mót..." À, mà "tóc bánh bèo" là tóc làm sao anh Tư? Có phải ba vá không? Không, không phải ba vá. Tóc bánh bèo, này Tùng - ông bỗng gọi - Tùng biết tóc bánh bèo không? Tùng nói: dạ có phải cạo trọc, để lại một chùm đằng sau ót, tròn tròn... Ông cầm cái chén lên, vo vo theo miệng chén bảo đúng rồi, cạo trọc, để lại một miếng tròn như vầy, nhưng ở giữa phải có một chùm tóc như cái nhưn bánh bèo vậy! Thì ra thế. Cả tôi cả Tùng đều không biết.

Nhìn đồng hồ, thấy sắp đến giờ hẹn với Dũng, tôi bèn mở túi xách lấy mấy cuốn sách mang theo từ Saigon xuống tặng ông. Đó là *Già ơi... chào bạn!*, *Những người trẻ lạ lùng* và *Thư gởi người bận rộn.* Xin gởi tặng anh Tư vài cuốn sách đọc cho vui, tôi nói. Ông nhìn tên tác giả trên bìa sách rồi ngạc nhiên: Ủa, Đỗ Hồng Ngọc hả? Tôi có đọc Đỗ Hồng Ngọc. Tôi thích cái style của Đỗ Hồng

Ngọc đó! Ông lật lật, cười tươi, cởi mở, nồng nhiệt, thân thiện. Bỗng ông đứng lên, vui vẻ kêu: Ngọc ơi, đi qua đây, đi qua đây nghe bài hát *Quán bên đường* này. Tùng nữa. Qua đây. Một người bên Đức gởi tặng tôi dĩa này do Thái Thanh và Quỳnh Giao ca đó. Ông kéo tôi và Tùng qua phòng bên. Một phòng nhỏ, rất riêng, rất bề bộn của một nhà văn... Nào phin lọc cà-phê, tách trà, bình thủy... nào sách báo ngổn ngang các thứ. Rồi ghế xích đu, rồi võng.... Ông chỉ chiếc ghế salon nhỏ cạnh bàn nước, kêu tôi ngồi, chỉ Tùng chiếc võng. Ông bật máy cassette rồi ngồi xuống chiếc ghế xích đu cạnh đó. Giọng Thái Thanh lảnh lót. *Ngày xưa ngày xửa ngày xưa*... Rồi giọng Quỳnh Giao... Tôi lắng nghe từng lời từng lời, lòng vẫn thấy rưng rưng... Thấy tôi gật gù, ông bỗng nở nụ cười: "bẹo", "chữ bẹo"... Ông nằm bật ngửa sảng khoái trên ghế xích đu, ngón chân nhịp nhịp theo bài hát, mắt lim dim. Nghe xong, tôi nói: Bài này còn có bản do Ý Lan ca rất hay nữa anh Tư à. Ý Lan là con gái Thái Thanh đó. Tôi chưa có bản đó, ông nói, hôm trước Phạm Duy xuống thăm cũng nói vậy. Ông lại hỏi: Quỳnh Giao con Dương Thiệu Tước phải không? Dạ phải. Thái Thanh hát technique nhiều, Quỳnh Giao hát có lòng hơn. Lúc phổ nhạc, người ta đã thêm bớt nhiều quá! Nhưng đành vậy thôi. Ông nói.

Rồi kéo tôi và Nguyên Tùng trở lại bàn ăn. Một Trang Thế Hy khác: sôi nổi, hoạt bát, sắc sảo, dí dỏm... Chúng tôi nói về những người Việt trẻ tài năng. Ông nhắc Lê Bá Hùng, một thanh niên gốc Việt, hạm trưởng một tàu hải quân Mỹ USS Lassen vừa cập cảng Đà Nẵng. Tôi nhắc một người gốc Việt khác, Philipp Rösler 36 tuổi là bộ trưởng y tế Đức. Tùng nhắc nhà văn Nam Lê ở Úc với The boat. Chúng tôi lại nói đến giải Nobel, rồi đến Cao Hành Kiện. Có đọc bài diễn văn nhận giải Nobel của Cao Hành Kiện không? Ông hỏi rồi nhắc luôn những ý chính của bài diễn văn đó, đại khái nhà văn cần phải đứng cao hơn những ràng buộc và cám dỗ để đạt được tự do và độc lập trong tư tưởng... Im lặng một lúc, ông nói: Hôm trước có cô nhà văn gì đó hỏi tôi tại sao không ưa... mà thích Lỗ Tấn? Tôi không trả lời, nhưng hôm nay nói cho Đỗ Hồng Ngọc nghe nha: Tôi thích Lỗ Tấn vì... Ông đột ngột hỏi tôi: Có đọc *Nhật ký người điên* của Lỗ Tấn do Phan Khôi dịch rồi phải không? Tôi gật. Ông đọc thuộc lòng ngay một đoạn, đoạn kết của truyện ngắn Nhật ký người điên đó. Thấy chưa, Lỗ Tấn là như vậy đó... Ông đâu có quốc tịch. Ông là nhân loại. Là con người... "Hãy cứu lấy trẻ con vì nhiều em chưa kịp ăn thịt người!" Nhà văn trong bối cảnh nào cũng có cách riêng của nó. Nếu nó hòa hợp được thì nó đã hòa hợp, còn không, nó có cách riêng...

Khi biết tôi là cháu gọi Nguiễn Ngu Í bằng cậu, ông hỏi Ngu Í còn sống không? Đã mất từ 1979 sau những cơn điên nặng. Hồi trước Nguiễn Ngu Í có phỏng vấn anh mà, loạt bài trên báo Bách Khoa đó. Tôi nhắc. Đúng. Nguiễn Ngu Í phỏng vấn tôi lúc nào cũng viết Trang Thế Hi, với chữ I cụt! Lại móm mém cười. Rồi ông hỏi thăm tôi về bác sĩ Lương Phán, một người bạn thân của ông. Rồi cùng nhắc bác sĩ Trần Hữu Nghiệp. Tôi nói anh Chín Nghiệp quê ở Mỹ Tho? Không, Ba Tri, Bến Tre chớ! Rồi cùng nhắc đến Trần Hữu Dũng và nhiều nhân vật khác...

Thấy đã quá trưa, nên rút để ông nghỉ. Dũng vẫn chưa trở lại. Tùng tình nguyện đưa tôi về để kịp giờ hội thảo buổi chiều. Ông đặt bàn tay trên mấy cuốn sách tôi tặng xoa xoa và nói đến thăm nhà văn mà nhà văn không có gì để tặng lại... Tôi cười "Già ơi... chào bạn!" là... Bonjour vieillesse đó anh, cũng như... Bonjour tristesse vậy mà! Ừ, Sagan, một cô bé mới mười mấy tuổi đầu mà đã viết *Bonjour Tristesse*... Ngay trong câu mở đầu cô đã viết... Rồi ông đọc vanh vách nguyên một đoạn mở đầu đó của F. Sagan cho tôi nghe. Tùng đã nổ máy xe đợi ngoài cổng. Ông lững thững theo tôi ra. Tôi bỗng muốn ôm chặt lấy ông một cái nhưng không dám, chỉ nắm cánh tay ông siết nhẹ:

– Thưa Thầy, em về!

Ông cười mắt nheo lại thật tươi.

**Đỗ Hồng Ngọc**
*2010*

# ĐỖ HỒNG NGỌC
## CHÉN TRÀ LÃO TRIỆU MÀ CHƯNG HOA NGÀN

*Thầy Tuệ Sỹ và Đỗ Hồng Ngọc (ảnh Quảng Ngộ, 9.2023)*

Thị giả của Thầy Tuệ Sỹ nhắn tin tôi: Thầy Tuệ Sỹ đang ở Sài Gòn. Mời Bác đến Hương Tích chơi. Tôi đến. Tuệ Sỹ gầy ốm, xanh xao lắm. Nhưng vui vẻ, hoạt bát, thông tuệ như bao giờ!

Thầy viết tặng tôi tập Thơ song ngữ: *Dreaming the Mountain* do Nguyễn Bá Chung và Martha Collins dịch (2023), cùng với cuốn *Phạm Công Thiện* của Nohira Munehiro (Võ Thị Vân Anh dịch) và *Phật Học Luận Tập,* số mới nhất.

Phần tôi, gởi tặng Thầy bản thảo *"Một ngày kia... đến bờ"* vừa mới viết xong. Trong đó tôi viết: *Phật cũng già, cũng bệnh và... cũng chết;* viết về *Phật là Như Lai nhưng... Như Lai không phải Phật;* về *Thiền và những hormones hạnh phúc;* về *"Chất lượng cuộc chết", v.v...*

Thầy đưa tôi coi mấy phiếu xét nghiệm và cười, nói: "Chỉ còn một nửa". Đúng. Chỉ còn một nửa. Hématocrite chỉ còn 17%, Hémoglobine còn 7g/dL...

Mấy ngày sau tôi nghe sức khỏe thầy đang rất yếu. Đã phải vào bệnh viện và được truyền 3 đơn vị hồng cầu lắng.

Trong bản thảo *"Một ngày kia... đến bờ"*, tôi có nhắc *Je pense donc je suis* của Descartes: *Tôi tư duy, vậy có tôi.* Vậy không tư duy là không... có tôi! Ta cũng có thể nói như một thầy thuốc: "Tôi thở, vậy có tôi". Nghĩa là tôi không thở thì không có tôi. Nhưng cái thời tôi còn ở trong bụng mẹ, tôi cũng không thở mà vẫn có tôi đó thôi. Vậy phải chăng cái thời tôi... hết thở, tôi ngừng thở, thì tôi không còn nữa? Còn chứ! Tôi lúc đó lại trở về bào thai Mẹ, bào thai Như Lai (Tathagata-garbha) đó chứ!

Tuệ Sỹ viết trong *Tổng quan về Nghiệp* (2021), Thời kinh nói: "*Thời gian đến, chúng sinh chín muồi; thời gian đi, chúng sinh bị hối thúc. Thời gian thức tỉnh chúng sinh...*" Đây là tri giác về thời gian theo chu kỳ sống chết của sinh loại. Tri giác về thời gian cũng là tri giác về sự chết. Thời gian được biết đến từ tri giác về sự sinh thành và hủy diệt của một đời người.

*Rồi khép lại hàng mi về cõi mộng*
*Như sương mai, như bóng chớp, mây chiều.*

Thì ra là lời của kinh Kim Cang đó:

*Nhất thiết hữu vi pháp*
*Như mộng, huyễn, bào, ảnh*
*Như lộ diệc như điện.*
*Ưng tác như thị quán!*

Thành ngữ *kālaṃ karoti, "nó tạo tác thời gian", nghĩa là nó chết.* Đây không phải là tri giác mà là ám ảnh về thời gian như một thứ định mệnh không thể tránh, rồi ai cũng phải chết. Cho nên, về mặt ngữ nguyên, kāla, nghĩa là thời gian mà cũng có nghĩa là màu đen tối, màu của đêm tối, của sự chết. *Kāla cũng được hiểu là do gốc động từ kal (kalayati) thúc giục, hối thúc, sự chết đang hối thúc ta* (*Tổng quan về Nghiệp,*Tuệ Sỹ).

*Lửa đã tắt từ buổi đầu sáng thế*
*Một kiếp người ray rứt bụi tro bay*
(Ngồi giữa bãi tha ma)

Trong bài *"Phương nào cõi tịnh"*, Tuệ Sỹ viết từ cảm hứng khi đọc cuốn *"Cõi Phật Đâu Xa"* của tôi về Kinh Duy Ma Cật (2017), ông dẫn 4 câu thơ, trích từ Giấc Mơ Trường Sơn:

*Ta hỏi kiến nơi nào Cõi Tịnh,*
*Ngoài hư không có dấu chim bay?*
*Từ tiếng gọi màu đen đất khổ,*
*Thắp tâm tư thay ánh mặt trời.*
(Giấc Mơ Trường Sơn)

Phải, chỉ có Trí Tuệ (thắp tâm tư thay ánh mặt trời) mới có thể Từ Bi giúp ta vượt thoát màu đen đất khổ đó vậy!

Tuệ Sỹ cho rằng, "vì trình độ ngôn ngữ và năng lực tư duy của chúng ta vốn hữu hạn, cho nên bằng con đường nghệ thuật mà đi vào ngõ đạo có thể tương đối dễ hơn" (Phương nào cõi tịnh), ông chủ trương thơ, nhạc, vũ, kịch... có thể là "ngõ đạo".

Ông thường nói về vở nhạc vũ kịch *Duy Ma Cật*, ở đó có hình tượng một Thiên nữ rải hoa trời tán thưởng một lời không nói (của Duy Ma...) và cõi của một lời không nói đó chính là cõi thơ.

Giữa thế giới Ta-bà và cõi Phật Chúng Hương, tòa sư tử và thành Tì-la-da, cái vô cùng lớn đến trong cái vô cùng nhỏ, và cái nhỏ đi vào trong cái lớn: đây cũng là cặp phản diện bối cảnh làm lộ rõ thể tính tồn tại của thế gian, vũ trụ. Bằng hình ảnh đó mà tập luyện cho tư duy vượt ngoài khuôn sáo ước lệ, vượt qua thế giới thường nghiệm để vươn lên cảnh giới siêu nghiệm, bất khả tư nghị.

Như thế, đọc *Duy-ma-cật sở thuyết* như đang xem một kịch bản, với những nhân vật và bối cảnh phản diện, với những biến cố mang đầy kịch tính, đó là cách tự huấn luyện và tự trang bị cho mình một công cụ định hướng tư duy để vươn lên chiều cao của giác ngộ.

Da mồi tóc trắng, chính là cảnh giới của Duy Ma. Cảnh giới đó là cõi đối biện thượng thừa; cõi im lặng vô ngôn bát ngát của cư sĩ Duy Ma Cật. Và cũng là cõi tịch mặc nhưng tráng lệ của thi ca.

*Cười với nắng một ngày sao chóng thế*
*Nay mùa đông mai mùa hạ buồn chăng*
*Đếm tóc bạc tuổi đời chưa đủ*
*Bụi đường dài gót mỏi đi quanh*
(Khung trời cũ)

Tâm Thiền thì không có ngôn ngữ gì khác biệt với ngôn ngữ thường tình. Nhưng còn ngại rằng khi đã cạo tóc mà tình thơ vẫn còn. Thôi thì, thiền đạo và thi ca là đồng hay là khác, cũng chớ nên nghi ngờ mà tra hỏi.

Có lẽ *"Những phím dương cầm"* là bài thơ rất tình của ông *tay em run trên những phím lụa ngà, anh trĩu nặng núi rừng trong đáy mắt*, nhưng ông đã dặn "chớ nên nghi ngờ mà tra hỏi" rồi đó!

*Tự hôm nào suối tóc ngọt lời ca*
*Tay em run trên những phím lụa ngà*

*Lời em ca phong kín nhụy hoa hờn*
*Anh trĩu nặng núi rừng trong đáy mắt*

*Mờ phố thị những chiều hôn suối tóc*
*Bóng ai ngồi so phím lụa đàn xưa*
(Những phím dương cầm)

Bởi theo ông, đạt tới cõi thượng thừa của Thơ, như người học Thiền chứng chỗ Không tịch của Đạo; cái đó vừa khó vừa dễ. Học Thiền ba mươi năm, ba mươi năm đày đọa thân tâm, mà không thành. Phẫn chí, bỏ đi; bất chợt thấy một cánh hoa rơi, cõi Không tịch cũng hoát nhiên, đột ngột mở ra. Chỗ ảo diệu đó, khó giảng cho thông! Muốn cho lời thơ tuyệt diệu, thì phải là đừng gò ép, vừa Không và vừa Tĩnh. *Tĩnh* cho nên thâu tóm hết mọi vọng động. *Không* cho nên bao hàm vạn cảnh. Ngắm nhìn sự đời, bôn ba giữa đời, mà thấy mình như nằm trên chóp đỉnh mây cao. Đủ hết các thứ mặn nồng, chua chát; trong đó có cái hương vị tuyệt vời. Thơ và Pháp (Đạo) không chống trái nhau, không hại nhau. (*Tô Đông Pha, những khung trời viễn mộng,* Tuệ Sỹ)

Đọc thơ Tuệ Sỹ, tôi thường ngẫm ngợi tại sao thơ ông thường nhắc đến *ngày hội lớn, cung trời hội cũ*?

*Đôi mắt ướt tuổi vàng cung trời hội cũ*
*Áo màu xanh không xanh mãi trên đồi hoang*
(Khung trời cũ).

*Người mắt biếc ngây thơ ngày hội lớn*
*Khóe môi cười nắng quái cũng gầy hao*
(Một thoáng chiêm bao)

*Ngày hội lớn* đó ở đâu? *Cung trời hội cũ* ở chỗ nào đó vậy? Sao nghe thấy quen quen!

A, có phải buổi hôm đó, dưới cội Bồ đề nơi Đức Phật thành đạo, Ngài nói đó là "quả an vui", ở Hội thứ nhất của Avatamsaka, một thế giới hoa tạng mở ra bát ngát, Như Lai đã hiện tướng thành một vị Phật mắt biếc, ngây thơ, tủm tỉm cười... như hồi còn là chú bé 7, 8 tuổi ngồi xem Lễ Hạ Điền mà nhập định không hay?

Còn *cung trời hội cũ* kia phải chăng là Hội thứ chín, nơi rừng Thệ Đa, khi người ta nhập pháp giới, đi vào cuộc Lữ, để thấy được pháp giới thể tính mà thõng tay vào chợ?

*Từ núi lạnh đến biển im muôn thuở*
*Đỉnh đá này và hạt muối đó chưa tan*

Trên đỉnh Hy-mã-lạp-sơn kia là những vỏ sò và dưới đáy biển sâu thẳm nọ là những hạt muối lâu đài thành quách...

Cõi thơ, có đến và có đi, nhưng không hề có dấu vết. Một cánh chim Nhạn, một cánh chim Hồng ngoài ven trời vạn dặm.

Tôi vẫn nghĩ, chính cõi thơ "không hề có dấu vết" kia đã "cứu rỗi" Tuệ Sỹ, một cánh chim Nhạn, một cánh chim Hồng ngoài ven trời vạn dặm, để ông được trở về với mái nhà tranh quen thuộc của mình mà *"nâng chén trà lão Triệu"*. (*Phương nào cõi tịnh*, Tuệ Sỹ).

**Đỗ Hồng Ngọc**
*(Saigon, tháng 9.2023)*

# ĐỖ HỒNG NGỌC

## ĐINH CƯỜNG ĐỨNG NGẨN NGƠ

*Bìa tập tranh/thơ TÔI VỀ ĐỨNG NGẨN NGƠ*

*tặng Đinh Cường*

"có người hỏi rằng thơ tại sao mà làm ra, ta giả nhời rằng người ta sinh ra mà tĩnh là cái tính giời cho, cảm ở vật ngoài mới động, thời ấy mới là sự muốn của tính. đã có muốn thì phải có nghĩ, đã có nghĩ thời phải có nói, đã có nói thời những cái ý nhị không thể nói hết ra được mà hình hiện ở trong lúc ngậm ngùi ngợi than như không thôi đi được. ấy tại thế mà có thơ" (*kinh thi tập truyện* – chu hy)

> *trên tiệc rượu ngày trùng dương vịnh hoa cúc trắng; đêm đông chí ở hàm đan nhớ nhà; từ giang lăng qua từ châu dọc đường gửi cho anh em.* mạnh hạo nhiên *ngày hè ở đình phương nam nhớ anh cả tân.* vương xương linh *trên lầu phù dung tiễn tân tiệm.* hứa hon *nhân thấy có người tìm chỗ ở không được rồi qua chơi đất nghiêm lũng nên đề bài thơ này.* tào đường *lưu nguyễn lại đến thiên thai không gặp các nàng tiên nữa...* [1]
>
> Đinh Cường "tôi về đứng ngẩn ngơ" *đoạn ghi ngắn nhớ ngày mai 15 tháng 3 sinh nhật cháu; cho con dốc sâu xuống thân trọng điền trang; thăm những nhà ga sắp hồi sinh; thức dậy ngồi im trong đêm khuya; nhớ về mùa hoa xương rồng nở khoan hãy nói lời từ biệt; tạm biệt saigon lần nào cũng mưa chiều nặng hạt; bài tặng người bạn thiết vẫn nằm ngủ có mùng che; từ dalat thuê xe taxi cùng bửu ý về thăm sơn núi ở đại lào; sáng dậy có mấy câu tặng lữ quỳnh trước khi bạn về saigon; ghi dăm câu trên napkin như sớ táo quân, hề chi, khi nhớ về tình bạn...* [2]

vậy đó. ngàn năm trước ngàn năm sau. vẫn hình hiện ở trong lúc ngậm ngùi ngợi than... như không thôi đi được... qua những *note* đinh cường đứng ngẩn ngơ...

Đỗ Hồng Ngọc

.......................................................

[1] tên tác giả cùng tựa các bài thơ Đường
[2] tựa các note của đinh cường trong cuốn "tôi về đứng ngẩn ngơ" (2014)

## Phương nào

*Người về ngẩn ngơ*
*sơn dầu trên giấy bìa 10×14 in*
*Đinh Cường 31-8-2014*

*gởi Đỗ Hồng Ngọc*

Vậy đó. ngàn năm trước ngàn năm sau
chỉ nghe Không Lộ hú dài tiếng thơ
*hữu thời trực thượng cô phong đỉnh*
*trường khiếu nhất thanh hàn thái hư*

Tỳ Bà Hành. nhớ năm lớp đệ tam đã học
*Bến Tầm Dương canh khuya đưa khách.*
*Quạnh hơi thu, lau lách đìu hiu*
Bạch Cư Dị đìu hiu. sương mờ. khói tỏa
nhưng làm sao không nhớ Nguyễn Trãi
*Đoản trao hệ tà dương. Thông thông*
*yết thượng phương. Chiều về cột mái chèo con.*
*Phăng phăng cất bước lên non thăm chùa* [1]
La Gi. bờ biển trắng ngà. mấy con thuyền
bạn vẽ. sao nhớ hoài Đỗ Hồng Ngọc ơi
vậy đó. ngàn năm trước ngàn năm sau
người xưa. chốn cũ bây giờ ngẩn ngơ
khi về nhìn ngọn núi kia. mây bay trắng quá
nhà then cửa gài. người đi xa. tận phương nào...

*Virginia, Aug 31, 2014*
Đinh Cường

[1] Võ Đình dịch

*La Gi (Tranh minh họa của ĐHN)*

# ĐỖ HỒNG NGỌC

## TRẦN VẤN LỆ "MAY MÀ CÒN NHỚ THƯƠNG!"

*Trần Vấn Lệ, Đỗ Hồng Ngọc*

Trần Vấn Lệ ở Mỹ, về Việt Nam chơi mấy hôm! Ái chà. Không dễ đâu nha. Anh chàng thi sĩ từng đòi "một đi không trở lại" mà lần này quyết về thăm "người ta ở bển...", nơi Cồn Thới Sơn sông nước Tiền Giang một chuyến. Lại vừa có tập thơ Dã Quỳ Thương Nhớ ra mắt! Rồi làm một vòng lên Dalat, đến Dran, về Phan Thiết... rất vui.

Về Dalat, không khóc mà nước mắt cứ chảy, Lệ nói. Đã ở đó 32 năm mà! Rồi về Tiền Giang, qua Cồn Thới Sơn thăm... người xưa, chỉ để vuốt mái tóc bạc phơ của nàng (một cái)... Còn về Phan Thiết thì chỉ kịp thăm mồ mả ông bà!

***May Mà Còn Nhớ Thương***
*Thơ Trần Vấn Lệ*
*Gửi bạn tôi,*

*Bây giờ Phan Thiết mình dọc bờ sông phượng đỏ. Ngọc ơi sao mình nhớ ngày xưa thuở học trò...*

*Ngày xưa ôi ngày xưa khi cây cầu đúc gãy, đò xé dòng nước chảy, hoa phượng trôi theo đò...*

*Mấy mươi năm không chờ, con sông đó chừ khác: ba cây cầu được bắc... mà một người đi xa...*

*Mỗi năm một mùa hoa không bao giờ thay đổi, hoa phượng tàn, rơi, nổi, con sông đỏ ráng chiều...*

*Bạn mình cứ nhắc hoài – chuyện thời gian, hoa phượng. Lòng mình thật đau đớn: Tại sao mình bỏ quê?*

*Ngày xưa mỗi độ Hè, mình ra bờ sông hứng, hoa phượng bay trong nắng, lòng mình như nắng trong...*

*Hồi đó, Ngọc nửa chừng bỏ trường và xa bạn, mãi đến năm chín tám mình mới tìm lại nhau!*

*Thời gian qua thật mau, năm mươi năm thiếu chút, tưởng người còn người mất... té ra hai đứa còn!*

*Mình đang ở đầu non, đang trông về cuối biển: Phan Thiết mình hiển hiện, Ngọc tóc bạc gió đùa...*

*Đang cũng vào mùa Hè, mình thấy thêm hoa phượng, đỏ rực trong trời nắng... mà tím hườm trong mơ!*

*Ngọc ơi, một chút thơ gửi về cho Ngọc ngó – mình, con thuyền chưa đỗ, mình, con thuyền còn trôi...*

*Mình đang rất xa xôi. Ngọc cũng không gần gũi. Phận người, con dế nhũi... May mà còn nhớ thương!*

Trần Vấn Lệ viết ngày về thăm lại quê hương:

Năm 2016 tôi có chuyến về thăm gia đình ở Phan Thiết, tôi có gặp Đỗ Hồng Ngọc bằng-da-bằng-thịt tại Sài Gòn ngay lúc tôi vừa rời phi trường Tân Sơn Nhứt để về khách sạn. Ôi bạn tôi... giống tôi: Già! Xa nhau từ năm 1955 đến năm 2016 mới gặp lại, ai còn sống mà không già khú đế? Tay bắt mặt mừng, và khách sáo như không khách sáo: Cả hai đều ứa nước mắt. Cả hai đều gọi tên nhau như... hồi nhỏ: Ồ Ngọc! Ồ Lệ! Rồi, trước khi cầm đũa bữa cơm trưa, hai đứa mặc kệ lu bù người khách mời của BS Đỗ Hồng Ngọc, hai đứa chúng tôi nhắc lại một vài chuyện của thời tí hon: Trong lớp mình có hai thằng trùng họ trùng tên, chỉ khác có tên lót là Đỗ Hồng Ngọc và Đỗ Hoàng Ngọc. Đỗ Hồng Ngọc biến mất khỏi trường Trung Học Phan Bội Châu Phan Thiết từ niên khóa 1955-1956 trở đi... biền biệt. Năm 1989, tôi mới thấy lại cái tên Đỗ Hồng Ngọc trên báo trong nước. Nay, hội ngộ Đỗ Hồng Ngọc thật tình... cứ ngỡ mình gặp ma! Thời gian như nước chảy qua, tại sao con người hay đi ngược lại nhỉ? Tìm gì trong quá khứ? Những nụ cười thắm tươi? Những giọt lệ đoanh tròng? Ôi, tìm gì cũng được... cốt là thấy cái bóng cái hình của cố nhân!

Trong chuyến về của tôi sau hai mươi bảy năm "trời ơi đất hỡi", Đỗ Hồng Ngọc ký tặng cho tôi tập Tùy Bút mới nhất, Một Hôm Gặp Lại.

Đây là một cuốn sách khá dày của Đỗ Hồng Ngọc, 300 trang, khổ sách vuông vắn, dễ thương. Tôi từng "mê" tùy bút của Nguyễn Tuân, Vũ Bằng. Có nhiều năm rất chờ mong tác phẩm mới của Võ Phiến về Tùy Bút. Nay đọc Một Hôm Gặp Lại... của Đỗ Hồng Ngọc tôi thấy Tùy Bút là một thể văn đẹp, mềm mại, tao nhã không khác gì Thơ! Xưa, xưa lắm Phạm Đình Hổ có cuốn Vũ Trung Tùy Bút... mô tả, cô đọng, hâm nóng chỉ vài ba giọt mưa trên tàu lá chuối mà đã ấm cả lòng người. Bây giờ đọc Một Hôm Gặp Lại của Đỗ Hồng Ngọc, xếp sách mấy lần, gần hai năm tròn trịa, vẫn nghe lòng nao nao, êm ru và diệu vợi...

Còn tôi, mỗi khi viết cho Trần Vấn Lệ không bao giờ quên nhắc Phan Thiết, lần nào đi ngang núi Tà Cú, dãy Ba Hòn, lang thang bên bờ sông Cà Ty (sông Mương Mán) ... không thể không nhớ Hoài Khanh, nhà thơ xứ mình. Nhất là khi đi ngang Ba Hòn mình thường nhẩm câu thơ của Hoài Khanh "Người đi để dãy Ba Hòn chơ vơ" và cái Bưng Cò Ke ở ngay dưới chân dãy núi đó. Thế nhưng, nhớ lần ghé thăm Hoài Khanh ở Biên Hòa, anh đính chánh "Người đi nhớ dãy Ba Hòn trơ vơ" chứ!

Hoài Khanh sinh ra và lớn lên ở Đức Nghĩa, Phan Thiết. Nhà anh cách chỗ chùa mình ở không xa. Anh lứa lớn, đã phiêu bạt... giang hồ tự thuở nào, lúc mình còn cắp sách đến trường tiểu học bên bờ sông Cà Ty! Anh vào Saigon, làm thơ, làm báo và một mình dựng nên Nhà xuất bản Ca Dao nổi tiếng một thời. Và thơ Hoài Khanh thì thời tụi mình không ai không thuộc ít nhiều. Trong bài thơ Đức Nghĩa, Hoài Khanh viết:

*Biển mang niềm nhớ đi hoang*
*Gió Trường Sơn luyến mây ngàn Tà Dôn*
*Ôi sương Núi Cú lạnh hồn*
*Người đi nhớ dãy Ba Hòn trơ vơ*

*Cành dương cát trắng hững hờ*
*Nhìn nhau thuở ấy bây giờ nhớ nhau.*
Hoài Khanh

Vậy đó. Nói tới Phan Thiết là vậy đó. Biển. Cát trắng. Đồi dương. Mây ngàn. Tà Dôn. Tà Cú. Ba Hòn... Tình cờ gặp Phạm Gia Cẩn, ở Úc về, là học sinh đệ thất Phan Bội Châu Phan Thiết 1956, sau bọn mình hai lớp. Cẩn nhận ra mình, anh em bèn kéo vào quán café ngồi nhắc ngôi trường Phan Bội Châu cũ – là chỗ trường Tiến Đức ngày xưa bọn mình đã học ở đường Trần Hưng Đạo - trước khi dời qua trường mới sau này... Rồi nhắc Phan Đổng Lý, Trần Vấn Lệ, Phan Bá Thụy Dương... và những con đường làm mình không thể không kêu lên:

*Ơi những con đường ta đã đi*
*Gia Long Đồng Khánh mượt xuân thì*
*Chân run rẩy cát bờ Thương Chánh*
*Gió ở đâu về thơm bước khuya...*
(Đỗ Hồng Ngọc, Trên sông khói sóng 1970)

Núi Tà Cú, bạn nhớ không? Bọn mình ở Phan Thiết ngày xưa Mùng 2 Tết thường đi xe đò hay xe đạp lên Núi Cú chơi. Ôi nam thanh nữ tú. Đường bộ leo suốt vài giờ không thấy mệt. Riêng mình, nhà bà Ngoại ở ngay dưới chân núi Cú nên từ hồi 4, 5 tuổi đã được các cậu cõng lên núi cùng Ba má, có khi ở luôn mấy ngày liền, ăn tương chao cũng đã quen.

Bây giờ Tà Cú đã có cáp treo. Trong đoàn có nhà văn Elena, người Ý, vợ nhà văn Trương Văn Dân cứ nhứt định "Tà Cu, Tà Cu" dù đã học tiếng Việt mấy năm vẫn chưa phát âm đúng!

Tà là "núi", vùng này mình có Tà Cú, Tà Dôn, Tà Đặng, Tà Lài, Tà Bao... Cũng như La là "sông", có La Gi, La Gàn, La Ngà, La Ngâu, v.v... (tiếng Chăm).

Tà Cú nổi tiếng với tượng Phật nằm, dài 49 m, được xây dựng từ năm 1960 đến nay vẫn là một thắng cảnh tuyệt đẹp. Nguiễn Ngu Í đã có mấy câu thơ về Tà Cú:

*Nhè nhẹ sương bông ôm núi lịm*
*Êm đềm cây cỏ đắm trong mơ*
*Tiếng chuông đâu bỗng rung lòng đá*
*Ngó xuống trần ai thấy mịt mờ...*
(Nguiễn Ngu Í, 1945)

Hãy đọc Trần Vấn Lệ qua ngòi bút Kiều Minh Mạnh, người xứ Dran dịp ra mắt tập thơ Dã Quỳ Thương Nhớ:

"Ông là người con của Phan Thiết - Bình Thuận. Nhưng là một người đã ở trọ Đà Lạt suốt 31 năm thì thành phố sương mù đối với Trần Vấn Lệ chắc chắn không chỉ "là nơi đất ở", như ông đã tâm sự: "... Mình coi Đà Lạt như Cha Mẹ. Cha Mẹ đổi thay nét mặt, thân hình... nhưng không đổi thay tấm lòng...". "Ai đã lên Đà Lạt, quả thật không muốn về... Tôi nhớ quá rừng thông, xanh xanh từng dốc núi. Nhớ cả con dế nhũi, chạy dưới gốc dã quỳ. Đà Lạt – tôi ở đây, mấy mươi năm khôn lớn..."

Hơn 15 năm làm thầy giáo: "Đà Lạt tôi thắm thiết, thời tôi dạy học trò, có em thơm như ngo, có em hiền như liễu..." Chắc chỉ có thầy giáo nhà thơ thì mới cảm nhận học trò mình "thơm như ngo, hiền như liễu". Ngo và liễu ở Đà Lạt thì nhiều lắm... mà sao lại không "thơm như thông" mà lại "thơm như ngo" nhỉ? Ngo được chẻ ra từ thân cây thông, là những đoạn thân đọng nhiều tinh dầu nhất, người ta dùng nhóm lửa.

Trong màu vàng thủy chung nhưng đầy tiếc nuối xuyên suốt Dã Quỳ Thương Nhớ, có một địa danh thi nhân thường nhắc đến bên cạnh Đà Lạt, đó là Dran - Đơn Dương: "Chiếc xe đò Đà Lạt xuống dốc về Dran, đường xe lửa nghiến răng chỉ còn trong ký ức. Lạy trời em đừng mất... vì còn hoa quỳ kia" ... (TVL).

Thơ Trần Vấn Lệ như văn xuôi nhưng có vần có điệu. Nhiều bài chẳng có dấu câu khiến người đọc phải tự tìm ngắt điệu, có người tưởng đó là lỗi của biên tập in ấn, đọc đến bài gần cuối mới vỡ lẽ. Thơ ông lạ, nhưng ông làm thơ dễ dàng như hơi thở, câu từ bình dị, cấu tứ giản đơn, dễ tìm được sự đồng cảm. Trần Vấn Lệ suy nghĩ bằng thơ, hoài niệm thành thơ, khóc cười cũng nên thơ..." (KMM).

**Đỗ Hồng Ngọc**

TM

# ĐỖ HỒNG NGỌC

## LÊO ĐÊO PHƯƠNG QUỲ

Với tôi, Phan Thiết không chỉ dễ thương với Mũi Né, Tà Dôn, Tà Cú... mà còn đặc biệt dễ thương với ba nhà thơ bạn mình, đó là Từ Thế Mộng, Nguyễn Bắc Sơn và Nguyễn Như Mây.

Hãy nói về Từ Thế Mộng trước. Không phải vì anh là nhà thơ... lớn hơn hai nhà kia nhưng bởi anh có tuổi...

lớn hơn hết trong bọn chúng tôi. Năm nay anh đã 70 rồi mà tiếng cười vẫn rổn rảng, sảng khoái và sáng nào anh cũng đạp xe đạp đi tắm biển một mình, chỉ để ngắm ráng đỏ bên trời: *Em ngửa mình gối sóng/ Ráng đỏ thoáng bên trời/ Anh rùng mình ngăn lại/ Một tiếng thầm đang rơi.* Tôi hỏi tiếng gì thầm, anh im lặng không nói. Chắc phải gởi anh vài thứ thuốc! Anh là tác giả của các tập thơ *Lời ca cỏ non, Lẽo đẽo một phương quỳ, Trường ca Má thương yêu*... và nhiều tùy bút, đoản văn rất hay trên các báo. Tưởng anh mê biển mà không phải vậy, chẳng qua. *Mấy hôm nay biển thở dài/ Mới hay em bệnh đã vài bốn hôm*! Nhìn một cô gái đi trong mưa, anh kêu lên: *Em về/ trong dịu dàng mưa/ Bước chân lững thững/ như chưa ướt gì*... Làm ta không khỏi nhớ đến câu ca dao rất dễ thương của vùng Bình Thuận: Trời mưa ướt lá bồn bồn/.... Từ Thế Mộng tên thật là Nguyễn Đình Tư, được mọi người biết dưới tên Tư Đình, để phân biệt với những ông Tư khác ở Phan Thiết. Vốn là một thầy giáo dạy văn, gốc Huế nhưng anh đã sống và lớn lên ở Phan Thiết từ thuở mới lên mười, cho nên anh mê Phan Thiết chết đi được.

*Phan Thiết mưa và Phan Thiết nắng*
*Bởi vì em Phan Thiết ở bên anh*
*Rồi Phan Thiết một ngày chợt vắng*
*Em yêu ơi mưa nắng nữa sao đành...*
(TTM)

Mười mấy tuổi đầu, anh mê một cô hàng xóm xinh đẹp, có chữ lót là Mộng. Từ đó, trên thế gian này, chỉ còn có mộng của anh, nên anh lấy bút danh là Từ Thế Mộng. Tôi đùa vậy còn thực hư ra sao không biết. Dù sao thì Mộng cũng đã thành Thực từ lâu rồi! Còn "Lẽo đẽo một phương quỳ" của anh viết từ Bảo Lộc, những tháng ngày lang thang dạy học kiếm sống. Dĩ nhiên Bảo Lộc trời thì lạnh mà đầy hoa quỳ vàng cho nên nhà thơ có lẽo đẽo cũng chẳng có chi là lạ! Trong lời tự bạch về mình, anh khoe anh "có tật mê gái, thấy con gái đẹp thì mắt sáng rỡ". Các "con gái đẹp" dĩ nhiên cũng sẵn sàng tha thứ cho một nhà thơ mắt sáng rỡ từng chặp như thế thôi!

Trong Lẽo đẽo một phương quỳ, nhà thơ Nguyễn Bắc Sơn, bạn anh, đã vẽ chân dung anh bằng hai câu thơ đặc sắc:

*Tư Đồ, Tư Mã, Tư Không*
*Ba Tư dồn lại thành ông Tư Đình!*

Tư Đồ, Tư Mã, Tư Không thì tôi biết rồi, chịu rồi, nhưng thắc mắc chuyện ba Tư dồn lại, bởi nếu theo câu ca dao "Một cây làm chẳng nên non/ Ba cây dụm lại thành hòn núi cao" thì ở đây phải là "dụm lại" mới đúng chớ! Tôi hỏi. Từ Thế Mộng nhìn tôi từ đầu đến chân bằng ánh mắt thương hại, rồi cười ha hả: Câu thơ của Nguyễn Bắc Sơn chỉ "ăn tiền" có chút xíu đó mà ông đòi sửa thì còn gì là Nguyễn Bắc Sơn với Tư Đình Từ Thế Mộng này nữa!

Cứ nghĩ cái cảnh ba ông Tư kia chen chúc, dồn lại một cục thành ông Tư Đình, tôi cũng không khỏi tủm tỉm cười một mình vậy!

**BS. Đỗ Hồng Ngọc**

# ĐỖ HỒNG NGỌC

## DẰNG DẶC KHÔN NGUÔI (ĐỌC "LỜI CA CỎ NON" CỦA TỪ THẾ MỘNG)

Cái bài thơ có vẻ ít thơ nhất trong tập Lời Ca Cỏ Non của anh lại là bài làm cho tôi xao xuyến nhất. Không chỉ một lần mà hai lần rồi ba lần, mỗi lần đọc lại tôi đều thấy rưng rưng. Đó là bài *"Như hai giọt nước"*. Tôi bảo nó không phải thơ nhất chỉ vì nó có vẻ như một câu chuyện kể bình thường, những lời lẽ đời thường, giản dị, chân chất... về một chuyện trong gia đình – giữa thời buổi mà người ta đang cố làm mới thơ với những hình thức cầu kỳ, câu chữ bí hiểm thì bài thơ của anh có gì đó xa lạ với "thơ hôm nay", thơ "hậu hiện đại":

*Con học toán nhớ nhiều công thức quá*
*Nên quên lòng thương mẹ thương cha*
*Em con đó nhiều khi sờ sững nhớ*
*Trông chị về – con lại muốn đi xa*
*Con điện tin về không báo trước*
*Người yêu con tới hỏi sớm mai này*
*Ba má nhìn nhau không hiểu hết*
*Con ta ơi ta lạc mất con rồi*
*... Ba giận con mà lòng quay quắt*
*Nỗi thương con nên tự nhủ mình*
*Ba với con như hai giọt nước*
*Nghiêng bên nào cũng thấy long lanh*
(Như hai giọt nước)

Có lẽ tôi cũng đã già, nên mới thấm hết nỗi ray rứt trong lòng người cha, cái cảm nhận có phần thảng thốt trước dòng chảy nghiệt ngã của thời gian – giữa hai bờ thế hệ – vừa ngọt ngào vừa cay đắng, chia xa, vừa ngậm ngùi vừa độ lượng, gần gũi.

Thường khi đọc thơ, tôi chỉ đơn giản coi bài thơ đó đã gây xúc động như thế nào với lòng mình, nó có làm xao xuyến, có làm rưng rưng và sau đó có còn đọng lại những nỗi niềm ray rứt mà khi không còn nhớ một câu một chữ nào của bài thơ ta vẫn còn nghe cái vị ngọt ngào hay mặn chát đắng cay mà bài thơ để lại, một thứ gì đó dằng dặc khôn nguôi. Có phải đó là cái "tấc lòng" của người làm thơ, cái "thốn tâm thiên cổ" đó chăng?

Cho nên gọi *Như hai giọt nước* là một bài "ít thơ nhất" cũng chính là bài rất thơ đối với tôi.

Một bài thơ thứ hai cũng để lại trong lòng tôi nỗi xao xuyến lạ kỳ, có lẽ đã được anh viết từ bên bờ dốc đá dựng đứng của thác Dambri, những ngày anh còn lang thang ở Bảo Lộc, hơn bốn mươi năm về trước.

*Rừng, tôi và một vùng thác trắng...*
*Tôi chờm ngợp trong nỗi mừng kỳ dị*
*với một niềm mong ước rất xôn xao*
*buông nhẹ hai tay, ôi thần trí ngọt ngào*
*tôi sẽ mới giữa vô cùng sáng láng!*
(Lời kêu gọi quyến rũ của thác)

Tôi bỗng nhớ họa sĩ Đinh Cường: anh có một bức tranh nổi tiếng vẽ một người đàn ông đứng chênh vênh bên bờ ngọn thác Niagara. Năm 1993, lúc đó tôi đang ở Boston, Đinh Cường viết cho tôi: "Đứng bên bờ vực ngọn thác hùng vĩ nhất thế giới này, moa chỉ muốn tung mình xuống dòng thác... và bỗng nhớ một câu hát của Trịnh Công Sơn: *Con diều rơi cho vực thẳm buồn theo...*"

Từ Thế Mộng thật lạ. Đọc thơ anh, có lúc thấy anh có vẻ ngang tàng, hũng dũng, không hề "nhát gái", thỉnh thoảng còn tinh nghịch phá phách nữa kia, nhưng có lúc lại thấy anh ú ớ, ngẩn ngơ, không nói nên lời. Cái ú ớ thật dễ thương của một khung trời nắng rực biển và gió cát của Phan Thiết:

*Phượng hồng phượng hồng sao phượng hồng*
*sao trong mênh mông mà nhớ nhung*
*nghìn em áo trắng trong sân trắng*
*phượng vẫn rơi bàn tay không!*
(Phượng hồng)

Tôi yêu cái ú ớ đó của anh và cả những tinh nghịch của anh:

*Em mỗi ngày một lớn*
*Ta mỗi ngày một già*
*Ta mừng em xinh đẹp*
*Mừng ta còn như xưa*
(Chiêm bao)

*Con chim tình nhỏ nhắn*
*Bay suốt cả đời anh*
*Có lẽ nào em xinh*
*Nhìn anh mà chẳng thấy*
(Chiếc giỏ vàng)

Thấy quá đi chứ, nhưng rõ ràng "mừng ta còn như xưa" quả chỉ là một giấc chiêm bao!

*"Em ngửa mình gối sóng*
*Ráng đỏ thoảng bên trời*
*Anh rùng mình ngăn lại*
*Một tiếng thầm đang rơi!*
(Ráng đỏ)

Cầu trời cho anh còn nghe mãi cái tiếng thầm đang rơi đó, và cũng cầu trời cho anh được rùng mình mỗi lần thấy ráng đỏ bên trời đó nữa. Phải sống ở biển trời Phan Thiết mới thấy hết cái tuyệt vời trong những câu thơ đơn giản đó. Cái mặn mòi của Phan Thiết hình như gắn với gió với sóng với hơi nước, với ráng đỏ, với bờ cong... Dĩ nhiên là nhiều nơi có biển, nhưng không ở đâu như biển Phan Thiết của Từ Thế Mộng:

*Mấy hôm nay biển thở dài*
*Mới hay em bệnh đã vài bốn hôm*
(Biển ốm)

*Ôi còn gì tuyệt bằng những buổi chiều ở bãi, nằm im trên bờ cỏ non xanh ngẩng mặt nhìn trời... Anh nghe trong hơi nước đầy hơi sương. Trong hơi sương đầy hơi em. Trong hơi em đầy hơi của mặt trời mới mọc...*
(Lời ca cỏ non)

Tôi sinh ra và lớn lên ở Phan Thiết, những ngày ấu thơ cũng "vọc" biển như anh vậy nên tôi có thể hiểu anh, kể cả khi anh viết về cái mưa Phan Thiết:

*Em về*
*trong dịu dàng mưa*
*Bước chân lững thững*
*như chưa ướt gì...*
*(Mưa và em)*

Ướt gì? Làm tôi nhớ một câu ca dao ở Phan Thiết thuộc từ thuở nhỏ: Trời mưa ướt lá bồn bồn...

Cũng vậy, trong Màu tình yêu, người ta không thể không tủm tỉm cười một mình, với những *vàng, ngà, đỏ, đen, hồng...* của Từ Thế Mộng.

Nhưng bên cạnh một Từ Thế Mộng đôi khi tinh nghịch rất dễ thương đó là một Từ Thế Mộng khác, Từ Thế Mộng của những bài thơ cổ phong, mang hơi hướm của ngàn năm cũ, ngay cả trong cách đặt tựa đặc sệt Đường thi của anh: *Buổi sáng nhân đọc một quyển sách hay* rồi *Buổi tối chọc người yêu khóc rồi ngẫm/ Chiều cuối năm nhớ bạn*... chẳng khác xưa Bạch Cư Dị viết: Từ Giang Lăng qua Từ Châu dọc đường gởi cho anh em/ Đêm đông chí ở Hàm Đan nhớ nhà... hay như Đỗ Phủ viết: Đáp lòng tiễn biệt của ông cậu thứ mười một trong bữa tiệc... Những lúc đó thấy nhà giáo Tư Đình bên trong Từ Thế Mộng ngồi chễm chệ như một ông đồ già, nghiêm trang và cẩn mật, nhưng giọng thơ đầy hào sảng:

*Trời đang lạnh gắt ở phương xa*
*Rượu nốc không nguôi nỗi nhớ nhà...*
(Chiều cuối năm nhớ bạn)

*Đông giang Đông giang đường dốc ngược*
*Bạn lái xe ngỡ trừng con mắt...*
(Bạn lái xe)

Nhưng trên hết, trong thơ Từ Thế Mộng người ta thấy cái tình gia đình đằm thắm, chân thành, sâu lắng: với mẹ như *"Nước trong nguồn"*, với bà trong *"Hạt mưa xa"*, với vợ, với con: *Con bớt chưa con, Như hai giọt nước...*

Anh Tư Đình thân mến, tôi cám ơn anh rất nhiều đã tin cậy tôi mà gởi tập bản thảo *"Lời ca cỏ non"* và nhờ tôi viết đôi dòng cho tập thơ này của anh, lại còn cho phép tôi tùy nghi cắt xén – một tập thơ mà nếu nhìn lại thời gian, nó đã trải hơn bốn mươi năm của một đời người – (mà anh nói vì những kỷ niệm riêng tư, anh không làm sao cắt xén cho đành) – thì tôi cũng vậy, tôi cảm động mà cũng không biết phải nói gì đây cho tập thơ, chỉ biết để lòng mình chan hòa cùng tác giả, buồn vui cùng tác giả. Dễ gì ta có dịp đọc một tập thơ mang cả một đời thơ, mà còn thấy được bên kia thơ là một con người vừa đắm đuối mê say, lại vừa nghiêm túc, cẩn mật; một người có lúc như tinh nghịch mà biết bao nỗi ngậm ngùi, có lúc như đùa cợt mà vẫn thấm đậm một nỗi buồn man mác khôn nguôi... của một kiếp người như dòng sông trôi đi, biền biệt trôi đi:

*Ta thấy lòng mình như đổi khác*
*Ta trong veo và nổi bồng bềnh...*
(Buổi sáng nhân đọc một quyển sách hay)

Phải vậy không anh Tư Đình, Từ Thế Mộng?

**Đỗ Hồng Ngọc**
*2001*

## ĐỖ NGHÊ

# CHIỀU BUÔNG...
# (ĐÔI DÒNG VỀ "KHÔNG ĐỨNG MÃI TRONG TRANH" CỦA LÊ CHIỀU GIANG)

Không biết nên gọi *Không đứng mãi trong tranh* của Lê Chiều Giang là gì cho đúng? Tùy bút? Không phải. Tản mạn? Không phải. Viết ngắn? Không phải. Thơ... Ừ, thơ. Đúng là thơ rồi. Nó cuốn hút. Nó xao xuyến. Nó ray rứt. Nhưng, thực ra thì nó có hơi hướm của một hồi ký hơn với rất nhiều những năm, những tháng, những ngày... cùng với những yêu thương, *khóc giấu*, khổ đau... Nhưng hình như vẫn không phải là hồi ký, tuy dàn trải cả một đời người, một kiếp người. *Tôi biết mình vẫn cứ lẽo đẽo tìm theo những rêu phong của ngày tháng cũ* (64). Nó trộn lẫn thơ với nhạc với họa, âm thanh và màu sắc, tưởng tượng và sự kiện. Nó tuôn chảy như một dòng sông, "yên ba giang thượng" mỗi khi chiều xuống...

Ta có thể hỏi tò mò: Khi muốn *Không đứng mãi trong tranh* thì người ta làm cách nào? Mà thiệt ra có mấy cách đâu! Những bức tranh đời đó. Một bức bị xé toang với những lời chát đắng. Một bức bị giấu nhẹm với nước mắt và giận hờn. Một bức với những sắc màu sặc sỡ như để bù đắp mà không kịp hoàn tất, để rồi vùi theo với nhan sắc trăm năm.

*Không đứng mãi trong tranh* là lúc muốn xổ lồng bay xa. Thiệt không dễ! Bởi muốn bay mà vẫn còn ngập ngừng e sợ. Cái gì làm cho ngập ngừng, e sợ, nấn ná?

*Và tôi cứ lẳng lơ, tôi rất lẳng lơ viết những chữ mông lung, vật vờ như gió... sáng trưa chiều tối* với hằng tỷ bức email như vậy.

Vẫn có một bờ vực còn đó. Một giới tuyến không thể vượt qua.

*Tôi biết mình không được bước xa hơn, dù chỉ là một inch nhỏ. Chúng tôi dừng lại, đứng ngay ngắn ngay lằn ranh khắt khe nhất của định mệnh. Với tới nhau qua khoảng không gian xa vời ngàn dặm, mù tăm* (156).

Nhưng tuổi vẫn chẳng tha người. Đó là khi người ta *"Kên" với tuổi đời. Khi chợt nghĩ tới số 60, tôi nhắm mắt uống thêm ba hớp café một lúc... Nếu café mà làm tan biến mất được cái số đáng sợ này, chiều nay tôi tình nguyện uống thêm vài ngàn ly nữa...*

*Phản ứng với số 60 dễ ghét, tôi tiếp tục mặc jeans bó sát, áo trễ xuống thêm chút nữa và luôn đi giày cao gót... khua vang, vọng theo mỗi bước chân. Tôi cố gắng hết sức để nhìn như 50 hay trẻ hơn thế...* (145).

Để rồi chợt nhận ra "thế gian hằng như mộng":

*Thiên hạ hay bàn về những điều bất biến, những bền bỉ trăm năm... tôi tính theo phút theo giây.*
*Những bóng những bọt của đời người* (148).

*Giật mình,*
*Ta*
*Chắc phải... yêu thôi.*
(Liều mạng, 151).

*Khi yêu thương và được yêu thương, tháng ngày như ngắn lại, tôi sợ đời sẽ hết, tôi sợ ngày sắp hết... Và chúng tôi hấp tấp vội vàng. Vội vàng nhưng... "tinh khiết".*
*Một thứ "tình yêu hàm thụ".*
*Tôi về lại vị trí mình đang đứng, ngó mông ra cuối chân trời, thấy có những óng ánh của hai chữ "Đạo đức". Với tôi, nó không chỉ phù phiếm mà rất nhiều khi mang ý nghĩa của những người Dại dột, không biết sống và chẳng bao giờ dám sống. (159)*

Thấy không, xổ lồng bay xa đâu có dễ.
*Đứng mãi trong tranh*
*Đóng vai:*
*Góa phụ*
*Sáng nay ta*

*Ra với mặt trời*
*Như kẻ xa xôi về lại trái đất...*

Rồi nhìn quanh quất, vội vã lại bước vào trong tranh:

*... Diễn tiếp*
*Hỡi thế gian*
*Ta*
*Bỏ cuộc chơi.*
(Đầu hàng,103)

Duyên chăng? Nghiệp chăng? Từ những ngày còn thơ đọc mà chẳng cần hiểu với Krishnamurti, Tagore, Khalil Gibran, Hermann Hesse... Những ngày lang thang phòng tranh, Pagode, Givral... Những ngày trốn học, cà phê góc phố, bỏ lễ nhà thờ, canh giờ về muộn...

Những ngọn lửa nhỏ cứ ngún dần như thể đợi một cơn gió. Và gió đã bùng lên.

Bước vào trong tranh, có lúc như ngựa chứng, tóc bờm tung bay như phi nước đại, cổ vươn cao ngoẳng hí vang, cho nên không ngạc nhiên khi tranh thiếu nữ của NĐ luôn kề bên một bóng ngựa phi đường xa dưới bóng trăng huyền hoặc lẫn bóng tối u mê giữa ngàn lá biếc.

*Sự cách điệu không hài hòa làm cho gương mặt có sắc sáng như trăng, lại thêm chút bóng tối của u mê* (11).

Lê Chiều Giang viết *Không đứng mãi trong tranh* có khi như thơ, có khi như nhạc, như họa. Giọng điệu đôi khi ngổ ngáo, khinh bạc, nhưng ẩn chứa bên trong là rụt rè, bẽn lẽn, đắn đo...

Cái đó làm cho *Không đứng mãi trong tranh* đáng đọc, để thấy thương hơn một nhan sắc, một tính cách, một số phận như dòng sông những buổi chiều về...

*Chiều buông*
*Trên dòng sông cuốn mau...*

.........................
*Về đâu?*
*Bọt bèo tuôn khắp nơi...*

Để rồi, nhận ra cõi vô lượng tâm:

*"Bể sầu không nhiều, nhưng cũng đủ yêu..."*
(Chiều về trên sông, Phạm Duy)

**Đỗ Nghê**
*(Saigon,12.2021)*

# ĐỖ HỒNG NGỌC

## ĐỌC "IM LẶNG, NHƯ LỜI CHIA TAY" CỦA CAO HUY THUẦN

Anh Cao Huy Thuần gởi tôi tập ***Im Lặng, như lời chia tay***... dặn để đọc mấy ngày Tết. Tôi nghĩ: chắc là Im Lặng thở dài... đây rồi! "Tôi đang lắng nghe tôi đang lắng nghe im lặng đời mình" (Trịnh Công Sơn)? Nhưng không. Cao Huy Thuần không thở dài! Anh nói về "thiêng liêng" về "chia tay mà không biệt ly của cánh hoa rơi"...

Bồng đứa bé mới sanh đỏ hỏn trên tay mà không thấy "thiêng liêng" sao? Đứa bé bỗng nhoẻn miệng cười không vì đâu cả mà không thấy "thiêng liêng" sao?... Người bạn kêu sáng Mùng Một Tết chợt thấy "thiêng liêng"? Lạ quá. Thiêng liêng đến từ đâu? Thì đến từ thiêng liêng chớ từ đâu nữa! Từ cái nhoẻn miệng cười của đất trời, từ cái đất nước gió lửa run rẩy trong ta vì già nua giữa ngày Mồng Một Tết chớ đâu nữa!

Họa sĩ Poussin (1594-1665), bàn tay run rẩy bệnh hoạn không chịu nghe lời ông nữa, ông phải từ giã bút màu với nỗi buồn chán... Nhưng, bất ngờ, những bức tranh run rẩy của ông về sau được giới phê bình tán thưởng hơn bao giờ hết. Họ phát hiện ra rằng "không phải tay họa sĩ run mà là thời gian run".

Còn họa sĩ Cézanne (1839-1906) viết, "Tôi già và bệnh, nhưng tôi thề sẽ chết trong khi vẽ...". Danh họa Nhật, Hokusai nói từ năm 73 tuổi mới hiểu cấu trúc của thiên nhiên, bởi vậy, 80 ông sẽ, 90, 100, 110... ông sẽ...

Để rồi cuối cùng, Cao Huy Thuần và người bạn đồng ý "ly cà phê buổi sáng là thiêng liêng", "cái má lúm đồng tiền là thiêng liêng", "cái răng khểnh là thiêng liêng"... Ôi chao!

Phật dạy có bốn thứ Ma thân thiết với ta. Phiền não ma, Ngũ ấm ma, Thiên ma, Tử ma. *Tử ma* chính là "thị giả" của ta, gần gũi ta và giúp đỡ ta, gắn với ta từ trong trứng nước. Tưởng là kẻ xấu mà không, hắn rất tử tế, luôn nhắc ta từng chút, nhờ vậy mà ta tránh biết bao tai ương, khổ nạn.

Nhìn lại, có hay không có tái sinh? Có hay không có "kiếp" sau? Có lần khi trò chuyện với Ni sư Trí Hải tôi hỏi một kiếp dài khoảng chừng 10 phút không cô? Cô cười, không trả lời. Có lẽ cô muốn nói... một kiếp dài cỡ một sát-na!

Thầy Tuệ Sỹ trong cuốn Tổng quan về Nghiệp viết: Có hay không có Nghiệp? Có hay không có Tự ngã? Có hay không có Thời gian? ...

*Nghiệp, là kinh nghiệm được tích lũy và tồn tại trong nhiều đời sống. Không có thời gian, không có ký ức thì lấy đâu cho nghiệp vận hành, tạo tác, lưu trữ, lưu xuất, dị thục, nhân quả?* (Tuệ Sỹ)

Có thực không có nhiều đời sống? Một đời trước và đời sau – những đời sau - để cho ký ức gợi lại, nhân quả. Bằng chứng đâu?

Nhưng, nếu hỏi tôi tin không? Tôi tin. Tại sao tin? Không biết! Phải chăng, thỉnh thoảng ta gặp một người nào đó thấy như đã từng hẹn nhau từ muôn kiếp trước, hay một nơi chốn nào đó thấy như về mái nhà xưa?

Ký ức được lưu trữ ở đâu để tạo thành Nghiệp mà truyền đi? Khoa học não bộ trả lời: ở *hippocampus* (hồi hải mã) trong não. Thế nhưng, khi thân này tan rã, hippocampus và toàn bộ thể viền của não bộ cũng không còn, ký ức được tàng trữ trong thân vật lý này cũng biến mất theo. Phải chăng "*ngoài cơ chế vật lý của ký ức, còn có sự tham gia của một yếu tố phi vật chất, không nhất thiết là ý thức, để lấy đó làm cơ sở tiếp cận đến vấn đề nghiệp tích lũy, cho đến trong đời sau được xử lý để cho quả dị thục của nó*"? (Tuệ Sỹ).

Đức Phật dạy: *Có nghiệp được tạo tác, có quả dị thục được lãnh thọ, nhưng không có người tạo tác, không có người lãnh thọ.*

Nhà khoa học cũng bảo: "Có design nhưng không có designer". Nhưng sao chim bồ câu thì cứ bay ngàn dặm về đưa thư, cá hồi cứ bốn năm lại quay về chốn cũ để sinh đẻ rồi chết? Ngày nay, sinh vật từ hạt đậu đến chuột bọ, khỉ vượn... cũng được can thiệp vào gène để tạo ra những "dị thục" những "quả" bất ngờ, gọi là transgenic.

"Je pense, donc je suis – Tôi tư duy, nên tôi tồn tại" (Descartes). Vậy tôi không tư duy, thì không... có tôi? Phải chăng "vô niệm" thì vô ngã? Trong Tam muội Phổ Hiền (Samadhi) thì quả thấy vô ngã khi tan biến vào *vô tướng* của Như Lai tạng đó thôi. Cho nên nhìn mọi sự vật bằng cái nhìn Như Thực, cái nhìn "thật tướng vô tướng" thì *chân không* mà *diệu hữu*. Từ đó mà lý vô ngại, sự vô ngại, sự sự vô ngại vậy.

Ta cũng có thể bắt chước Descartes nói: "Tôi thở, vậy có tôi". Nghĩa là nếu tôi không thở thì không có tôi. Nhưng cái thời tôi còn trong bụng mẹ, tôi cũng không thở mà vẫn có tôi đó thôi. Từ đó, suy ra rằng cái thời tôi... hết thở, ngừng thở, thì tôi vẫn còn đó chứ, sao không? Tôi lúc đó trở lại trong bào thai Mẹ (bào thai Như Lai) chứ? Tôi mới phải mang nghiệp theo để trả quả chứ? ...

Tuệ Sỹ nói: *Tồn tại trong quá khứ và vị lai là những thực thể vi tế, ẩn áo, không phải tri giác thường nghiệm mà có thể bắt nắm được.*

Ta biết ngày nay, thời gian sẽ chảy chậm trong con tàu vũ trụ chạy nhanh. Với một vận tốc nào đó thời gian đứng lại. Cho nên Từ Thức lạc động Thiên thai là chuyện có thực.

***

*Im lặng bông hoa nở. Im lặng bông hoa tàn. Hoa rụng, nhưng mỗi cánh hoa rơi, bao nhiêu chân bướm vẫn còn lưu dấu... Đâu là cách chia tay mà không biệt ly?* (Im Lặng). Rồi Cao Huy Thuần dẫn bài thơ Feuille morte (lá chết) của Hermann Hess, tác giả Siddhartha (Câu chuyện dòng sông, Phùng Khánh, Phùng Thăng dịch, Saigon 1966). Anh "phát hiện" một điều thú vị: ngôn ngữ Việt không ai nói "lá chết" mà nói "lá khô", "lá rụng". *Quét lá rụng, quét lá khô, không ai nói quét lá chết như ngôn ngữ Pháp, Đức. Bởi vì, lá không bao giờ chết. Nó khô, nó rụng, rồi nó tái sinh thành lá búp lá non* (Im Lặng).

"Chân lý" ấy do hai con sên của nhà thơ Jacques Prévert trên đường đi dự đám tang một chiếc lá chết, tựa là: "Bài ca hai con sên đi dự đám tang".

*Hai con sên đi đưa*
*Đám tang chiếc lá chết*
*Hai cái vỏ thì đen*
*Hai sừng băng trắng hết...*
*Hỡi ôi khi chúng đến*
*Mùa xuân đã đến rồi*
*Bao nhiêu lá chết xong*
*Tất cả đều lại sống*
*Hai bạn sên chúng ta*
*Ôi buồn ôi thất vọng...*

Rồi hai chú sên rủ nhau đi Paris chơi! Mùa hè đã lại đến. Nắng đã rực vàng, tưng bừng ca hát khắp nơi.

*Hai chú sên trở về*
*Với xiết bao cảm xúc*
*Lòng tràn ngập hân hoan*
*Và vô biên hạnh phúc...*

Ôi, làm sao hai chú sên đi dự đám tang chiếc lá chết buồn xo giữa mùa thu... mà nay lòng lại tràn đầy hân hoan, hạnh phúc? Ấy bởi vì chúng là sên. Chúng "bò như sên"! Bò hết cả mùa đông, chưa kịp đến nơi mà xuân đã về rồi! "Bao nhiêu lá chết xong/ Tất cả đều lại sống...".

*Tiễn mùa thu thì gặp mùa xuân. Tiễn cái chết thì gặp cái sống. Tiễn ảm đạm thì gặp tưng bừng. Hai con sên chia tay mà chẳng biết biệt ly là gì!* (Im Lặng)

Cao Huy Thuần nói nhỏ: "chẳng có cả khái niệm". Phải, chúng chẳng có cả khái niệm. Dĩ nhiên, Cao Huy Thuần đang nói về Kim Cang đó! Khi ta mà biết sống "ly niệm", khi ta không còn bám chấp vào khái niệm... thì "trí bất đắc hữu vô", thong dong, tự tại.

Nhớ Huy Cận xưa có hai câu thơ: *Hạnh phúc rất đơn sơ/ Nhịp đời xin bước chậm...*

Bước chậm. Chậm như sên càng tốt. Cái tội nghiệp của thời đại này là cái gì cũng tốc độ. Già cũng tốc độ. Để chỉ kịp khi "nhìn lại mình đời đã xanh rêu" (Trịnh Công Sơn).

Hình như có một nhà văn Pháp nào đó nói về chuyện đi bộ (promenade): đi không phải để đến, đi lang thang, dừng lại chỗ này chỗ nọ, ngắm hạt sương mai lấp lánh, nghe tiếng chim hót líu lo, tiếng dế mèn đang gọi người yêu, những cọng cỏ non vươn mình dưới nắng sớm... Thiệt khác với... Marathon!

Anh Cao Huy Thuần thân mến, nếu thỉnh thoảng ta mà vào được Tam muội Phổ Hiền, thì ta cũng có thể nhận ra cái "thiêng liêng" đó anh à, cái thiêng liêng từ "vô tướng" – trong Như Lai tạng – bỗng "hiện tướng"... đùa vui giữa chốn Ta-bà đó thôi.

Trước mắt, hãy nhấp một ly cà phê thiêng liêng buổi sáng đã nhé.

*Năm mới. Tháng Giêng. Mồng Một Tết.*
*Còn nguyên vẹn cả một mùa Xuân...*
(Nguyễn Bính).

**Đỗ Hồng Ngọc**
*(2023)*

*ĐHN, Cao Huy Thuần, Miên Đức Thắng*

# BÁC SĨ ĐỖ HỒNG NGỌC

## "TÔI HỌC PHẬT" ĐỂ ỨNG DỤNG VÀO ĐỜI SỐNG

**Gặp gỡ & Đối thoại**

NGUYỄN THỊ NGỌC HẢI 27/06/2023
*https://cuoituan.tuoitre.vn/bac-si-do-hong-ngoc-toi-hoc-phat-de-ung-dung-vao-doi-song-20230621075501768.htm*

TTCT – Dưới góc nhìn của người thầy thuốc, học Phật để ứng dụng những gì cho sức khỏe con người?

Từ bể kiến thức ***học Phật*** mênh mang khôn cùng, trong tác phẩm *Tôi học Phật* gần 900 trang, BS Đỗ Hồng Ngọc kể về những trải nghiệm của ông trong hành trình tìm ra phương pháp "giải quyết vấn đề" một cách gần gũi, hiệu quả, với cách viết sáng sủa dễ hiểu. Ông có thể "kê đơn" cho người đọc áp dụng được những gì?

*(photo Trần Quốc Dũng, 16.6.2023)*

**Cuốn sách "khổng lồ", ông viết nó thế nào ạ? Có tổng hợp từ những cuốn nhỏ trước đây, có cả phần tiếng Anh, vậy phần viết mới nhất là gì?**

Đúng là từ năm 2001, cứ mỗi 5 năm tôi ra một cuốn sách, theo các vấn đề lớn đặt ra từ các kinh Phật. Từ Tâm Kinh, tôi viết cuốn *Nghĩ từ trái tim* để trả lời các câu hỏi đời sống (Why? Tại sao). Từ kinh Kim Cang, tôi viết cuốn Gươm báu trao tay (để trả lời câu hỏi How – Cách nào). Từ kinh Pháp Hoa, tôi viết *Ngàn cánh sen xanh biếc* (cho câu hỏi What – Cái gì, Who – Ai). Từ kinh Duy Ma Cật, là cuốn *Cõi Phật đâu xa* (cho câu hỏi Where – Ở đâu). Và từ kinh Hoa Nghiêm, tôi có nhiều bài bổ sung sau này.

Cuốn *Tôi học Phật* như một tổng tập được phát triển hoàn chỉnh. Và như có một sự dẫn dắt tâm linh, tôi nhận ra kinh Phật có một sự nối kết nhau liên tục. Điều đó giúp làm nên cấu trúc đường dây mạch lạc của cuốn sách, khiến nó trở nên dễ đọc. Tôi cho đó chính là đường dây "phương pháp sư phạm của Phật".

**Trong kho kinh Phật khổng lồ, có rất nhiều khái niệm và từ gốc Hán, ông học cách nào cho dễ nhất?**

Tôi tự học. Người "thầy gốc" chính là Thích Ca Mâu Ni Phật. Tất nhiên có các vị thầy khác, ai tôi cũng đọc, như thầy Nhất Hạnh, Thanh Từ, Viên Minh... Tôi học từ rất nhiều thầy, kể cả... tôi. Tôi học ở chính mình, một bác sĩ, vì y khoa là khoa học thực nghiệm.

Tôi học được gì ư? Học cách tiếp cận một cách khoa học. Học được cách trở về nương tựa ở chính mình. Phải thực hành, thực nghiệm trên chính mình rồi mới thấy được điều đúng. Trong kinh Kalama, Phật có nói: "Đừng vội tin ai cả, kể cả tôi. Hãy thực hành đi". Phương pháp của Phật dạy sinh động trực tiếp theo sự sống của người học, giống như kiểu ngày nay ta nói "Lấy người học làm trung tâm".

**Nhưng ngày nay có hiện tượng người dân kêu ca kinh sách khó hiểu, nhiều người học, giảng khác nhau nên rất khó học?**

Mỗi kinh tôi đọc tìm cốt lõi, so sánh với các suy diễn của nhiều người, tìm ra những quan niệm tưởng bí ẩn nhưng mình hiểu được nó giản dị và khoa học.

Thí dụ Bát Nhã Tâm Kinh có 600 cuốn, rút gọn còn vài trăm chữ, và cuối cùng tôi chỉ còn học một chữ "Không". Dễ hiểu lầm chữ Không này là không có gì, mà thực ra vẫn có. "Có" này không do tự tính mà là do tác động của nhiều yếu tố (duyên sinh).

**Tôi được biết đến một "hiện tượng đọc hiếm hoi" với sách của ông. Họ âm thầm ghi chép lại các bài viết của ông thành một tác phẩm đồ sộ rồi... tặng ông. Chuyện đó cụ thể thế nào ạ?**

Đó là bạn Nguyễn Hiền Đức sống tại Mỹ. Lúc đầu, tôi tưởng anh gom góp từ trên mạng, nhưng anh đã đánh máy lại những cuốn sách của tôi mà anh ưa thích trong suốt nhiều năm. Thời buổi này, lạ thật! Anh nói đó cũng là cách anh học tập theo cách của riêng anh. Và sơ thảo cuốn *Tôi học Phật* này có phần trợ giúp của anh.

**Có phải ông học Phật vì đạo Phật rất gần với y khoa?**

Có nhiều ngành nghề nghiên cứu ứng dụng từ đạo Phật. Vì là một thầy thuốc, tôi rất quan tâm đến ứng dụng vào đời sống: Thiền định giúp ta an lạc, trí nhớ sáng suốt, lòng rộng mở (từ bi hỉ xả) có thể chữa được nhiều bệnh thời đại như căng thẳng, lo âu, trầm cảm và nhiều bệnh khác. Tỉnh thức (Thiền) là một phương pháp đối trị hiệu quả.

Càng ngày có nhiều nhà y sinh, tâm lý học hợp tác cùng các nhà sư, dùng những kỹ thuật mới như EEG, PET, fMRI... Sau nữa, tham vấn (counselling) ta học được các đức tính tôn trọng, chân thành, thấu cảm từ Bồ Tát Thường bất khinh, Dược vương, Quán Thế Âm.

Thầy thuốc dù chữa được đau – triệu chứng bệnh – nhưng không chữa được nguyên nhân (khổ là gốc sinh ra đau). Tôi nghĩ, mình học cách Phật chữa khổ. Hiểu được nguyên do của khổ (tham sân si), từ đó biết cách sống. Vừa phải thôi. Quá thì bị.

**Vậy bác sĩ học Phật rồi ứng dụng đời sống, có thể rút ra như một công thức, kê một "đơn thuốc" cho người trung bình không học nhiều mà áp dụng được không?**

Phật dạy và "cho đơn" rồi đó. Phật là "Y vương" mà. Chữa tham sân si bằng "thuốc": Giới (tránh sát sinh, trộm cắp, nói dối, tà dâm, nghiện ngập), Định (thiền an lạc, thân tâm sáng suốt) và Tuệ (hiểu biết, hết vô minh). Y khoa chữa cái đau còn đạo Phật chữa được cái khổ, cái nguyên nhân.

Trong y khoa, Tổ chức Y tế Thế giới (WHO) có công thức SAFE, trong đó tránh hai thứ là S (Smoking – không hút thuốc) và A (Alcohol – rượu), làm đúng hai thứ là F (Food – ăn đúng) và E (Exercise – luyện tập).

**Thực tế người bệnh chỉ được thầy thuốc "dòm vài phút" gọi là khám rồi kê đơn, vậy "học Phật" rồi nhìn nhận hiện tượng đó thế nào ạ?**

Đó chính là chuyện "Tham vấn" tôi nói ở trên, rất cần cho y khoa. Bác sĩ khám kiểu vài phút làm sao tìm hiểu bệnh nhân, nên không hiểu nguồn cơn. Tôi từng biết nhiều trường hợp bà mẹ đang cho con bú tự nhiên mất sữa, đi chữa chạy khắp nơi không khỏi. Tìm hiểu mới biết do chồng đi bồ bịch mặc kệ vợ mới sinh con, bà mẹ tức giận (mà tiết sữa là do hormone trong não tạo ra và co bóp) nay bị tắt, cắt đứt. Tâm ảnh hưởng đến thân.

Trường hợp nữa trong nhi khoa: con gái 7, 8 tuổi rồi bỗng... đái dầm. Cha mẹ đánh đập sỉ vả, em càng bị nặng thêm. Bác sĩ xét nghiệm tìm không ra. Lý do chính là mẹ mới sinh em trai, mừng quá, cả nhà xúm vào phục vụ bỏ bê con chị. Nó sốc. Đái dầm là phản ứng cơ thể muốn gây sự chú ý của ba mẹ. Tham vấn là lắng nghe thấu hiểu để phát hiện nguyên nhân tâm nó ảnh hưởng tới thân bệnh thế nào.

**Với thiền, trong sách ông kể về những bài tập hay từ kinh nghiệm của riêng mình. Ông từng trải qua bệnh nặng phải mổ não, đến hôm nay trông vẫn... khá. Hằng ngày ông giữ sức khỏe thế nào?**

(*Cười*). Có bệnh gì không, tôi cũng... không biết nữa. Mỗi ngày tôi đều uống một liều thấp ngừa huyết áp, thiền 30 phút và thể dục 30 phút với động tác... tự chế cho phù hợp với mình. Xương sống như cây tre có vai trò quyết định nên các động tác tập trung vào xương, khớp. Tôi không ăn chay nhưng ăn rau, cá và ít thịt gà. Ăn uống nhẹ nhàng, sáng cà phê, yaourt, trưa ăn cơm đơn giản, chiều ăn nhẹ.

Học thiền thấy mấy lợi ích: thấy an lạc, có sức bền tốt, ăn ngủ, trí nhớ đều tốt hơn.

**Vì sao trong nhiều triết thuyết tôn giáo, ông chọn học Phật?**

Ngoài những yếu tố quan trọng của đạo Phật áp dụng tốt cho cuộc sống như đã nói trên, tôi có một số lý do cá nhân. Tôi được sinh ra ở Phan Thiết, nhà dưới chân núi Tà Cú có chùa đẹp Linh Sơn Trường Thọ Tự, nơi có ông thầy giỏi chữa khỏi bệnh mắt cho mẹ vua Tự Đức. Tôi hay lên chùa chơi ngắm nhiều cảnh đẹp. Lớn vô Sài Gòn học y khoa, đọc sách nhiều nhưng cũng chỉ để hiểu biết chứ chưa chiêm nghiệm.

Năm 1997 sau một lần bị bệnh nặng, tôi hiểu ra nếu mình "tu" sớm, sống không quá căng thẳng chắc không bị. Học Phật giúp tôi hiểu ra cách khác để an trú trong cuộc đời, bớt bệnh tật phiền não. Hiểu cuộc đời tự nó hiểm nguy bất an bất tuyệt nhưng cũng là hân hoan cực lạc, cho ta tự do khám phá sáng tạo. Hiểu khoa học chuyển hóa cái tâm...

**Ông hay tự gọi vui mình là "ông 3 điều 4 chuyện" để làm diễn giả chuyển tải những chuyện cốt yếu theo cách dễ hiểu dễ nhớ cho các bạn trẻ. Cụ thể là gì vậy ạ?**

Đó là những điều cần nhớ và dễ nhớ. Phật không là "thần linh ban phát" cho ta lạy lục xin xỏ, không là triết gia, làm phức tạp chuyện đơn giản. Phật là đạo sư chỉ đường cho giác ngộ làm cho con người mạnh lên. Phật nói điều bình thường của con người. Phật khuyến khích đừng tìm đâu xa, hãy dựa vào chính mình, những năng lực bình đẳng. (Ta là Phật đã thành. Chúng sinh là Phật sẽ thành). Học Phật cần hiểu các thuật ngữ và các ẩn dụ, ẩn nghĩa để tránh mê tín dị đoan.

Và điều quan trọng nhất trong học Phật là phải thực hành.

Một điều dễ nhớ nữa: thở là quan trọng nhất. Gốc tu luyện là thiền và thở. Cùng sống trong vũ trụ như nhau nhưng con người thở khác nhau. Luyện thở hoàn toàn khoa học. Và ăn gì, như thế nào để có đủ năng lượng mà không bệnh tật. Vì thế, sách tôi viết dưới dạng khoa học dễ hiểu, có trải nghiệm để ngẫm ngợi khi cần và chia sẻ với mọi người.

**Xin cảm ơn ông.**

*(*) NXB Tổng Hợp TP.HCM 2023.*
*Tiến sĩ – Bác sĩ Đỗ Hồng Ngọc tốt nghiệp Y khoa Đại học đường Sài Gòn năm 1969.*

TT

# ĐỖ HỒNG NGỌC

## VÀI HÌNH ẢNH VỀ BUỔI RA MẮT SÁCH "ÁO XƯA DÙ NHÀU..."

Bạn bè nơi xa hỏi thăm buổi Trò chuyện của mình về cuốn sách mới: "Áo Xưa Dù Nhàu..." tại Hội quán Các Bà Mẹ 12.2.2023, trong đó Anh Hai Lấp Vò... cằn nhằn nhiều nhất: sao im re, chả viết "tường thuật" gì cả vậy!

Mình chọn địa điểm Hội quán CBM để thực hiện buổi Trò chuyện thân mật và ấm cúng về cuốn *Áo Xưa Dù Nhàu*... này vì nó còn giữ được nét quê mùa... "chật chội, nực nội" nên gần gũi và ấm cúng lắm. Nghĩ bụng chắc có chừng vài mươi người bạn thân thiết đến chơi là vui rồi, ai dè đông gấp 4-5 lần nên có người phải bực bội ra về. Rất xin lỗi nhe.

Xin gởi vài tấm hình bạn coi vui như mọi khi, vì lúc này làm biếng viết quá rồi đó.

Cô Thanh Thúy, Hội trưởng Hội quán CBM có đôi lời giới thiệu người không xa lạ là "Nhà thơ-Bác sĩ ĐHN" vốn từ xưa cùng GS Trần Văn Khê đã là "cố vấn" của Hội quán...

Sau đó mình phải giải thích tại sao mình chọn địa điểm "nhà quê" này -giữa thành phố có nhiều hội trường máy lạnh rộng rãi- vì ở đây còn có chợ quê, có cây đa cuối hẻm... và giải thích tại sao BTC giới thiệu mình là "nhà thơ-bác sĩ", vì kinh nghiệm mấy lần ghi hai chữ "Bác sĩ ĐHN" thì thính giả chỉ hỏi miết về bệnh tật. Mình nói rõ thêm đã làm thơ từ trước khi làm bác sĩ và mình bèn đọc vài bài thơ... để làm chứng! Vậy đó.

Bạn bè đông thiệt, bất ngờ quá!

Nhạc sĩ Trần Văn Quang "phụ trách" phần âm nhạc hỗ trợ vì "Áo xưa dù nhàu...", và anh đã hát Phôi Pha (TCS) bằng giọng trầm ấm của một người bước vào "gió heo may..."

Đã có rất nhiều câu hỏi... và không khí trở nên sôi động!

Thu Vân hát "Hạ Trắng", là bài hát chủ đề của buổi hôm nay, có câu "Áo xưa dù nhàu, cũng xin bạc đầu, gọi mãi tên nhau..." của TCS... rất da diết, sâu lắng...

*Ảnh Huỳnh Ly (TT)*

Ký tên tặng sách cho khán thính giả

Nguyễn Nhật Ánh Thy hát "Còn tuổi nào cho em" (TCS). Hát xong cô hỏi "sao con thấy bác có vẻ trầm ngâm vậy?" mình trả lời vì còn tuổi nào cho em đó mà!

**MỘT VÀI GÓP Ý SAU ĐÓ:**

■ Mỹ Yến

Em cảm ơn anh đã mời em "lên xe, về miền quá khứ" của anh để thấy được những bài học giá trị, từ những con người rất đặc biệt. Họ có mặt trong cuộc đời anh, để một phần làm nên một Đỗ Hồng Ngọc hôm nay. Em cũng học được ở anh cách chia sẻ hồn nhiên và sâu sắc, tinh tế và dí dỏm. Em học được cách làm việc rất chuyên tâm của anh, mạch chuyện được viết xuống tờ giấy nhỏ, thỉnh thoảng ghi chú thêm, được anh dẫn dắt cách tự nhiên và nhạy bén. Anh cứ việc là mình vậy thôi, là vui rồi, phải không ạ?

■ Tú Quyên

Lòng biết ơn là một điều tuyệt vời trong cuộc sống. Lòng biết ơn cho ta thêm năng lượng tích cực, vừa biết yêu thương người khác, vừa biết yêu thương mình, lại thêm sức sống và yêu đời.

Con cũng học được cách yêu thương, quý trọng, nâng niu từng phút giây sống trong hiện tại.

*"Còn gặp nhau thì hãy cứ vui*
*Chuyện đời như nước chảy hoa trôi*
*Lợi danh như bóng mây chìm nổi*
*Chỉ có tình thương để lại đời"*
Thơ Tôn Nữ Hỷ Khương

Con đã đến buổi hội thảo và ra về mang theo nhiều hạnh phúc và nhiều giá trị không đong đếm được. Cám ơn Bác.

**ĐHN**
*(12.2.2023)*

# ĐỖ NGHÊ

## NGƯỜI THỨ HAI

*Tôi không có khả năng "hư cấu" nên không viết được truyện dài truyện ngắn tiểu thuyết như các bạn mình... Chỉ có một truyện ngắn đã đi trên tạp chí Mai xuất bản tại Saigon năm 1965. Đây cũng là truyện ngắn duy nhất.*

Tôi yêu Mai. Điều đó chỉ mình tôi với một người thứ hai biết, dĩ nhiên không kể Mai. Tình yêu đó điên cuồng đến nỗi bây giờ mỗi lần nhớ tới là tôi còn sượng chín cả người, tôi phải nhắm mắt một lúc để khỏi nhìn thấy mặt mình phản chiếu qua lớp không khí chung quanh. Khốn nỗi mỗi lần nhắm mắt một lúc như thế, tôi lại nhắm khá lâu, vì lúc đó hình ảnh Mai hiện ra rõ ràng hơn bao giờ hết. Khi biết chắc là mình không có hy vọng gì, tôi đổ lỗi cho sự vụng về của tôi, cho những mặc cảm từ lâu đời xếp lớp trong tôi và cho tính tự ái ngụy trang thành tự trọng của tôi. Tôi tự dằn vặt mình ngày này qua ngày khác khiến vài bạn thân đã phải nhắc: Làm sao nên nỗi? Không khéo thuốc men có thể không qua khỏi mùa thu này. Người bạn dễ tin, nghe tôi kể chuyện liêu trai của một đêm nào đó, trong bóng mờ nàng hiện ra diễm ảo lạ thường...

Rồi những ngày đi bệnh viện, tôi tự nhủ phải quên Mai để đi đứng vững vàng, để mặt mày bớt hốc hác. Tôi chọn một thái độ cho là hợp lý nhất để trị bệnh tôi: ghét đàn bà. Không may cho tôi, bệnh viện tôi đến là một bịnh viện đàn bà – đàn bà bịnh và đàn bà không bịnh, đàn bà đẹp và đàn bà không đẹp... đi ra gặp đàn bà, đi lên gặp đàn bà, đi xuống gặp đàn bà... Tôi phải cố gắng hết sức để quên Mai. Tôi tự nhắc đi nhắc lại là làm sao cũng phải quên Mai.

*Anh ngồi đợi "cas" đầu. Nỗi lo lắng chiếm trọn tâm hồn nên không còn chỗ cho Mai trú ngụ. Anh xin lỗi, dù Mai không yêu anh. Chiều nay, Mai đi học về, thế nào cũng có bọn lố lăng đón đường chọc ghẹo. Đó, anh bảo đừng làm con gái đẹp em có chịu nghe đâu!*

– Có "cas 5 cm"* ông thầy nhận không này?

Tôi giật mình nhìn người nữ hộ sinh và gật đầu như cái máy.

– Ông cân đo cho bà ấy đi! – Cô bảo.

Người đàn bà còn trẻ, nhăn nhó vì đau. *Nhất định em sẽ nhăn đẹp hơn bà này, Mai ạ*. Bà sanh lần thứ mấy? Thứ hai à, tốt lắm. Bà đến tôi cân đo cho. *Đôi mắt bà giống Mai ghê, nhưng kém tươi mát hơn Mai...*

Sau khi làm đủ mọi "thủ tục" cần thiết cho một người đàn bà sắp sanh như thông nước tiểu, cạo lông mu xong tôi đưa bà ra nằm đợi ở phòng sanh. Lợi dụng lúc bà không đau tôi hỏi chi tiết để ghi vào hồ sơ cho đầy đủ. *Anh nhất định không thèm nhớ tới Mai nữa...*

Tôi hỏi thật nhỏ nhẹ, lời lẽ cân nhắc đắn đo sao cho người đàn bà nằm đây chờ sanh tin cậy nơi tôi mà không thẹn thùng khi phải trả lời những câu hỏi của tôi đôi khi như chạm đến bí mật riêng tư của bà. Tôi hỏi về gia đình bà, và những đứa con của bà. Tôi giảng giải cho bà nghe những giai đoạn trong việc sanh nở. Tôi nhớ mang máng có đọc trong tạp chí nào đó một phương pháp đẻ không đau nên thử áp dụng. Người đàn bà có học thức, bà hiểu những điều tôi nói dễ dàng.

*Anh chợt thấy mình đang nói chuyện với Mai. Sao hôm nay Mai dễ thương thế. Hôm nọ anh thấy trong mắt em lẩn khuất vẻ tinh quái khó chịu, vẻ tinh quái của một con chồn sung sướng biết chắc chuồng gà quên đóng cửa đêm nay.*

Những cơn đau thắt của người sản phụ làm tôi nhất định lần nữa không nghĩ tới Mai. Tôi loay hoay nghe tim đứa bé trong bụng mẹ – không biết là trai hay gái nhỉ, tim nó đập bình thường. Dụng cụ cần thiết cho việc cắt rún, áo quần em bé đủ cả, tôi chỉ còn chờ giờ bà sanh.

*Trên bãi cát phẳng lì này, anh đã nằm nghe trời đất tự tình. Những đợt sóng lớn nhỏ đuổi nhau, đùa giỡn trên bãi, cuốn đến chân anh rồi ngại ngùng rút đi. Những con sò ca trên cát trắng. Em thấy còng gió đó không Mai? Nó chạy nhanh hơn gió. Đừng đuổi mất công. Để hôm nào anh đưa em đi xem cách người ta bắt còng nghe. Quê hương anh thật nghèo, thật đẹp. Rừng dương reo vi vu ru mình vào giấc ngủ. Ngoài xa đó, nhìn đi Mai, là một hòn đảo nhỏ, sò, hến, ốc, rong rêu, đá ngầm đủ thứ... Em có muốn đi xem không Mai?*

– Uống nước được không ông? Tôi khát quá!

Tôi giật mình:

– Được, bà uống ít thôi nhé.

Rồi đi lấy nước cho bà uống. Bây giờ thì bà đã đau rột. Tôi bắt mạch, đo thời gian co tử cung, rồi nói chuyện cho bà nghe để bà quên đau. Lấm tấm trên trán, trên mũi bà đọng mấy giọt mồ hôi – giọt mồ hôi của những người mẹ hợp với nước mắt của họ làm thành biển mẹ bình bồng những đứa con – tôi nghĩ về mẹ tôi một cách biết ơn hơn bao giờ hết.

Tôi thăm lại cổ tử cung và cho bà biết bà sắp sanh được. Tôi ghi thêm vào hồ sơ "Tête en OIGA"**. *Không biết em OIGA hay OIDP hở Mai? Mới đó mà mười tám năm đã qua, giờ em ngồi nói chuyện với anh một cách nghiêm trang, một cách tinh quái, một cách kiêu hãnh, còn anh, anh vẫn tự hỏi em lúc sanh ra theo "position" nào, OIGA, OIDP...? Mười tám năm rồi, tóc em giờ xanh mướt – những sợi tóc lòa xòa lạc lõng trước trán và hai lọn tóc buông thõng cuốn tròn ôm kín khuôn mặt em đã nhiều lần làm anh muốn ngộp thở...*

– Tôi muốn rặn quá ông ơi!

Người đàn bà cắn môi, nhăn mặt, chuẩn bị rặn. Tôi khuyên hãy đợi một lát, chờ cho cổ tử cung nở hẳn, để tránh nguy hiểm về sau. Bà uốn cong người, nhịn rặn, hả miệng to để thở và những giọt mồ hôi gặp dịp tốt không quên túa ra, tụ lại, chảy xuống thành dòng...

Tôi đặt tay lên bụng bà, lo lắng, thầm khấn cho bà sanh dễ dàng, mau chóng...

Mười phút sau, cổ tử cung đã nở hoàn toàn, đầu em bé đã xoay sang OP, tôi cho bà rặn. Lúng túng một cách "lành nghề", tôi "đưa" em bé ra không gặp trở ngại gì, dù đây là lần đầu tiên tôi thực tập đỡ đẻ.

– Con gái nghe bà! 10g15.

Người mẹ cười, nụ cười không từng thấy ở đâu.

Trong mắt bà tôi thoáng đọc những lời cảm tạ, tôi vội trao lời cảm tạ này cho Thượng đế vì không muốn làm gian thương. Tôi không có công gì hết.

Tôi cắt rún em bé, hút "nhớt dãi"! Dù sao đứa bé cũng đã khóc ngay từ lúc ra khỏi lòng mẹ. Tôi mỉm cười hài lòng. Em bé gái nặng hơn ba ký thật xinh, tay chân bé tí teo, ngo ngoe hỏi chuyện. Tôi băng rún, lau rửa, nhỏ thuốc vào mắt, mặc áo cho bé xong, mang đến đặt bên mẹ nó. Người mẹ nghiêng mình nhìn con trìu mến... Tôi lo lấy nhau ra và làm những "thủ tục" cần thiết sau khi người đàn bà sanh. Hơn một giờ sau, tôi thở phào nhẹ nhõm, đẩy xe hai mẹ con ra cho người y công đưa về phòng.

Tôi lang thang xuống lầu. Nỗi cảm xúc lâng lâng không tên tuổi chiếm trọn chỗ của Mai. Tôi mong những cảm xúc mới này có thể giúp tôi quên được Mai. Đột nhiên, tôi có ý muốn viết thư cho Mai, kể lại những việc đã làm, đã nghĩ, nhưng tôi vốn yếu đuối, dù đam mê cũng không đủ can đảm.

Lòng vẫn còn bồi hồi, tôi xuống phòng nhận bịnh, nói chuyện bâng quơ với các bạn sinh viên ở đó.

*... Lúc em bước vào phòng này ánh sáng và gió theo vào làm anh lóe mắt. Em nhăn nhó vì đau, người nữ hộ sanh hỏi:*

*– Có "cas 5 cm" ông thầy nhận không này?*

*Anh ngỡ ngàng bắt gặp đôi mắt của em, đôi mắt không bao giờ anh quên hôm đó. Anh cúi nhìn nơi khác. Làm sao anh có can đảm nhận "cas" là em hở Mai?*

– Mơ gì đó, 12 giờ rồi, về chứ!

Một anh bạn vỗ vai tôi.

*

Hôm sau, tôi đến thăm người sản phụ ở phòng. Hai mẹ con khỏe mạnh. Hôm nay bà đẹp hơn hôm qua nhiều.

– Bà đặt tên cho em bé là gì?

– Dạ Mai. Quỳnh Mai!

– Ủa! Sao bà biết?

Người sản phụ mở to mắt ngạc nhiên nhìn tôi đang ngạc nhiên nhìn bà.

**Đỗ Nghê**

*(Bv Từ Dũ, Saigon 1965)*

---

(*) Độ nở tử cung khi chuyển dạ.

(**) OIGA, OIDP, OP: Chữ tắt chỉ vị trí, tư thế của đầu thai nhi so với khung xương chậu của người mẹ.

TM

# ĐỖ HỒNG NGỌC

## Sách Ở Trên Đường

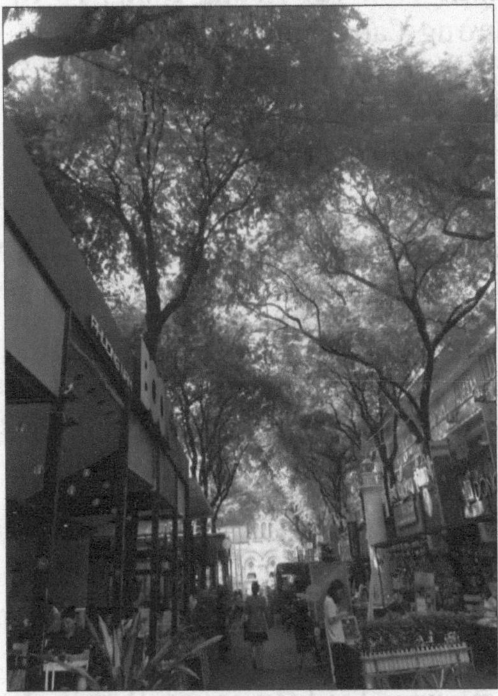

*(Đường Sách Saigon, ảnh ĐHN 2021)*

Tôi mê Sách ở trên Đường nên sau này mê cả Đường Sách.

Tuần nào gần như tôi cũng có mặt ở Đường Sách.

Làm gì ư? Không làm gì cả. Chỉ để dòm, để ngửi, để nghe, để ngóng...

Và... để nhớ. Nhớ gì? Nhớ những ngày mới lên mười, sống trong một ngôi chùa nhỏ với Cô tôi ở Phan Thiết. Cô tôi bị thương tật gãy cả hai chân vì tai nạn xe lửa trong thời chiến tranh. Hàng ngày tôi có nhiệm vụ đi qua đò mượn sách bên kia sông Cà Ty hoặc đến một nhà cho mướn sách nào đó ngoài phố. Cô cấm tôi đọc sách vì con nít mê sách sẽ làm biếng học. Tôi đành vừa đi vừa đọc trên đường, hoặc ngồi dưới bóng me, góc chùa, đọc hết cả cuốn mới về đến nhà...

Tôi lại nợ Sách trên Đường. Một lần về Saigon, lang thang trên đường Trần Hưng Đạo, trước rạp hát Eden, ai đó bày ra cả một... đường sách mênh mông, tôi vớ phải cuốn Kim Chỉ Nam Của Học Sinh (Nguyễn Hiến Lê, 1956), để rồi từ một cậu bé thất học, tôi... bơi vào bể học.

Tôi biết ơn sách và đặc biệt biết ơn Sách ở trên Đường. Tôi quen Quách Tĩnh với Hoàng Dung, Vô Kỵ Triệu Minh... trên đường Cao Thắng, Lê Văn Duyệt... Tôi biết Cửu âm bạch cốt trảo với Giáng long thập bát chưởng, Lăng ba vi bộ, Vô chiêu thắng hữu chiêu... từ ngày còn là một sinh viên trường thuốc.

Rồi sau 1975, đường sách cũ Đặng Thị Nhu là nơi tôi loanh quanh không mỏi mỗi chiều, vì nơi đó, ngoài sách, tôi còn được gặp biết bao bạn bè thân thiết, nào họa sĩ Cù Nguyễn, nào nhà thơ Trần Yên Thảo, nào... nào...

Khi viết sách lai rai, tôi nghiệm rằng sách vốn là... thuốc, viết sách là bào chế thuốc, bán sách là bán thuốc, đọc sách là uống thuốc, không phải chuyện chơi nhưng vẫn nhớ mãi sách trên đường...

Nên không thể không mê Đường Sách.

Mấy năm nay có một cái Đường Sách rất dễ thương ở Sài Gòn. Nó dễ thương vì nó nhỏ xíu, nó làm cho mọi thứ trở nên thân mật và ấm cúng. Tôi luôn coi nó là một cái Nhà Dài nơi xứ Thượng, lợp bằng lá me, gia đình toàn là những người kỳ cục, nam phụ lão ấu đều như bị một thứ bùa mê... qua lại có khi va vào nhau, không cần xin lỗi vì mắt mũi cứ dòm ngó đâu đâu!

Thỉnh thoảng có những dây con nít được mấy cô mẫu giáo xinh đẹp dẫn đi cho ngửi mùi sách làm quen, có những bà đầm hở rún dắt ông tây bụng bự, có những người đẹp trình diễn xuyên thấu..., có cụ già trên chín chục, xách laptop ra gõ những dòng thơ tình đắm đuối, có những bạn bè phương xa, vừa xuống máy bay đã kéo lê cả va-li túi xách chạy về Nhà Dài cho đúng hẹn...

Còn có những buổi trò chuyện ngoài trời ở Nhà Dài cho ông đi qua bà đi lại lõm bõm nghe. Có nhà văn trẻ ký tên tặng sách mỏi cả tay, năn nỉ xin nghỉ vài phút để vào restroom...!

Nhà Dài theo tôi còn có vẻ nghiêm trang quá, bày biện trang trí kiểu cọ quá, thiếu chút bừa bãi dễ thương như Sách ở trên Đường ngày xưa, hay như dãy nhà dài dọc sông Seine ở Paris. Đặc biệt Nhà Dài thiếu các tủ kính bày chân dung cùng trang sách viết tay, bản sửa morasse ngoằn ngoèo... của những nhà văn, nhà thơ, triết gia, thi sĩ... Và còn thiếu những giỏ cần-xé to đùng đựng đầy sách... biếu tặng, mặc ai muốn lấy cuốn nào thì lấy...

Nhấp một ly cappuccino ở một quán café Book quen thuộc nơi Nhà Dài, lặng nhìn từng cánh lá me bay bay và ngó những người bị "quỷ ám" lang thang, khệ nệ ôm một túi sách trên tay đủ để hạnh phúc cho một ngày ở Đường Sách hôm nay đó vậy.

**Đỗ Hồng Ngọc**

*Sách cũ bên bờ sông Seine, Pháp (ảnh Internet)*

*Hàng sách cũ Đặng Thị Nhu, Saigon (ảnh Internet)*

*Sách Đỗ Hồng Ngọc cũng có mặt ở quầy sách cũ trên Đường Sách.*

# PHẦN IV

# BẰNG HỮU

## VIẾT VỀ ĐỖ HỒNG NGỌC

PB

# HUỲNH NHƯ PHƯƠNG

## ĐỖ HỒNG NGỌC: THƠ ẨN HIỆN GIỮA ĐỜI

Không kể những bài thơ đầu tay thuở học trò, chỉ tính từ tác phẩm đầu tiên đăng trên tạp chí Bách Khoa ở Sài Gòn năm 1960, đời thơ Đỗ Hồng Ngọc đến nay đã tròn nửa thế kỷ. Nửa thế kỷ với bốn tập thơ giữa những khoảng cách khá xa nhau: *Tình người* (1967), *Thơ Đỗ Nghê* (1973), *Giữa hoàng hôn xưa* (1993), *Vòng quanh* (1997), Đỗ Hồng Ngọc gây cho chúng ta cảm tưởng ông là một nhà thơ thoắt ẩn, thoắt hiện, ẩn mà hiện, hiện mà ẩn. Có phải vì cái tên Đỗ Hồng Ngọc đã quá nổi tiếng với tư cách một bác sĩ đã phần nào che mờ tác giả như một thi sĩ? Hay là vì chính những tác phẩm bàn về y học, thiền học của ông, với chất thơ bàng bạc trong đó, cũng mang đủ những phẩm chất thi ca, cho nên người đọc không còn phân biệt ở ông đâu là nhà thơ, đâu là thiền giả và đâu là bác sĩ của tuổi thơ?

Tiếng Việt mình có những từ đồng âm thật là tuyệt diệu: thơ, tuổi thơ, trẻ thơ, ngây thơ, tình thơ, ngày thơ..., những từ khác nghĩa mà thật gần nghĩa, cộng hưởng vào nhau. Đọc Đỗ Hồng Ngọc từ gần 40 năm trước, tôi nhận ra rằng tất cả những "thơ" đó đều hiện diện trong thơ văn ông. Thì đây, hãy đọc lại một khổ thơ ông viết về Mũi Né năm 1970:

*Mũi Né ơi người xưa đã xa*
*Mùa ơi gió bấc nhớ không ngờ*
*Năm nay người có về ăn Tết*
*Có ngậm ngùi nghe chút ấu thơ...*

Chút ấu thơ lúc nào cũng làm ta ngậm ngùi, đó là một nét thuộc về phong cách Đỗ Hồng Ngọc. Hồn thơ này nhạy cảm với những gì đã qua, những gì đã xa, biết là mất mà không tin là mất, vẫn có thể níu kéo được, vẫn có thể gìn giữ được, bằng kỷ niệm, bằng tình yêu và bằng chính thơ ca:

*Mùa xuân mừng tuổi thơm tho áo*
*Nắng cũng vàng phai ngày cũng xa.*
*Lòng em biết có ngàn xưa cũ*
*Hay cũng mòn phai theo bóng trăng.*
*Hoa vàng đã rụng đầy sân vắng*
*Tình cũng ngùi phai theo tháng năm.*

Đỗ Hồng Ngọc chọn thơ ca và chọn nhi khoa là phải lắm. Ông chăm sóc thơ như chăm sóc tuổi thơ và chăm sóc tuổi thơ như chăm sóc mầm thơ. Ông không xem thơ như mục đích tự thân, cũng không xem thơ như một công cụ, mà để thơ tựa vào cuộc đời, tựa vào tình người. Câu thơ của ông chan hòa, giản dị, như tự bật ra từ trái tim, và khi thấy lòng mình đã lên tiếng vừa đủ, thì thơ ông nhẹ nhàng rút lui hay ẩn mình trong khói sóng.

Cung cách "ẩn mình" đó là cách hiện diện của thơ Đỗ Hồng Ngọc ngay từ trước 1975, khi ông chọn bút hiệu ghép từ họ cha và họ mẹ (Đỗ Nghê) và chọn hình thức phổ biến hạn chế bằng ronéotypé. Trong hồi ký Những chuyến ra đi, nhà văn Lữ Phương nhắc đến kỷ niệm về những câu thơ mà cho đến nay ông vẫn không hề biết tác giả là ai: "Một ông thầy dạy Pháp văn tên Nguyễn Khánh Long ở kế bên nhà tôi, trước khi bắt đầu giờ học đã đọc cho học sinh chép bài thơ đem từ Sài Gòn về, không biết ai là tác giả, ca ngợi Quách Thị Trang bị bắn chết trong một cuộc biểu tình chống Ngô Đình Diệm trước chợ Bến Thành, trong đó những câu tôi còn nhớ được:

*Có cần gì một con đường mang tên em*
*Một công trường hay một hoa viên*
*Vì tên em đã lồng khung tuổi trẻ*
*Vì tên em không còn là một tên riêng..."*

Đây chính là bài *"Em còn sống mãi"* Đỗ Nghê viết năm 1964, lần đầu in báo Tình Thương của sinh viên Y khoa, sau được Kiên Giang Hà Huy Hà đăng lại trên báo Điện Tín.

Riêng người viết bài này, thì lần đầu tiên đọc và thuộc thơ Đỗ Nghê là qua trung gian của báo chí và âm nhạc. Đó là những câu thơ biểu hiện hơi thở và mùi vị Phan Thiết mà Thu Thủy, tức Võ Phiến, trích dẫn trong một bài giới thiệu trên nhật báo Chính Luận (1974):

*Ơi những con đường ta đã đi*
*Gia Long, Đồng Khánh mượt xuân thì*
*Chân run rẩy cát bờ Thương Chánh*
*Gió ở đâu về thơm bước khuya...*

Trong bài giới thiệu đó, Thu Thủy tán đồng nhận xét của Lữ Kiều, một bạn văn và đồng môn của Đỗ Hồng Ngọc, rằng hai tố chất chủ đạo của người và thơ Đỗ Nghê là nghiêm túc và đôn hậu.

Đó còn là bài *"Lời ru"* do Miên Đức Thắng phổ thơ Đỗ Nghê, một bài hát "thật chua xót và cũng thật dữ dội", như Thế Uyên nhận xét. Chính *"Lời ru"* là một trong ba ca khúc phản chiến đã đưa Miên Đức Thắng ra tòa với bản án năm năm khổ sai:

*Rất nhiều đêm rất nhiều đêm*
*Tôi vỗ về tôi thủ thỉ*
*Ngủ đi con ngủ đi con*
*Ngày mai rồi khôn lớn*
*Cầm súng với cầm gươm.*
*Ngủ đi con ngủ đi con*
*Ngày mai rồi khôn lớn*
*Giết bạn bè anh em*
*Ngủ cho ngoan ngủ cho ngoan*
*Ngày mai rồi khôn lớn*
*Bán nước mà làm quan.*

Bắt đầu với giọng thơ vỗ về, thủ thỉ, bài thơ tăng cấp dần theo giọng phẫn nộ: "cầm súng với cầm gươm", "giết bạn bè anh em", "bán nước mà làm quan". Trong bài *"Tâm sự Lạc Long Quân"*, nỗi băn khoăn và ăn năn của vua cha về những đứa con trót mê cuồng trong dục vọng đảo điên/ trót bán linh hồn buôn thể xác đã được hóa giải bằng lòng bao dung tha thứ trước lỗi lầm của lịch sử mà con người chẳng qua chỉ là nạn nhân: Nước mắt sẽ làm tươi lại cỏ cây/ Nước mắt sẽ làm phì nhiêu mảnh đất. Tất nhiên đây là cách lý giải hồn nhiên của người nghệ sĩ chứ không phải cách lý giải nghiêm nhặt của nhà sử học.

Nằm trong mạch thơ thế sự giữa những năm 1960, những bài thơ Em còn sống mãi, Lời ru, Tâm sự Lạc Long Quân tạo ra một "thế đứng" cho vị trí của thơ Đỗ Nghê, khiêm tốn mà riêng biệt, trong thơ đô thị miền

Nam thời chiến. Rõ ràng là Đỗ Nghê có mặt trong dòng thơ dấn thân lúc đó như một chọn lựa: chính ông đã từng thuyết trình về đề tài này ở Đại học Y khoa Sài Gòn năm 1964, như Nguiễn Ngu Í tường thuật trên tạp chí Bách Khoa.

Đến bài *"Thư cho bé sơ sinh"*, ngòi bút Đỗ Nghê không chỉ tranh đấu cho hòa bình như một lẽ phải đương nhiên, mà còn suy ngẫm về thân phận con người trong một thời buổi nhiễu nhương và phả hơi ấm tình yêu con người trong ngôn ngữ hiện đại.

*Khi em cất tiếng khóc chào đời*
*Anh đại diện đời chào em bằng nụ cười*
*Lớn lên nhớ đừng hỏi tại sao có kẻ cười người khóc*
*Trong cùng một cảnh ngộ nghe em.*
*[...]*
*Anh đã không quên buộc étiquette vào tay em*
*Em được dán nhãn hiệu từ giây phút ấy*
*Nhớ đừng tự hỏi tôi là ai khi lớn khôn*
*Cũng đừng ngạc nhiên sao đời nhiều nhãn hiệu...*

Thật kỳ lạ, ở tuổi 25, Đỗ Hồng Ngọc đã tự đặt cho mình một cột mốc thơ ca mà chính ông không dễ gì vượt qua. Ni sư Giải Nghiêm có lý khi cho rằng nhiều bài thơ và bài viết của Đỗ Hồng Ngọc về sau này dường như là một sự nối dài *"Thư cho bé sơ sinh"*.

*"Thư cho bé sơ sinh"* còn đặc trưng cho thơ Đỗ Hồng Ngọc ở điểm này: tác giả khai thác nhiều khía cạnh tương phản của đời sống: tiếng khóc và nụ cười, màu sáng và màu tối, thực chất và nhãn hiệu, cái bé bỏng nhỏ nhoi và cuộc đời rộng lớn; nhưng không đẩy nó vào thế đối lập mà đưa những tương phản đó thành những hợp thể. Phải chăng đây cũng là dấu ấn của lý tưởng hòa hợp

trong thơ ông sau này, khi ông viết những bài thơ mang hơi thở thế sự hay mang tâm thức thiền học.

*Giữa hoàng hôn xưa* và *Vòng quanh* là một giai đoạn mới trong thơ Đỗ Hồng Ngọc. Quả là một nghịch lý, khi hồn thơ mở ra những không gian mới, nó lại vẫn không thôi chịu sức hút của kỷ niệm. Cho nên, trong tuyển thơ này, tác giả cố ý để lẫn lộn những bài thơ của những chặng đời khác nhau để bạn đọc cảm nhận được sự chan hòa của quá khứ và hiện tại, của chất "nghiêm túc" và đôn hậu, của lý tưởng và lãng mạn, của đau thương và hy vọng.

Có thể nói Đỗ Hồng Ngọc là người nhặt thơ của chính mình đánh rơi trên những ngả đường. Đọc Giữa hoàng hôn xưa, ta tưởng chừng như nhà thơ để lại trái tim mình nơi một góc phố hay một bến thuyền của thị xã Phan Thiết mà tuổi trẻ ông đã đi qua. Đến tập Vòng quanh, Đỗ Hồng Ngọc nhặt tiếp một lẵng thơ từ những chân trời xa: dưới một vầng trăng Boston, vào một mùa tuyết Montréal hay trong màu nắng tỏa sáng vườn Luxembourg – nơi từng in dấu chân bao văn nhân thi sĩ. Thì ra chuyến đi nào cũng là một cuộc hành hương trên cõi đời này. Một lúc nào đó, dường như Đỗ Hồng Ngọc ngộ ra rằng đâu có phải mình đang đi mà chính là thời gian bước đi trong mình, bước đi qua những sợi tóc không còn xanh, bước đi qua kỷ niệm, bước đi qua nhớ thương.

Và như vậy thời gian không còn gợi lên niềm sợ hãi. Ngày tháng cứ trôi đi, đó là quyền lực của tạo hóa. Còn con người cũng biết cách biến tình yêu và niềm tin của mình thành "quyền lực". Tin rằng một cái gì đã hiện hữu thì không thể nào là hư vô. Đó là niềm tin của nhà thơ khi cầu nguyện cho hình ảnh người con gái thân yêu đã chia lìa bước ra từ một phim trường hay hiện về trên màn hình vi tính.

Thật ra, ý hướng thiền học và cảm xúc tâm linh đã ươm mầm trong thơ Đỗ Hồng Ngọc từ rất sớm. Nhưng phải qua những trải nghiệm nào đó về cuộc đời, người ta mới có thể nghĩ sâu về Tâm kinh như tác giả Nghĩ từ trái tim. Cũng như phải đạt đến một sự hòa hợp nào đó giữa "ngã" và "tha", người ta mới viết được những câu thơ như Đỗ Hồng Ngọc:

*Hội An còn ngái ngủ*
*Mái chùa ôm vầng trăng*
*Giật mình nghe tiếng chổi*
*Gà gáy vàng trong sương.*

Tan biến giữa mênh mông, ta còn biết nhận ra mình ở đâu?

*Chỉ là ở cái giật mình.*
*Và hễ còn giật mình là còn có thơ.*

**Huỳnh Như Phương**
*(Giấc mơ, Cảnh tượng và Cái nhìn, 6.2019)*

# THU THỦY (VÕ PHIẾN)

## THƠ ĐỖ NGHÊ

TTvõphiến

Có lần chúng tôi nói đến hiện tượng mới hình thành trong sinh hoạt văn nghệ hồi gần đây, là loại sách in hạn chế (chỉ một vài trăm bản), phổ biến hạn chế (trong vòng thân hữu).

Lần này chúng tôi xin giới thiệu một tác phẩm thuộc loại ấy: "Thơ Đỗ Nghê" mới ra đời, do nhà Ý thức ấn hành 200 bản, với lời bạt của Lữ Kiều.

Tác giả không phải là người xa lạ. Trước đây bảy năm Đỗ Nghê đã cho xuất bản một thi tập *(Tình người)*. Cách đây hai năm - dưới một bút hiệu khác trong một tủ sách khác *(y sĩ chứ không phải thi sĩ)* – ông đã cho xuất bản một tác phẩm về y học.

Thi phẩm vừa in dày 80 trang, gồm 31 bài thơ, trong đó có những bài đã được viết ra từ chín, mười năm trước, hồi tác giả còn là một sinh viên.

Phải chăng vì tác phẩm gom góp những sáng tác tản mạn trong một thời gian khá dài, bao trùm nhiều chủ đề khác nhau, phản ánh nhiều giai đoạn tâm tình khác nhau mà nhà thơ phân vân việc chọn nhan đề cho tác phẩm? *"Thơ Đỗ Nghê"* đó có vẻ là một nhan đề của toàn tập thi phẩm, điều mà chúng ta nghĩ rằng tác giả chưa nghĩ đến vào lúc này: tác giả hãy còn quá trẻ.

Sự thực, dù tản mạn trong mười năm, dù đề cập đến nhiều đề tài, giữa các bài thơ trong tập không phải không có một mối liên hệ. Có lẽ không được đặt thành chủ đề chung, nhưng mối ưu tư về "chiến tranh và hòa bình" bàng bạc, thấm nhuần gần khắp các sáng tác của ông Đỗ Nghê trong mười năm qua.

Hoặc trong lúc ru con bằng những lời mỉa mai:

> *... "Ngủ đi con ngủ đi con*
> *Ngày mai rồi khôn lớn*
> *Cầm súng với cầm gươm"*
> (trang 14)

Hoặc trong lúc ru... vợ, bằng những lời cay đắng:

> *"Ngủ đi cưng ngủ đi cưng*
> *Kề tai đây anh bảo*
> *Coi như mình chẳng có quê hương"*
> (trang 19)

Hoặc khi nhắc lại huyền thoại Lạc Long Quân chia con đi hai ngả để liên tưởng tới tình trạng Nam Bắc lưỡng phân hiện thời (trang 5); hoặc khi nói về cổ tích ngôn ngữ để ám chỉ cuộc xâu xé liên miên giữa các dân tộc (trang 33); hoặc nghe một bản tin thời tiết hàng ngày (trang 36); hoặc làm một bài vè cho niềm mơ ước đơn giản (trang 48) v.v..., lúc nào người ta cũng nhận thấy nhà thơ bị vấn đề chủ yếu nọ ám ảnh: Chiến tranh trên quê hương; Hòa bình cho quê hương. Nếu không được đặt ra làm nhan đề lộ liễu, thì thiết tưởng đó vẫn là chủ đề kín đáo của tác phẩm. Người đề bạt tập thơ là một đồng nghiệp của tác giả, lại cũng là một văn hữu đối với tác giả - Trên đường đời, hai người đã quen nhau từ thuở còn đi học. Vì vậy, có lẽ chúng ta không mong biết gì hơn về Đỗ Nghê hơn là Lữ Kiều.

Nhận xét về bạn mình trong buổi đầu tiên mới gặp nhau, Lữ Kiều thấy Đỗ Nghê là "một người nghiêm túc". Rồi "hơn 10 năm qua, tôi đã không nhầm về cái trực giác đầu tiên ấy. Một người nghiêm túc. Và điều quan trọng, anh làm thơ, và thơ anh cũng giống như người anh vậy" (trang 75).

Chúng tôi tán đồng cái trực giác của ông Lữ Kiều: quả họ Đỗ là một người nghiêm túc, ít ra là ở cái phần cốt cách cùng tâm hồn thể hiện trong văn chương.

Ở xứ ta, mỗi ngày mỗi thêm nhiều người làm thơ. Để được nổi bật, được chú ý giữa đám đông, lắm kẻ giở trò lập dị táo tợn hò hét ồn ào; hoặc nói năng ngang tàng, kiểu cách, hoặc tục tĩu dâm ô, v.v... Ông Đỗ không hề có những dụng ý như vậy.

Mặt khác, dù không lập dị, thì lớp trẻ thời chiến, sống trong sự đe dọa thường xuyên giữa lằn ranh sinh tử, lớp trẻ ấy hay nói đến say sưa, khoái lạc, nói giọng liều lĩnh, bất cần đời, v.v... Ông Đỗ không hề có thái độ ấy.

Xót xa, đau đớn, ông cũng xót xa đau đớn vì thời cuộc như ai; nhưng ông không liều, không phá, không đọa lạc. Lúc nào ông cũng đứng đắn, chững chàng, nghiêm chỉnh, giản dị. Nỗi đau xót của một người như thế lịm hẳn vào bên trong.

Toàn thi tập không có thơ lục bát và song thất. Chỉ có thơ thất ngũ ngôn và thơ tự do. Điều lạ lùng là ngay trong những bài thơ tự do, những câu thơ dài ngắn không đều, nhịp thơ như khấp khểnh lảo đảo, vậy mà phong thái vẫn không mất vẻ nghiêm túc!

*Ơi những con đường ta đã đi*
*Gia Long, Đồng Khánh mượt xuân thì*
*Chân run rẩy cát bờ Thương Chánh*
*Gió ở đâu về thơm bước khuya"*
(trang 11)

Những câu như thế nghiêm túc đã đành. Mà những câu "tự do" sau đây viết vào dịp Giáng sinh 1967:

*"Chúng ta có 24 năm chiến tranh*
*Và 24 giờ ngưng bắn*
*Ôi 24 giờ ngưng bắn*
*Cũng đủ lắm rồi...*
*Cũng đủ lắm rồi cho con về thăm cha*
*Nằm trong lòng đất lạnh"*
(trang 31)

những câu ấy đâu có vì tự do mà mất vẻ nghiêm túc?

*

Bấy lâu nay người ta vẫn thường quen với hình ảnh những chàng thi sĩ tếu, lang bạt kỳ hồ, thi sĩ ngất ngưởng chuếnh choáng, v.v... Cho nên một thi sĩ nghiêm túc thoạt tiên có thể làm ngạc nhiên bỡ ngỡ.

Nhưng điều ấy tưởng không mấy quan trọng: trước lạ sau quen, miễn là có tài, chẳng mấy chốc chàng sẽ được mọi người mến yêu.

Cái điểm thứ hai nơi ông mà người bạn Lữ Kiều không kịp phát hiện bằng trực giác, ấy là cái đôn hậu. Tức là điểm trái ngược hẳn lại với sự khô khan, lạnh lùng.

Một hôm, họ Đỗ nhớ về quê xưa:

*"Em có về thăm Mũi Né xưa*
*Con đường sỏi đá vẫn quanh co*
*Hoàng hôn sóng vỗ bên trời biếc*
*Sóng vỗ trong hồn ta ngẩn ngơ*
*Em có về thăm Mũi Né yêu*
*Mười năm như một thoáng mây chiều*
*Mười năm vườn cũ chim bay mỏi*
*Áo trắng chân mềm em hắt hiu."*
(trang 9)

Lời thơ không chút gì cầu kỳ, đọc lên lại nghe có vẻ quen quen như từng gặp ở đâu đó. Thế mà những lời giản dị quen thuộc đó lại làm ta xúc cảm, bâng khuâng. Ấy chính bởi cái vẻ chân thành, cái đôn hậu tỏ từ tấm lòng người thơ.

Họ Đỗ nói đến chiến tranh, nói đến bom đạn, đến chết chóc, đủ mọi thứ đáng khiếp đáng hãi; nhưng không một lần nào lời thơ có vẻ ác liệt bạo tàn.

Không thể tìm ở đâu ra trên đời này một con người hiền lành hơn.

Cái hiền lành đôn hậu của họ Đỗ không phải chỉ để sánh với người đời mà thôi. Nó còn làm mất cả khí phách (!) của thần linh trong huyền thoại nữa. Ông tổ Lạc Long Quân trong thơ Đỗ Nghê là một ông cụ già dễ thương không biết chừng nào. Không biết ông tung hoành lẫm liệt giết Hồ tinh Ngũ tinh ở đâu, chứ ở đây ông cụ chỉ có băn khoăn, hối hận, đấm ngực chịu lỗi vì trót chia hai đám con khiến chúng nó gây sự đánh nhau. Ông cụ van vỉ con cháu:

*"Đốt hết sách vở, xé hết cờ xí đi*
*Rồi đứng ôm nhau mà khóc*
*Nước mắt sẽ làm tươi lại cỏ cây*
*Nước mắt sẽ làm phì nhiêu mảnh đất"*
*(trang 7)*

Nhưng trước hết, đó là những giọt nước mắt đôn hậu làm đẹp một thi phẩm, điều mà Lạc Long Quân không kịp nghĩ đến!

**Thu Thủy (Võ Phiến)**
*(Chính Luận 20.11.74)*

*Tranh Đỗ Hồng Ngọc*

PB

# ĐỖ TRƯỜNG

## BÁC SĨ ĐỖ HỒNG NGỌC: MỘT GÓC NHÌN TỪ THI CA

Thời gian gần đây, tôi được đọc khá nhiều văn thơ do các bác sĩ, kỹ sư viết. Với lời văn, câu thơ giản dị cùng sự tưởng tượng, tư duy logic cho tôi nhiều điều bất ngờ. Và mối quan hệ, tính logic ấy đã làm nên chân dung, tính đặc trưng riêng biệt cho mỗi nhà văn. Nếu nói, toán học gói ghém cái cụ thể nhất, thì văn thơ Toàn Phong mở cái trừu tượng của không gian vũ trụ Nguyễn Xuân Vinh. Và Đỗ Hồng Ngọc cũng vậy, thi ca là chìa khóa mở ra con đường dẫn ông đến y khoa, đến với nơi cửa thiền. Do vậy, đi sâu vào đọc và nghiên cứu, ta có thể thấy sự nghiệp, và thi ca Đỗ Hồng Ngọc không chỉ cứu chữa thể xác con người, mà còn vá lại những linh hồn rách nát.

Thật vậy, Tiến sĩ Y khoa Đỗ Hồng Ngọc là người đa tài. Với trên sáu chục tác phẩm từ thơ ca, tạp bút, cho đến sách y khoa và Phật học, có thể nói Đỗ Hồng Ngọc đi sâu vào mọi ngóc ngách của cuộc sống. Ở lãnh vực nào hình ảnh, chân dung ông cũng lừng lững cả. Tuy nhiên, trong (khuôn khổ) bài viết này, tôi chỉ đủ khả năng viết về khía cạnh thi ca Đỗ Hồng Ngọc mà thôi.

Đỗ Hồng Ngọc sinh năm 1940 tại La Gi, Bình Thuận. Ông đến với thi ca rất sớm. Khi còn là học sinh, hay sinh viên trường Đại học Y khoa, ông đã có thơ đăng hầu hết trên các trang báo Văn học Saigon thời đó, với bút danh Đỗ Nghê. Đỗ Hồng Ngọc tốt nghiệp tiến sĩ y khoa năm 1969, rồi làm việc tại Bệnh viện nhi Saigon, và giảng dạy đại học cho đến ngày hưu trí. Hiện ông đang sống, và viết tại Saigon.

Sở trường Đỗ Hồng Ngọc là thơ tự do, ngắn và cô đọng. Tính triết lý làm giàu cho nhận thức, đưa đến những liên tưởng, với sự tưởng tượng phong phú là nghệ thuật đặc sắc của thi ca Đỗ Hồng Ngọc: *"Đất động ta cũng động/ Sóng thần ta cũng sóng/ Giật mình chợt nhớ ra/ Vốn xưa ta là đất"* (Đất).

**Tình yêu - với sự chiêm nghiệm, kiến thức tâm lý và triết học.**

Do những đặc điểm nghệ thuật trên, cho nên thơ Đỗ Hồng Ngọc dường như đã chín trước tuổi. Và Thư cho bé sơ sinh là một bài thơ điển hình như vậy của ông. Bài thơ viết năm 1965, khi ông còn đang là sinh viên thực tập ở Bệnh viện Từ Dũ. Đây là bài thơ có ý tưởng, hình ảnh rất mới, lạ của Đỗ Hồng Ngọc. Vì vậy, đọc Thư cho bé sơ sinh, ta không chỉ thấy được tình yêu, sự đồng cảm: *"Khi anh cắt rún cho em/ Anh đã xin lỗi chân thành rồi đó nhé/ Vì từ nay em đã phải cô đơn/ Em đã phải xa Địa Đàng Lòng Mẹ"* mà còn thấy như một lời nhắn nhủ đến thế hệ sau, hay cảnh tỉnh cho chính mình về thân phận con người trước xã hội nhập nhèm trắng đen (của chiến tranh) điên loạn, được thông qua những từ ngữ, hình ảnh ẩn dụ:

*"Anh nhỏ vào mắt em thứ thuốc màu nâu*
*Nói là để ngừa đau mắt*
*Ngay lúc đó em đã không nhìn đời qua mắt thực*
*Nhớ đừng hỏi vì sao đời tối đen.*
---
*Khi em mở mắt ngỡ ngàng nhìn anh*
*Anh cũng ngỡ ngàng nhìn qua khung kính cửa*
*Một ngày đã thức giấc với vội vàng với hoang mang*
*Với những danh từ đao to búa lớn*
*Để bịp lừa để đổ máu đó em..."*

Và ngay từ ngày đầu cầm bút Đỗ Hồng Ngọc có những câu thơ tình với hình ảnh rất đẹp và e lệ. Đọc ở đâu đó rất lâu rồi, dường như cả cái tựa cũng đã quên, song câu thơ ấy vẫn còn đọng trong tôi: *"Em đi cúi mặt thẹn trong tóc/ Cát trắng hôn tròn bước bước em"*. Và những bước chân mềm ấy vội quay đi, để hồn người hoang vắng, cằn khô: *"Những bước chân mềm trên cát thơm/ Em đi sa mạc rợn trong hồn/ Buổi chiều lên đọng hai vành mắt/ Màu áo hôm nào làm sao quên"*. Sự cô đơn, hoang vắng đó đưa Đỗ Hồng Ngọc trở về con đường cũ. Quen thuộc là thế, nhưng hồn người đã lạnh băng và khép kín, để nhà thơ đứng ở đâu, vị trí nào cũng cảm thấy thiếu vắng, và vô nghĩa. Với tâm trạng như vậy, đã cho Đỗ Hồng Ngọc cảm hứng viết nên: *"Giữa hoàng hôn xưa"*, một bài thơ có những hình ảnh so sánh về cái giá trị tình yêu thật sâu sắc: *"Ta về lối cũ/ Nghe lòng lạnh băng/ Thiếu em hoàng hậu/ Ngai vàng như không."*

Nếu ta đã đọc Du Tử Lê, hay Nguyễn Tất Nhiên, người yêu, người tình trong thơ, với những tên tuổi thực, cụ thể (như Thụy, như Duyên), thì thơ tình Đỗ Hồng Ngọc dường như có tính trừu tượng, nặng về tâm trí hơn. Ở đó, Đỗ Hồng Ngọc đi sâu vào tâm lý tình yêu, tâm lý con người. Có một điều rất thú vị, bài Thơ Tình của Đỗ

Hồng Ngọc chỉ là những câu nói, mang tính liệt kê, chưa có sự mặn nồng, hay hồn vía gì của thơ ca thi phú cả: *"Anh đọc bài thơ tình/ Em ngồi nghe lặng thinh/ Anh đọc thêm bài nữa/ Em vẫn ngồi lặng thinh"*. Vậy mà, Đỗ Hồng Ngọc chỉ khái quát bằng câu kết với diễn biến tâm lý, đã đẩy tình cảm, tình yêu lên cung bậc mới. Và nó trở thành bài thơ thật tròn trịa, gây bất ngờ cho người đọc: *"Anh thôi không đọc nữa/ Em chồm lên hôn anh/ Như đổ dầu vào lửa..."*. Với đặc điểm (thi pháp mạch kỵ lộ) này, ta đã bắt gặp trong thơ Nguyên Sa, điển hình là bài: *Năm Ngón Tay*.

Cùng với *Đổi Cả Thiên Thu Tiếng Mẹ Cười* của Trần Trung Đạo, *Bông Hồng Cho Mẹ* của Đỗ Hồng Ngọc là bài thơ viết về mẹ cho tôi nhiều cảm xúc khi đọc. Vẫn thủ pháp mạch kỵ lộ mang mang hồn vía Đường thi, *Bông Hồng Cho Mẹ* đã đưa đến sự bất ngờ, cùng tâm hồn thanh thản, nhẹ nhàng cho người đọc, bởi câu thơ kết. Và có thể nói, *Bông Hồng Cho Mẹ* là một trong những bài thơ toàn bích nhất về mảng đề tài này của Đỗ Hồng Ngọc. Nó đã góp phần ghim tên tuổi ông trên Văn đàn Việt. Có được như vậy, bởi ngoài cái tứ thơ độc đáo, Đỗ Hồng Ngọc còn giúp ta thấu được cuộc sống, sinh tử của con người nằm trong cái quy luật của tự nhiên:

*"Con cài bông hoa trắng*
*Dành cho mẹ đóa hồng*
*Mẹ nhớ gài lên ngực*
*Ngoại chờ bên kia sông..."*

Nỗi buồn nhớ thương quê luôn thường trực trong con người Đỗ Hồng Ngọc. Một kỷ niệm nhỏ cũng làm cho ông ray rứt. Vì vậy, tuổi thơ đã đi qua nơi binh đao khói lửa vẫn ám ảnh, còn vương trên ngòi bút thi nhân:

*"Mảnh đất thân cha nắng sáng đan vườn/ Nghe da thịt đã bao lần thối rữa"*. Khổ đau là thế, song với Đỗ Hồng Ngọc chỉ ở nơi quê nhà mới thực sự có mùa xuân. Và gió mùa chợt đến, để Đỗ Hồng Ngọc gói hồn quê vào đó, viết nên *Gió Bấc*. Bài thơ như một phép so sánh (không gian, và thời gian) để thi nhân bộc lộ tâm trạng của mình. Vâng! Có lẽ tâm trạng ấy, không phải riêng nhà thơ, mà của chung những kẻ xa quê, xa tổ quốc như chúng tôi: *"Đi giữa Sài Gòn/ Phố nhà cao ngất/ Hoa nở rực vàng/ Mà không thấy Tết/ Một sáng về quê/ Chợt nghe gió Bấc/ Ơ hay Xuân về/ Vỡ òa ngực biếc!"*.

Tôi không rõ, Đỗ Hồng Ngọc viết bài thơ *Quê Nhà* vào thời gian, và hoàn cảnh nào? Song có thể nói, đây là một bài thơ hay viết về tình yêu quê hương mà tôi đã được đọc trong thời gian gần đây. Ở đó, Đỗ Hồng Ngọc đã đan tình yêu con người vào tình yêu quê hương với những hình ảnh, lời thơ rất đẹp và gợi cảm: *"Núi mờ trong mây trắng/ Em mờ trong dáng hoa"*. Do vậy, đọc *Quê Nhà*, ngoài nỗi nhớ, buồn thương, ta còn thấy tâm trạng dằn vặt của thi nhân chìm trong những câu hỏi (tu từ) hay tự vấn đầy tiếc nuối. Thành thật mà nói, tôi mới chỉ được đọc tập: *Thơ Ngắn Đỗ Nghê* do nhà thơ Luân Hoán từ Canada tặng, và một số bài thơ khác của Đỗ Hồng Ngọc ở đâu đó trên internet. Song, nếu được phép tuyển chọn (trong khuôn khổ những gì đã đọc), với tôi *Quê Nhà* là bài thơ hay, và cho tôi nhiều cảm xúc nhất:

*"... Biển xanh lùa sóng bạc*
*Cát vàng hoàng hôn xưa...*
*Tiếc em về chốn cũ*
*Tình vương đến bao giờ?*
*Tiếc đời phơ tóc bạc*

*Thương mãi núi mây xa.*
*Nụ mai vàng trước ngõ*
*Góc phố bờ quạnh hiu*
*Con đường xưa đứng đợi*
*Ta làm chi đời ta?*
*Thương em còn thương mãi*
*Nắng vàng thơm quê nhà!"*

Có thể nói, tình yêu là mảng quan trọng nhất trong sự nghiệp sáng tạo của Đỗ Hồng Ngọc. Cũng chính nó, ngay từ những ngày đầu đã đưa Đỗ Nghê Đỗ Hồng Ngọc đến với làng văn, và làm nên tên tuổi ông. Và trên sáu mươi năm qua, tình yêu sự giản dị thấm đẫm trang thơ Đỗ Hồng Ngọc, vì vậy nó đọng lại rất sâu sắc trong lòng của mọi tầng lớp người đọc.

**Hồn thơ thế sự, xã hội.**

Khi đọc và nghiên cứu, ta có thể thấy cái tư tưởng Đỗ Hồng Ngọc qua thi ca thật rõ ràng. Và cái tư tưởng ấy của Đỗ Hồng Ngọc khá giống với hồn vía tư tưởng văn thơ Lữ Quỳnh. Dù sống ở chế độ Cộng Hòa, hay Cộng Sản nhà thơ đều chĩa bút về phía chính quyền. Tuy nhẹ nhàng, song cũng không hề khoan nhượng. Có thể nói, đối lập với chính quyền là điều quan trọng bậc nhất đối với một người cầm bút. Kể cả xã hội tự do, phát triển như Âu-Mỹ cũng rất cần những thi sĩ, nhà văn như vậy. Bởi, nó không chỉ nhằm vạch ra những yếu khuyết của chính quyền, thúc đẩy xã hội phát triển hơn, mà còn là thước đo nhân cách của một thi sĩ, nhà văn.

Thật vậy, không chỉ có sự đồng cảm, hay cảm phục tinh thần một nữ sinh bị bắn chết, khi đang biểu tình: *"Có cần gì một con đường mang tên em/ Một công trường hay một hoa viên/ Vì tên em đã lồng khung tuổi trẻ/ Vì tên em không còn là một tên riêng"*, mà lời thơ Đỗ Hồng Ngọc còn thật chua xót cho thân phận tuổi trẻ, buộc phải lao vào cuộc chiến tàn khốc trước 1975, và chọc thẳng cái ung nhọt xã hội lúc đó: *"ngủ đi con ngủ đi con/ ngày mai rồi khôn lớn/ cầm súng với cầm gươm/ ngủ đi con ngủ đi con/ ngày mai rồi khôn lớn/ giết bạn bè anh em/ ngủ cho ngon ngủ cho ngon/ ngày mai rồi khôn lớn/ bán nước mà làm quan"*. Và đó là Lời Ru, dù mang tính thời sự, song lời thơ Đỗ Hồng Ngọc vẫn nhẹ nhàng, sâu sắc. Đọc nó thoạt tưởng là một lời ru chăng? Nhưng dường như không phải vậy. Đó là lời thức tỉnh cho mình, cho người của Đỗ Hồng Ngọc trước nỗi đau, bất hạnh của quê hương vậy. Quả thực đã lâu lắm rồi, tôi mới được đọc bài thơ thế sự hay đến vậy. Bài thơ ra đời trước đây khoảng sáu chục năm, nhưng đọc vẫn thấy mới, tính thời sự vẫn còn nguyên giá trị đối với tất cả những kẻ cùng chế độ độc tài, độc tôn:

*"ngủ cho quên ngủ cho quên*
*còn tương lai dĩ vãng?*
*– này mười ngón tay đan:*
*ngủ cho ngoan ngủ cho ngoan*
*còn quê hương xứ sở?*
*– này nụ hôn rất tròn*
*ngủ đi cưng ngủ đi cưng*
*kề tai đây anh bảo*
*"coi như mình chẳng có quê hương"*

Đọc bài thơ *Rùng Mình* của Đỗ Hồng Ngọc làm tôi liên tưởng đến: *Trò Chuyện Với Thiên Thần* của nhà văn Trương Văn Dân. Một cuốn tiểu thuyết đi sâu vào sự tàn phá thiên nhiên, môi trường cùng những lời dự báo và cảnh cáo, mà tôi mới được đọc trong thời gian gần đây.

Có lẽ, rùng mình trước những cơn sóng thần, động đất (JPN), hay những trận lũ quét kinh hoàng ở miền Trung Cao Nguyên và miền núi phía Bắc Việt Nam, buộc Đỗ Hồng Ngọc phải viết *Rùng Mình* (vào năm 2011). Ở đó, nhà thơ đã chỉ ra, sự phá vỡ mối quan hệ thiên nhiên và con người để nói lên nỗi đớn đau tuyệt vọng. Một loạt những câu hỏi, không lời giải đáp, nhưng người đọc vẫn thấy được hình ảnh, những bauxite Tây Nguyên, những sân golf, thủy điện, những công trường khai thác, tàn phá rừng vô tội vạ của những kẻ trọc phú có sự bảo kê hợp pháp. Đọc *Rùng Mình* của Đỗ Hồng Ngọc làm tôi nhớ đến câu nói thật xót xa của một gã người Đức trước đây thường xuyên sang Việt Nam: *"Người Việt đã phá tan Đà Lạt, bê tông hóa Phú Quốc, Sapa, rồi đang ao hóa Hạ Long..."*

Vâng, đó thực sự là nỗi đau, và đáng tủi hổ. Và rất tiếc tôi không đủ khả năng dịch *Rùng Mình* thành một bài thơ tiếng Đức. Song nhất định tôi sẽ dịch nghĩa cho gã bạn người Đức này:

*"những ngọn núi cứ triền miên đổ sập?*
*vì sao những dòng sông nghẽn tắt?*
*vì sao những mũi đao cứ ngày đêm*
*xoáy sâu vào lòng đất?*
*Vì sao chim rừng cá biển không chốn nương thân*
*Vì sao cổ thụ mầm xanh bị tận diệt...*
*Ta nương tựa vào nhau.*
*Nay có vẻ đã không còn cần nhau nữa!*
*Đất rùng mình phận đất...*
*Người rùng mình phận người..."*

Dù thế sự, nhưng ngòi bút, lời thơ Đỗ Hồng Ngọc không hề lên gân, đao to búa lớn. Đọc nó đôi khi tưởng chừng là những lời thơ tự sự, trữ tình, nhưng rất nóng bỏng, rát và đau. Đó cũng là tài năng, chí khí của thi sĩ Đỗ Hồng Ngọc. Và chính nó, buộc tôi phải cầm bút viết về ông.

**Thi ca - con đường đến với Phật Pháp.**

Dường như, từ nỗi đau cơ thể đến nỗi đau tâm lý đã đưa Đỗ Hồng Ngọc đến với Thiền, khoa học Phật giáo. Và ở đó đã mở cho Đỗ Hồng Ngọc một lối thoát. Từ bế tắc đến nhận thức mới, quả thực là chông gai, với Đỗ Hồng Ngọc thi ca mới là con đường dẫn ông qua lối thoát đó: *"Trước mộ con còn ướt/ Ba nói với bạn ba rằng/ Từ nay hãy yêu con mình cách khác/ Đừng như ba/ Giấu kín trong lòng/ Bởi tình yêu/ Có bao giờ cho đủ/ Có đâu sợ dư thừa/ Như ba đã sai lầm bao nhiêu". (Tình Yêu)*. Và từ đó, Đỗ Hồng Ngọc không chỉ đi sâu nghiền ngẫm Tâm Kinh để chữa bệnh cho mình, cho người, mà như còn trộn triết lý nhân sinh vào với thi ca, hòng vá lại những linh hồn rách nát. Và Thở, một bài thơ lục bát điển hình như vậy của Đỗ Hồng Ngọc. Từ triết lý giản đơn, với những điều bình dị, Đỗ Hồng Ngọc cho người đọc cảm được một khung trời tự nhiên rộng mở rất lạ, song rất gần gũi:

*"Lắng nghe hơi thở của mình*
*Mới hay hơi thở đã nghìn năm xưa*
*Một hôm hơi thở tình cờ*
*Dính vào hạt bụi thành ra của mình*
*Của mình chẳng phải của mình*
*Thì ra hơi thở của nghìn năm sau...!"*

Có thể nói, Đỗ Hồng Ngọc có sự quan sát tỉ mỉ, và giàu trí tưởng tượng. Bởi vậy, một hiện tượng của thiên nhiên bất chợt bắt gặp ở đâu đó, cũng cho ông liên tưởng đến quy luật của tự nhiên, con người và cuộc sống rất độc đáo: *"Còn cây trơ lại với cành/ Với linh hồn lá ngập ngừng trút qua" (Đông Boston)*. Và trái tim nhạy cảm của thi nhân cho ta thấy, cái quy luật đối nghịch trong mối quan hệ hoặc tương quan đến tâm trạng của con người:

*"Khi nhìn nhau xa lạ*
*Là rất đỗi thân quen*
*Khi nói năng vô nghĩa*
*Là thác reo trong hồn."*
(Không Tên)

Và sự tĩnh lặng của Hội An đã cho Đỗ Hồng Ngọc cảm xúc để viết: *Hội An Sớm*, một bài thơ ngũ ngôn tứ tuyệt mang mang hồn vía cổ thi. Ở đó, nhà thơ mượn động (tiếng chổi, gà gáy) để tả cái tĩnh, cái u tịch của Hội An. Thủ pháp nghệ thuật này ta bắt gặp khi tả tĩnh ở *Thu Điếu* của Nguyễn Khuyến: *"Cá đâu đớp động dưới chân bèo"*. Hoặc ta bắt gặp trong thơ về *Lai Châu* của Trần Mạnh Hảo, hay *Hộ Chiếu Buồn* của Thế Dũng... Có thể nói, *Hội An Sớm* là tuyệt bút của Đỗ Hồng Ngọc. Đọc nó, tưởng chừng như ta đang đứng trước bức tranh nổi, có tĩnh trong động vậy:

*"Hội An còn ngái ngủ*
*Mái chùa ôm vầng trăng*
*Giật mình nghe tiếng chổi*
*Gà gáy vàng trong sương."*

Lòng nhân bản, là một trong những đặc điểm làm nên thi ca Đỗ Hồng Ngọc. Là một bác sĩ, Đỗ Hồng Ngọc không chỉ cứu người, mà luôn có cái nhìn cảm thông. *Trong Một Nhà Dưỡng Lão*, một bài thơ buồn về mỗi mảnh đời gắn với từng câu chuyện, song cùng chung số phận ở nơi đây, được Đỗ Hồng Ngọc viết vào năm 1993. Đọc nó, tưởng như nhà thơ chỉ có tả (ghi nhận) chứ không hề có tình (cảm nhận) ở đó. Nhưng dừng lại vài giây, ta chợt nhận ra: Nếu chỉ thấy tả *Trong Một Nhà Dưỡng Lão*, thì quả thực ta mới chỉ thấy được cái vỏ. Cái (tình) sự cảm thông, với tấm lòng nhân bản mới là cái lõi của hồn thơ Đỗ Hồng Ngọc gửi đến người đọc. Và cái lõi ấy dường như được toát ra từ nhịp điệu, tính nhạc trong từng câu thơ, mà ta chỉ có thể cảm, chứ không thể viết ra được:

*"Họ ngồi đó/ Bên nhau/ Đàn ông/ Đàn bà/... Có người/ Trên chiếc xe lăn/ Chạy vòng vòng/Có người/ Trên chiếc xe lăn/ Bất động/... Họ ngồi đó/ Không nói năng/ Không nghe ngóng/ Gục đầu/ Ngửa cổ/ Móm sọm/ Nhăn nheo/ Ngoài kia/ Tuyết bay/ Trắng xóa/ Ngoài kia/ Dòng sông/ Mênh mông Mênh mông..."*

Có thể nói, cuộc sống và sự nghiệp sáng tạo của Đỗ Hồng Ngọc rất sinh động, và phong phú. Do vậy, viết về ông, quả thực sự khó khăn, cần phải có tài liệu (tác phẩm) và thời gian đọc và nghiên cứu. Tôi thuộc thế hệ em út, con cháu có khoảng cách rất xa, và chưa một lần được gặp gỡ Đỗ Hồng Ngọc. Và bài viết gồm ba phần về chân dung, đặc điểm thi ca này, như một sự giãi bày, hay cảm xúc tự nhiên, bất chợt của tôi về Đỗ Hồng Ngọc mà thôi. Cho nên, có thể chưa hẳn đã đúng. Tuy nhiên, với tôi nó như một tiếng nói nhỏ, góp phần làm sáng tỏ thêm chân dung nhà thơ, bác sĩ Đỗ Hồng Ngọc vậy.

*Leipzig ngày 14-3-2023*

**Đỗ Trường**

# NGUYỄN ĐỨC TÙNG

## ĐỖ HỒNG NGỌC, CUỘC ĐỜI ĐẦY KINH NGẠC

Thơ làm chúng ta gần lại với nhau. Cảm hứng thơ ca của Đỗ Hồng Ngọc sinh ra từ sự hồn nhiên, thản nhiên, có phần phóng túng, nhờ thế anh gần với người đọc. Dù nghề nghiệp hoặc thói quen làm cho một người trở nên chừng mực và nghiêm cẩn đến đâu, khi làm thơ, người ấy buộc phải buông thả. Trong giây phút buông thả ấy, các giác quan tăng cường cảm xúc, thiết lập sự thân mật giữa người quan sát và sự vật, giữa người nói và người nghe. Vì thơ là các quan hệ bên trong, cái toàn thể, cái hiện tại. Một nhà thơ đến với người đọc với tất cả ngôn ngữ của chị ấy, anh ấy, tất cả quá khứ, khuyết điểm và ưu điểm, lòng thương xót, mang theo tất cả những thứ ấy, trọn vẹn, đến với chúng ta.

*Sóng*
*Quằn quại*
*Thét gào*

*Không nhớ*
*Mình*
*Là nước*

Thơ Đỗ Hồng Ngọc là tiếng kêu ngạc nhiên trước cuộc đời, trước hạnh phúc và đau khổ, trước giản dị tầm thường và phép lạ. Đó là tiếng kêu nghệ thuật, nên được nén lại, kiểm soát. Thơ anh là hiện hữu, cái bây giờ, sự dừng lại của khoảnh khắc. Đỗ Hồng Ngọc chỉ ra cho tôi thấy một khoảnh khắc, làm tôi dừng lại bên anh, tiếp tục nhìn thấy nó lâu dài. Thơ anh là một hình thức của chú ý. Sự tập trung chú ý tạo ra tác phẩm sáng tạo. Nhờ lắng nghe mà anh nhìn ra cội rễ của tồn tại. Nhờ tập trung, chú ý đến các chi tiết mà thơ Đỗ Hồng Ngọc tạo nên sự thân mật giữa người viết và người đọc. Sự thân mật trong thơ là khoảng cách, khoảng cách ấy càng gần, sự tin tưởng lẫn nhau càng tăng lên.

*Hội An còn ngái ngủ*
*Mái chùa ôm vầng trăng*
*Giật mình nghe tiếng chổi*
*Gà gáy vàng trong sương*

Thơ trữ tình, vì vậy, không phải là lời kêu gọi, bản tuyên bố, mà là lời tâm sự, lời kể bên ngọn lửa ấm, sự im lặng khi câu chuyện ấy được kể xong. Thơ anh đầy chú ý lắng nghe. Mặc dù anh không thiên về sự mô tả chi tiết, vốn cũng không phải là điểm mạnh của thơ Việt, anh đến gần sự vật bằng quan sát và linh cảm. Bài thơ *"Đinh Cường vẽ Nguyễn Xuân Hoàng"* là một bài thơ lạ, gần chất văn xuôi, ít sử dụng tu từ, giọng điệu ngang tàng. Thơ chống lại sự tiếp nhận tự động mà ta thường gặp trong ngôn ngữ nói hằng ngày, nó không ngừng thiết lập tình trạng tỉnh thức bằng sự ngạc nhiên: hình ảnh mới, các ý tưởng bất ngờ, cách sắp xếp lại các chữ. Đám đông độc giả có khuynh hướng chống lại sự làm mới của nhà thơ. Một người làm thơ yếu bóng vía có thể bị khuất phục dễ dàng bởi thẩm mỹ của đám đông, thói quen suy nghĩ của họ.

*ôi trời ông Đinh Cường*
*vẽ Nguyễn Xuân Hoàng thời 60' Đàlạt*
*rõ ra là một cô gái*
*dịu dàng hơn cả dịu dàng*

*cái thời 60' Đàlạt*
*ai ngờ Nguyễn Xuân Hoàng mà rất gái*
*quá dễ thương*
*làm mê mẩn Đinh Cường*
*và, có thể... nhiều người khác nữa*

Một nhà thơ có bản lãnh thản nhiên sử dụng các hình ảnh, lối nói của mình với tính cách độc đáo. Trong tiếng Anh có một khái niệm khó dịch là originality, có nghĩa là nguồn gốc, bản sắc, tính độc đáo riêng biệt. Tôi nghĩ thơ Đỗ Hồng Ngọc có tính chất ấy.

Nhà thơ Đỗ Nghê, tức bác sĩ Đỗ Hồng Ngọc, sinh năm 1940 tại La Gi, Bình Thuận. Từ nhỏ theo học trường Phan Bội Châu (Phan Thiết). Tốt nghiệp Tiến sĩ Y khoa Quốc gia Đại học đường Sài Gòn (1969). Từng tu nghiệp Y tế công cộng tại Đại học Harvard Hoa Kỳ (1993) và Giáo dục sức khỏe CFES tại Pháp (1997). Nguyên Giảng viên thỉnh giảng Đại học Y khoa Sài Gòn và Trưởng bộ môn Khoa học hành vi - Giáo dục sức khỏe, Đại học Y khoa Phạm Ngọc Thạch. Anh viết nhiều sách báo liên quan đến sức khỏe, thiền, các vấn đề văn hóa, xã hội, với kiến thức sâu rộng, lối văn giản dị, trong sáng, dí dỏm, được nhiều người ái mộ. Nhưng ít người biết bác sĩ Đỗ Hồng Ngọc còn là một nhà thơ, ký bút hiệu Đỗ Nghê, và làm thơ từ sớm. Thơ anh cũng như văn anh, giản dị, ngắn gọn, nhưng đó là lối viết không dễ bắt chước, đầy những chi tiết tinh tế, cái nhìn dịu dàng, sâu sắc đối với cuộc đời.

• Tác phẩm:
. Truyện ngắn: *Cuộc đi dạo tình cảm* (in chung với nhiều tác giả);
. Tùy bút: *Gió heo may đã về, Già ơi... chào bạn;*
. Tạp bút: *Những người trẻ lạ lùng, Cành mai sân trước* (tuyển tập), *Nghĩ từ trái tim, Thư gởi người bận rộn, Khi người ta lớn, Như Thị, Nhớ đến một người, Ghi chép lang thang;*
. Tản văn: *Về thu xếp lại, Biết ơn mình, Để làm gì;*
. Thơ: *Tình người, Thơ Đỗ Nghê, Giữa hoàng hôn xưa, Vòng quanh, Thư cho bé sơ sinh* và *những bài thơ khác, Thơ ngắn Đỗ Nghê, Biển của một thời* (thơ in chung), *Một thuở sương mù* (thơ in chung).

***Đêm trên biển Lagi***
*tặng NNI*

*Sóng cuốn từng luồng trăng lại trăng*
*Đêm Hòn Bà dỗ giấc ai nằm*
*Phẳng lì bãi cát buồn hiu ngóng*
*Cao vút hàng dương quạnh quẽ trông*
*Đá cũ mòn rêu hoài đá Ngảnh*
*Nguồn xưa cạn nước vẫn Nguồn Chung*
*Về đâu mái tóc xanh ngày ấy*
*Câu hỏi ngàn năm có chạnh lòng?*

Thơ cổ điển nhưng không cũ. Không có một bài thơ nào tồn tại độc lập. Dù được viết bởi ý định nào của tác giả, bài thơ là một giao điểm của đời sống và trí tưởng tượng, hiện tại và hoài niệm, cá nhân và cộng đồng, những quan hệ liên văn bản. Ngôn ngữ của thơ ca dù được viết dễ hiểu cách nào đều không thể đoán được, vì vậy người đọc cần chú ý đến mỗi chữ, mỗi âm.

Một trong những công việc của thơ là làm thay đổi đời sống thực, chuyển hóa nó, khiến cho chúng ta có thể nhìn thấy đời sống của chúng ta dưới một cách nhìn khác, trong một màu sắc khác. Mặt trời mỗi ngày một trở lại, không thay đổi, nhưng thơ làm cho mặt trời mới lại mỗi ngày. Điều đó cũng đúng cho khuôn mặt người yêu dấu: thơ làm cho nó mới hơn.

*ngoài cái chợ ồn ào*
*mấy dãy phố thời trang dị hợm*
*quán ăn đầy ngõ hẻm*
*vài ngôi chùa trang nghiêm*
*và mấy trại hòm*

Tập *"Thơ ngắn Đỗ Nghê"* đúng như tên gọi của nó, chứa những bài thơ ngắn, đôi khi như haiku. Xét về phương diện thể loại, thơ ngắn tự do là trường hợp cần chú ý. Trong những bài thơ ấy còn có câu chuyện kể. Anh là người kể chuyện thú vị, không nhiều lời. Những câu chuyện của anh gồm quan sát tinh tế, các ký ức mà dường như ai cũng có, câu chuyện đời thường, bằng một cách nào đó chúng đã đi vào thơ anh, chiếu sáng từ góc tối: sự rung động ban đầu, niềm thương xót đối với một người, sự suy nghĩ lúc ta dừng lại, sự hối hận, sự hài lòng. Làm công việc y khoa, chắc tác giả phải đối diện với nhiều cái chết, sự mất mát, thương đau. Tôi ngạc nhiên thấy anh ít viết về điều ấy, cái chết, cái mất, vết thương. Tôi nghĩ là người Việt đã đau khổ quá nhiều vì những thứ ấy, ở mức cá nhân và ở mức tập thể. Nhưng đó có thể là một chọn lựa có ý thức, cũng có thể chỉ là vấn đề cảm hứng, bạn không chọn đề tài, chúng tự chọn lấy tiếng nói. Các chi tiết cụ thể, góc nhìn, sự liên tưởng là quan trọng đối với việc đọc thơ Đỗ Hồng Ngọc. Anh có lối nói nồng nàn, say đắm, hài hước, bất ngờ:

*Anh hôn đằng sau*
*Anh hôn đằng trước*
*Anh hôn phía dưới*
*Anh hôn phía trên*
*Chiếc áo của em*

Thật dí dỏm, duyên dáng. Thời kỳ nào thì thơ cũng là sự trộn lẫn giữa cái mới và cái cũ, kế thừa những giá trị trong quá khứ và nói tiếng nói của hôm nay. Nhà thơ Đỗ Nghê Đỗ Hồng Ngọc, có lẽ không phải là người có ý định làm mới ngôn ngữ nhưng việc anh viết từ sớm và viết liên tục chứng tỏ anh tha thiết với thơ cũng như nhiều nhà thơ khác. Thơ tạo ra một không khí riêng biệt, có phần thân mật, riêng tư, nhưng góp phần làm phong phú tiếng nói của thơ hôm nay. Mỗi nhà thơ có cách ghi nhận và phản ứng đối với đời sống khác nhau. Trong khi giọng điệu của thơ mỗi ngày một thay đổi, ngôn ngữ cũng thay đổi, thì anh vẫn giữ được tiếng nói riêng mình, chung thủy với bản tính của mình, không chịu ảnh hưởng của người khác, nhưng cũng không cũ kỹ. Thực ra, Đỗ Hồng Ngọc sống cùng thời với rất nhiều sự kiện, tỏ ra quan tâm đến đời sống văn hóa xã hội. Trong thơ cũng vậy, tôi nhìn thấy ở đó nhiều khoảnh khắc khác nhau của đời sống, công việc chuyên môn, chia ly và đoàn tụ, mất mát và hân hưởng, tình yêu và sự tha thứ. Tôi không nhìn thấy ở đó những sự kiện lớn, chiến tranh và hòa bình, các vấn đề chính trị hay dân tộc gay gắt, vì vậy thơ anh đối với tôi có tính riêng tư, thân mật, trầm lặng. Đó là một loại thơ trữ tình cá nhân, với giọng điệu êm ả, cái nhìn nhân hậu đối với cuộc đời. Tôi tin rằng ngoài đời, anh cũng thế, một người hiền lành, sâu sắc, có cá tính nhưng từ chối tham gia các cuộc tranh cãi. Anh chứng tỏ lối viết điềm đạm chắc tay, nhưng lại phóng khoáng, và đôi khi bất cần. Làm được vậy, thật rất khó.

*Ơi những con đường ta đã đi*
*Gia Long, Đồng Khánh mượt xuân thì*
*Chân run rẩy cát bờ Thương Chánh*
*Gió ở đâu về thơm bước khuya*

Thơ anh có tính âm nhạc. Trong những bài thơ ngắn ấy, tính âm nhạc tinh tế hơn, nhưng nếu bạn đọc một cách đầy chú ý, chúng cũng thể hiện trong những bài thơ không có vần.

Cái nhìn của Đỗ Hồng Ngọc là cái nhìn có tính quan sát của một thầy thuốc, tuy vậy, anh không hề nhầm lẫn giữa thơ và các bài báo khoa học, như một số người có thể nhầm lẫn. Anh không mang những kiến thức uyên thâm của mình vào thơ, theo nghĩa sống sượng mà chúng nằm bên dưới các chữ tinh khôi, lành lặn, và đôi khi siêu thực. Cũng vậy thơ thiền của anh nhẹ nhàng, ngẫu hứng, không có ý răn dạy, khuyên bảo, không sử dụng nhiều từ ngữ Phật pháp. Sự tưởng tượng của Đỗ Hồng Ngọc là những liên kết có tính nhảy vọt từ truyền thống đến hiện đại, sự liên kết hình ảnh qua các thời gian khác nhau, nhưng thường anh vẫn trở về với hiện tại của đời sống.

***Thư Cho Bé Sơ Sinh***

*Khi em cất tiếng khóc chào đời*
*Anh đại diện đời chào em bằng nụ cười*
*Lớn lên nhớ đừng hỏi tại sao có kẻ cười người khóc*
*Trong cùng một cảnh ngộ nghe em!*
*Anh nhỏ vào mắt em thứ thuốc màu nâu*
*Nói là để ngừa đau mắt*
*Ngay lúc đó em đã không nhìn đời qua mắt thực*
*Nhớ đừng hỏi vì sao đời tối đen.*
*Khi anh cắt rún cho em*
*Anh đã xin lỗi chân thành rồi đó nhé*

*Vì từ nay em đã phải cô đơn*
*Em đã phải xa địa đàng lòng mẹ.*
*Em là gái là trai anh chẳng quan tâm*
*Nhưng khi em biết thẹn thùng*
*Sẽ biết thế nào là nước mắt trong đêm*
*Khi tình yêu tìm đến!*
*Anh đã không quên buộc étiquette vào tay em*
*Em được dán nhãn hiệu từ giây phút ấy*
*Nhớ đừng tự hỏi tôi là ai khi lớn khôn*
*Cũng đừng ngạc nhiên sao đời nhiều nhãn hiệu!*
*Khi em mở mắt ngỡ ngàng nhìn anh*
*Anh cũng ngỡ ngàng nhìn qua khung kính cửa*
*Một ngày đã thức giấc với vội vàng với hoang mang*
*Với những danh từ đao to búa lớn*
*Để bịp lừa để đổ máu đó em...*
*Thôi trân trọng chào em*
*Mời em nhập cuộc*
*Chúng mình cùng chung*
*Số phận...*
*Con người...*

Cuộc trò chuyện tưởng tượng, riêng tư, bình đẳng, nhưng gởi gắm nhiều suy nghĩ về xã hội, chiến tranh, đất nước, phận người. Đó là một bài thơ trữ tình- thế sự. Những suy tư của anh chuyển hóa thành xúc cảm. Một xúc cảm mạnh, nhưng được kiềm chế trong lời đối thoại- độc thoại.

Nhiều người than phiền rằng thơ Việt đã kết thúc. Đọc một người như Đỗ Hồng Ngọc, lặng lẽ viết, tôi tin thơ vẫn sống, vì nó chính là linh hồn của ngôn ngữ hôm nay. Thơ là tiếng nói riêng tư của tác giả, nhưng cũng là sự trao đổi trò chuyện giữa người viết và người đọc, lời tâm sự, sự tranh luận, quà tặng. Thơ giữ lại cho chúng ta những di sản của một thời đại, đời sống tinh thần, các giá trị văn hóa. Thơ Đỗ Hồng Ngọc là cuốn nhật ký về những năm tháng mà anh đã sống, trong một ngôn ngữ sống động như hơi thở, như đời sống thật ngoài kia. Thơ anh làm cho sự hiện hữu con người trở nên rõ rệt trước sự bôi xóa của thời gian. Tôi tin rằng một số bài thơ xuất sắc sẽ ở lại lâu dài trong lòng người đọc, chúng không chỉ là bức tranh của đời sống hôm nay, mà còn là sự cần thiết. Đôi khi anh cũng không tránh khỏi sự dễ dãi, và có những bài thơ hoặc câu thơ lặp lại một hình ảnh nào đó, hay mang dấu ấn, của người xưa:

***Về thăm quê***

*Lâu không về thăm quê*
*Những người xưa biền biệt*
*Lũ trẻ lớn lên*
*Ngơ ngác*
*"Ủa, chú là ai?*
*Làm sao chú biết...?"*

Thơ anh là sự kết hợp tự sự và trữ tình. Câu chuyện trong thơ của anh làm tăng sự hiểu biết của chúng ta đối với người khác, về những tương tác giữa người và người, cho người đọc nhìn thấy một thế giới, cho phép họ đi xuyên qua đám đông, ghi nhớ, kể lại, trong khi đó thơ trữ tình tập trung vào một tình huống, nén chặt nó lại trong thời gian, làm bộc lộ các xúc cảm về nó, nhờ vậy đọc thơ anh vừa thấy được một thế giới mà chúng ta đang trải qua, vừa là những giây phút bồn chồn của đời sống.

*Chỉ quanh quẩn đâu đây*
*Cuộc đời đầy sinh bệnh lão tử*

Lòng yêu đời trong anh thật lớn, cái nhìn thanh thản đầy chất triết lý cũng sâu đậm. Thơ Đỗ Hồng Ngọc thường ở thể tự do, các ý tưởng được nén lại trong một thứ ngôn ngữ khá là phóng túng:

*Còn nhớ không*
*Căn nhà ốm nhom khu Bàn Cờ*
*Bạn từng trú mấy hôm*
*Đi coi mắt vợ*

Tôi cũng rành khu Bàn Cờ. Tôi quen một thiếu nữ ở đó. Tôi thường chở nàng đi ăn trong một quán hủ tiếu đâu đó, không còn nhớ, nhưng câu thơ của anh làm tôi nghĩ ngợi.

Thơ mang cho người đọc sự tự do để nhìn thấy thế giới, để đáp ứng, để sửa lỗi, để cầu nguyện. Thơ Đỗ Nghê không có những tham vọng lớn lao, anh không đề cập đến các vấn đề thời sự, không có những đề tài nóng bỏng, đó là một loại thơ cá nhân, riêng tư và âu yếm, và suy nghĩ. Thơ anh giản dị nhưng không hoàn toàn dễ hiểu, vì anh đang cố gắng nói một điều gì không thể nói được. Đọc thơ anh cũng phải đọc giữa các hàng chữ. Thơ là xúc cảm nhưng thơ cũng là phân tích.

*ngày đó mới thôi...*
*bọn mình rớt mồng tơi,*
*dĩa bánh cuốn ly café đã khó*
*tôi nằm chờ giải ngũ*
*bạn trốn trại về...*

*khu mình chẳng có gì vui...*
*ngoài mấy nhà bảo sanh*
*một nhà thương thí*
*phòng mạch bác sĩ*
*văn phòng luật sư...*
*nhà thuốc tây thuốc bắc*

*khu mình chẳng có gì vui*
*ngoài cái chợ ồn ào*
*mấy dãy phố thời trang dị hợm*
*quán ăn đầy ngõ hẻm*
*vài ngôi chùa trang nghiêm*
*và mấy trại hòm...*

*đâu có cần ra khỏi cổng thành*
*đâu có cần vượt sông anoma*
*chỉ quanh quẩn nơi đây*
*cũng đầy sanh bệnh lão tử...*

*ngày đó mới thôi,*
*căn nhà ốm nhom khu bàn cờ*
*bạn từng trú mấy hôm*
*đi coi mắt vợ...*
*rồi bảo sanh*
*rồi bệnh viện*
*rồi nursing home...*

*cuộc đời đầy kinh ngạc*
*phải không?*

Đỗ Hồng Ngọc làm chủ giọng nói của mình, tiết kiệm chữ, chỉ nói vừa đủ, nhường lời cho sự hiểu biết và diễn dịch của người đọc. Thơ anh vì vậy khá kén người đọc. Thơ Việt Nam trong nửa thế kỷ qua viết về nhiều đề tài, nhưng giấu phía sau mình nó là chiến tranh, chia rẽ, bạo lực. Đó là một nền thơ đau khổ. Nhưng đó cũng là một nền thơ hướng tới tự do biểu hiện. Có một nỗi buồn mênh mông, kín đáo, trong thơ anh:

*Mỗi năm*
*Mỗi người*
*Thêm một tuổi*
*Chỉ mình con*
*Mãi mãi*
*Tuổi đôi mươi*

Vết thương khó nhận ra. Trước khi đọc tập "Thơ ngắn", tôi nghĩ rằng anh sẽ viết nhiều về công việc chuyên môn, nhưng không, anh dễ dàng tách ra khỏi công việc thực, tự cho phép mình hoàn toàn thuộc về thơ ca. Bởi vì thơ cũng như những hình thức văn chương khác, trước hết đến từ sự tưởng tượng. Sự tưởng tượng trong khi mang người đọc đi xa thì lại mang họ trở về, với cái nhìn mới mẻ. Thơ Đỗ Nghê, trong những bài xuất sắc nhất của anh, là những bài thơ có sức mạnh làm mới.

Có nhiều cách để làm mới. Có những người có ý định, với những tuyên ngôn, chủ trương, nhưng cũng có những người làm mới lặng lẽ bằng chính tác phẩm. Những bài thơ ngắn của anh là sự mô tả đời sống hàng ngày, những chi tiết bề ngoài có vẻ tầm thường, một kỷ niệm, với giọng điệu chừng mực, triết lý, hài hước.

***Tìm kiếm***
*Anh không sống*
*Anh đợi sống*
*Anh để dành anh*
*Anh chắt mót em*
*Anh cắt xén niềm vui*
*Anh gặm nhấm nỗi buồn*
*Anh tìm kiếm*
*Một điều anh chẳng biết*

Chính là bằng cái nhìn của tác giả mà thế giới trở nên thân mật hơn, gần gũi hơn, đầy chiêm nghiệm. Thơ trữ tình ngày càng được mang gần tới cuộc đời thường nhật, va chạm với những tình tiết và số phận nhỏ bé, đi tìm sự cao thượng trong những thấp kém, tính chất huyền bí của đời sống trong sự quen thuộc tầm thường. Thơ vì vậy ngày càng ngoại biên, địa phương, kỳ dị, thậm chí gồm những tiếng lóng. Không có gì là vĩnh cửu, không có một lý thuyết nào là chân lý cuối cùng, không một thần tượng nào không sụp đổ, đời sống trở nên sâu sắc hơn vì vậy, vì chúng ta đối diện với cái chết. Vì chúng ta yêu mến đời sống này, ca ngợi tính chất bình thường của nó, chống lại cái vĩ đại và các đại tự sự bằng những quan tâm nhỏ nhặt, nhưng cần thiết, vừa thực vừa huyền ảo, chúng ta sống vì chúng ta nhớ lại, vì chúng ta nghĩ đến.

**Nguyễn Đức Tùng**

*ĐHN đọc thơ trong Khóa tu Doanh Nhân ở Mũi Né, 2024*

## TRỊNH Y THƯ

### CẢM NHẬN NHÂN ĐỌC "THƠ NGẮN ĐỖ NGHÊ"

*thơ ngắn đỗ nghê, ĐỖ NGHÊ (ĐỖ HỒNG NGỌC), NXB Văn Hóa-Văn Nghệ TP.HCM, 2018.*

**1.**

Tôi thích đọc "thơ ngắn" của Đỗ Nghê. Những bài thơ "ý tại ngôn ngoại," đọc đi đọc lại, mỗi lần đọc đều nhận ra thêm một cái gì mới, khác, mở ra những chiều kích bát ngát hương thơm. Hãy giở trang đầu tiên của tập thơ, bài Trái đất, cả bài thơ chỉ có vẻn vẹn sáu từ:

*Giữa đêm*
*Thức giấc*
*Giữa ngày...*
Boston, 1993

Từ chìa khóa để hiểu bài thơ là "Boston", mặc dù nó chỉ là phụ chú cho bài thơ. Giữa đêm thức giấc, bên kia nửa vòng trái đất là giữa ngày, chợt bàng hoàng tỉnh giấc, thao thức nỗi nhớ nhà, chợt thấy cô đơn, ôm nỗi sầu vạn cổ, thấy cái tôi bé nhỏ không một chút trọng lượng lọt thỏm giữa vũ trụ bao la.

Tứ thơ cô đúc, được nén chặt đến cực độ trong sáu từ, đột ngột phóng ra như một tia chớp lóe, để người đọc mặc tình buông ra từ trí tưởng của mình những cảm xúc bát ngát diệu kỳ.

Trên bước đường lữ thứ của cuộc hành trình đời người, chúng ta ắt hẳn phải có lúc cảm thấy cùng một tâm trạng với bài thơ. Bài thơ chỉ có sáu từ sao lại có sức mạnh truyền tải cảm xúc mạnh mẽ đến thế!

Ý thức rất rõ về sự hữu hạn của vật thể hữu hình và tính vô thường của kiếp nhân sinh, thơ Đỗ Nghê chuyển hóa bi kịch đời sống thành những cung bậc cảm xúc đẹp buồn, trữ tình. Những dấu vết của đau thương, tan rã, chia lìa gần như được xóa nhòa để cái đẹp – dù là cái đẹp bi ai – thăng hoa thành nghệ thuật, và sau cùng đạt đến cõi như nhiên, tĩnh tại.

Từ nỗi đau xót như nhát dao cứa sâu vào da thịt:

*Mỗi năm*
*Mỗi người*
*Thêm một tuổi*
*Chỉ mình con*
*Mãi mãi*
*Tuổi đôi mươi...*
(La Ngà 3)

Nỗi đau xót ấy, như được sưởi ấm bằng những đốm lửa yêu thương, biến thành nỗi buồn man mác nhưng dịu ngọt:

*Con cài bông hoa trắng*
*Dành cho mẹ đóa hồng*
*Mẹ nhớ gài lên ngực*
*Ngoại chờ bên kia sông...*
(Bông hồng cho mẹ)

Những câu thơ đẹp, vì được kết tinh một cách ưu ái và trang trọng từ trái tim, từ trái tim người làm thơ sang thẳng trái tim người đọc, không cần qua một lăng kính hay một bộ phận chắt lọc nào. Nếu những cụm từ như "bông hoa trắng," "đóa hồng" được dùng như một hoán dụ, thì hoán dụ ấy cũng chẳng thể ngăn cản cảm xúc dạt dào dâng lên như sóng vỗ tràn bờ. Thực chất, thơ Đỗ Nghê ít sử dụng ẩn dụ hoặc hoán dụ, mà phần nhiều là những câu nói (vâng, thơ là tiếng nói, tiếng nói tinh tuyền nhất) rất đơn sơ, rất thật và rất đậm tính người.

Có gì "người" hơn những câu thơ này?

*Mùa xuân mừng tuổi thơm tho áo*
*Nắng cũng vàng phai ngày cũng xa*
*Anh thương nhớ quá làm sao nói*
*Gọi tên em vang động gốc cây già...*
(Quê nhà)

Nó là tiếng kêu của muôn loài sống trên mặt đất, tiếng chim gọi nhau buổi ngày nắng tắt trên đầu non, tiếng kêu trầm thống của loài cá voi dưới mặt nước đại dương sâu thẳm. Nó là chất keo sơn giữ cho cuộc sống này bền chặt. Không có nó, thế giới vỡ tung mất thôi, và có vẻ như nó đang vỡ thật. Một mai nếu để mất nó, chúng ta sẽ rơi vào hố thẳm tuyệt vọng, vô phương cứu vãn, và linh hồn chúng ta sẽ mãi mãi trầm luân trong cõi huyền tẫn mịt mù, không ai có thể chuộc tội cho chúng ta, ngay cả người đóng đinh trên núi Sọ.

Vâng, tôi xin bắt chước nhà thơ, ngày xuân "gọi tên em vang động gốc cây già."

**2.**

"Nước," "sóng," "sông," "biển" là những thi ảnh xuất hiện nhiều trong thơ Đỗ Nghê. Trong bài thơ *Nước* – gồm 20 câu, một trong những bài thơ dài toàn tập thơ – thi sĩ vẽ hành trình của nước len lỏi qua nghìn dặm nẻo đường núi non sông lạch, thậm chí *"từ cơn gió thoảng, từ làn mây trôi"* chỉ để bâng khuâng buông ra một suy nghiệm có tính siêu hình:

*Nước vẫn muôn đời*
*Không đi chẳng đến*
*Ai người nỡ hỏi*
*Nước đến từ đâu?*
*Ai người nỡ hỏi*
*Nước trôi về đâu?...*

Nước, trong ngữ cảnh bài thơ, là một hoán dụ ám chỉ khái niệm Duyên khởi và tính Không trong Phật giáo. Nước "không đi chẳng đến," phải chăng ám chỉ khái niệm "vô thỉ vô chung" vốn chủ yếu liên quan đến sự hiểu biết về thời gian, sự tồn tại và quan hệ nhân quả.

Duyên khởi khẳng định rằng mọi hiện tượng phát sinh đều phụ thuộc vào các hiện tượng khác. Nó mô tả một chuỗi nhân quả, trong đó mỗi mắt xích phụ thuộc vào mắt xích trước đó, dẫn đến sự phát sinh của các hiện tượng tiếp theo. Theo quan điểm này, không có điểm bắt đầu hay điểm kết thúc biệt lập, độc lập đối với bất cứ điều gì trong chu kỳ tồn tại. Mọi thứ đều có mối liên hệ với nhau và phụ thuộc lẫn nhau.

Còn khái niệm tính Không thì nhấn mạnh đến sự thiếu vắng của bản chất nội tại cố hữu của sự vật. Sự vật không có sự tồn tại cố hữu. Sự tồn tại của chúng phụ thuộc vào các yếu tố khác. Do đó, khởi đầu hay kết thúc của tồn tại trở nên vô nghĩa. Thay vào đó, sự tồn tại trải qua vô tận các chu kỳ lặp đi lặp lại gồm có sáng tạo, hủy diệt và tái sinh (mà ta gọi là luân hồi). Trong những chu kỳ này, không có điểm bắt đầu hay điểm kết thúc cuối cùng.

Nó chính là "nước" của Đỗ Nghê: Không đi chẳng đến.

Theo Tứ Diệu Đế, khổ đau là cố hữu do tham ái và vô minh. Tái sinh được xem là sự tiếp nối của vòng đau khổ này cho đến khi người ta đạt được giải thoát (niết bàn). Theo nghĩa này, tồn tại được xem là không có khởi đầu, với khả năng giải thoát đánh dấu sự kết thúc của vòng tái sinh.

Hiểu được bản chất của "nước" là hiểu được chu kỳ của tồn tại, là hiểu được con đường dẫn ta đến giải thoát. Tôi đồ nhà thơ Đỗ Nghê chỉ muốn nói có bấy nhiêu. Một điều vô cùng giản dị mà sao chẳng mấy ai thực hiện nổi!

Khái niệm "Sắc tức thị không, Không tức thị sắc" còn được thi sĩ nhắc lại trong bài thơ Có không:

*Tràn vào khắp ngả*
*Đất trời mênh mông*
*Nhẹ như không có*
*Có mà như không...*

Thơ Đỗ Nghê thấm đẫm mùi Thiền, rất nhiều bài trong tập thơ mang phong vị Thiền học, nhưng nó là cái Thiền giúp ta thong dong đi vào phố chợ, nhập cuộc trần ai, mà lòng an nhiên như đang thảnh thơi dạo bước trên con đường mòn giữa cánh đồng hoa lá:

*Duyên sinh vô ngã*
*Ngũ uẩn giai không*
*Từ đó thong dong*
*Thõng tay vào chợ...*
(Vè thiền tập)

Bởi thi sĩ hiểu rõ chân lý sinh diệt của vũ trụ tuần hoàn, từ cát bụi, ta là ta hôm nay, ta là "đất động" hay "sóng thần," nhưng rồi một ngày nào đó không xa, ta lại trở về cát bụi:

*Đất động ta cũng động*
*Sóng thần ta cũng sóng*
*Giật mình chợt nhớ ra*
*Vốn xưa ta là đất...*
(Đất)

**3.**

Một người làm thơ trữ tình như Đỗ Nghê ắt hẳn không thể nào dửng dưng với mảnh đất quê hương mình. Quê hương ông là biển, là sông, là hồ, là cát, là cây, là đá, tất cả hòa quyện trầm mặc trong thơ. Các địa danh xa lạ với nhiều người nhưng thân thương với thi nhân, như hòn Bà, đá Ngảnh, được đem vào thơ, tái hiện hoài hoài trong những giấc mơ, hay một ký ức không thể bào mòn.

Tôi đặc biệt yêu thích bài *Hội An sớm*:

*Hội An còn ngái ngủ*
*Mái chùa ôm vầng trăng*
*Giật mình nghe tiếng chổi*
*Gà gáy vàng trong sương...*

Như một khúc Đường thi. Thi ảnh, tuy cổ điển, nhưng đẹp não nùng. Và, chao ơi, tiếng chổi. Sao lại tiếng chổi từ trong sân chùa một cách mơ hồ vọng ra? Sao không là tiếng tụng kinh, tiếng chuông, tiếng mõ vào buổi sớm? Chính sự bất ngờ ấy đánh động tâm hồn khiến thi nhân giật mình, đã làm tăng thú vị khi đọc bài thơ. Bất ngờ hơn chuyện ông Trương Kế lúc từ Phong Kiều bước xuống thuyền nghe tiếng chuông chùa Hàn Sơn vọng lại. Bài thơ của Đỗ Nghê là bức tranh hiện thực được vẽ bằng bốn câu thơ năm chữ.

Và tiếng gà. À, thì ra ngôi chùa chẳng ở đâu xa mà nằm gần kề một thôn xóm quê nghèo. Nó cho ta cảm giác ám áp, gần gũi, thân thương. Cụm từ "vàng trong sương" là một thủ pháp tu từ mỹ học. Ở đây nó là điểm nhấn như điểm nhấn trong hội họa, để từ đó người đọc thơ có thể vin vào, đoạn phóng chiếu ra tổng thể một cảnh tượng lung linh bóng hình thật đẹp, gồm có cả hình ảnh lẫn ảo ảnh. Hình ảnh là ánh tinh quang nhạt nhòa trong sương sớm. Ảo ảnh là một thôn làng xa xôi rơi rớt trong mớ ký ức ngổn ngang buồn nhớ.

Ngôi chùa ở Hội An của Đỗ Nghê thân quen, gần gũi trong một tâm trạng cảm hoài nhưng một tâm thế u tĩnh, yên bình. Ngôi chùa Hàn Sơn của Trương Kế thì xa lạ, trống vắng trong một cảm giác bất an, mông lung, thậm chí bồn chồn, hoang mang, lạc lõng.

**4.**

Tình yêu là đề tài muôn thuở trong thơ của gần như mọi thi sĩ đông tây kim cổ. Tình yêu trong thơ Đỗ Nghê là một thứ tình yêu đằm thắm, nhẹ nhàng. Bạn đừng tìm kiếm những tứ thơ nồng cháy nóng bỏng, khốc liệt trong thơ ông. Ngôn ngữ tình yêu là những nét chấm phá thi vị. Và ý nhị, thâm trầm:

*Cảm ơn em sợi bạc*
*Cảm ơn em sợi hung*
*Cảm ơn em năm tháng*
*Đã theo già cùng anh.*
(Theo già)

Hay:

*Lá chín vàng lá rụng về cội*
*Em chín vàng chắc rụng về anh...*
(Lá)

Tôi thích những vần thơ tình nhẹ nhàng của Đỗ Nghê, bởi dù trong xa vắng, tình yêu của thi sĩ vẫn đẹp. Tháng năm trôi qua, đôi khi chạnh lòng nhớ lại kèm theo một chút bùi ngùi thương nhớ:

*Hoa vàng đã rụng đầy sân vắng*
*Tình cũng ngùi phai theo tháng năm...*
(Cố nhân)

Lòng còn vương vấn dù thời gian dâu biển bao mùa đã qua. Chẳng còn gì để nhớ, để thương... Không, hình như vẫn còn... Và chỉ chừng đó thôi đã đủ cho "ta" bồi hồi sung sướng:

*Trái thông khô rớt vèo chiều tím*
*May mà còn ánh mắt dao cau...*
(Tím)

Hình ảnh "bạo liệt" nhất trong thơ Đỗ Nghê là bài sau:

*Anh đọc bài thơ tình*
*Em ngồi nghe lặng thinh*
*Anh đọc thêm bài nữa*
*Em vẫn ngồi lặng thinh*
*Anh buồn không đọc nữa*
*Em chồm lên hôn anh*
*Như đổ dầu vào lửa...*
(Thơ tình)

Và, không kém quan trọng, tình yêu trong thơ Đỗ Nghê bao giờ cũng hòa quyện với tình yêu quê hương đất nước, với biển, cát, sóng, trời. Trái tim của thi nhân có đủ chỗ cho cả em lẫn biển:

*Anh... ngoằn ngoèo trên cát*
*Không ngờ mà hóa tên em*
*Biển xanh nắng vàng sóng bạc*
*Không ngờ cùng kéo đến xem...*

Tình yêu trong thơ Đỗ Nghê là thứ tình yêu phổ quát, đẹp muôn đời, đáng ca tụng mãi mãi, thế hệ nào cũng có thể liên kết cá thể mình vào được. Ngôn ngữ ca ngợi tình yêu của thi sĩ giản dị, chân thành, biểu hiệu một tấm lòng thương quý dành cho món quà quý giá nhất Thượng đế ban cho loài người. Một món quà như thế mà hình như chúng ta đang đánh mất nó, đang để nó vuột khỏi tầm tay. Một mai không còn tình yêu nữa, chúng ta sống vô cảm, vô tính như một robot AI hay một con người văn minh, chỉ biết có khoái lạc nhục dục và soma gây mê, như Aldous Huxley miêu tả trong cuốn tiểu thuyết Brave New World của ông, thì liệu lúc đó con người có còn là con người nữa không? Đọc thơ tình Đỗ Nghê để giữ gìn, trân quý món quà Trời cho đó, xin bạn đừng bao giờ đánh mất.

## 5.

Ngôn ngữ thơ của Đỗ Nghê, nói chung, mang phong cách truyền thống, trữ tình. Cấu trúc và thi pháp cổ điển. Bởi thế, nhạc tính và cú điệu trong thơ du dương, trầm lắng. Đêm trên biển La Gi là một bài thơ với niêm luật chỉn chu theo đúng tinh thần Đường thi. Ông không tìm kiếm sự cách tân trong thơ mình. Kỹ thuật được ưa chuộng bởi các nhà thơ cách tân, như thủ pháp đặt cặp phạm trù/ thi ảnh tréo ngoe liền kề, không hề thấy trong suốt thi tập. Chữ nghĩa ông thâm trầm, dung dị. Ông không nệ chữ, không chuộng sử dụng những từ lạ, hoa mỹ, không vắt dòng vô cớ, không tra tấn người đọc bằng những ký hiệu rối rắm, ngớ ngẩn. Nhưng chữ nghĩa của ông là thứ chữ nghĩa có trọng lượng và buộc người đọc thơ phải suy ngẫm, liên tưởng, để trèo từ tầng chữ nghĩa lên tầng cảm xúc của thơ, để khám phá, để đắm chìm vào những khung trời, trong đó tâm hồn mình được vuốt ve, yên ủi.

Tuy vậy, đó không phải loại thơ "khẩu khí" vốn đè nặng thi ca Việt Nam suốt mấy trăm năm qua và phần nào tiếp diễn cho đến ngày hôm nay. Thơ ông là tiếng nói, tiếng nói thầm thì nhưng trong veo và có sức mạnh chuyển tải cảm xúc, biểu hiệu cho một tâm hồn thơ giàu suy cảm.

Có thể có kẻ thấy thiếu vắng một ý thức lịch sử, xã hội hay chính trị trong thơ Đỗ Nghê, thiếu cả những thao thức, khao khát nội tâm, do đó, họ biện biệt, thơ thiếu chất sống, không tiếp cận với đời sống con người, thân phận con người, vốn là cơ bản cho tất cả các thao tác văn học nói chung, thơ nói riêng.

Tôi phản bác lập luận này. Đồng ý, thơ phải có một "đời sống thơ," nhưng đời sống ấy không phải sinh ra để gồng gánh những trọng trách như minh họa kỷ nguyên lịch sử, miêu tả xã hội, bảo vệ ý thức hệ – dù là một ý thức hệ tốt đẹp – như Milan Kundera từng phát biểu nhiều lần. Mượn lời Kundera, tôi có thể nói là, thay vào đó, thơ tự cho nó một nhiệm vụ nói lên những điều "chỉ thơ mới nói được." Ngôi nhà chữ nghĩa của thơ vốn ảo diệu, khó vào, thông thường chỉ mở lối cho người đọc thơ đi vào bằng con đường trực cảm hoặc linh cảm, thậm chí thần cảm. Khoác chiếc áo sứ mệnh nặng khôn kham lên thơ chỉ làm thơ thêm tội nghiệp và giết chết thơ.

Ý thức rất rõ về điều đó, nhà thơ Đỗ Nghê đã không khoác chiếc áo sứ mệnh lên thơ mình.

Nhưng "đời sống thơ" trong thơ Đỗ Nghê là gì, và ta phải hiểu như thế nào?

Nhờ thấm đẫm Thiền vị, như đã nói bên trên, thơ Đỗ Nghê thắt buộc sự hiện hữu của con người vào thế giới xung quanh, và quan trọng hơn, tìm ra được quan hệ hài hòa giữa sự hiện hữu ấy với thế giới. Con người và thế giới không là chủ thể-khách thể như được hiểu theo ý nghĩa triết học cổ điển, mà là một tương tác giao thoa. Triết học Hiện sinh đặt vấn nạn chúng ta bị ném ra ngoài thế gian này mà không biết tại sao. Chúng ta giống nhân vật thần thoại Hy Lạp Sisyphus, bị kết án vĩnh viễn lăn tảng đá lên đỉnh núi chỉ để nhìn nó lăn xuống lần nữa. Thơ Đỗ Nghê không thắc mắc chuyện đó. Thơ ông cho ta thấy khả năng con người nhận thức được thực tế của hiện tồn, để từ đó biết trực diện với khổ đau và cái chết, đối đầu với những thách đố của đời sống dựa trên sự thông hiểu sâu sắc về bản chất của hiện tồn.

Nhưng không thể gọi thơ Đỗ Nghê là thơ triết học. Đó là thơ. Thơ với tất cả những tố chất cố hữu của thơ.

Bởi thơ ông không đưa ra một suy niệm tiên nghiệm nào, và bởi thơ đi thẳng từ trái tim thi nhân vào trái tim người đọc.

Đọc *"thơ ngắn đỗ nghê"* giữa một thế giới đảo điên như hôm nay, giữa một cuộc sống đầy gian truân, trắc trở, với tôi, là một hạnh phúc.

**Trịnh Y Thư**

PB

# NGUYỄN THỊ TỊNH THY

## YẾU TỐ BẤT NGỜ TRONG BÀI THƠ BÔNG HỒNG CHO MẸ

*Bông hồng cho Mẹ* của bác sĩ – thi sĩ Đỗ Hồng Ngọc là một bài thơ hay về mẹ. Hay đến mức nào? Hay đến mức lặng người, lạnh người. Hay đến mức phải gọi đó là tuyệt tác. Và tuyệt tác này xứng đáng được hiện diện trong tang lễ của những bà mẹ. Bởi vì *Bông hồng cho Mẹ* là một cách viếng mẹ, khóc mẹ vô cùng đặc biệt – đầy uyên áo nhưng rất đỗi giản đơn. Bài thơ được viết theo thể tứ tuyệt ngũ ngôn, chỉ vẻn vẹn bốn câu, hai mươi chữ nhưng đủ để khiến người đọc có nhiều phức cảm buồn vui, thấu đạt lẽ sinh tử, cảm ngộ điều được mất... để có thể tỉnh thức, an nhiên trước sự nghiệt ngã của quy luật sinh ly tử biệt.

*"Con cài bông hoa trắng*
*Dành cho mẹ đóa hồng*
*Mẹ nhớ gài lên ngực*
*Ngoại chờ bên kia sông..."*

Toàn bài thơ, kể cả nhan đề, đề tài, hình ảnh đều rất đỗi thân quen đối với người dân Việt, đặc biệt là các Phật tử. Có thể nói, Mẹ, lễ Vu Lan, hoa hồng màu trắng, hoa hồng màu hồng và cả nghi thức cài hoa hồng lên ngực dường như đã trở thành những biểu tượng mang tính liên văn bản trong văn chương nghệ thuật, trở thành tập quán trong đời sống và tâm thức bao người. Vậy mà, nhà thơ Đỗ Hồng Ngọc vẫn tìm ra được một tứ thơ lạ làm ta sững sờ, khiến ta bất ngờ. Đúng! Bất ngờ chính là yếu tố làm nên hồn cốt của bài thơ.

Bất ngờ đầu tiên là nghịch lý của hai câu thơ đầu:

*"Con cài bông hoa trắng*
*Dành cho mẹ đóa hồng"*

Lạ chưa! Con cài hoa trắng, nghĩa là con không còn mẹ. Theo lẽ thường, mẹ càng phải cài hoa trắng, vì mẹ của mẹ (bà ngoại) cũng không còn. Vậy mà, con cài bông hoa trắng – bông hoa của tang tóc, mất mát; nhường cho mẹ đóa hoa màu hồng – màu của diễm phúc, viên mãn. Hẳn bạn đọc sẽ không khỏi thắc mắc về nghịch lý này. Trong thưởng thức nghệ thuật, thắc mắc, hoài nghi, cảm thấy mâu thuẫn... là khởi đầu của mỹ học tiếp nhận. Bạn đọc chờ đón lời giải thích ở câu tiếp theo. Nhưng không. Câu thứ ba lại càng khẳng định sự vững chắc của hai câu đầu: *"Mẹ nhớ gài lên ngực"*. Lại thêm một tầng thắc mắc nữa: Mẹ đã mất, vậy mà có thể thực hiện động tác "gài" hoa lên ngực. Mà chắc là mẹ có thể làm được việc đó, nên con mới dặn mẹ là "nhớ gài". Quả là nghịch lý chồng nghịch lý! Cho đến câu cuối cùng: *"Ngoại chờ bên kia sông..."*, tất cả mọi thắc mắc, nghịch lý đều được cởi bỏ. Cởi bỏ bằng một sự bất ngờ – bất ngờ đến mức khiến ta ngỡ ngàng, sững sờ, xúc động, rưng rưng...

Cấu tứ bất ngờ là nét độc đáo chuyển tải chủ đề của bài thơ. Kiểu cấu tứ này khiến cho bài thơ đảm bảo được nguyên tắc "mạch kỵ lộ" của thi pháp thơ Đường. Người làm thơ phải biết rằng, mạch thơ tối kỵ là bị để lộ, nhà thơ phải làm sao đó để đến câu cuối cùng, điều mình muốn ký thác, bộc bạch mới lộ ra, gây bất ngờ cho người đọc, thậm chí bẻ gãy được những đoán định của họ. Bất ngờ càng lớn, ý thơ càng sâu sắc, sức lay động càng mãnh liệt. Vì thế, câu cuối cùng thường là câu gánh vác nhiệm vụ thể hiện chủ đề của bài thơ. Cũng vì thế, nhiều người cho rằng, trong thơ Đường luật, những câu đầu dù nói nhiều điều, tả nhiều thứ, có thể bao quát cả không gian mênh mông vô tận và thời gian vô thủy vô chung thì vẫn chỉ là sự chuẩn bị cho sự xuất hiện của câu cuối. Làm thơ Đường, trong tâm tưởng của nhà thơ, câu cuối chính là câu khởi đầu.

*"Ngoại chờ bên kia sông..."*

Vậy là không còn nghịch lý nữa. Mẹ về với ngoại. Ngoại đã đi trước, và đón chờ mẹ ở bên kia sông. Ngoại đón con gái của ngoại, mẹ về trong vòng tay của mẹ mình. Tất cả mọi việc đều thuận chiều. Và vì thuận chiều như thế nên nỗi mất mát, chia xa bỗng trở nên nhẹ nhàng hơn.

Viết về cái chết, về nỗi đau tử biệt nhẹ nhàng như thế, nhà thơ đã thấm nhuần triết lý của nhà Phật. "Vô thường", "sắc không", "tứ khổ", "diệt khổ", "từ ái"... được chất chứa trong từng câu chữ giản dị tưởng chừng như không còn là thơ, không phải là thơ. Tất cả hai mươi chữ trong bài thơ tứ tuyệt này đều là từ thuần Việt, cả danh từ, động từ, đại từ...; cả hình ảnh, biểu tượng... cũng đều rất đời thường và dân dã đến mức người đọc, người nghe ở trình độ nào cũng có thể hiểu, có thể cảm, có thể xúc động. Mặc dù bài thơ đậm chất triết lý, nhưng chất triết lý ấy đến một cách đơn giản, không trau chuốt gọt giũa, không cao đàm khoát luận. Mọi cảm xúc, tình cảm trong bài thơ vừa như có, vừa như không; vừa rất nặng, vừa rất nhẹ; vừa hiện thực, vừa kỳ ảo. Tất cả đều tùy thuộc vào cách mà mỗi người cảm nhận về cái chết, về tình mẫu tử, về lẽ tử sinh. Sâu sắc và đa nghĩa như thế, Bông hồng cho Mẹ là cả một chân trời nghệ thuật mà ở đó, mọi đường nét nghệ thuật dường như tan biến trong tình cảm sâu nặng của người con đối với mẹ, để rồi lan tỏa đến người đọc. Khiến cho người đang nằm có thể bước đi, khiến cõi chết trở thành cõi sống, khiến âm dương cách biệt trở nên gần lại, đậm chất nghệ thuật nhưng không thấy dấu hiệu của nghệ thuật, như vậy là bài thơ đã đạt đến cảnh giới cao siêu của nghệ thuật: "áo của thợ trời không nhìn thấy đường may" (thiên y vô phùng). Chỉ trong hai mươi chữ, từ một tấm lòng, nhà thơ đã nói hộ muôn tấm lòng. Ước mong của tác giả là ước mong của mọi người, tiếng thơ của anh nhưng là tiếng lòng của tôi, của tất cả chúng ta.

*"Ngoại chờ bên kia sông..."* là hình ảnh mang tính biểu tượng, giàu sức gợi, chất chứa nhiều hàm nghĩa ý tại ngôn ngoại. Câu thơ tạc nên hình ảnh của người mẹ muôn thuở: yêu thương, dịu dàng, nhẫn nại, chở che, bảo bọc, hy sinh. Từ vị trí của người mẹ ở ba câu đầu, mẹ trở thành vị trí của người con ở câu cuối. Mẹ được về trong vòng tay yêu thương của ngoại, lại một lần nữa được làm con của ngoại, nghĩa là mẹ được tái sinh. Câu thơ còn toát lên một chân lý: có mẹ, dù ở bất cứ nơi đâu, dù ở cõi sống hay cõi chết, ta cũng sẽ được chở che, được bình an. Vì thế, dù "bên kia sông" là một thế giới vô cùng lạ lẫm thì mẹ cũng sẽ khỏi phải ngỡ ngàng, ngơ ngác, bơ vơ, lạc lõng. Có ngoại rồi, con yên tâm cho mẹ, con được an ủi rất nhiều khi nghĩ về bước chân cuối cùng của mẹ trong chuyến độc hành này.

Về với mẹ, về bên mẹ là một cách nói giảm nhẹ tuyệt vời để xua tan đi nỗi đau xé lòng, nỗi mất mát không gì bù đắp được. Câu thơ khiến ta bình tâm hơn, thanh thản hơn, thấu đạt hơn, an nhiên hơn khi đón nhận quy luật nghiệt ngã của tạo hóa. Câu thơ còn đặt ra vấn đề về cách nhìn nhận, đón nhận và lý giải những biến cố của đời sống. Trắng – hồng, sống – chết, được – mất, đi – về, sắc – không... ranh giới của những cặp đối lập ấy chỉ là tương đối. Sắc sắc không không, "có thì có tự mảy may, không thì cả thế gian này cũng không", tất cả đều tùy thuộc vào cách chúng ta đón nhận sự việc. Nhà thơ Đỗ Hồng Ngọc đã chọn cách nhìn thấy niềm vui trong nỗi đau, đổi chất trẻ thơ cho sự già nua, biến chia ly thành đoàn tụ, thay mất thành được, biến ra đi thành trở về.

Từ hình ảnh và ý nghĩa đẹp đẽ của câu cuối, đối sánh với ba câu đầu theo lối đọc ngược bài thơ từ dưới lên, ta sẽ thấy mọi ẩn số của nghịch lý đều được giải đáp tường tận. Vì mẹ được về với ngoại (câu 4) nên mẹ nhớ cài hoa hồng lên ngực (câu 3), con dành cho mẹ đóa hồng là hợp lý (câu 2), con nhận phần mất mát cho riêng mình, và con vĩnh viễn không còn mẹ trên đời (câu 1). Cũng từ câu 4, đọc lại câu 3, ta sẽ thấy câu thơ – lời dặn của người con – thấm đẫm nỗi niềm. *"Mẹ nhớ gài lên ngực"*. "Mẹ nhớ...", nghĩa là mẹ đừng quên làm điều đó nhé, bởi đóa hoa hồng dường như là dấu hiệu để ngoại nhận ra mẹ, là tín vật để xác nhận hạnh phúc đoàn viên của mẹ và ngoại. Và con mong như thế, mong lắm thay! *"Mẹ nhớ gài lên ngực"*. Lời thơ như dặn dò nhắc nhở, như van xin cầu khẩn, như vỗ về dỗ dành, như an ủi động viên... trong giờ phút bịn rịn tiễn đưa. Lời nói ấy là tấm lòng, là nỗi âu lo, là yêu thương chan chứa bật lên từ nỗi đau nén chặt trong lòng. Khóc không nước mắt, nỗi đau lớn tựa càn khôn!

Mở đầu bằng những nghịch lý và kết thúc bất ngờ bằng những chân lý, Bông hồng cho Mẹ đưa chúng ta ra khỏi bến mê để bước vào bờ đạt ngộ. Dẫn dắt người đọc đi từ mê muội đến tỉnh thức về lẽ tử sinh như thế, quá trình nhận thức của bài thơ mang đậm dấu ấn của Thiền tông. Bài thơ là cái nhìn khác biệt và sống động về một trong "tứ khổ" sinh lão bệnh tử, thấm đượm chân lý về tình mẹ. Nếu có mẹ, được ở bên mẹ thì cõi chết cũng là cõi bình yên. Đối diện với cái chết bằng tâm thế ấy, ta còn sợ nỗi gì? Ai rồi cũng có ngày được về với mẹ, hãy nhẹ nhàng, nhẹ gánh mà đi. Rồi ta sẽ được mẹ ta đón bên kia sông. Hiểu là giải thoát. Vẫn biết như thế, nhưng sao nước mắt vẫn cứ chảy dài khi nghĩ đến ngày ngoại đón mẹ. Ta mê muội quá chăng?

**Nguyễn Thị Tịnh Thy**

*(Đặc san Liễu Quán, 2017. Trung tâm Văn hóa Phật giáo Liễu Quán-Huế)*

# TRANG CHÂU

## CHỮ "EM" TRONG THƠ ĐỖ NGHỆ

*Trang Châu*

Kể từ thời Thơ Mới, hiếm nhà thơ trong đời làm thơ mà không hơn một lần dùng chữ em trong thơ của mình. Thông thường em là người yêu, người tình của một mối tình, công khai hoặc câm nín, hai chiều hay một chiều. Và hình dáng, màu sắc, âm vang của em cũng đổi thay theo thời gian, theo cảnh huống cùng nỗi lòng nhà thơ.

Tôi biết không nhiều về nhà thơ Đỗ Nghê, bút danh của bác sĩ Đỗ Hồng Ngọc. Thời tôi làm trưởng ban Thơ cho tờ Nguyệt San Tình Thương của sinh viên Y khoa Sài Gòn, từ đầu năm 1964 đến hết năm 1965, là năm cuối y khoa của tôi, thỉnh thoảng tòa soạn Tình Thương nhận được thơ của anh Đỗ Nghê. Có một bài thơ đã làm tôi nặng trĩu lòng sau khi đọc. Nhân vật trong bài thơ được tác giả trìu mến gọi là em. Nhưng em ở đây không phải là người yêu, người tình mà là một em bé sơ sinh. Em bé đó là ca đỡ đẻ đầu tiên của anh sinh viên Y khoa năm thứ 3 ở bảo sanh viện Từ Dũ. Đứa bé vừa chào đời được anh bác sĩ tương lai dự đoán cho một tương lai không mấy sáng sủa, với khung cảnh máu lửa của đất nước lúc bấy giờ:

*"Anh nhỏ vào mắt em thứ thuốc màu nâu*
*Nói là để ngừa đau mắt*
*Ngay lúc đó em đã không nhìn đời qua mắt thực*
*Nhớ đừng hỏi vì sao đời tối đen*

*Khi em mở mắt ngỡ ngàng nhìn anh*
*Anh cũng ngỡ ngàng nhìn qua khung kính cửa*
*Một ngày đã thức giấc với vội vàng,*
*với hoang mang,*
*Với những danh từ đao to búa lớn*
*Để bịp lừa để đổ máu đó em*

Khi niềm tin chỉ còn là nỗi đắng cay:

*Thôi trân trọng chào em*
*mời em nhập cuộc*
*chúng mình cùng chung*
*số phận...*
*con người."*

Bài thơ, ở một khía cạnh nào đó, có thể được xếp vào loại phản chiến vào thời điểm ấy.

Đỗ Nghê bước vào tuổi trẻ đầu nặng đầy thế sự, lòng nghẹn ngào, cay đắng với nỗi ám ảnh tang tóc gây nên bởi chiến tranh. Nhà thơ, xuyên qua người em, chẳng cần rõ trai hay gái, miễn là một em nhỏ, để nhắc nhở, để phụ họa cho thảm cảnh mà chính mình cùng nhân dân cả nước đang chịu đựng:

*" Em khóc đi em, khóc đi rồi anh dỗ*
*khóc nhiều hơn, khóc nhiều nữa đi nghen*
*Này tủi nhục với niềm đau nỗi khổ*
*của quê mình không đáng khóc sao em?"*

Tuy vậy vẫn còn chút an ủi: Cái may mắn cho Đỗ Nghê, tác giả mấy bài thơ viết vào dạo đó và cả tôi, người chọn đăng mấy bài thơ ấy, không đứng ở đất phía bên kia.

Sống ở hải ngoại, sau mấy mươi năm, qua các diễn đàn, thấy thơ của Đỗ Nghê tái xuất hiện, bên cạnh những bài viết về Phật học, về thiền, về vô thường, về sắc không, về tứ khổ, diệt khổ. Về thơ, tôi tò mò muốn biết chữ em trong thơ Đỗ Nghê bây giờ đi về đâu. Em bây giờ của Đỗ Nghê có lúc là đại diện cho nhà thơ để anh gởi gắm nỗi niềm nhớ quê của mình:

*"Em có về thăm Mũi Né yêu*
*Mười năm như một thoáng mây chiều*
*Mười năm vườn cũ chim bay mỏi*
*Áo trắng, chân mềm em hắt hiu.*
*Mũi Né ơi, người xưa đã xa*
*Mùa ơi, gió bấc nhớ không ngờ*
*Năm nay người có về ăn Tết*
*Có ngậm ngùi nghe chút ấu thơ?"*

Mình xa quê hương thì mình nhớ. Người yêu xa thành phố cũ của hai người cũng làm nhà thơ cảm thấy mất mát để luyến tiếc chốn xưa:

*"Thành phố nơi ta đã lớn lên*
*nơi ta hò hẹn buổi đầu tiên..."*
*"Thôi thế từ nay em sẽ xa*
*Nửa vòng trái đất cõi người ta*
*Mai sau dù có bao giờ nữa*
*Thành phố - lòng mẹ vẫn bao la."*

Tạm rời xa quê hương để đi tu nghiệp ở xứ người, em trong thơ Đỗ Nghê bây giờ là một thứ hương gây mùi nhớ. Cho nên món quà em tặng anh đầy hương vị, không phải hương vị từ em cho anh, mà hương vị qua em làm anh nhớ quê hương:

*"Chiếc áo của em*
*Món quà em tặng*
*Chiếc áo lạ lùng*
*Có mùi biển mặn*
*Có mùi dừa xiêm*
*Có mùi cát trắng*
*Có mùi quê hương."*

Em trong thơ Đỗ Nghê ở đây chỉ còn là cái cớ để tác giả từ đó khơi tìm một hình ảnh khác bao la hơn:

*"Tôi sẽ về thăm quê em*
*Trìu mến tình dân miền biển*
*Tháng năm nghèo một con thuyền*
*Sóng khơi suốt đời yêu mến..."*

Nhưng rồi cuối cùng Đỗ Nghê cũng phải đi theo lề phải với chữ em muôn thuở là người tình trong tình yêu nam nữ. Thơ tình của Đỗ Nghê thường đằm thắm, kín đáo nhưng cũng có lúc sôi nổi, bạo dạn, đôi khi pha chút lập luận có tính xác suất (probabilité) nghiêng lợi phía mình. Đây không biết có phải là cái tính hay cái tật của mấy chàng "toubib" làm thơ:

*"Lá chín vàng*
*lá rụng về cội*
*Em chín vàng*
*chắc rụng*
*về anh."*

*"Bởi em là riêng anh đó*
*Bởi anh là của em thôi*
*Như nắng là của riêng gió*
*Như biển là của riêng trời."*

Tuy vậy lập luận kiểu có tính xác suất đôi khi cũng đem lại âu lo cho nhà thơ: Nhận được thư người yêu không chịu mở ra xem ngay lại cất giữ mang về nhà mới đọc:

*"Về nhà bó gối ngồi một mình*
*Sờ sờ nắn nắn thơ mong manh*
*Chắc chỉ đôi lời thăm hỏi vậy*
*Đọc chi cho thấy lòng buồn tênh."*

Cũng có đôi lúc nhà thơ nghe đời mình trống vắng, cô đơn khi tìm về chốn cũ thấy thiếu vắng người yêu:

*"Ta về lối cũ*
*Nghe lòng lạnh băng*
*Thiếu em hoàng hậu*
*Ngai vàng như không."*

Hiếm lắm mới nhặt được một sợi buồn trên mái thơ tình của Đỗ Nghê:

*"Mới đó mà em đã cố nhân*
*Lòng đau như cắt hiểu gì không*
*Hoa vàng đã rụng đầy sân vắng*
*Tình cũng ngùi phai theo tháng năm."*

Nhưng nhìn chung, em mang vào cuộc đời nhà thơ niềm vui, hạnh phúc nhiều gấp bội so với nỗi buồn, nỗi khổ. Chính nhà thơ đã phải thốt lên lời cảm tạ:

*"Cám ơn em đến*
*Mùa xuân của anh*
*Hoa vàng nở muộn*
*Bên trời nắng hanh*
*Cám ơn em đến*
*Mùa xuân của anh*
*Nhịp đời bước chậm*
*Cho lòng còn xanh."*

*" Cám ơn em năm tháng*
*đã theo già cùng anh."*

*" Em mang biển mặn*
*lùa vào tay anh*
*Em mang rêu xanh*
*lùa vào ngực ấm*
*Em mang xuân thắm*
*lùa vào giá băng."*

Để mong mỏi sự chăm sóc của người yêu, Đỗ Nghê tỏ ra hơi tham lam:

*"Anh không có ngày sinh nhật*
*nên mỗi ngày*
*là sinh nhật của anh*
*Cám ơn em*
*nhớ đến anh*
*ngày sinh nhật."*

Nhà thơ còn táo bạo mang cả tôn giáo vào để dẫn chứng tình yêu của mình:

*"Em tin có Chúa*
*ngự ở trên cao*
*còn anh tin Chúa*
*ngự ở trong nhau*

*Đưa em đi lễ*
*vầng trăng treo nghiêng*
*Em làm dấu thánh*
*anh làm dấu em."*

Bạo dạn khi cần nhưng đề cao nàng cũng đúng lúc. Viết tên nàng trên cát rồi nhờ gió cuốn đi, sóng cuốn đi để cho "tên em mênh mông đại dương":

*"Anh vẽ ngoằn ngoèo trên cát*
*không ngờ mà hóa tên em*
*Biển xanh, nắng vàng, sóng bạc*
*không ngờ cùng kéo nhau xem."*

Mặc dù ở đâu đó Đỗ Nghê có phát biểu chê những bài thơ sáng tác thời tuổi trẻ của mình là "nhà quê, na ná thơ tiền chiến. Thơ tình thì chẳng có gì đáng nói." Tôi cho đó là lời khiêm tốn của nhà thơ. Tôi nghĩ thơ hay, thì thời nào, dưới hình thức nào nó cũng vẫn hay.

Năm 1965, tôi có làm bài thơ tình ngắn:

*"Nếu em không là Hồng, là Mai, là Cúc*
*thì xin gọi em là em*
*Người con gái phụng phịu trả lời: Em muốn*
*anh gọi em bằng... tên anh!"*

Tài hoa và tên tuổi như Đỗ Nghê chắc không thiếu gì em xin gọi em bằng tên anh. Nhưng tôi tin người đầy Phật tính như Đỗ Nghê chắc chỉ cho một em lấy tên mình thôi.

**Trang Châu**
*Montréal, 05/03/2024*

# LUÂN HOÁN

## LUÂN HOÁN VẼ ĐỖ NGHÊ

tại thế thêm một người
lấn hơn tôi mấy tháng
biết được, vui quá vui
bằng chứng mình còn trẻ

nhìn ảnh, ông mạnh khoẻ
cộng với nét bô trai
cốt cách vị bác sĩ
hiện rõ ra bên ngoài

bên trong vẻ phúc hậu
ẩn chút xíu ba trời
đủ để thành thi sĩ
hết mình với cuộc chơi

làm thơ với bút giấy
đôi khi cũng không cần
chữ nằm trong bộ óc
thơ nằm trong cái tâm

không rõ ông quen viết
thơ văn vào lúc nào
khi chờ em tan học
lúc đợi qua mưa rào?

coi kìa, tôi lẩm cẩm
thơ văn đến tình cờ
hoặc giả có chủ ý
cũng khởi từ ước mơ

bàn viết dù không có
đâu thể làm khó thơ
tôi biết ông từng viết
tại phòng mạch, bất ngờ

Tình Người năm sáu bảy
Thơ Đỗ Nghê bảy ba
Giữa Hoàng Hôn Xưa mở
Vòng Quanh nụ thiết tha

gói tài hoa lãng mạn
Thư Cho Bé Sơ Sinh
Và Những Bài Thơ Khác
lấp lánh ngát chân tình

người cõng thơ phơi phới
bay qua ngõ ngách đời
thơ cho người ân sủng
giàu một đời thảnh thơi

lẽo đẽo cùng nghệ thuật
nguồn dinh dưỡng tinh thần
thấm ngòi bút uyên bác
chuyền máu cho thế nhân

khó kể hết tác phẩm
giúp người và để đời
phân phát những kiến thức
dễ hiểu và tươi vui

đích thực ông bác sĩ
ăn nằm với nhà thơ
tràn đầy tính nghệ sĩ
cùng tình đi phất phơ

tôi biết ông lâu lắm
từ hồi còn hành quân
lận Bách Khoa, Ý Thức...
cờm cợm túi ống quần

bởi tôi tính nhút nhát
rất kém tài xã giao
nên nhiều bạn giới thiệu
vẫn ngại ông làm cao

mấy năm gần đây nhất
ông họa sĩ tên Rừng
cho tôi xem tấm ảnh
có ông đứng chụp chung

nhìn ảnh nhận chân tướng
ông tầm vóc trung bình
phương phi có da thịt
khuôn mặt rất đa tình

thời thanh xuân bay bướm
bỏ túi nhiều cuộc tình
bây giờ không xuống tóc
cũng nằm ngậm câu kinh

điều tôi đoán chắc trật
ông bao dung mỉm cười
xin nhắc nhỏ bà chị
chăm giùm ông anh tôi

ông anh mang tên thật
lấp lánh ngọc màu hồng
hẳn ông muốn sống mãi
bên cạnh những mỹ nhân

về ý nghĩa bút hiệu
tôi nghĩ hoài không ra
Nghê là một linh vật
trên đỉnh thờ trong nhà?

coi kìa tôi lẩm cẩm
như bà Tám mất rồi
cần cô đọng chính xác
thế mà cứ lắm lời

vẽ ông tôi liều mạng
phóng bút đi một hơi
vì tin tình bè bạn
quen biết đã thân rồi

đêm nay là mùng một
trời mưa thiếu ánh trăng
chân dung ông tôi vẽ
vẫn ngát hương chị Hằng

sẽ rủ Trần Vấn Lệ
về thăm ông ít tuần
vẽ sai mời ông đánh
tôi dọn sẵn cái lưng.

**Luân Hoán**
*(16-9-2012)*

# NGUYỄN THỊ KHÁNH MINH

## ĐỖ HỒNG NGỌC, LANG THANG NGHÌN DẶM TRÁI TIM

Trong Lời Ngỏ sách *Nghĩ Từ Trái Tim*, Bác sĩ Đỗ Hồng Ngọc (ĐHN) có nói, tôi viết bằng cảm xúc, bằng sự thể nghiệm đời sống chứ không phải bằng suy luận lý trí. Theo tôi, không chỉ với cuốn *Nghĩ Từ Trái Tim*, mà tất cả tác phẩm của ông từ thơ, văn, bàn về kinh sách, hay những đề tài có vẻ chuyên khoa (tôi nói có vẻ vì ngay trong những đề tài ấy, ông viết không đơn thuần là khô khan của khoa học, mà đầy tính văn chương), đều được chữ ông chuyên chở những cảm xúc thực từ trái tim.

Tôi hình dung một chiếc xe - chữ - lọc cọc trên con đường đất nâu quê nhà thơm ngấu mùi bùn cỏ nắng trưa, chở đầy hoa đồng nội -cảm xúc-, trên con đường đi cứ tỏa hương tỏa hương... Đấy, nghìn dặm lang thang của một chàng lãng tử rất đỗi nghệ sĩ, mộng mơ... Và Con Đường mà chàng miệt mài đi, nghe ngóng, kiếm tìm ấy là Trái Tim. Nơi khởi đầu và chung cuộc để con người nhìn ra nhau nhân ái yêu thương. Những điều chàng chắt chiu được trên con đường ấy lại làm quà tặng cho chúng ta - những tác phẩm -. Người nghĩ và sống được như ý nghĩ mình đầy thiện tâm như thế, thật là không dễ. Và không nhiều. Nên chính ông, cũng là một tặng phẩm cho cuộc đời này.

Cũng khởi đi từ nhiệm mầu ấy cộng thêm những trải nghiệm cảnh ngộ trong cuộc đời mà ông đã được người đọc, người nghe, tin cậy. Nếu đọc ông một cách tuần tự rất dễ nhận ra được những tình cảm, kinh nghiệm ấy được nuôi dưỡng, lớn lên, giàu thêm theo thời gian. Giàu thêm chứ không già đi -Cảm Xúc-. Điều lạ ở ĐHN đấy. Kinh nghiệm càng nhiều, càng nghịch cảnh thì cảm xúc càng trẻ trung, cái nhìn về cuộc sống càng giản dị, tình dành cho tha nhân càng thông hiểu bao dung. Phải chăng là một đền đáp của Cảm Xúc cho người biết lắng nghe nó?

Đó là điều tôi cảm nhận về phong cách cùng văn chương của Đỗ Hồng Ngọc.

Có một ngẫu nhiên, tôi là người thích những ngẫu nhiên đem lại cho mình may mắn bất ngờ, hồi tháng 4/2014, tôi qua một cuộc mổ cột sống khá nặng, vào ngày phải tập đi thì tôi đã không thể bước được, nằm trên giường sợ và khóc, rồi vào mạng tìm nghe đây đó thì tình cờ tôi nghe được buổi nói chuyện của Bác Sĩ ĐHN trên Hoa Mặt Trời, nói về niềm hạnh phúc khi ông bước đi những bước đầu tiên sau cuộc mổ sinh tử, nghe xong tôi thấy mình bình tĩnh hơn, và sáng hôm sau tôi tập đi được hai phút, trong niềm vui, càng thấy thấm thía những điều ông nói, hạnh phúc hóa ra là những điều rất giản dị, sáng mở mắt tai nghe được tiếng chim hót, biết được nỗi tuyệt vời của thiên nhiên muôn loài. Bước được bằng hai chân, cảm được hạnh phúc của một thân thể lành lặn. Phone reo nghe tiếng bạn hỏi thăm, nghe được nỗi ấm áp sẻ chia, từ đó thấu được nỗi đau của những mất mát quanh ta... Vậy đó, từ cảm ngộ của người vừa nhảy qua bờ tử kia đã khiến tôi biết tận hưởng, trước hết, là hơi thở của mình. Cái kho báu đang-là ấy chẳng bao giờ vơi. Càng lấy nó cứ càng đầy. Đó là duyên tôi có được sau khi chỉ nghe một buổi ĐHN nói chuyện trên Hoa Mặt Trời. Tôi biết đóa hướng dương ấy luôn cười và chỉ cho anh em, kia mặt trời đang mọc, xin hãy nở...

Đúng như nhà thơ Duyên nói trong một e-mail cho anh em, Đỗ Hồng Ngọc ảnh hưởng tới mọi tầng lớp và mọi lứa tuổi, khi họ tìm đến thơ văn ông để tùy hoàn cảnh mà rút ra được những cần thiết cho mình. Chính vì có trải nghiệm và tu tập chiến thắng nghịch cảnh, bịnh tật, ông mới có được phong thái giản dị và nói lời trầm tĩnh khiến văn chương ông có sức hút lạ kỳ. Ông hóa giải những điều buồn khổ bằng sự hóm hỉnh duyên dáng khiến nó trở nên nhẹ tênh. Rất rất nhiều người đã viết về ông, đều cảm nhận như thế, và người đọc ông cũng không phủ nhận được sức quyến rũ, thuyết phục từ những áng văn uyên áo mà dung dị ấy.

Tôi chỉ muốn góp thêm chút cảm xúc của mình khi nghe nhịp đập lang thang của một thời tuổi trẻ phập phồng cùng chiến cuộc. Thời mà tôi gọi các anh là những chàng lãng tử, của Bi Thương và Mơ Mộng. Mỗi người một cách thế để sống và tồn tại trong quãng thời gian khắc nghiệt ấy. Với ĐHN ngày ấy, là Thơ.

Một tập thơ in cách nay gần nửa thế kỷ (1967) có tên Tình Người, với bút hiệu Đỗ Nghê, ông nói về một ước mơ

*Súng giòn*
*Ánh sáng lóe lên*
*Đạn đan trên nền trời*
*Thành hai chữ Việt Nam*
*Những kẻ tử thù nhìn rõ mặt nhau*
*Khóc vì mừng*
*Anh em*
(Ước Mơ)

Định mệnh một cuộc chiến... Đã biết bao gia đình, trong một nhà anh cầm súng vì bên này, em ra chiến trường cho bên kia. Hai phía ngỡ ngàng khi súng đạn lóe sáng nhìn ra nhau anh em... Người thơ ước sao cho đường đi của súng đạn đan thành hai chữ Việt Nam, để thức tỉnh nhau còn khóc được vì mừng... Và dường như có một đau lòng, nỗi chia cắt đất nước, nỗi phân ly ý thức hệ,

*Khi ta đưa các con 50 người xuống biển*
*Và vợ ta đưa 50 đứa lên rừng*
*Lòng ta đã rất đỗi băn khoăn*
*Có một điều gì khiến ta linh cảm...*
*...*
*Các con sẽ không bao giờ quên*
*Đã cùng sinh ra trong một bọc*
*Một trăm trứng*
*Một trăm con*
*Các con sẽ không bao giờ quên...*
*...*
*Hãy tha thứ cho nhau- tha thứ hết*
*Rồi nắm tay cùng gầy dựng lại quê hương...*
(Tâm Sự Lạc Long Quân)

Bạn ơi, lời ước nguyện này trải qua mấy mươi năm vẫn tươi rói hiện thực tình cảnh quê hương chúng ta. Mảnh sao băng kia đã thành bụi hư vô rồi mà chưa thành tựu được một ước mơ tưởng là rất dễ dàng đối với những đứa con sinh cùng một bọc Việt Nam này! Trái tim người thơ ấy đã thổn thức gần nửa thế kỷ, và vẫn còn theo thời gian,

*...*
*Lịch sử sẽ ghi bằng những lời nói dối*
*Mặc kệ – chúng mình thương nhau*
*...*

*Cho anh, tôi dám nhìn vào mắt nhau*
*Không một ai cúi mặt*
*Nếu anh vẫn một mực chối từ*
*Và nhất định đòi cho tổ quốc*
*một chiếc áo màu - dù xanh dù đỏ -*
*Hay khoác một định nghĩa - dù trắng dù đen –*
*Tôi đành nhặt một cọng cỏ rất xưa về làm tổ*
*Rồi khóc trên đó*
*Loài chim bỏ đi*
(Tổ Quốc)

Nhân bản làm sao và thương cảm làm sao nỗi bé mọn trước tình yêu được gói vào tựa đề là Tổ Quốc. Thân phận khốn khổ nên lớn mãi mộng mơ, ước nguyện. Nên mới có *Tình Người*. Tác phẩm này theo tôi là một dấn thân của tác giả vào thời cuộc, biểu lộ một thái độ, nhân danh Con Người. Trong đó tôi thích nhất bài này,

*Tôi cho mấy người mượn*
*Con đường độc nhất về quê nội*
*Để thử những quả mìn mới*

*Tôi cho mấy người mượn*
*Những nhà hàng phố xá đông đúc*
*Để thử lựu đạn, plastic,*
*Tôi cho mấy người mượn*
*Cửa nhà vườn tược ruộng nương*
*Để thử sức tàn phá của bom*

*Tôi cho mấy người mượn*
*Tuổi trẻ căng đầy nhựa sống*
*Làm bia thử vũ khí cá nhân*

*Tôi cho mấy người mượn*
*Ông già bà lão con nít thiếu niên*
*Để thử các chính sách chăn dân cai trị*

*Tôi cho mấy người mượn*
*Khối óc linh hồn*
*Để thử thuốc nhuộm đen nhuộm đỏ*

*Tôi cho mấy người mượn hết rồi đó*
*Xin dành lại cho tôi*
*Những nỗi căm hờn*
*Và tấm lòng độ lượng rất đông phương*
(Cho Mượn)

Tôi trích trọn bài này để thấy được tất tật vốn liếng của người đã cắn răng cho mượn. Rộng lòng hay cam chịu hàm nỗi bất lực? Hỏi tức trả lời. Trước những mất mát và bi phẫn đến nỗi, tự an ủi, thôi thì coi như cho mượn! Và lịch sử cho chúng ta thấy, không lạ gì thói quịt nợ của những tên phú hộ. Và chàng, và chúng ta chỉ còn, chí ít, nỗi căm hờn thường tình. Nhưng, diệu kỳ thay, lại không thường tình chút nào, một tấm lòng độ lượng rất đông phương! Đúng là Đỗ Hồng Ngọc mà ta thấy trong những tác phẩm sau này lấp lánh bóng một thiền giả. Khởi đi từ thời gian viết bài thơ này mới hiểu vì sao mỗi ngày ĐHN mỗi cống hiến những tác phẩm đầy lòng nhân ái, vì người và thương người đến vậy. Và tôi đã nghĩ, cho đến ngày hôm nay thì chắc chắn trong ông không còn "nỗi căm hờn" nào nữa mà lồng lộng cái Đông Phương nhân bản kia. Mặc kệ tất cả, miễn là chúng mình thương nhau, ơi anh em ngọt bùi một bọc... Tôi muốn nói lại lời mà ông đã viết gần nửa thế kỷ trước, *Hãy tha thứ cho nhau- tha thứ hết / Rồi nắm tay cùng gầy dựng lại quê hương... ... Chợt nghe tiếng thì thầm sâu ý nghĩ / Bàn tay gầy làm dấu vết quê hương /...*

Nhưng để kiếm một tha thứ, để quên đi, sao khó đến vậy? Hết nghiệt ngã này đến khác buộc vào cái quang gánh ốm o chữ S những oan cừu. Nên chàng và những ai kia, cứ mãi lang thang trên nghìn dặm trái tim để nhặt nhạnh những nhịp yêu thương...

Trong tập này còn có một bài thơ khác của ông, rất nổi tiếng, *Thư Cho Bé Sơ Sinh*, được trích dẫn và nói đến rất nhiều, mỗi người nói một chút, niềm hân thưởng của mình về nó, khiến bây giờ tôi nói một chữ nào thêm nữa thì cũng lọt vào một ý đã nói rồi, thế nên, chỉ biết nói, a, tôi cũng thích bài đó như bạn vậy. Tôi thích hình ảnh tiếng khóc của bé sơ sinh và cái cười của ông mụ (xin lỗi bác sĩ) *"Vì từ nay em đã phải cô đơn. Em đã phải xa địa đàng lòng mẹ..."* Tôi thấy ở đây ẩn trong tình cảm thiêng liêng -qua những việc làm đón em bé ra đời- là nét nhìn dí dỏm về thân phận con người. Một tâm hồn mẫn cảm và lạc quan. Nhà phê bình văn học Huỳnh Như Phương khi viết về bài thơ này đã nói *"Thật kỳ lạ, ở tuổi 25, Đỗ Hồng Ngọc tự đặt cho mình một cột mốc thơ ca mà chính ông không dễ gì vượt qua. Ni sư Giải Nghiêm có lý khi cho rằng nhiều bài thơ và bài viết của Đỗ Hồng Ngọc về sau này dường như là một sự nối dài Thư Cho Bé Sơ Sinh"*. Tới đây thì xin thưa với Nhà Thơ Lữ Kiều, ông nói về bạn ông, ĐHN là một người nghiêm túc, tôi muốn thêm, một người mơ mộng nghiêm túc, một người yêu đời nghiêm túc. Một cây viết nghiêm túc giản dị. Thế cho nên, mỗi khi nói chuyện, email với ông hay nghe ông trên những diễn đàn, cái nghiêm túc ấy không làm nặng nề mà luôn đem đến những tiếng cười thoải mái ý nhị, những vui vẻ nhẹ nhàng.

Trên nghìn dặm trái tim ấy, tôi sững sờ đến đau mênh mang, khi nghe bật lên những tiếng đập như từng tiếng đàn đang dồn dập bỗng đứt phựt. Đó là những bài thơ về La Ngà, đứa con gái yểu mệnh,

*Con đã lớn lúc nào mà ba má không hay*
*... Ba dạy con ca dao trước khi học chữ*
*Con làm thơ trước khi biết nói*
*... Ba má nhìn con lớn lên*
*Thấy mình nhỏ lại*
*... Con đã lớn lúc nào mà ba má không hay*
*Cứ tưởng con còn nhỏ xíu*
*Đến khi con mất đi rồi*
*Mới biết con đã lớn*
(Con Đã Lớn)

*Trước mộ con còn ướt*
*Ba nói với bè bạn ba rằng*
*Từ nay hãy yêu con mình cách khác*
*Đừng như ba*
*Giấu kín trong lòng*
*Bởi tình yêu có bao giờ cho đủ*
*Có đâu sợ dư thừa...*
(Tình Yêu)

*Ba viết trăm lần lý lịch*
*Cứ mỗi lần viết đến tên con*
*Ba lại ngẩn ngơ*
*Như một kẻ mất hồn*
*Biết trả lời sao*
*Câu hỏi*
*Hiện con đang làm gì?*
*Ở đâu?*
(La Ngà 2)

*Ba dạy con*
*Mỗi ngày*
*Một chút*
*Không bài học nào*
*Như ba đã học*
*Từ con:*
*Nỗi mất*
(La Ngà 5)

Hồi đó khi đọc xong những bài thơ này, tôi nhìn hai con mình như nhìn vào kho báu. Tôi biểu lộ một cách sôi nổi hơn tình yêu ấy, với chồng, với con, với gia đình bạn hữu quanh mình, như thể, họ hay chính mình sẽ mất đi bất cứ lúc nào, trước khi kịp làm điều gì đó cho nhịp tim nhau biết được niềm thiết tha, trọn vẹn.

Dường như tôi đã nói được điều tôi muốn nói từ lâu, với Nhà Thơ Đỗ Nghê. Điều đó nếu nói gọn, là hai chữ Hàm Ơn, những cảm xúc tôi có được khi đọc văn thơ ông.

Và ngay lúc này, khi tuổi đang vào lúc đi xuống đồi ngắm mặt trời hoàng hôn, qua những đớn đau bệnh tật, tôi tập tành tu dưỡng, đến với *Thiền Và Sức Khỏe*, để học biết được *Thiền định qua cách thở*. Đến với *Nghĩ Từ Trái Tim*, xem thiền giả kia lắng nghe mình ra sao sau khi qua đường ranh sống chết, và trái tim đã mở con đường dẫn người đến *Tâm Kinh Bát Nhã*. *"Ngẫm nghĩ rồi nghe ngóng. Nghiền ngẫm rồi ngập ngừng..."*. Tôi hình dung được nỗi miệt mài tìm hiểu nghiêm túc này. Và đó là điều cần để đi vào hành trình gian nan ấy. Cái gian nan tủm tỉm một mình... thiền hành mỗi phút mỗi giây. Cũng như những lúc say đọc *Gươm Báu Trao Tay*. Viết, luận về kinh với một văn phong như thế thật đã kéo được người đọc ngồi lại với mình để nghe như to nhỏ chuyện trò. Ông dùng hình ảnh trong *Chinh Phụ Ngâm*, *Chín tầng gươm báu trao tay / Nửa đêm truyền hịch định ngày xuất chinh...* ví von thanh gươm báu Kim Cang trao cho người thiện tâm để truyền bá đạo giải thoát chặt đứt mọi khổ nạn kiếp người. Với những sách như thế đâu chỉ đọc một lần.

**Nguyễn Thị Khánh Minh**

*Santa Ana, Tháng 4. 2015*

# TÔ THẨM HUY

## THƠ NGẮN ĐỖ NGHÊ

Thơ Ngắn Đỗ Nghê là những bài thơ ngắn mà không ngắn chút nào. Mời đọc một bài. Lưỡng ngôn, tam cú. Cả bài thơ vỏn vẹn sáu chữ, tựa đề: *Trái Đất.*

*Giữa đêm*
*Thức giấc*
*Giữa ngày...*

Sáu chữ. Thinh không bỗng vang vọng lời kinh Bát Nhã: *Sắc bất dị không, không tức thị sắc. Thọ tưởng hành thức, thảy đều như thế...*

Ngân nga lời đồng vọng:

*Sáng bất dị đêm. Ngày tức thị tối. Viên bi vun vút, trong cõi vô cùng...*

Sáu chữ. Ngắn. Mà dư âm ngân dài, bất tuyệt.

Đâu là điểm khởi đầu, điểm tận cùng, điểm đến, điểm đi, của vòng tròn?

Xin thư thả chép lại bài thơ, chép dưới lên trên, chép đầu xuống bụng, chép dọc thành ngang:

*Giữa ngày, trái đất, giữa đêm.*

Thi sĩ Đỗ Nghê đã lấy con dao mổ của ông y sĩ Đỗ Hồng Ngọc ra rạch một đường, hé lộ cái lẽ thường hằng ở giữa nếp gấp song trùng nhị bội. Đâu là chân diện mục của quang âm tấc bóng? Của logos ban sơ nguyên khởi?

Bài thơ như một công án thiền.

Cái biên giới của sáng và tối, ngày và đêm đã tan biến. Đọc thơ đôi khi nên tắt cái máy lô-gích trong đầu đi, kẻo không chỉ nhìn thấy là nửa bên này nắng gắt, nửa bên kia tối om, mà không thấy cái sự tình kỳ bí của nghìn năm mây trắng du du trên trái tinh cầu.

Thơ hay có khi là những bài thơ lớn. Hay vì ý tưởng lớn, hỗn mang bờ bãi. Lớn vì cánh hạc một thoáng vụt tung đã nghìn trùng bay mất.

Thơ hay có khi lại là mấy bài thơ nhỏ. Hay vì ý tưởng như cây kim xuyên suốt nhất điểm thông, vì nó là lát cắt nóng hổi từ đời sống, nhịp tim vẫn đang đập trong từng lát cắt. Nó như lưỡi chủy thủ đâm thẳng vào hồn. Không băn khoăn, do dự, không suy nghĩ, đắn đo. Nó cấu điếng vào người.

Mời đọc một bài hơi dài hơn bài trước. Những mười chữ:

*Sóng*
*Quằn quại*
*Thét gào*
*Không nhớ*
*Mình*
*Là nước*

– Sự tình đã như vậy thì chừ phải làm răng cho sóng nhớ nó là nước?

– Thưa, chắc phải nhờ ông thi sĩ Đỗ Nghê chích cho nó một mũi thuốc, hay là nhờ ông y sĩ Đỗ Hồng Ngọc làm cho nó một bài thơ, rồi thả trôi trên sóng nước, ắt nó sẽ giác ngộ mà thôi quằn quại thét gào.

Lại xin mời đọc một bài dài hơn chút nữa, mười bốn chữ, sáu tám: *Đông Boston*

*Còn cây*
*trơ lại với cành*
*Với linh hồn lá*
*ngập ngừng trút qua...*

– Có cần phải bảo là còn cây hay không? Mùa đông thì cây nó cũng đứng đấy, chứ nó đâu có chạy đi đâu như đám lá vốn thích phiêu lưu bờ bãi kia, mà phải đặt bút bảo là nó vẫn còn? Nước thì nó cứ lững lờ trôi, chứ sông Hương nó có bao giờ đi đâu đâu, sao lại phải bảo là:

*Dạ thưa xứ Huế bây giờ,*
*Vẫn còn núi Ngự bên bờ sông Hương?*
(BG)

– Thưa đó là chỗ nhiệm mầu của thơ, nó khiến thực tại trở về hiển hiện mỗi sát na. Phải mượn con mắt của thiền sư Vạn Hạnh lúc lâm chung nhắm mắt mới thấy hàng cây vẫn đang đứng đó ven bờ sông Hương núi Ngự. Thật là hạnh phúc xiết bao khi biết là núi Ngự vẫn còn đó. Hạnh phúc thật vô vàn khi biết là lúc mùa xuân trở lại thì cây cành vẫn đứng chờ đó để hồi sinh cho linh hồn lá đầu thai trở lại trần gian.

Từ đó sẽ có thể nhậm vận thịnh suy vô bố úy.

Không biết Đỗ thi sĩ của chúng ta làm gì, đi đâu, mà

ngày nọ lại lặn lội đến miền Đông Bắc băng giá, lang thang giữa phố Tàu Boston, đứng nghe gió nó co mà ro lạnh. Hay là thi sĩ đi ngắm tuyết?

*Tuyết bay*
*Bay nhẹ*
*Phố Tàu*
*Gió co*
*Ro lạnh*
*Phố*
*Đìu hiu*
*Theo.*

Cách ngắt câu Gió co / Ro lạnh nghe lập cập hai hàm răng. Hay là gió nó cũng lạnh nên nó co lại? Thật thú vị!

Hay là thi sĩ đi tìm kiếm một điều gì chăng?

***Tìm kiếm***
*Anh không sống*
*Anh đợi sống*
*Anh để dành anh*
*Anh chắt mót em*
*Anh cắt xén niềm vui*
*Anh gậm nhấm nỗi buồn*
*Anh tìm kiếm*
*Một điều anh chẳng biết*

Ông không sống, mà để dành. Ông đợi. Một điều gì ông không rõ.

Cách nay nửa thế kỷ, một bài thơ trên tờ Bách Khoa có mấy câu nó theo đuổi tôi đến tận giờ:

*Tôi làm thơ để lãng quên chờ đợi*
*Để đánh lừa năm tháng trước hư vô*

*Xin yêu tôi bằng tội lỗi bất ngờ*
*Bằng tất cả những giờ em có mặt*
(Tạ Tỵ)

Ông họa sĩ Tạ Tỵ cũng đã chờ đợi. Ông chờ đợi điều gì chỉ mình ông rõ. Mà cũng có thể ông cũng không rõ. Nhưng cái cuộc chờ đợi ấy hẳn là ông chẳng hào hứng gì với nó lắm, nên ông muốn lãng quên là mình đang chờ đợi. Nên ông làm thơ để khỏi nghĩ đến chuyện ấy. Để đánh lừa năm tháng trước cái hư vô sâu thẳm. Đỗ thi sĩ thì muốn để dành anh, muốn chắt mót em. Tạ họa sĩ thì năn nỉ: xin yêu tôi bằng tất cả những giờ em có mặt. Cái cuộc chờ đợi này, cái cuộc đánh lừa này, liệu sẽ được nước Cam Lồ đền bù ngày em có mặt? Hay là cái ngày ấy sẽ không bao giờ đến? Và xin tiếp tục chờ đợi. Và lãng quên chờ đợi.

Và say đắm với tặng phẩm của đất trời tha hồ chờ đợi:

***Món quà***
*Anh hôn đằng sau*
*Anh hôn đằng trước*
*Anh hôn phía dưới*
*Anh hôn phía trên...*

Đỗ thi sĩ hôn gì mà lung tung thế?

*Chiếc áo của em*
*Món quà em tặng*
*Chiếc áo lạ lùng*
*Có mùi biển mặn*
*Có mùi dừa xiêm*
*Có mùi cát trắng*
*Có mùi quê hương...*

Ra là thế.

Rồi ông đưa em đi lễ:

*Em tin có Chúa*
*Ngự ở trên cao*
*Còn anh tin Chúa*
*Ngự ở trong nhau*
*Đưa em đi lễ*
*Vầng trăng treo nghiêng*
*Em làm dấu thánh*
*Anh làm dấu em.*

Thật là may mắn người con gái được ông đưa đi lễ. Tôi mong một ngày nào được ông dạy cho cách làm dấu ấy.

Ông làm dấu xong rồi thì ông giả sử:

***Giả sử***
*Giả sử sóng thần ập vào Nha Trang*
*Ập vào Mũi Né*
*Anh chỉ kịp quẳng em lên một chiếc thuyền thúng*
*Vút qua những ngọn dừa*
*Những đồi cát trắng*
*Em nhớ mang theo đôi quả trứng*
*Vài nắm cơm*
*Vài hạt giống*
*Đừng quên mấy trái ớt xanh...*

*Biết đâu mai này*
*Ta làm An Tiêm*
*Trở về làng cũ*
*Nơi này ta sẽ gọi là Nha Trang*
*Nơi kia gọi là Mũi Né...*
*Cho nên*
*Sao chẳng sớm mà thương nhau hơn?*

Ông giả sử thật tuyệt vời. Ông hỏi như thế thì đến cả sỏi đá cũng dạt dào yêu thương.

Những câu thơ cuối bài của ông thường là những cú đấm nốc ao, bất ngờ. Ông có bài thơ tình đọc lên ắt hỏa phải bốc:

***Thơ tình***
*Anh đọc bài thơ tình*
*Em ngồi nghe lặng thinh*
*Anh đọc thêm bài nữa*
*Em vẫn ngồi lặng thinh*
*Anh buồn không đọc nữa*
*Em chồm lên hôn anh*
*Như đổ dầu vào lửa...*

Thơ của Đỗ thi sĩ vốn hay bất ngờ chồm lên như thế, lắm lúc làm ta bàng hoàng, lại lắm lúc xui ta bật cười. Những lát cắt nóng hổi từ đời sống.

Có lúc ông như tự đặt ống nghe lên tim mình mà định bệnh: *bệnh nhớ*.

***Nỗi nhớ***
*Thôi hết cồn cào*
*Thôi không quặn thắt*
*Chỉ còn âm ỉ*
*Chỉ còn triền miên*
*Thì thôi cấp tính*
*Thì đành kinh niên!*

Ông lại còn nghe thấy cả tiếng chổi ở trên chùa?

***Hội An Sớm***
*Hội An còn ngái ngủ*
*Mái chùa ôm vầng trăng*
*Giật mình nghe tiếng chổi*
*Gà gáy vàng trong sương*

Không biết ông nghe bằng lỗ tai thi sĩ hay lỗ tai y sĩ? Trời gần sáng, mà trăng vẫn nằm trong vòng tay ôm của mái chùa thì hẳn phải là vầng trăng rằm. Và vì thế nên tiếng gà nó mới vàng trong sương. Kẻ tiểu sinh này đoán thế có đúng không, thưa Đỗ thi sĩ?Cái lỗ tai ấy của ông nghe thật lắm điều thú vị. Nó nghe được cả tiếng thu. Không phải tiếng thu xào xạc của nai vàng ngơ ngác, mà là tiếng thu day dứt của bầy quạ:

***Thu***
*Chiều thu*
*Nghe tiếng quạ*
*Giật mình*
*Nỗi xa nhà*
*Nhớ sao*
*Mà nhớ*
*Quá!*

Tiếng quạ, hay tiếng "Quá"? Hay quạ tức thị quá?

Tôi cũng có lần nghe thấy tiếng quạ ấy cách đây bốn mươi mấy năm, cũng trong một buổi chiều thu bơ vơ bên con suối đã cạn ở Minneapolis, cũng ngập hồn nỗi thương nước nhớ nhà những năm mới tản cư. Xin chép ra đây như mấy lời đồng thanh dị cảm vậy:

*...*
*Những viên sỏi đã nổi lên*
*Lộ những bộ mắt buồn như đưa đám*
*Tiếng quạ kêu chiều cuối thu nghe ảm đạm*
*Lòng hỏi lòng tiếng quạ hay tiếng mình*
*Tôi hỏi tôi tiếng quạ hay tiếng đồng bào tôi*
*Tôi hỏi tôi có bao giờ quạ khóc?*
(Tô Thẩm Huy)

Đã có bao nhiêu bài thơ viết về Mẹ, cho Mẹ, nhớ Mẹ. Những bài thơ nghe đã quá quen thuộc, đến độ chưa đọc mà như đã đọc rồi. Nhưng không phải lúc nào cũng thế. Mời quý vị chuẩn bị tinh thần đón đỡ một cú nốc ao đầy yêu thương, vỗ về săn sóc, đầy ngỡ ngàng, ngạc nhiên, sung sướng. Bài thơ viết về người Mẹ, mà nói thật nhiều về người con:

***Nụ cười của mẹ***
*Mẹ tôi có nụ cười lạ lắm!*
*Lúc nào bà cũng nhìn tôi mà cười cười. Không nói.*
*Lúc tôi có vẻ vội vã chào lẻn đi đâu đó,*
*bà cười cười tha thứ.*
*Vậy hả con?*
*Lúc tôi lần khân thì nụ cười như biết rồi, khỏi nói.*
*Những lúc tôi mang chuyện bực mình*
*thì như thôi đi, đừng sinh sự!*
*Nhột nhất là khi bà cười như châm biếm*
*lúc tôi loanh quanh kiếm chuyện...*
*Mẹ tôi cứ vẫn cười cười như thế*
*suốt ba năm trên bàn thờ!*

Ông thật may mắn có người mẹ không bao giờ ly cách. Hai mẹ con chẳng xa nhau ngày nào, dù ở đâu, trong hoàn cảnh nào.Và Mẹ ông hẳn phải thương yêu lắm người con hiếu tử, ngoan ngoãn, ý nhị ấy.

Lại xin mời đọc một bài thơ khác về Mẹ, để kết bài viết này ở đây. Bài thơ tuyệt diệu, dịu dàng, đẹp. Giản dị, nhưng thừa năng lực xóa tan mọi u buồn trên trần thế:

***Bông hồng cho mẹ***
*Con cài bông hoa trắng*
*Dành cho mẹ đóa hồng*
*Mẹ nhớ gài lên ngực*
*Ngoại chờ bên kia sông...*

Buổi trao hoa thật ân cần, âu yếm. Mẹ đang về với Ngoại ở bên kia sông, con gửi Mẹ đóa hồng. Mẹ cho con hoa trắng. Buổi vĩnh ly sao êm đềm, hạnh thục.

*Ngoại chờ bên kia sông...*

Thanh bình, thư thái, hân hoan.

Vì bên kia sông nơi Ngoại đang chờ là vườn tược cây trái, là khói lam chiều, là kinh nước ngọt. Là hai miền sinh tử đang tan hòa trong cõi trời thanh tịnh, bất sinh, bất diệt.

Chỉ năm chữ, mà gói cả tư tưởng của Kim Cang Bát Nhã kinh.

Năm chữ hiền lành. An nhiên, tự tại. Năm chữ đã biến cái phù du ngắn ngủi của thân phận con người thành vĩnh cửu. Đã biến Thơ Ngắn Đỗ Nghê thành tiếng thơ dằng dặc đến vô cùng.

**Tô Thẩm Huy**
*Houston, Tiết Thu Phân, 2018*

# DU TỬ LÊ
## VIẾT VỀ ĐỖ HỒNG NGỌC

*Du Tử Lê và Đỗ Nghê (2009)*

### Kỳ 01- 21 Tháng Mười Một 2017: Đỗ Hồng Ngọc, Thơ Như Một Hạnh Phúc?

Nhiều độc giả (kể cả một số người có làm thơ), nói với tôi rằng, biết làm thơ và làm được thơ là một hạnh phúc! Tôi nghĩ khác.

Với tôi, trừ những người đến với thi ca như một thời thượng, làm dáng, hoặc, một cuộc du ngoạn ngắn hạn thì; làm thơ là một lao động (tinh thần) vất vả. Một thao tác trí tuệ ngặt nghèo. Thường khi bất lực. Đuối sức.

Với tôi, đó là một cuộc chạy đua việt dã không đích đến. Không bạn đồng hành. Khi đối diện với bài thơ thì, chỉ có mình y, cùng lắm là... chiếc bóng.

Ngoài ra, tôi chưa thấy một cá nhân bình thường, không bị một khuyết tật tinh thần nào, lại ở được bền lâu, với thi ca. Tôi cũng chưa thấy một cá nhân thỏa mãn mọi lãnh vực trong đời thường, có thể tạo được một hôn phối tốt đẹp với thi ca. Tại sao?

Xin thưa, vì căn bản, thi ca là đỉnh ngọn chênh vênh, nhọn, sắc nhất của định mệnh bất toàn.

Vì căn bản, thi ca là cõi trú đầu tiên và, cuối cùng của những tâm hồn bất an.

Những sinh phần liu điu, cần sự cân bằng sinh-thái-tinh-thần...

Hiểu như thế, với tôi, nhà thơ trước nhất, là người thợ đào bới để làm mới những con chữ đã cũ, hoặc hình ảnh, chân dung những mảnh đời đã mất. Khi tìm được những hầm mỏ chữ, nghĩa, những "trầm tích" gặp được ở độ sâu đủ thì, tôi cho, đó là lúc nhà thơ sức thả mình, rớt xuống. Y hoàn tất cuộc đua việt-dã-trí-tuệ (một mình.) Y hoàn tất trận đánh sinh, tử (dài lâu), với địch thủ trên cơ: Định mệnh. Y san bằng mọi bất toàn. Y cân bằng sinh-thái-thân-tâm. Nhưng, đau đớn thay, đó cũng là lúc, y thấy tận cùng vẫn là thất bại, hiểu theo nghĩa nào đấy – Để rồi y lại khởi sự một lên đường khác (?)

Trên hành trình chữ nghĩa, ở đôi ba giao lộ, tôi may mắn được gặp một số bằng hữu. Những thi sĩ. Trong đó, có Đỗ Hồng Ngọc. Thi sĩ.

Tôi không chủ quan nghĩ rằng, Đỗ Hồng Ngọc, sẽ sẵn sàng chia sẻ những quan điểm của tôi về thi ca và, đời sống: Chữ nghĩa và sự bất toàn. Khuyết tật và định mệnh.

Nhưng, là người dõi theo hành trình văn chương của Đỗ Hồng Ngọc, trên dưới sáu mươi năm qua – Từ những bài thơ đầu đời, tới những bài thơ mới nhất trong thi phẩm *"Thơ Ngắn Đỗ Nghê"* (của năm 2017), tôi nghĩ, Đỗ Nghê / Đỗ Hồng Ngọc, thi sĩ, không chỉ muốn hoàn tất cuộc đua việt-dã-trí-tuệ (một mình). Ông cũng không chỉ muốn hoàn tất trận đánh sinh, tử (dài lâu,) với địch thủ trên cơ, định mệnh. Mà, ông còn muốn trả ơn người, tạ ơn đời bằng chính những lao tác tinh thần, song song với những lao động đời thường, với tư cách một bác sĩ, của ông nữa.

Ở quá xa, tôi không thể tìm đến ông (như ngày nào), để ngả mũ chào ông: Một thi sĩ. Tôi viết xuống, những dòng chữ này, như một lời xin lỗi, thi sĩ.

Hôm nay, giữa thập niên 2010s của một thiên niên kỷ khác, tôi lại thấy tôi sẽ rất không phải với họ Đỗ, nếu không sớm nói với Đỗ Nghê / Đỗ Hồng Ngọc rằng, cá nhân tôi, cũng rất biết ơn ông với những trang văn xuôi đẹp như thơ, ông gửi cho người, cho đời. Thí dụ "Gió heo may đã về". Thí dụ "Già ơi... Chào bạn". Thí dụ "Nghĩ từ trái tim". Thí dụ "Viết cho các bà mẹ sinh con đầu lòng" cùng nhiều nữa... và, mới đây: "Ghi chép lang thang".

Tôi thích lắm tựa đề của tác phẩm của họ Đỗ. Ông gọi đó là những "Ghi chép lang thang", đúng nghĩa... lang thang – Nơi trang 287 và 288 của tác phẩm này, khi phải trả lời câu hỏi của độc giả Lê Uyển Văn, tác giả giải thích, ghi chép lang thang, thực ra là những ghi chép không đầu không đuôi, kiểu "cà kê dê ngỗng" trong lúc lang thang nơi này hay nơi khác. Ông chợt nghĩ, chợt nghe, chợt nhớ... một điều gì đó có khi chỉ là mùi khoai nướng, có khi chỉ là mùi dĩa bánh căn, mùi cá khô đuối xúc hột vịt..., thậm chí mùi phân trâu bò trên đường làng cũ, nhưng cũng có khi là một câu nói đanh thép của nhà vua trong bảo tàng viện với hàng trăm chiếc... thuyền thúng giăng ngang bãi biển La-Gi một ngày lộng gió...

Cũng trong hai trang sách vừa kể, với bản chất khiêm cung, luôn chọn vị trí cách xa ánh đèn sân khấu tiền trường, giấu mặt trước những lời khen dù chân thật của đám đông, Đỗ Hồng Ngọc đã viết thêm:

Tác phẩm *"Ghi chép lang thang"* của ông, không phải là chuyện 'văn chương chi sự' mà, chỉ là những ghi chép riêng tư cho đừng quên với người tuổi tác.

Thế rồi thế giới bỗng nhiên phẳng, người người trong nháy mắt có thể tâm tình trao đổi cùng nhau, bèn cùng mò mẫm mà "tung" lên cho bạn bè gần xa khắng khít nhau hơn. Ghi chép lang thang như vậy cũng chỉ là những cảm xúc bất chợt, không tính toán, không... hư cấu. Mà thực ra 'ghi chép' cũng chẳng phải là "ghi chép"... Ông nói:

"... Có khi viết lách lăng nhăng dòm trông giống bài thơ mà không biết có phải thơ không, hoặc có khi ngoằn ngoèo như một phác thảo... mà không biết phải họa không"...

Sau này, được đọc nhiều bài viết của bằng hữu về cõi giới văn chương Đỗ Nghê / Đỗ Hồng Ngọc, tôi thấy dường như quan điểm của tôi về văn chương của Đỗ Nghê / Đỗ Hồng Ngọc, có nhiều phần nghịch với quan điểm của nhiều tác giả khác.

Thí dụ nhà văn Nguyễn Lệ Uyên, khi viết về thế giới thi ca Đỗ Nghê Đỗ Hồng Ngọc, trong bài tựa đề "Khói trời phương đông", đã ghi nhận rằng, Với hơn 30 tác phẩm đã xuất bản từ năm 1967 đến nay, từ những bài tùy bút cho đến thơ, họ Đỗ luôn trân trọng với chữ nghĩa. Ông không hề đùa cợt với chữ nghĩa, "lên gân" cho mọi sự vật... Ông cẩn thận quan sát những hiện tượng quanh mình, trong chính cuộc đời mình y như người thầy thuốc chẩn đoán căn bệnh cho bệnh nhân. Bởi vì căn bản ông là một thầy thuốc yêu nghề, có lương tâm.

Vẫn theo nhà văn Nguyễn Lệ Uyên thì, với hơn 30 tác phẩm đã xuất bản từ năm 1967 đến nay, gồm nhiều thể loại: Thơ, tùy bút, tạp văn, y học và cả Phật học... không biết nên xếp Đỗ Hồng Ngọc vào "hàng ghế" nào cho thật chuẩn. Nhà thơ, thầy thuốc, nhà nghiên cứu, nhà văn? Đối với họ Nguyễn, vị trí nào cũng chính xác. Bởi những gì Đỗ Hồng Ngọc viết, đã xuất bản và đến tay độc giả đều tròn đầy, khiến họ thích thú đến bất ngờ. Vì ngoài cốt cách văn chương, những suy nghĩ của họ Đỗ về các vấn đề xã hội, đời sống, không xa vời; nó gần gũi, quanh quẩn, ẩn núp đâu đó quanh ta mà ta chưa thể nhìn thấy; chỉ đợi khi ông viết lên, đọc lại, ta mới chợt thấy ra... Nó vẫn có đấy nhưng ta không nhìn thấy, không nghĩ ra được nhỉ?

Nhà văn Nguyễn Lệ Uyên nhấn mạnh rằng, những điều bình thường cũ rích, trong đời sống, nhưng qua ngòi bút của Đỗ Hồng Ngọc, chúng được "hóa giải, đã giúp ta từ bỏ thói quen nhìn, nghĩ đời sống quanh ta, một cách hạn hẹp... bất cập – Để từ đó, ta có được cái nhìn cởi mở, thênh thang, không thiên kiến..." Nđd).

Là một người sáng tác văn chương, họ Đỗ được nhà văn tên tuổi Nguyễn Lệ Uyên ngợi ca là đã "hóa giải" phần nào chướng ngại tinh thần của người đọc thì, thành quả đó, chẳng phải là một "hạnh phúc" đáng kể hay sao?

**Kỳ 02 - December 15, 2017:**
**Đỗ Hồng Ngọc, Thơ Và Thiền Song Sinh?**

Tôi cũng không quên mới đây, nhà thơ Phạm Chu Sa đã ghi nhận một cách chi tiết, chân tình về Đỗ Nghê Đỗ Hồng Ngọc. Nhưng dù các bài viết về cõi-giới văn chương của ông, thâm trầm hay nhẹ nhàng, đơn giản thì, tự thân những bài viết ấy, cũng đã thắp sáng những thành tựu, hiểu theo nghĩa "hạnh phúc" mà Đỗ Hồng Ngọc đã đạt được.

Nhà thơ Phạm Chu Sa cho rằng, nhiều người nghĩ Đỗ Hồng Ngọc là một bác sĩ làm thơ, viết văn và gọi anh là bác sĩ-nhà văn.

Nhưng Phạm Chu Sa cho biết, ông vẫn thích gọi Đỗ Hồng Ngọc là "thi sĩ hơn là bác sĩ," bởi vì Đỗ Hồng Ngọc có cốt cách thi sĩ trong con người bác sĩ.

Phạm Chu Sa kể rằng Đỗ Hồng Ngọc làm thơ và có thơ in từ thời sinh viên – tập *"Tình Người"* (xuất bản năm 1967), ký bút hiệu Đỗ Nghê. Mấy năm sau khi ra trường là *"Thơ Đỗ Nghê"* (in năm 1973). Tập thơ đã gây được tiếng vang trong văn đàn thuở đó. Sau này ông trích một số bài trong hai tập thơ trên in lại trong các tập thơ *"Giữa Hoàng Hôn Xưa"* (1993), *"Thư Cho Bé Sơ Sinh* và *Những Bài Thơ Khác"* (2010).

Bài thơ làm tựa chính *"Thư Cho Bé Sơ Sinh..."* Đỗ Hồng Ngọc viết năm 1965, khi còn là sinh viên y khoa thực tập tại bệnh viện Từ Dũ: *"Khi em cất tiếng khóc chào đời/ Anh đại diện đời chào em bằng nụ cười/ Lớn lên nhớ đừng hỏi tại sao kẻ cười người khóc/ Trong cùng một cảnh ngộ nghe em.../ Khi anh cắt rún cho em/ Anh đã xin lỗi chân thành rồi đó nhé/ Vì từ nay em đã phải cô đơn/ Em đã phải xa địa đàng lòng mẹ... Thôi trân trọng chào em/ Mời em nhập cuộc/ Chúng mình cùng chung/ Số phận con người"* (Một bài thơ đặc biệt vì dường như chưa nhà thơ nào viết về đề tài này).

Vẫn theo trí nhớ của nhà thơ Phạm Chu Sa thì đâu khoảng thời gian sau ngày ký hiệp định Paris (1973) ít lâu, họ Đỗ đã gửi tặng ông tập *"Thơ Đỗ Nghê"* mới xuất bản, in ronéo nhưng trình bày khá trang nhã. *"Thơ Đỗ Nghê"* bàng bạc khát vọng hòa bình và cả nỗi ám ảnh của chiến tranh, đã gây được tiếng vang trong văn đàn bấy giờ. Họ Đỗ ru con: *"Ngủ đi con ngủ đi con/ Rồi ngày mai khôn lớn/ Cầm súng với cầm gươm."*

Và ông cũng ru người bạn đời (hay người yêu?) của mình: *"Ngủ đi cưng, ngủ đi cưng/ Kề tai đây anh bảo/ Coi như mình chẳng có quê hương."*

Vẫn nhà thơ Phạm Chu Sa cho biết, hơn 20 năm sau biến cố Tháng Tư, 1975, Đỗ Nghê đã cho ra đời tập thơ *"Vòng Quanh"* – một "bút ký thơ" kèm những ký họa rất đặc biệt của chính tác giả vẽ lại những nơi chốn tác giả đã đi qua như Huế, Hà Nội, Boston, Montréal, Bắc Kinh... Nhưng có lẽ ấn tượng nhất với họ Đỗ là Paris. Một tâm hồn thi sĩ như Đỗ Hồng Ngọc mà lạc lối tới Paris giống như... "trở về." Thơ viết về Paris tựa viết về một tình yêu, sau bao chờ đợi... Có dễ vì thế mà gần phân nửa tập thơ, là những tình khúc họ Đỗ dành cho Pais?

***

Để chấm dứt bài viết của mình, nhà thơ Phạm Chu Sa khẳng định: "Tôi nghĩ sau này người ta có thể quên một bác sĩ Đỗ Hồng Ngọc nhưng người ta không quên Đỗ Hồng Ngọc thi sĩ."

Không chỉ Nguyễn Lệ Uyên hay Phạm Chu Sa mà còn nhiều bằng hữu khác, ghi nhận về tiếng thơ Đỗ Nghê Đỗ Hồng Ngọc như một thành tựu tốt đẹp, dẫn người đọc tới kết luận những người làm thơ, được nhiều người ưa thích, là những người có được cho họ niềm hạnh phúc tinh khiết trong cuộc sống thực tế chấp chới những khổ đau, bất toàn này.

Đa số bằng hữu của họ Đỗ cho rằng về hạnh phúc có được từ thơ, của Đỗ Nghê Đỗ Hồng Ngọc khiến tôi thấy cảm nhận của tôi về những "lao động" thi ca của những người làm thơ có phần không đúng. Ít nhất cũng đối với Đỗ Nghê.

Tôi càng thấy sự "cường điệu hóa" (?) của tôi về hành trình của thi ca của Đỗ Nghê trong quá khứ là những nhận định thiếu cơ sở – tiêu biểu là thi phẩm mới nhất, có tên *"Thơ Ngắn Đỗ Nghê"* của ông.

Tôi không muốn nói về những bài thơ ngắn của họ Đỗ, có xu hướng thơ Haiku của Nhật Bản: Ngợi ca thiên nhiên hoặc tương tác giữa con người và vũ trụ,... đã hiện diện khá nhiều trong thi phẩm mới nhất của ông.

Người đọc sẽ rất khó tìm thấy những bày tỏ bi quan, hoặc than thở, "vật vã" trong thơ Đỗ Nghê, nhất là với thi phẩm *"Thơ Ngắn Đỗ Nghê"* mới ấn hành những ngày cuối năm 2017 này. Ngay cả khi tác giả viết về phần thịt, xương đã mất, như:

*"Mỗi năm*
*Mỗi người*
*Thêm một tuổi*
*Chỉ mình con*
*Mãi mãi*
*Tuổi đôi mươi..."*
(Bài "La Ngà 3" – 1990)

Hoặc tương quan với kẻ khác:

*"Khi nhìn nhau xa lạ*
*Là rất đỗi thân quen*
*Khi nói năng vô nghĩa*
*Là thác reo trong hồn."*
(Bài "Không Tên")

*"Lá chín vàng*
*Lá rụng*
*Về cội*
*Em chín vàng*
*Chắc rụng*
*Về anh."*
(Bài "Lá")

Hay ảnh hưởng của thiên nhiên, vũ trụ lớn vào vũ trụ nhỏ là cá nhân con người:

*"Tuyết bay*
*Bay nhẹ*
*Phố Tàu*
*Gió co*
*Ro lạnh*
*Phố*
*Đìu hiu*
*Theo"*
(Bài "Tuyết" – Boston, 1993)

*"Chiều thu*
*Nghe tiếng quạ*
*Giật mình*
*Nỗi xa nhà*
*Nhớ sao*
*Mà nhớ*
*Quá!"*
(Bài "Thu" – Boston, 1993)

*"Đất động ta cũng động*
*Sóng thần ta cũng sóng*
*Giật mình chợt nhớ ra*
*Vốn xưa ta là đất"*
(Bài "Đất")

*"Nước xanh như ngọc*
*Sâu đến tận trời*
*Vốc lên một vốc*
*Ơi mùa Xuân ơi!"*
(Bài "Tuyền Lâm")

Ngay cả khi nhớ tới và viết về đứa con đã mất của mình, một tai họa khủng khiếp, ai cũng tưởng, Đỗ Nghê sẽ không thể vượt qua được. Nhưng, tâm thái của một hành giả: Hiểu thấu sống, chết... cách gì cũng không ra khỏi lẽ vô thường, họ Đỗ đã nhìn sự việc như một bài học tự nhiên đời sống mà thôi:

*"Ba dạy con*
*Mỗi ngày*
*Một chút*
*Không bài học nào*
*Như ba đã học*
*Từ con*
*Nỗi mất!"*
(Bài "La Ngà 5" – 1990)

Hoặc về người mẹ đã qua đời mình, ông vẫn có cái thanh tịnh lạc quan, của một tâm thức không còn trụ, bám vào mất còn:

*"Con cài bông hoa trắng*
*Dành cho mẹ đóa hồng*
*Mẹ nhớ gài lên ngực*
*Ngoại chờ bên kia sông..."*
(Bài "Bông Hồng Cho Mẹ" – 2012)

Hoặc:

*"Mẹ tôi cứ vẫn cười cười như thế*
*suốt ba năm trên bàn thờ!"*
(Trích "Nụ Cười Của Mẹ" – 2014)

Tôi cho những phong thái kể trên của Đỗ Nghê là phong thái của một hành giả đã khu trừ được cái tâm nhiễu loạn, nguồn gốc của cái "tôi," để thong dong dạo chơi giữa vườn đời...

Tôi thấy trong Đỗ Nghê không chỉ có một thi sĩ mà, thi sĩ ấy, còn song sinh với một thiền gia nữa. Như thiên/địa, nhật/nguyệt, tuy hai mà, thực ra cũng chỉ là một thôi.

**Du Tử Lê**

# TRẦN VẤN LỆ

## ĐỌC THƠ ĐỖ HỒNG NGỌC ĐỖ NGHÊ "... VUI VÌ NGHE TRÁI TIM MÌNH ĐẬP".

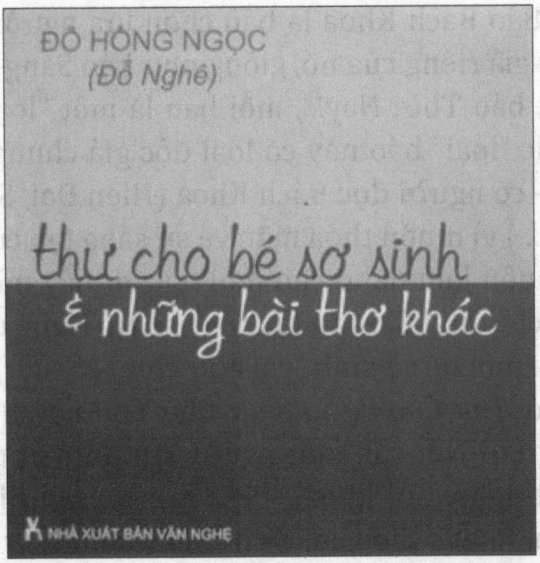


Tôi rất thích tập thơ *Thư Cho Bé Sơ Sinh & Những Bài Thơ Khác* của Đỗ Hồng Ngọc (Đỗ Nghê). Tập thơ này được nhà xuất bản Văn Nghệ trong nước xuất bản và phát hành đầu năm 2010. Tập thơ dày 232 trang, khổ vuông vức 17cm x 17cm, bìa và giấy in bài thuộc loại có giá trị cao nhưng rất trang nhã chớ không se sua, chưng diện đỏm dáng.

Tôi thích nó vì nó dễ thương như đứa bé mà tôi có thể nhìn ngắm được dẫu chỉ qua chữ in.

Tôi cũng thích nó vì nó gọn gàng, bắt mắt, bài nào cũng tạo cho tôi ít nhiều xúc động thật sự.

Nhưng có lẽ tôi thích nó bởi nó rất mới trong lối làm thơ dẫu nhiều bài trong tập này tác giả làm hồi thập niên 1960; nửa Thế Kỷ rồi, đâu phải ít!

Trước 30 tháng 4 năm 1975, người ta biết Đỗ Nghê là thi sĩ nhờ bài thơ *"rất ngộ"* (theo tôi là rất lạ, rất hay, rất có ý nghĩa) đăng trên bán nguyệt san Bách Khoa tại Sài Gòn. Báo Bách Khoa là báo chọn lựa người đọc, nó có số độc giả riêng của nó, giống như báo Sáng Tạo, báo Hiện Đại, báo Thời Nay..., mỗi báo là một "loại" riêng, nhưng các "loại" báo này có loại độc giả chung là giới-trí-thức – có người đọc Bách Khoa (Hiện Đại, Sáng Tạo, Thời Nay...) vì muốn thỏa mãn về sự sáng tạo của người viết, vì muốn làm dáng cho mọi người thấy mình sành điệu văn chương! Bài thơ tạo tên cho Đỗ Nghê nói về sự ra đời của một bé sơ sinh (coi như chưa có tuổi). Tựa đề của bài đó: *Thư Cho Bé Sơ Sinh*. Chữ Thư này, hiểu ngay là Những-Lời-Nói của một người lớn nói với đứa bé... chưa-biết-nghe. Tôi không hiểu tại sao người dịch ra tiếng Anh, Phat's Blog, lại dịch Thư thành Thơ (Poem), chắc vì thấy đó là Bài Thơ? Nhưng dịch hay thì vẫn hay, bài thơ đã hay được nhân lên thêm một lần, càng thấy thú vị! Tác giả làm bài thơ năm 1965, dịch giả dịch nó ra Anh Ngữ vào năm 2006. Tôi không nghĩ dịch giả đã nghiền ngẫm nên mất thời gian quá nhiều mà tôi nghĩ ngược lại: chỉ một thoáng thôi, vào năm 2006, dịch giả đọc được bài *Thư Cho Bé Sơ Sinh*..., bèn "chuyển ngữ", hèn chi Thư mới thành ra Thơ!

Bài Thư Cho Bé Sơ Sinh trình bày và in trên ba (3) trang giấy mà coi như là nửa cuốn sách! Rõ ràng, tôi nghĩ, tác giả đã chia hai nội dung tập thơ của mình: một nửa nói về những gì mình muốn nói với đứa bé mới chào đời do chính tay mình "đỡ" (đỡ đẻ), một nửa là số nhiều, rất nhiều những bài thơ khác, tùy hứng khác mà mình đã làm được, tâm đắc, nên để chung vào một tập. Hai phần như vậy là nặng nhẹ không cân xứng. Tuy nhiên một đời thơ của Giả Đảo chỉ có hai câu sao lại cứ có cái bề dày ngàn năm nhỉ? Nhị cú tam niên đắc, nhất ngâm song lệ thùy! Đỗ Nghê lấy bài thơ ba trang đặt bên cạnh hơn 100 bài so le (dài ngắn) thành một tập thơ "bề thế" có nên trách không? Chắc là không! Thơ, một câu, một chữ, vẫn có trọng lượng, dù "nhẹ hều", nhưng không lẽ một cuốn sách chỉ nên dày có sáu (6) trang? Đây, chẳng qua là cái đẹp của cuốn sách, là cái duyên của một bài thơ tác giả muốn ký thác cho đời mà in thêm những bài khác, nhiều thêm, vì tác giả có nhiều nỗi niềm! Tôi chia cuốn sách ra hai phần rồi tôi nói tào lao, chớ tác giả không chủ tâm, chủ động. Tôi nói cho vui... Tôi chỉ nói-cho-vui.

Quả thật là tôi vui. Vui, vì có thơ hay để đọc; vui cũng nhờ có tập thơ "ngộ nghĩnh" đem ra bàn... cho vui!

Hồi nãy, tôi có nói trước 30 tháng 4 năm 1975, người ta biết Đỗ Nghê là Thi Sĩ; tôi nói chưa hết câu. Phải nói thêm cho đầy đủ ý, tôi muốn nói: Sau 30 tháng 4 năm 1975, người ta biết Đỗ Hồng Ngọc là Bác Sĩ. Thi Sĩ Đỗ Nghê và Bác Sĩ Đỗ Hồng Ngọc là Một Người, trước không lộ diện, sau lộ diện, giấu không được, mà giấu làm chi? Hồi ký tên Đỗ Nghê thì Đỗ Hồng Ngọc chỉ làm thơ. Khi lộ diện, thì Bác Sĩ Đỗ Hồng Ngọc viết văn xuôi... cũng có làm thơ nữa. Cái "air" của hai người là một. Chạy trời không khỏi nắng. Tôi biết có nhiều người đồng ý với tôi:

yêu cả hai người, Đỗ Nghê và Đỗ Hồng Ngọc. Đừng phân biệt Thi Sĩ với Bác Sĩ, qua Thơ, qua công việc chuyên môn, cả hai người họ Đỗ thể hiện một nhân cách đáng kính trọng: Một Triết Nhân (tôi nói Triết Nhân, không dám nói Triết Gia). Khi đỡ đẻ, Đỗ Hồng Ngọc rất nhẹ nhàng, rất dịu dàng,... rất khả ái. Khi hạ bút đề thơ, Đỗ Nghê nhớ mình là người-có-cha-mẹ vì Đỗ là họ của Cha, Nghê là họ của Mẹ. Ở một góc của bìa sách, tác giả *Thư Cho Bé Sơ Sinh & Những Bài Thơ Khác* giải thích về họ của Mẹ tác giả, họ Nghê không phải họ Lê. Tôi, bạn và cái ông hộ lại nào đó chưa hề nghe ai nói về họ Nghê, lầm lẫn là phải. Hồi tôi sống tập thể, bạn chung "lán" tôi là anh Trịnh Văn Mây, tôi hay hỏi anh ấy về Chúa Trịnh vì tôi nghĩ anh ấy là hậu duệ của Trịnh Kiểm mà sao ảnh lại là người Mèo ở thượng du Bắc Việt. Anh Trịnh Văn Mây cười khì: Tôi di cư vào Nam năm 1954, đi làm giấy tờ, tôi khai thật tên họ tôi là Chình Văn Mây, người ta mắng tôi: chỉ có họ Trịnh, không có họ Chình; do đó tôi thành người Mèo có họ của người Giao Chỉ! Tôi ngẩn ngơ... Đúng là bé cái lầm! Tôi nghĩ thêm: tại sao Trình Minh Thế mà không Trịnh Minh Thế? Lung tung thật! Đỗ Hồng Ngọc nhà mình sinh quán La Gi, Bình Thuận (có thời phần đất này thuộc tỉnh Bình Tuy). Bạn thấy chữ Gi không? Viết là G và I, không viết D và I dù đọc như nhau, tại mấy ông Tây-An-Nam sợ đánh máy không dấu, chữ Di đọc ra Đi. Cũng thế, Cần Đước với Cần Giuộc, ban đầu viết chữ D, vì bì thư đóng dấu chữ Việt không dấu cứ đưa lộn hoài, Tây-Ta mới "nhất trí": Cần Đước viết là Can Duoc, còn Cần Duộc viết là Can Giuoc! Họ Nghê, họ của thân mẫu Bác Sĩ Đỗ Hồng Ngọc là họ hiếm, lâu nay với cái kiểu "làm ăn tắc trách" của nhân viên hộ tịch chắc đã thành ra họ Lê hết trơn! Hai chữ Đỗ Nghê, hiểu cặn kẽ, thấy thương làm sao!

Cuốn sách của Đỗ Hồng Ngọc (Đỗ Nghê) tự ên tôi bịa ra chuyện chia hai phần, tác giả thì hiển nhiên không "trù tính", tôi muốn có một bài "mao tôn cương" dài dài là trích ra hai phần ấy. Trời ơi, vậy thì làm lại công việc của nhà in ư? Không! Tôi sẽ chỉ làm cái gì mà tôi thích và tôi phải làm... Tôi đáng trách là đã dài dòng, quá dài dòng. Lẽ ra thì tôi nên chứng tỏ mình thông thái một cách thật gọn gàng: Nói sơ lý do nào tôi gọi Đỗ Nghê / Bác Sĩ Đỗ Hồng Ngọc là Triết Nhân ở những câu nào đó. Úp mở mệt quá, đây xin mời bạn "coi nè":

*"Nhớ đừng tự hỏi tôi là ai khi lớn khôn*
*Cũng đừng ngạc nhiên sao đời nhiều nhãn hiệu"*
*"Hoàng hôn sóng vỗ bên trời biếc*
*Sóng vỗ trong hồn ta ngẩn ngơ"*
*"Rồi một hôm nằm xuống*
*Sống Thiên Thu"*
*"Dòng sông xưa nước đục chảy muôn đời*
*Sao trong mắt chưa thấy niềm sám hối?"*
.....

Trích ra từng đó câu thôi, tôi bủn rủn. Tôi không trích nữa (hay sẽ trích thêm khi tôi thấy mình không mỏi tay). Tự dưng tôi ứa nước mắt. Thơ ông làm tôi động lòng và động cả não! Tôi biết thơ Đỗ Nghê hồi xưa lắm, khi tôi còn trẻ. Nay tôi có cả tập thơ của Đỗ Nghê khi tôi đang già. Lúc trẻ, lúc già, đất nước tôi... buồn mãi như dòng nước đục hay sao? Tôi xa Tổ Quốc hai mươi mốt năm, chưa có buổi về. Mai mốt tôi có chỗ để về thì nơi tôi về để... sống tới Thiên Thu lại là Đất Khách. Bạn có thấy ai chụp ảnh một dòng sông đục ngầu chưa? Đỗ Hồng Ngọc ấu thời gắn chặt với Phan Thiết, Bình Thuận, nơi có dòng sông Cà Ty, dòng sông này không trong nổi vì người ta thải nước dơ ra... cho nó đầy hoài. Tôi đọc Đỗ Hồng Ngọc (Đỗ Nghê) bất chợt nhớ bài Cà Ty của Hoài Khanh (cũng dân Phan Thiết):

*Một dòng xanh mấy niềm sâu*
*Chợt nghe gió lạnh từ đâu thổi về*
*Giật mình sương rụng trên đê*
*Người đi rồi chẳng thấy về, chao ôi!*

Dòng sông xanh... vì nó lồng bóng trời. Dòng Cà Ty, tôi biết, chưa một ngày trong...

Tính Triết trong thơ của Đỗ Nghê "dậy" từ hai chữ Sơ Sinh và miên man trong hai chữ Thiên Thu. Đời người không dài vài chục năm, hay trăm năm, mà dài lắm, ngàn năm lận! Hai chữ Thiên Thu tượng hình rõ nét biết bao khi hai chữ Sơ Sinh chỉ là cái étiquette! Đạo Phật đã có gần ba ngàn năm nay, đạo Chúa đã có hơn hai ngàn năm rồi, không giải quyết được gì vì con người trong đôi mắt không chịu ánh lên niềm sám hối! Chúa tự nhận "Trăm đàng lỗi tại ta". Phật thở dài "Bốn mươi chín năm truyền đạo, ta không nói câu nào". Thế mới hiểu tại sao tập thơ *Thư Cho Bé Sơ Sinh & Những Bài Thơ Khác* coi như được chia hẳn hoi hai phần mà độ dày mỏng của hai phần đó chênh vênh!

Tôi gửi đến bạn nhé, những bài tôi cho là "ấn tượng" nhất của Đỗ Hồng Ngọc (Đỗ Nghê):

**1.**

Bài này là bài "nền" của tập thơ của Đỗ Nghê. Tác giả lấy nhan đề của bài thơ làm... nửa nhan đề cho cuốn sách của mình, *Thư Cho Bé Sơ Sinh Và Những Bài Thơ Khác*. Những Bài Thơ Khác thì nhiều, tôi sẽ trích vài bài

Trước hết xin mời bạn đọc bài thơ *Thư Cho Bé Sơ Sinh*:

*Khi em cất tiếng khóc chào đời*
*Anh đại diện đời chào em bằng nụ cười*
*Lớn lên nhớ đừng hỏi tại sao có kẻ cười người khóc*

*Trong cùng một cảnh ngộ nghe em.*
*Anh nhỏ vào mắt em thứ thuốc màu nâu*
*Nói là để ngừa đau mắt*
*Ngay lúc đó em đã không nhìn đời qua mắt thực*
*Nhớ đừng hỏi vì sao đời tối đen.*
*Khi anh cắt rún cho em*
*Anh đã xin lỗi chân thành rồi đó nhé*
*Vì từ nay em đã phải cô đơn*
*Em đã phải xa Địa Đàng Lòng Mẹ.*
*Em là gái là trai anh chẳng quan tâm*
*Nhưng khi em biết thẹn thùng*
*Sẽ biết thế nào là nước mắt trong đêm*
*Khi tình yêu tìm đến.*
*Anh đã không quên buộc étiquette vào tay em*
*Em được dán nhãn hiệu từ giây phút ấy*
*Nhớ đừng tự hỏi tôi là ai khi lớn khôn*
*Cũng đừng ngạc nhiên sao đời nhiều nhãn hiệu.*
*Khi em mở mắt ngỡ ngàng nhìn anh*
*Anh cũng ngỡ ngàng nhìn qua khung kính cửa*
*Một ngày đã thức giấc với vội vàng với hoang mang*
*Với những danh từ đao to búa lớn*
*Để bịp lừa để đổ máu đó em...*
*Thôi trân trọng chào em*
*Mời em nhập cuộc*
*Chúng mình cùng chung*
*Số phận*
*Con người...*
(Từ Dũ, 1965)

Bài thơ trên đây là bài "nền" cho tập thơ của Đỗ Nghê. Tác giả ghi năm làm ra nó, năm 1965, tại Bệnh Viện Phụ Khoa Từ Dũ, lúc đó Đỗ Nghê là Đỗ Nghê chưa phải là Bác Sĩ Đỗ Hồng Ngọc vì ông còn là Sinh Viên Y Khoa Thực Tập. Nói thế để bạn "đoán" tuổi của tác giả. Chưa tới ba mươi. Nhưng Đỗ Nghê đã già giặn về thời gian học tập thêm già giặn về suy tư nhuốm màu triết lý.

Đứa bé sơ sinh, còn gọi là hài nhi, biết gì đâu! Nó sẽ biết khi lớn khôn, sau này, mười bảy mười tám năm nữa hay vài chục thập niên sau. Tác giả rất "hay" khi ví "Lòng Mẹ" là "Cõi Địa Đàng". Hay ở chỗ đáng cho chúng ta ý thức tại sao mình "hiện hữu", đáng cho ta suy nghĩ về "sinh hoạt" ở cõi đời trong va chạm thường xuyên giữa Con Người và Con Người. Hay ở chỗ chúng ta thấy tác giả làm tròn nhiệm vụ của mình và rất "lịch sự", ông đã Chào đứa bé! Đứa bé là kết quả của Tình Yêu của cha mẹ nó, nó còn là một thành viên của xã hội. Đứa bé được gắn ngay Nhãn Hiệu (étiquette) một-con-người. Nhãn hiệu này dành cho riêng nó. Nó sẽ thế nào trong tương lai, thì tương lai nó sẽ biết. Nó sẽ kinh ngạc khi thấy đời sống xã hội không phải chỉ có một nhãn hiệu. Triệu triệu, tỉ tỉ hài nhi đều có cái ràng buộc khi đã mất ngay sự ràng buộc với... Địa Đàng. Quan trọng là con người có ý thức khi là công dân, bớt đi nhãn hiệu trong xã hội mình quần tụ, bớt đi sự chia rẽ, ganh tị, hiềm khích. Ôi ngày mai, ngày sau...

Địa Đàng đích thật là Lòng Mẹ. Con người tìm chi Địa Đàng đâu cho xa? Chỉ bốn chữ Địa Đàng Lòng Mẹ, tác giả nhắc nhở chúng ta cần thấy rõ nơi mình nương tựa, nơi mình sẽ báo đền.

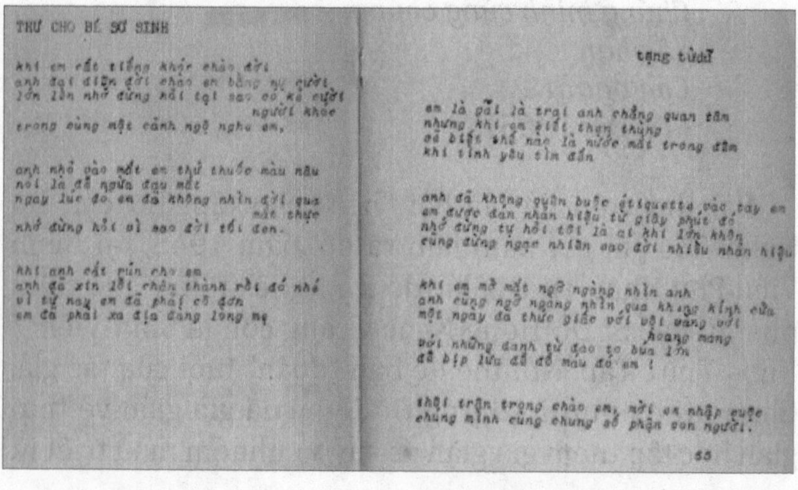
THƯ CHO BÉ SƠ SINH

khi em cất tiếng khóc chào đời
anh đại diện đời chào em bằng nụ cười
lớn lên nhớ đừng hỏi tại sao có kẻ cười
người khóc
trong cùng một cảnh ngộ nghe em,

anh nhỏ vào mắt em thứ thuốc màu nâu
nói là để ngừa đau mắt
ngay lúc đó em đã không nhìn đời qua
mắt thực
nhớ đừng hỏi vì sao đời tối đen.

khi anh cắt rún cho em
anh đã xin lỗi chân thành rồi đó nhé
vì từ nay em đã phải cô đơn
em đã phải xa địa đàng lòng mẹ

tặng [illegible]

em là gái là trai anh chẳng quan tâm
nhưng khi em biết thẹn thùng
sẽ biết thế nào là nước mắt trong đêm
khi tình yêu tìm đến

anh đã không quên buộc étiquette vào tay em
em được đón nhãn hiệu từ giây phút đó
nhớ đừng tự hỏi tôi là ai khi lớn khôn
cũng đừng ngạc nhiên sao đời nhiều nhãn hiệu

khi em mở mắt ngỡ ngàng nhìn anh
anh cũng ngỡ ngàng nhìn qua khung kính cửa
một ngày đã thức giấc với vội vàng với
hoang mang
với những danh từ đao to búa lớn
đã bịp lừa để đổ máu đó em !

thật trân trọng chào em, mời em nhập cuộc
chúng mình cùng chung số phận con người.

55

**2.**

Đỗ Nghê, bây giờ đã già. Nếu tôi không tính lầm thì năm ông trên năm mươi tuổi ông đến Canada thăm một Nhà Giữ Lão (Nursing Home). Chuyến thăm này không có dự trù mà có lẽ vì tranh thủ trên đường công tác quốc ngoại. Bác Sĩ Đỗ Hồng Ngọc làm một bài thơ kéo dài nhiều câu, câu dài nhất 4 chữ, câu ngắn (hầu hết cả bài) 2 chữ. Chữ đây là Tứ. Ý của tác giả là "minh họa" một bức tranh Người, một bức tranh Đời, không nhằm mục đích răn đe ai mà... chắc muốn "tự giáo hóa" mình tránh càng sớm càng tốt lòng Tham, Sân, Si. Tác giả chọn Tứ lồng cái Ý mình vào, tôi gọi đây là Bài Thơ Có Ý Tứ. Nhiều người làm thơ, có nhiều bài nhưng... chỉ là Bài Thơ, không phải Bài Thơ Có Ý Tứ. Làm được bài thơ có ý tứ, khó lắm, khổ lắm!

Mời bạn thưởng thức (tôi chép cho gọn và tôi sử dụng dấu chấm, phết):

***TRONG MỘT NHÀ GIỮ LÃO Ở MONTRÉAL***

*Họ ngồi đó, bên nhau. Đàn ông, đàn bà.*
*Không nhìn. Không nói.*
*Họ ngồi đó. Gục đầu, nín lặng.*
*Ngửa cổ. Giật nhẹ tay chân.*
*Có người, trên chiếc xe lăn, chạy vòng vòng.*
*Có người, trên chiếc xe lăn, bất động.*
*Họ ngồi đó. Hói đầu. Bạc trắng.*
*Móm sọm. Nhăn nheo.*
*Mới hôm qua thôi. Nào Vương. Nào Tướng.*
*Nào Tài Tử. Nào Giai Nhân. Ngựa xe. Võng lọng.*
*Mới hôm qua thôi. Nào lọc lừa. Nào thủ đoạn.*
*Khoác lác. Huênh hoang.*
*Mới hôm qua thôi. Nào galant. Nào quý phái.*
*Nói nói. Cười cười. Ghen tuông. Hờn giận.*
*Họ ngồi đó. Không nói năng. Không nghe ngóng.*

*Gục đầu. Ngửa cổ. Móm sọm. Nhăn nheo.*
*Ngoài kia. Tuyết bay. Trắng xóa.*
*Ngoài kia. Dòng sông. Mênh mông. Mênh mông...*
(Montréal, 1993)

Bài thơ trên đây vừa là bức tranh vừa là hồi chuông cảnh tỉnh. Bé ơi, bé lớn lên vào đời, bé cũng vậy sao? Đừng như vậy được không? Đừng bỏ mẹ cha mình vào nhà dưỡng lão. Ngay cả mình khi già cũng không nên vào đó. Buồn lắm. Buồn quá. Vì thấy bốn cảnh Sinh, Lão, Bệnh, Tử mà Thái Tử Tất Đạt Đa rời bỏ cung vàng điện ngọc tìm cách giải thoát cho con người. Ông đã "hoàn thành" nhiệm vụ rồi chưa? Hơn hai mươi lăm Thế Kỷ, nước chảy, mây trôi; nhưng không nhiều thì cũng đã cảnh tỉnh con người – nhiều người dứt bỏ mê muội, dứt bỏ tham sân si. Nói nhiều mà nhắc tên thì ai nào? Mạnh Thường Quân (người giàu nhất bên Tàu ngày xưa)? Carter (cựu Tổng Thống Mỹ), U Nu (Thủ Tướng Miến Điện một thời), Lý Thừa Vãn (Tổng Thống Đại Hàn một thời)... Nhiều hay ít quá? Có từ hai người trở lên là nhiều... Ta đợi nhiều hơn thì ta lấy bài thơ trên in ra nhiều bản và đem phân phát, hy vọng nó thành Kinh Pháp Cú, Kinh Bát Nhã...

**3.**

Đỗ Nghê còn xứng đáng được gắn cho "nhãn hiệu" Thi Sĩ Tình Yêu. Hai bài thơ tôi vừa chép chứng tỏ Tình Yêu Con Nít của ông và Tình Yêu Người Già của ông. Nói về Tình Yêu Nước, nhìn thơ Đỗ Nghê cũng tuyệt vời! Ông rất mực yêu quê nhà. Ông không bỏ bệnh nhân mà "di tản". Ông đeo chữ Thập Đỏ gắn bó đời mình với Quê Hương, đất dẫu không lành nhưng lòng ông lành... Thơ ông cũng rất hiền lành!

Mời bạn đọc bài *QUÊ NHÀ*

*Mùa Xuân mừng tuổi thơm tho áo*
*Nắng cũng vàng phai ngày cũng xa*
*Anh thương nhớ quá làm sao nói?*
*Gọi tên em vang động gốc cây già!*
*Hái đóa hoa màu biển biếc*
*Chợt thương khung trời xa*
*Núi mờ trong mây trắng*
*Em mờ trong dáng hoa.*
*Gió Bấc mùa thơm ngát*
*Bâng khuâng một mái nhà*
*Biển xanh lùa sóng bạc*
*Cát vàng hoàng hôn xưa...*
*Tiếc em về chốn cũ*
*Tình vương đến bao giờ?*
*Tiếc đời phơ tóc bạc*
*Thương mãi núi mây xa.*
*Nụ mai vàng trước ngõ*
*Góc phố bờ quạnh hiu*
*Con đường xưa đứng đợi*
*Ta làm chi đời ta?*
*Thương em còn thương mãi*
*Nắng vàng thơm quê nhà!*

**4.**

Đọc hết tập thơ *Thư Cho Bé Sơ Sinh & Những Bài Thơ Khác*, có một (trong số rất nhiều) bài thơ ngắn, tôi thích bài thơ này:

***GIÓ BẤC***
*Đi giữa Sài Gòn*
*Phố nhà cao ngất*
*Hoa nở rực vàng*

*Mà không thấy Tết!*
*Một sáng về quê*
*Chợt nghe gió Bấc*
*Ơ hay Xuân về*
*Vỡ òa ngực biếc!*

Thơ Đỗ Hồng Ngọc / Đỗ Nghê không rườm rà, không làm duyên làm dáng, không lập dị. Thơ ông là Thơ Hồn Nhiên, Thơ Nhã Nhặn, Thơ Ngọt Ngào. Tôi đọc thơ ông rồi úp cuốn sách lên ngực nghe ấm... Gió Bấc đang thổi ở quê nhà, ngày Xuân đang đến không riêng ai...

Xin cảm ơn Đỗ Hồng Ngọc / Đỗ Nghê!

Đọc thơ Đỗ Hồng Ngọc...vui vì nghe trái tim mình đập.

**Trần Vấn Lệ**

# HUỲNH NGỌC CHIẾN

## VIẾT VỀ ĐỖ HỒNG NGỌC

### Bài 1

Trước 1975, là một bác sĩ nhi khoa, nhưng anh vẫn nổi tiếng với tư cách là thi sĩ: nhà thơ Đỗ Nghê. Những thập niên sau 1975, anh lại được biết đến như vị thầy của nhiều bác sĩ. Nhưng giờ đây, khi nhắc đến tên anh thì một Đỗ Hồng Ngọc thuộc loại "trưởng lão" của y khoa miền Nam dường như có phần lu mờ dưới một Đỗ Hồng Ngọc – nhà nghiên cứu Phật giáo, đặc biệt là Thiền! *Tạo vật hà như đồng tử hý!*

Không biết vào thời điểm nào và do cơ duyên nào mà anh gác việc chẩn đoán thân bệnh của nhi đồng để chuyển sang chẩn đoán tâm bệnh cho thiên hạ. Từ *y đàn* anh bước sang *văn đàn* nhẹ nhàng như môn *Yến Song Phi* của Hồng Thất Công. Những bài viết của anh nhanh chóng nổi tiếng trên văn đàn, và ảnh hưởng của chúng cũng nhanh chóng lan rộng khiến người đọc quên đi mất một nhà thơ Đỗ Nghê hay một bác sĩ Đỗ Hồng Ngọc. Chưa bao giờ câu *"le style, c'est homme"* lại đúng như thế đối với Đỗ Hồng Ngọc. Với anh, văn đúng là người. Ở ngoài đời, anh trầm ổn túc mục, nhưng lại bình dị, giống như văn anh vậy. Loại văn chương đó luôn mang hơi thở nhẹ nhàng của cuộc sống, tức cái *"bình thường tâm thị đạo"* của thiền sư Nam Tuyền, mà anh luôn muôn biểu đạt trong các tác phẩm của mình. Tất cả những gì anh viết đều là những điều sở đắc từ trải nghiệm của bản thân nên luôn có *Cái Riêng* của một Đỗ Hồng Ngọc. Mà trong văn chương nghệ thuật thì chính *Cái Riêng* đó mới thực sự giá trị, và là cái làm cho một tác giả luôn được là mình. Nói một cách khệnh khạng thì đó là cái *"sở dĩ vi"* của một tác giả.

Tôi với anh có chút duyên thơ ca. Nên mỗi khi đọc xong mỗi cuốn sách anh tặng, hoặc đọc một bài viết nào đó của anh là tôi hay làm thơ để đùa. Sau khi đọc cuốn *Gươm Báu Trao Tay* bàn về *Kinh Kim Cương* của anh, tôi gởi hai bài để đùa anh:

*Tưởng đã ưng vô sở trụ,*
*Rong chơi tâm ý siêu nhiên,*
*Em phô xác thân tứ đại,*
*Hoang mang rớt cả gậy Thiền.*
*
*Mấy pho ngữ lục Thiền tông,*
*Đọc mòn con mắt cũng không thấy Thiền.*
*Nhìn em xõa tóc bên hiên,*
*Khiến ta đại ngộ, hoát nhiên, mới kỳ!*

Tôi bảo có thể anh đã *"ưng vô sở trụ"*, có thể tâm ý đã du hý phiêu bồng, còn tôi thì đành chấp nhận *"hoang mang rớt cả gậy Thiền"*. Anh đọc xong, cười tôi ba lơn.

Khi nhận được cuốn *"Nghĩ Từ Trái Tim"* của anh tặng, tôi viết một bài đăng báo Giác Ngộ, chọc anh là *"một người không xuất thân từ chốn thiền môn, quanh năm không hề rau dưa kinh kệ, mà lại 'dám' theo chân chư Tổ để khám phá thêm những ẩn ngữ của Tâm kinh!"*, rồi làm câu thơ đùa :

*Chắc chi thiên hạ đời nay,*
*Mà đem Bát Nhã làm rầy Tâm Kinh?*

Đọc bài *Hãy Từ Bi Với Chính Mình* của anh, tôi lại làm thơ đùa :

*Anh từ bi với chính mình,*
*Em từ bi với cuộc tình ngẫu nhiên.*
*Anh bày thiên hạ tu thiền,*
*Em vui với cõi thiền quyên phiêu bồng.*
*Dám xin hỏi bác Đỗ Hồng*
*Ngọc! Thiền so với má hồng đâu hơn?*

Anh làm hai câu trả lời:

*Bởi anh không được như em,*
*Nên lòng ấm ức muộn phiền bấy lâu!*

Có lẽ đó là một trong những lần hiếm hoi mà anh làm thơ đùa. Anh ít đùa bởi có lẽ do anh mắc một "khuyết điểm" trầm trọng là không hề biết nhậu! Uống cà phê với anh giống như ngồi bàn *Dịch Cân Kinh* với Phương Chứng đại sư của *Tiếu Ngạo Giang Hồ*! Bởi vậy, chắc suốt đời, tôi không thể nào có dịp cùng anh *Lai Rai Chén Rượu Giang Hồ*.

Hôm 05-07-2020, anh ra mắt cuốn *Để Làm Gì* tại văn phòng nhà xuất bản Tổng Hợp TP.HCM, tôi và một người bạn có đến dự. Khi được mời phát biểu, tôi toan nhắc lại câu: *"Dám xin hỏi bác Đỗ Hồng, Ngọc! Thiền so với má hồng đâu hơn?"* để "làm khó" anh chơi, nhưng lại thôi, vì nghĩ đây là vấn đề *"lưu hành nội bộ"*, nên chuyển qua đề tài khác!

Và có lẽ cho đến tận bữa nay, anh vẫn còn nợ tôi một câu trả lời cho thiệt chuẩn. Mà câu trả lời đó phải là một bài thơ của nhà thơ Đỗ Nghê viết giùm cho nhà nghiên cứu Đỗ Hồng Ngọc!

*21.7.2020*

## Bài 2:
## Tản Mạn Cùng "Nghĩ Từ Trái Tim" Với Đỗ Hồng Ngọc

Thật khó lòng tưởng tượng khối năng lượng khổng lồ được giải phóng từ hai quả bom nguyên tử kinh người tại Hiroshima và Nagasaki lại bắt nguồn từ công thức vật lý chỉ có vỏn vẹn năm ký tự $E=mc^2$. Cũng thế, thật khó lòng tưởng tượng toàn bộ khối kinh sách đồ sộ trong hệ tư tưởng Bát nhã Phật giáo, nói về trí huệ siêu việt thượng thừa thù thắng làm kinh động tất cả tam thiên đại thiên thế giới, lại bắt nguồn và được khoáng diễn từ một chữ KHÔNG, rồi lại được cô đọng trong bài *Tâm kinh* chỉ vỏn vẹn có 260 chữ. Đủ thấy bản thân mỗi chữ trong *Tâm kinh* đều hàm ẩn một dạng năng lượng khổng lồ $E=mc^2$ như thế nào rồi! Diệu dụng của chữ KHÔNG thật vô bờ bến.

*"Sắc bất dị Không, Không bất dị sắc; sắc tức thị Không, Không tức thị sắc; thọ, tưởng, hành, thức, diệc phục như thị. Xá-Lợi-Tử! Thị chư pháp Không tướng, bất sanh bất diệt, bất cấu bất tịnh, bất tăng bất giảm. Thị cố Không trung, vô sắc, vô thọ, tưởng, hành, thức; vô nhãn, nhĩ, tỷ, thiệt, thân, ý; vô sắc, thinh, hương, vị, xúc, pháp; vô nhãn giới, nãi chí vô ý-thức-giới, vô vô-minh diệc, vô vô-minh-tận, nãi chí vô lão-tử, diệc vô lão-tử-tận; vô khổ, tập, diệt, đạo; vô trí diệc vô đắc".*

Toàn bộ thế giới vật lý và tâm lý với lục căn, lục trần, lục thức, cho đến thuyết Tứ diệu đế và Thập nhị nhân duyên nền tảng của Phật giáo đều bị quét sạch trong cơn lốc phủ định toàn triệt của hai chữ BẤT và VÔ. Bởi vậy, không ngạc nhiên gì khi chư Phật không ngớt khuyến cáo thính chúng đừng sợ hãi khi nghe thuyết giảng kinh *Bát Nhã*. Không kinh hãi sao được khi mà mọi chỗ an tâm lập mệnh, mọi sở trú của con người đều bị phủ định vì "Tứ đại giai không, ngũ uẩn phi hữu" và con người dễ có cảm giác như bị rơi tõm vào cõi hư không mù mịt giữa cõi Ta bà?

Thế nhưng, phủ định toàn triệt là thể cách vi diệu để đưa đến sự khẳng định toàn triệt trong cảnh giới tự do tuyệt đối. Tuy Chân Không mà lại là Diệu Hữu. Có lẽ để hậu thế dễ tiếp cận hơn với tư tưởng KHÔNG, nên toàn bộ kho tàng kinh sách *Bát Nhã* khổng lồ, đặc biệt là 600 cuốn *Đại Bát Nhã*, đã được cô đọng trong bản *Tâm kinh*. Chung quanh Tâm kinh vẫn luôn là những huyền thoại với những năng lực siêu nhiên cùng với bước chân hành hương của nhà chiêm bái vĩ đại Huyền Trang, hiểu theo nghĩa nó là "đại thần chú, đại minh chú, vô thượng chú, vô đẳng đẳng chú, năng trừ nhất thiết khổ, chân thật bất hư". *Tâm kinh* vẫn mãi mãi là một huyền án đối với những ai quan tâm đến Phật học và luôn chờ những lời chú sớ. Trong tác phẩm *"Thiếu Thất lục môn"*, mà theo tương truyền là của Tổ Bồ Đề Đạt Ma, có chú giải về bản *Tâm kinh* này, với cửa thứ nhất là "Tâm kinh tụng". Muốn vào được động Thiếu Thất phải lọt qua cửa ải *Tâm kinh*. Song bản chú giải "Tâm kinh tụng" theo kiểu bình tụng trong *"Thiếu Thất lục môn"* cũng khó hiểu như nguyên bản cần được chú giải bởi vì chư Tổ giải minh *Tâm kinh* từ cảnh giới giải thoát bất khả tư nghì của mình, khiến những độc giả sơ cơ như chúng ta khó lòng tiếp cận. Đó là cách đem ẩn ngữ trùm thêm lên ẩn ngữ, khiến cho nó càng "huyền chi hựu huyền", nên xưa nay nhiều Phật tử thường chỉ học thuộc lòng suông Tâm kinh với thái độ "kính nhi viễn chi". Nói đúng ra là chư Tổ không muốn phu diễn (vulgariser) nội dung *Tâm kinh* bằng ngôn ngữ quy ước trong thế giới khái niệm. Các ngài không chú giải *Tâm kinh* mà chỉ ghi lại kinh nghiệm thực chứng của mình từ *Tâm kinh* bằng những lời bình tụng, cũng như người xưa thích "chú giải" một bài thơ bằng cách làm một bài thơ khác! Đây là thể cách thường thấy trong lịch sử văn hóa phương Đông, đặc biệt là ở Trung Quốc.

Chỉ khi nào đạt đến cảnh giới của chư Tổ, chúng ta mới mong chia sẻ kinh nghiệm của các ngài qua các lời bình tụng đó, vì trong thực tế lắm khi do sự bất toàn của ngôn ngữ quy ước, lời bình chú dễ vướng vào vấn nạn *"démystifier pour mieux mystifier"*, theo *Dominique Duvivier*, nghĩa là muốn giải thích rõ ràng một sự việc thì ta lại càng làm cho nó trở nên khó hiểu. Theo cách nói của ngôn ngữ Thiền tông, đó là *"Tuyết thượng gia sương"* (Trên tuyết lạnh lại đổ thêm sương).

Trong giới Thiền tông, dường như chỉ có Thiền sư Động Sơn Lương Giới, khai tổ tông Tào Động, mới đặt ra nghi vấn về nội dung *Tâm kinh*. Ngữ lục Thiền tông ghi lại rằng thuở nhỏ, sư theo thầy tụng *Tâm kinh* đến câu "vô nhãn, nhĩ, tỷ, thiệt, thân, ý", sư chợt lấy tay sờ lên mặt mà hỏi thầy:

– Con có đầy đủ mắt, tai, mũi, lưỡi, cớ sao trong kinh nói là không?

Vị bổn sư lấy làm kinh ngạc, bảo:

– Ta chẳng phải thầy của ngươi.

Và giới thiệu sư đến núi Ngũ Tiết làm lễ xuất gia với Thiền sư Linh Mặc.

Câu hỏi của Thiền sư Lương Giới là cách trì tụng *Tâm kinh* đúng nghĩa, vì sư không muốn nắm bắt huyền nghĩa *Tâm kinh* bằng khái niệm. Hôm nay, có một người không xuất thân từ chốn thiền môn, quanh năm không hề rau dưa kinh kệ, mà lại "dám" theo chân chư Tổ để khám phá thêm những ẩn ngữ của *Tâm kinh*. Đó là bác sĩ Đỗ Hồng Ngọc với tác phẩm *"Nghĩ từ trái tim"* qua lời tự bạch:

*"Tác giả viết cuốn này là để tự chữa bệnh cho mình và cũng giúp cho vài bạn bè trang lứa, đồng bệnh tương lân. Cái nhìn về Tâm kinh trong Nghĩ từ trái tim là cái nhìn của một người thầy thuốc, một bác sĩ, có thể rất khác với những người khác và mong được chia sẻ"* (Lời cuối sách).

Có lẽ nhờ vậy mà người đọc dễ dàng bị cuốn hút bởi những suy nghĩ nhẹ nhàng không nặng về học thuật. *Tâm kinh*, qua cái nhìn của một thầy thuốc với những kinh nghiệm hành trì thực sự, bỗng nhiên trở nên nhẹ nhàng dễ hiểu. Nó hòa nhập và mang hơi thở bình dị của cuộc sống đời thường một cách thật dễ dàng. Theo lời tâm sự trong sách, tác giả đã "ngộ" ra *Tâm kinh* sau một cơn đau thập tử nhất sinh. Do thân bệnh mà thấy được tâm bệnh. Nhờ chữa bệnh của thân mà chữa luôn được bệnh của tâm. Quả là một cơ duyên hy hữu để thể nghiệm được cảnh giới "Tuyệt hậu tái tô" trong cõi "Nhân thân nan đắc, Phật pháp nan phùng". Tôi cảm nhận được rất rõ điều này khi đã một lần tìm về cõi Sinh từ cõi Tử. Lúc đó, chỉ có những gì giúp ta một mình đối diện với cái chết bằng tinh thần vô úy mới thực sự có ý nghĩa, ngoài ra ta sẽ thấy tất cả mọi thứ trên đời đều vô nghĩa và phù phiếm. *Tâm kinh* có lẽ là một hành trang cần có cho chúng ta trên đường về cõi Chết, một khi ta cảm nhận được rằng "vô lão-tử diệc vô lão-tử-tận". Tôi tin rằng tác giả *"Nghĩ từ trái tim"* phải có những kinh nghiệm nhất định khi trì tụng *Tâm kinh* mới có thể viết được những trang sách bình dị mà sâu sắc đó.

*"Tâm kinh ở đây là một loại "chân kinh" cần phải được rèn luyện, thực tập, thực hành, thực chứng... chớ không lý thuyết suông, không để học hỏi tụng niệm thuộc lòng..."* (tr.19).

Mọi thứ văn chương biên khảo với tất cả các ngôn ngữ quy ước đều phù phiếm và bất lực, một khi nó không dựa trên kinh nghiệm thực. Huống gì là lời bình giải cho bản *Tâm kinh*. Lúc đó kiến thức sẽ nhường bước cho kinh nghiệm và sự hành trì. Tôi ghi nhận điều này qua bài viết "Ngã ba ngôn ngữ", và biết bài viết của chính mình vẫn chứa quá nhiều yếu tố bất toàn về ngôn ngữ, nên đã có lần nói với anh: *"Có lẽ mọi ngôn ngữ quy ước đều bế tắc. Có khi viết nghiêm túc một cách cà rỡn như Bùi Giáng hoặc viết nhẹ nhàng như anh mà lại hóa hay"*. Nghĩa là cứ viết bằng sự cảm nhận những điều tưởng chừng huyền mật từ hơi thở bình dị của cuộc sống đời thường. Tác giả Đỗ Hồng Ngọc phần nào đã làm được điều này, theo cách của riêng anh.

Đọc *Tâm kinh*, "hành thâm Bát nhã" suy cho cùng cũng chỉ là cách học tập để an trú trong cõi đời bằng một thể cách khác. Cực lạc cũng là đây mà A-tỳ-địa-ngục cũng chính là đây. Thử hỏi trong đời có gì xấu xí bằng hình ảnh ngọ ngoạy của con sâu, và có gì đẹp bằng hình ảnh phất phới bay của con bướm màu sặc sỡ? Nhưng hai con chỉ là một từ trong bản chất. Đó là điều huyền mật nhất giữa trần gian. Sinh tử hòa nhập với Niết bàn, tội lỗi trộn lẫn với thanh cao, giác ngộ ẩn tàng trong vô minh, bóng tối chan hòa cùng ánh sáng, tất cả đều chỉ là một. Đáo bỉ ngạn là vượt qua sông để đến với bờ bến bên kia. Bên kia là Bồ đề, là giác ngộ. Nhưng đến bờ bến bên kia là để trở lại bên này, và:

*"... làm cách nào thực hiện được Tâm kinh trong đời sống hàng ngày của một người bình thường, giúp họ thay đổi thái độ, có cái nhìn mới mẻ về cuộc sống, về cõi người, về vũ trụ và nhờ đó thấy cuộc sống đẹp hơn, quý giá hơn, sống có trách nhiệm hơn với thiên nhiên, với đời, với người, với bản thân...; làm việc hiệu quả và năng suất cao hơn, góp phần xây dựng một xã hội tốt đẹp hơn, nâng cao chất lượng cuộc sống của mỗi thành viên...* (tr.34-35)".

Cuốn *"Nghĩ Từ Trái Tim"* được tái bản đến lần thứ tám, một điều cực kỳ hiếm hoi đối với một cuốn sách dạng biên khảo, khi mà cái học thực dụng thô thiển đã biến sự đơn bạc về tình cảm, sự hời hợt trong tư duy trở thành một nét đặc trưng đau xót trong xã hội hiện nay. Nhưng khi đọc xong thì tôi hiểu. Văn chương thực chưa chắc đã hay, nhưng văn chương muốn hay thì phải thực. Bác sĩ Đỗ Hồng Ngọc không suy nghĩ từ khối óc mà "nghĩ từ trái tim". Tất cả những gì anh viết đều là những điều cảm nhận từ kinh nghiệm hành trì của bản thân, cũng như từ những suy tư bình dị và chân thành của trái tim. Mà những gì phát xuất từ trái tim chân thực đều dễ dàng đi vào tận trong sâu thẳm lòng người.

**Huỳnh Ngọc Chiến**
*(Rút từ tập "TIỄN BIỆT HUỲNH NGỌC CHIẾN"*
*do Nguyễn Hiền Đức thực hiện, 2021)*

TM

# PHAN CHÍNH

## ĐỖ HỒNG NGỌC, THƠ MÃI VỚI ĐỜI VÀ BẢNG LẢNG TRÊN NHỮNG TRANG VĂN

*Nhà thơ Đỗ Hồng Ngọc, sinh năm 1940 tại La Gi, tỉnh Bình Thuận. Từ nhỏ theo học trường Phan Bội Châu (Phan Thiết). Tốt nghiệp Tiến sĩ Y khoa Quốc gia Đại học đường Sài Gòn (1969). Từng tu nghiệp Y tế công cộng tại Đại học Harvard Hoa Kỳ (1993) và Giáo dục sức khỏe CFES tại Pháp (1997). Nguyên Giảng viên thỉnh giảng Đại học Y khoa Sài Gòn và Trưởng bộ môn Khoa học hành vi - Giáo dục sức khỏe Đại học Y khoa Phạm Ngọc Thạch.*

*Với những tác phẩm Văn học, Y học, Phật học, Thiền định và đặc biệt về thơ của Đỗ Nghê/ Đỗ Hồng Ngọc từ hơn 60 năm qua đã khẳng định tên tuổi của anh. Đó cũng là niềm tự hào với vùng đất đã sản sinh ra một tài năng, một phẩm chất trong sáng tạo nghệ thuật...*

Dù Đỗ Nghê hay Đỗ Hồng Ngọc đến nay với bút danh này cũng đã đặt dấu ấn qua 6 tác phẩm thơ trên chặng đường văn chương 60 năm, vẫn chưa biết mỏi. Nhưng chỉ có 6 tập thơ sao? Khi so với số lượng trên 60 đầu sách của Đỗ Hồng Ngọc ở nhiều thể loại tùy bút, tản văn, Y học, Phật học, Thiền học... đang có được một số đông "công chúng" nể trọng, đón nhận. Rất dễ nhận ra thơ và âm hưởng từ thơ của anh dường như luôn khắc khoải, đeo đẳng theo từng trang chữ.

Cho nên nhiều nhà nghiên cứu, bạn văn viết về các tác phẩm của Đỗ Hồng Ngọc không ít phân vân, anh là một nhà thơ hay một thầy thuốc... Cách đây gần 30 năm, Đỗ Trung Quân khi đọc tập thơ *Giữa Hoàng Hôn Xưa* (1993) đã viết: "Có một chàng thi sĩ một hôm vì lẽ gì đó bỏ đi làm thầy thuốc. Mười năm... hai mươi năm...anh cặm cụi chăm sóc, chữa lành, làm dịu nỗi đau của trẻ thơ; anh buồn vui cùng nỗi buồn vui của những người làm cha làm mẹ". Hay theo nhà nghiên cứu văn hóa Gs. Cao Huy Thuần cảm nhận qua tập tạp bút *Buông* (2022) về Thiền trong Phật học, đã thốt lên: "Tôi cũng lấy từ *"tổng quan về nghiệp"* của Tuệ Sỹ mà ra: Thơ đến với anh từ trước khi anh làm thơ. Thơ là tiếng nói trong tận cùng thâm cung bí sử của tư tưởng. Cái gì mà tư tưởng không nói nên lời được thì phải diễn tả bằng thơ". Thơ có một vị trí duyên nợ và chung thủy trong đời sống của Đỗ Hồng Ngọc.

***Đến với Thơ ...***

Tính từ những bài thơ khởi đầu với bút hiệu Đỗ Nghê đăng trên các tạp chí có giá trị văn học trước năm 1975, như Bách Khoa, Mai, Tình Thương, Ý Thức... và đến sau này với tên thật Đỗ Hồng Ngọc (ĐHN) đã đủ phác họa con đường Thơ của Đỗ Nghê/ Đỗ Hồng Ngọc với một ý thức sáng tạo và một phong cách nghệ thuật riêng cho mình.

Anh kể, bài thơ đầu tay được đăng trên tạp chí Bách Khoa vào năm 1960. Lúc ấy còn rất trẻ, chỉ dám ký tên tắt vì muốn giấu không cho người cậu biết – vì nhà văn Ngu Í đang làm trong báo này - Nhưng khi cậu biết ĐHN có bài thơ đăng ở Bách Khoa lại tỏ ra vui và khuyến khích. Và tiếp đó là thơ trên báo Mai năm 1965 và các báo, giai phẩm ở Sài Gòn. Lâu quá... và anh chỉ nhớ những bài thơ tình, tuổi học trò (xin trích): *"Những bước chân mềm trên cát thơm/ Em đi sa mạc rợn trong hồn/ Buổi chiều lên đọng hai vành mắt/ Màu áo hôm nào làm sao quên".* *Hay như: "Em đến nắng vàng theo tóc xanh/ Tôi nghe xa vắng vạn ân tình/ Có gì vướng víu trong hơi thở/ Ơi những ngày xưa của chúng mình"* (báo Mai). Và còn nữa, một chút gì lãng mạn ở tuổi chớm yêu: *"Lúc đó trời xanh xanh cao thêm/ Biển dang tay rộng thuyền lênh đênh/ Em đi cúi mặt thẹn trong tóc/ Cát trắng hôn tròn bước bước em"*... Ngồi lại bây giờ, người đọc ở lứa tuổi trên 70-80, với nét mặt đạo mạo, tay run, chậm chạp qua tròng kính tuổi già mà đọc lại những câu thơ mộng mơ, đẹp hồn nhiên thuở ấy, mới giật mình. Bởi người già hay nhớ, hay cứ lặp lại bao nhiêu lần, "hồi ấy, hồi xưa...", quá thương sao!

Có lần Đỗ Hồng Ngọc viết một truyện ngắn duy nhất lấy tựa Người Thứ Hai, ký Đỗ Nghê, cảm xúc từ bối cảnh bệnh viện và thấp thoáng bóng quê nhà La Gi, được đăng trên báo Mai năm 1965. Được đăng nhưng cũng không mấy ưng ý. Có lẽ thơ mới cuốn hút được tâm hồn nhạy cảm của anh, như anh đã thật lòng bộc bạch: "Tôi không có khả năng "hư cấu" nên không viết được truyện dầu truyện ngắn, tiểu thuyết như các bạn mình". Vì vậy từ đó, anh đã dồn hết cho thơ với một tâm hồn chất ngất mà không phải chịu tiết chế nào chi phối đến sự rung động, cảm xúc chân thật của mình. Với những bài thơ buồn, mộng tưởng ở tuổi 17-18 thời sinh viên được anh chọn lọc đưa vào tập thơ Tình Người sau này.

Năm 1967, Đỗ Nghê với tác phẩm thơ đầu tay Tình Người. Đến năm 1973, tuy gặp khó khăn về xuất bản, nhưng bạn bè anh in bằng ronéo tập Thơ Đỗ Nghê lưu hành trong giới văn chương. Lứa tuổi bấy giờ, sống giữa đô thị miền Nam luôn ngột ngạt, bất an "bên trời lận đận" và khát khao một quê hương thanh bình. Trong bối cảnh đó với bài thơ *"Thư cho bé sơ sinh"* viết một mạch ngay tại bệnh viện Từ Dũ năm 1965 khi anh chỉ là sinh viên trường Y thực tập ca đỡ đẻ đầu tiên. Bài thơ này ắp đầy sự rung cảm về thân phận kiếp người, nỗi hân hoan trong tiếng thở và trở thành đề tài của một thời nặng nề những ám ảnh, phiêu tán ngay trên quê hương mình. Anh viết:

*"Khi em cất tiếng chào đời/ Anh đại diện đời chào em bằng nụ cười/ Lớn lên nhớ đừng hỏi tại sao có kẻ cười người khóc/ Trong cùng một cảnh ngộ nghe em..." - "Khi anh cắt rún cho em/ Anh đã xin lỗi chân thành rồi đó nhé/ Vì từ nay em đã phải cô đơn/ Em đã phải xa địa đàng lòng mẹ". Rồi bằng thái độ ấm áp để nhắn nhủ với bé sơ sinh: "Thôi trân trọng chào em/ Mời em nhập cuộc/ Chúng mình cùng chung/ Số phận/ Con người"*. Hình ảnh

bàn tay một thầy thuốc trẻ nhân hậu, nhẹ nhàng, trong lòng với bao nỗi miên man tâm trạng. Đỗ Hồng Ngọc đã nhiều lần kể lại sự ra đời bài thơ với quanh đó cũng có thể coi là giai thoại thú vị khó quên.

Cánh cửa mở cho Đỗ Hồng Ngọc đến với Thơ cũng rất tự nhiên, lặng lẽ không như nhiều người cứ tưởng bên anh có người cậu ruột là nhà văn - nhà báo Nguiễn Ngu Í sẽ có ảnh hưởng đến con đường sáng tác của anh. Dù Ngu Í trước hết là một nhà thơ. Thực ra tuổi thơ ĐHN sớm mồ côi cha, với đàn em cùng tựa vào vai bà mẹ góa tảo tần ở vùng đất Hàm Tân - La Gi sau chiến tranh. Nhưng anh là người hiếu học, thông minh biết vượt lên hoàn cảnh. Trở ra Phan Thiết trọ nhà bà cô ở chùa Hải Nam và học trường Phan Bội Châu một thời gian, rồi vào Sài Gòn từ đó. Anh rất ham học, nổi tiếng học nhảy lớp, bỏ Đệ Tứ (lớp 9 bây giờ) để học dồn Đệ Tam - Đệ Nhị (10 -11), thi Tú Tài I và năm sau thi Tú Tài II (Toàn phần) đậu, thời đó tỷ lệ đậu khoảng 10%, gay lắm. Con đường thênh thang, anh thẳng vào Y khoa Đại học đường Sài Gòn.

Anh kể, người cậu Nguiễn Ngu Í đã dẫn dắt anh đến trường và cho anh cơ hội tiếp cận với những sách báo, đặc biệt là các cuốn sách khai tâm của Nguyễn Hiến Lê như *Kim chỉ nam của học sinh, Gương danh nhân, Gương can đảm, Gương kiên nhẫn*... Cạnh đó, còn có người chú ruột, nhà văn Châu Anh (Đỗ Đơn Chiếu), nhà báo Lê Phương Chi (gọi bằng cậu) cũng đang là cây bút có quan hệ trong giới ở Sài Gòn lại không ngờ Đỗ Hồng Ngọc đang âm thầm, nắn nót với những câu thơ vừa viết khá tròn trịa. Bài học một bên nhưng bản thảo thơ cũng một bên... Đến khi anh có bài thơ đăng trên các báo Bách Khoa, Mai, Tình Thương (tạp chí của Sinh viên Trường

Đại học Y khoa – anh cũng là thành viên Ban biên tập gồm Phạm Đình Vy, Ngô Thế Vinh, Trần Mộng Lâm...) với bút danh Đỗ Nghê, mấy ông cậu, ông chú càng thêm bất ngờ... Nhưng có lẽ đến năm 1969 tốt nghiệp bằng Tiến sĩ Y khoa Quốc gia, anh mới có rộng thời gian để đứng cùng nhóm Ý Thức (Nguyên Minh, Lữ Kiều, Lữ Quỳnh, Trần Hoài Thư, Lê Ký Thương...), một tạp chí văn học sang trọng, quy tụ nhiều cây bút trẻ nổi tiếng bấy giờ. Diện mạo thơ Đỗ Nghê được định hình và được giới văn chương, người đọc đón nhận bởi giọng thơ đầy hoài niệm, thâm trầm nhưng đau đáu, thương xót mà không rên rỉ... Đó mới thực là một tâm hồn thơ lãng mạn và giàu suy cảm. Mỗi khi trở lại quê nhà, anh đã trải lòng với thời tuổi thơ đầy nỗi nhớ: *"Năm năm không về thăm Phan Thiết/ Năm năm đã hẹn trăm lần về/ Nghe nói người xưa chừng lỡ bước/ Nghe nói lòng ta chừng chưa nguôi..."* (Trên sông khói sóng - Đỗ Nghê, 1971). Khoảng năm 1972 trong một bài viết, học giả Nguyễn Hiến Lê đã có dòng nhận xét về Đỗ Nghê/ Đỗ Hồng Ngọc: *"Một bác sĩ mà lại là một thi sĩ thì luôn làm cho chúng ta ngạc nhiên một cách thú vị"*. Như nhà thơ Du Tử Lê nói: *"Đỗ Hồng Ngọc – thơ như một hạnh phúc"* và nhà thơ tiếp: *"Nhưng dù các bài viết về cõi- giới văn chương của ông, thâm trầm hay nhẹ nhàng, đơn giản thì, tự thân những bài viết ấy, cũng đã thắp sáng những thành tựu, hiểu theo nghĩa "hạnh phúc" mà Đỗ Hồng Ngọc đã đạt được"* (trong Như không thôi đi được - 2017).

***Khôn nguôi nỗi nhớ***

Tâm hồn thơ là dòng sông thơ mộng nhưng nỗi nhớ luôn đọng lại ở những ghềnh đá, khúc chảy quận mình. Với Đỗ Hồng Ngọc cảm xúc đó đã không phải lệ thuộc hình thức thể hiện mà người đọc vẫn nhận ra ý nghĩa sâu xa trong ngôn ngữ hình tượng, tác giả âm ỉ giữ cho mình. Bài thơ ngắn với tựa *Bông Hồng Cho Mẹ*:

*Con cài bông hoa trắng*
*Dành cho mẹ đóa hồng*
*Mẹ nhớ gài lên ngực*
*Ngoại chờ bên kia sông...*
(Vu Lan 2012)

Qua thấu cảm của nhạc sĩ Võ Tá Hân chuyển thành giai điệu lung linh, nghe rấm rứt đến thắt lòng. Nỗi nhớ tinh khôi mà cũng là nỗi nhớ nghẹn ngào. Thế mà lời thơ dung dị như thủ thỉ, đâu đó vẫn bên mẹ bên ngoại còn trên cõi đời ngày nào... Bài thơ này bỗng dưng gặp duyên với "thay lời muốn nói" cho những ai không còn mẹ khi mùa Vu Lan - mùa báo hiếu, bảng lảng đang về.

Đỗ Hồng Ngọc nghĩ về Mẹ cũng là nhớ về đất quê của mẹ một thời cơ cực trong chiến tranh: *"Nhớ bước chân trâu nhớ giàn bông bí/ Nhớ cây khế ngọt nhớ trái dừa xanh/ Nhớ tiếng mẹ già nhớ đàn con trẻ"*... Nhưng sự thay đổi với không khí thị thành, cuộc sống dường như đảo lộn, mà vẫn nhớ: *"Nhớ người hàng xóm lâu nay còn lạ/ Nhớ những người thương nhớ luôn người người ghét/ Thấy ai cũng tội nghiệp/ Như ta..."*. Trong lòng chẳng bận chút sân si mà để nhớ, vì "Thấy ai cũng tội nghiệp/ Như ta". Khi nhớ về quê nhà, cái thời trai trẻ của Đỗ Hồng Ngọc vẫn ám ảnh với cảnh điêu linh: *"Mảnh đất thân cha nắng sáng đan vườn/ Nghe da thịt đã bao lần thối rữa"* (Đỗ Nghê - 1964).

Trong tập *Thơ Ngắn Đỗ Nghê* xuất bản năm 2017, viết về Mẹ đã qua đời (2011): *"Mẹ tôi có nụ cười lạ lắm! Lúc nào bà cũng nhìn tôi mà cười. Không nói, lúc tôi có vẻ vội vã chào lẻn đi đâu đó, bà cười cười tha thứ/ Vậy hả con (... )/ Mẹ tôi vẫn cười như thế/ suốt ba năm trên bàn thờ!"*. Câu thơ cuối thật sự làm cho ta ngỡ ngàng. Bất chợt lúc nào đó, nhìn lên di ảnh mẹ ta xưa nhà mình, mới thấy nét mặt đôn hậu, độ lượng đến xao lòng.

Với Con – điều không may đưa đến sự mất mát rất lớn với Đỗ Hồng Ngọc đó là cái chết của con gái Đỗ Châu La Ngà, sinh viên năm thứ 3 trường Y do bị tai nạn trên đường cùng bạn học đi làm công tác xã hội hồi năm 1990. Chắc chắn trong anh phải ghìm nén nỗi đau... dù anh đã từng ngộ ra: *"Cuộc sống tự nó là nỗi hiểm nguy và sự bất an, sự chuyển động bất tuyệt, và tự nó cũng là nỗi hân hoan, là niềm cực lạc. Thật là tuyệt khi ý thức cuộc sống là vô thường, luôn thay đổi, chuyển động... (...) để rồi tuyệt vọng, thất vọng vì không được như ý"* (trong *Nghĩ Từ Trái Tim* - ĐHN, 2003). Tuy biết vậy, là quy luật của đời người nhưng ĐHN vẫn ngậm ngùi, chia đôi giọt lệ, một nửa giữ trong lòng, một nửa thành câu thơ xa xót: *"Ba dạy con/ Mỗi ngày/ Một chút/ Không bài học nào/ Như ba đã học/ Từ con: Nỗi mất"*- (La Ngà 5). Lại nói cùng con: *"Mỗi năm/ Mỗi người/ Thêm một tuổi/ Chỉ mình con/ Mãi mãi/ Tuổi đôi mươi!"* (La Ngà 3) ...

Với 6 tập thơ đã xuất bản: *Tình Người* (1967), *Thơ Đỗ Nghê* (1973), *Giữa Hoàng Hôn Xưa* (1977), *Thư Cho Bé Sơ Sinh &Những Bài Thơ Khác* (2010), *Thơ Ngắn Đỗ Nghê* (2017)... Có thể coi 2 tập đầu mang bút danh Đỗ Nghê xuất bản trước năm 1975 là cuộc khởi đầu cho chặng đường thơ Đỗ Hồng Ngọc với phong cách ngôn ngữ thơ dung dị mà tinh tế, giữa cảnh bao trùm bởi ảo ảnh thân phận, quê hương... Tính thời đại có sự chi phối đến trái tim và tác phẩm của người làm thơ nhưng thái độ ở anh biểu hiện mỗi con đường với cái tạng riêng.

Với thơ Đỗ Hồng Ngọc người đọc dễ nhận ra tinh thần trầm tĩnh, ung dung nhưng không thôi nỗi trăn trở. Nhà văn Lữ Kiều - Thân Trọng Minh là đồng nghiệp, người bạn thân từ thời tạp chí văn chương Ý Thức, đã nhận xét về ĐHN: "Tôi không nhầm - những bài *"Niềm tin chưa mất"*, *"Bông hồng cho tuổi thơ"* đã xác nhận với tôi điều đó. Phải rồi, anh là kẻ yêu cuộc đời này, dù bất hòa với nó". Xin được trích vài dòng trong bài thơ *Niềm Tin Chưa Mất*: *"Bởi còn có những buổi mai/ Những buổi chiều buổi trưa buổi tối/ Bản tin thời tiết cho 24 giờ sắp tới/ Vịnh Bắc phần có nhiều mây/ Và mưa dông rải rác/ Gió Đông đông nam từ 10 đến 15 gút.../ Duyên hải Trung phần từ mũi Dinh đến mũi Cà Mau/ Nghe rạt rào chữ S..."*.(Đỗ Nghê -1967).

Khó mà xếp thứ tự các tập thơ của Đỗ Hồng Ngọc đã xuất bản để có một "khái niệm" cho mỗi chặng đường thơ của anh. Tập thơ *Giữa Hoàng Hôn Xưa* – thời Đỗ Hồng Ngọc với những câu thơ dẫu mang nỗi cô đơn nhưng thật an nhiên, dịu dàng: *"Rồi thôi rồi chỉ một lần/ Áo vàng em mặc mùa xuân gọi về/ Thời gian sông nước trôi đi/ Tóc phai sợi nhỏ thương hoài ngàn năm"* hay mượt mà hơn: *"... Nhớ em qua đó/ Mà hồn như mơ/ Mây trời phiêu lãng/ Ngàn năm hững hờ..."*. Chắc chắn với tâm trạng phiêu bồng, mà anh viết lên cái đẹp hồn nhiên như vậy là giữa những tháng ngày thanh xuân của mình.

Tập *Giữa Hoàng Hôn Xưa* (1993) đánh dấu biểu cảm nỗi niềm qua ngôn ngữ thơ với nhiều ẩn dụ hơn. Anh đứng giữa đám đông của thời đại nhưng vẫn chọn một thái độ trong thơ của mình một lối riêng, một cách tự tại và nhịp thở của mình. Nhưng đến *Vòng Quanh* (1997), cách tập trước 4 năm, Đỗ Hồng Ngọc không những vòng quanh về mặt địa lý mà với Hà Nội, Đà Lạt, Chiang Mai, đó đây... như *Một ngày ở Huế*: *"Một ngày lăng tẩm cung vua, Một ngày đi sớm về trưa một ngày/ Một ngày Vỹ Dạ trăng soi/ Một ngày Đập Đá nghiêng vai biếc người/ Một ngày Thiên Mụ câu thề/ Đông Ba Gia Hội chưa về kịp thăm/ Một ngày Từ Hiếu băn khoăn/ Đồi sương dốc dựng té lăn cù rồi/ Một ngày sông nước thuyền trôi/ Tam Giang sóng vỗ đâu hồi còn thơ/ Một ngày ngày xửa ngày xưa/ Một ngày ở Huế... đã vừa trăm năm"*. Đỗ Hồng Ngọc ít làm thể thơ lục bát, nhưng đây là bài thơ hay đã cho người đọc một cảm xúc giai điệu đầy chất Huế, những hình ảnh trong bài thơ trở nên kỳ diệu với nét trầm mặc trong cổ kính rêu phong. Rồi các địa danh Boston, Paris, Australia... của những quốc gia anh đã có dịp đi tu nghiệp, hội thảo khoa học, du lịch với góc nhìn khám phá, khác hẳn bao lữ khách nhàn du. Như đã gợi cho ta Mùa Đông Boston: *"Còn cây/ Trơ lại/ Với cành/ Với linh hồn lá/ Ngập ngừng/ Trút qua"* - Bài thơ từng đó câu chữ thôi... Hay khi anh đến Bảo tàng sáp Grévin (Paris): *"Tưởng người thiệt/ Chào, không nói/ Tưởng người sáp/ Sờ một cái!"* - Đã biết những danh tài được tôn vinh, nặn tượng bằng sáp mà sao còn "tưởng là" người sáp? Trình độ mỹ thuật hay cái hồn của Grévin... Cái độ trầm tích trong những bài thơ ngắn, rất ngắn mà mang đến bao điều để nghĩ ngợi, liên tưởng.

Trong các tập thơ Đỗ Hồng Ngọc đã xuất bản, có lẽ đầy đặn nhất đó là tập *Thư cho bé sơ sinh & những bài thơ khác*, gần 230 trang. Trong đó cũng có nhiều bài đã xuất hiện trên một số tạp chí văn học và các tập thơ trước. Có thể anh muốn "khuôn" lại để có một bầu trời thơ của mình và cho mình. Sắc độ thơ của mỗi thời kỳ tuy có chút khác về ngôn ngữ thể hiện. Nhưng ĐHN vẫn giữ cái riêng trước sau của mình sự thanh cao của giá trị nhân văn, tình cảm chân thành. Theo anh từng nói về nỗi nhớ: *"Đã bao lâu ta không sống với mình/ Ta có ta mà quên ta phứt"*. Và thế là với Đỗ Hồng Ngọc không bao giờ rời xa thơ.

Người bạn văn một thời cùng học trường Phan Bội Châu (Phan Thiết) với anh, nhà thơ Trần Vấn Lệ đã viết: *"Thơ Đỗ Hồng Ngọc/ Đỗ Nghê không rườm rà, không làm duyên làm dáng, không lập dị. Thơ ông là Thơ Hồn Nhiên, Thơ Nhã Nhặn, Thơ Ngọt Ngào. Tôi đọc thơ ông rồi úp cuốn sách lên ngực nghe ấm... Gió Bấc đang thổi ở ngoài quê nhà, ngày Xuân đang đến không riêng ai..."*. Có lẽ ai cũng đồng cảm với những nét khắc họa về Đỗ Hồng Ngọc như thế này.

Với tập thơ có tựa *Thơ Ngắn Đỗ Nghê* của Đỗ Nghê/ Đỗ Hồng Ngọc đã phát hành cuối năm 2017 là tập thơ mới nhất - Đúng nghĩa với hình thức là "ngắn", ngắn có bài vỏn vẹn 3 câu 6 từ, như bài *Trái Đất (Giữa đêm/ Thức giấc/ Giữa ngày...)*. Ừ nhỉ, đêm ở Việt Nam và ngày ở Mỹ. Cách nhau chẵn chòi nửa vòng trái đất, nhưng với một bài thơ ngắn mà làm cho ta chợt nghĩ... biết bao điều, thật là thú vị. Đơn giản nhưng tinh tế trong đó. Cho nên anh thấy *"Vũ trụ chừng nhỏ lại/ Còn chút xíu trong ta!" (Vũ trụ)*. Nhà báo Lam Điền sau khi đọc tập *thơ ngắn Đỗ Nghê*, viết: *"Đỗ Nghê đã có một kiểu duyên ngầm trong những bài thơ tượng thanh từ sự bùng phát của cảm xúc hay ông tự chưng cất những suy tư đến cái độ mà Chu Hy xưa kia từng gọi rằng: như không thôi đi được"* (trong tập *Như Không Thôi Đi Được* - Nhiều tác giả).

Ngay từ cái bìa tên tác giả Đỗ Nghê/ Đỗ Hồng Ngọc, anh nhắc lại một bút hiệu Thơ thời ban đầu cách đây 60 năm mà sao lại *Thơ Ngắn Đỗ Nghê*, mặc dù trong tập nhiều bài lâu nay đích danh Đỗ Hồng Ngọc? Nay mới rõ hơn, thời mới "chạm duyên" với thơ, anh e dè không dám nói tên nên kết hợp hai họ cha (Đỗ), họ mẹ (Nghệ) thành Đỗ Nghê. Khổ nỗi có người cứ nhầm bút danh Đồ Nghệ (ông Đồ xứ Nghệ) nên thôi, để đúng tên thật Đỗ Hồng Ngọc khi tốt nghiệp bác sĩ ra trường. Vậy mà cũng khó tránh khỏi, có người chê: *"Bác sĩ mà bày đặt làm thơ"*! Mà mấy ai biết bác sĩ đã làm thơ từ tuổi 17-18, lúc chưa là bác sĩ. Cho nên tập thơ ngắn phải nhắc lại Đỗ Nghê của một thời và Đỗ Hồng Ngọc bây giờ là vậy.

Nhà nghiên cứu văn học Huỳnh Như Phương nhận xét về thơ Đỗ Hồng Ngọc: "Ông không xem thơ như mục đích tự thân, cũng không xem thơ như một công cụ, mà để thơ tựa vào cuộc đời, tựa vào tình người. Câu thơ của ông chan hòa, giản dị, như tự bật ra từ trái tim, và khi thấy lòng mình đã lên tiếng vừa đủ, thì thơ ông nhẹ nhàng rút lui hay ẩn mình trong khói sóng".

### *Vẫn thơ... thấm vào những trang văn*

Ngoài thơ, Đỗ Hồng Ngọc là bút danh trên gần 60 tập văn với nhiều thể loại. Tập sách về Y học, dưới tên Bs. Đỗ Hồng Ngọc có tựa *Những tật bệnh thông thường trong lứa tuổi học trò* (1972), tức chỉ mới 3 năm sau ngày tốt nghiệp bác sĩ. Tập sách thứ 2 cùng thể loại *Viết cho các bà mẹ sinh con đầu lòng* (1974). Đặc biệt các tập này còn tái bản nhiều lần với số lượng hàng nghìn bản in... Những tập sách về y học vốn đòi hỏi kiến thức chuyên môn trong ứng dụng rất phức tạp, Nhưng với cách viết, diễn giải của Bs. Đỗ Hồng Ngọc, người có một tâm hồn thơ văn nên luôn dễ dàng được tiếp nhận. Theo Bs.Đỗ Hồng Ngọc sức khỏe con người có mối quan hệ "thân tâm bất nhị", chịu sự tác động từ môi trường tự nhiên, văn hóa, xã hội...

Tình cờ thôi, người viết được xem trên Trang nhà của Bs. Đỗ Hồng Ngọc, những lượt mail của một "bạn đọc" từ xa, ngưỡng mộ những tập thơ, văn của anh phải nói là nhiệt tình, quý giá. Người ấy chỉ khiêm tốn ghi tên Hai Trầu/ Lương Thư Trung, cũng đam mê chuyện văn chương và Đỗ Hồng Ngọc. Anh Hai Trầu có một bản thống kê hầu hết các tác phẩm của Đỗ Nghê/ Đỗ Hồng Ngọc đã xuất bản mà chính tác giả cũng không nhớ hết. Điều càng ngạc nhiên truyện ngắn đầu tay Người Thứ Hai của Đỗ Nghê trên báo Mai đã in từ năm nào, làm cho tác giả Đỗ Nghê cũng phải ngạc nhiên... Cũng là người phương xa - Nguyễn Thị Khánh Minh từ Santa Ana (Mỹ) với những trang biểu lộ sự quý mến, cảm xúc qua những tập thơ và những trang văn trong tạp bút, tản văn, y học... Trường hợp khác, với một người bạn xa mà Đỗ Hồng Ngọc chưa một lần gặp đã biên soạn 3 cuốn (bản thảo) Tuyển tập Đỗ Hồng Ngọc dày cả ngàn trang A4 gửi tặng, là một tập hợp gần như cả hành trình viết lách của anh. Đó là nhà báo Nguyễn Hiền Đức, trước 1975 có thời làm Thư ký tòa soạn tạp chí Tư Tưởng Đại học Vạn Hạnh... Đúng là hữu duyên!

Những tác phẩm tản văn, tùy bút của Đỗ Hồng Ngọc không những về kiến thức y học mà ở đó còn là những trang văn có giá trị văn học, tạo được hấp dẫn đối với người đọc từ những tên tập sách *Gió heo may đã về, Già ơi... Chào bạn! Những người trẻ lạ lùng...* Những sách về Phật học, về Thiền như *Nghĩ từ trái tim, Gươm báu trao tay, Thiền và sức khỏe, Tôi học Phật...* Có những tập tái bản nhiều lần, cho thấy độ hút từ người đọc, đủ lứa tuổi. Với những tập sách về Sức khỏe – đời sống, về Phật học (về Tâm kinh, Thiền định...) theo cách luận giải của Bs. Đỗ Hồng Ngọc đã dẫn dắt người đọc dễ hiểu, nhẹ nhàng bởi những thuật ngữ, ẩn dụ đậm chất thơ. Hình thức các tác phẩm của ĐHN với khổ hình vuông như tờ Ý Thức ngày xưa và có những tựa bài từ lời ca khúc của người bạn thân - nhạc sĩ Trịnh Công Sơn và đôi ba trang phụ bản do anh ký họa bằng bút kim rất có hồn, đã thêm phần mượt mà cho trang chữ.

Đỗ Hồng Ngọc dù luôn nhận mình là "Người học Phật", một cách nói khiêm nhường. Nếu có dịp hãy gõ lên "YouTube-dohongngoc" có đến hàng chục đề tài mà Đỗ Hồng Ngọc được mời đăng đàn pháp thoại ở các thiền viện, nhà chùa về Sức khỏe và Phật giáo, về Thở và thiền, về Ăn và chay... Không những với đối tượng tu sĩ, Phật tử mà còn có những buổi đàm đạo cùng các nhà nghiên cứu, nghệ sĩ mới thấy năng lượng sống và sự am hiểu thấu đáo của "người học Phật" như Đỗ Hồng Ngọc. Trong một clip, với chương trình Hoa Mặt Trời do chùa Hoằng Pháp (Hóc Môn) tổ chức, khung cảnh trang nghiêm ở một giảng đường rộng, đông đảo có đến 3 ngàn người để nghe Bs. Đỗ Hồng Ngọc nói về cái duyên học Phật của chính mình, những căn bệnh tham sân si đời người, niềm hạnh phúc của anh khi "ngộ" ra sau ca mổ sọ não và thế nào là sống an nhiên...

Cuộc hành trình sáng tạo và chia sẻ của Đỗ Nghê/ Đỗ Hồng Ngọc quả là sinh động và đích thực chân dung Đỗ Hồng Ngọc - một người thông tuệ, nặng tình như lời giới thiệu trên đặc san Văn hóa Phật giáo (2021) / Viên Giác Tùng Thư, Hannover Đức Quốc: "Ngoài vai trò là bác sĩ, nhà giáo, ông còn là một nhà thơ, nhà văn nổi tiếng. Ông viết nhiều tác phẩm đa dạng và rất được độc giả yêu thích".

**Phan Chính (La-Gi)**
*Văn Nghệ Bình Thuận, số 230, 11-12/2022*

# ĐỖ TRUNG QUÂN

## NHƯ SÔNG VÀO BIỂN

Trời ạ! Cuộc cãi nhau này làm sao cho cùng? Nhạc sĩ Trịnh Công Sơn nói không, bác sĩ Đỗ Hồng Ngọc nói có, nói chớm.

Ở phương diện y học, tôi đương nhiên tin bác sĩ, nhưng Đỗ Hồng Ngọc đâu chỉ đơn thuần là bác sĩ, anh còn làm thơ từ hồi còn là sinh viên, đã có tác phẩm xuất bản hẳn hoi với bút danh Đỗ Nghê (họ cha, họ mẹ ghép lại): *Tình Người* (1967), *Thơ Đỗ Nghê* (1973), rồi *Giữa hoàng hôn xưa* (1993), *Vòng Quanh* (1997)... Chàng sinh viên mà học giả Nguyễn Hiến Lê thường nhắc tên trong hồi ký của ông. Rồi gần đây là Đỗ Hồng Ngọc tên thật trên trang thơ Tuổi Trẻ Chủ Nhật 1994 với những bài "haiku" rất hay viết từ Boston, Mỹ.

Lại không chỉ thơ, trang thơ ấy được minh họa bằng chính những ký họa bút dạ về một góc Chinatown, một góc điện Capitol với mùa thu vàng, ghế đá công viên. Nghĩa là ông bác sĩ ấy cũng rất chi nghệ sĩ. Vậy, ở phương diện nghệ sĩ, Trịnh Công Sơn lại nói đúng? Không có tuổi già!

Tôi đâm... hoài nghi tìm hỏi Đỗ Hồng Ngọc về cái "hoàn cảnh" gì đã giúp anh viết một cuốn sách y học lại bằng văn phong của văn học, nhẹ nhàng, trầm tư và tất cả đều lấy tựa lẫn tiêu đề bằng lời ca khúc Trịnh Công Sơn. *"Có! Có tuổi chớm già đấy! Một sớm nọ khi thức dậy, nhìn vào gương soi tôi suýt nữa không... nhận ra mình. Ai đó ở trong gương với vết chân chim trên khóe mắt, vết rạn trên khóe miệng... Tôi lấy vội giấy bút vẽ lại gương mặt ấy, tôi nghĩ về cái chớm cho tôi và những người khác..."*. Đỗ Hồng Ngọc nói vậy. Và, cả Đỗ Hồng Ngọc bác sĩ lẫn Đỗ Hồng Ngọc nhà thơ cùng ngồi vào bàn - đồng tác giả.

Viết về tâm sinh lý, chuyên môn y học bằng giọng văn tâm tình, "ướt át" như thế quả là hiếm gặp trong sách y khoa giáo dục.

Một ngày của bác sĩ Ngọc thật không còn chỗ thở: hội họp, giảng dạy, hướng dẫn chuyên môn, khám bệnh ngoài giờ cho trẻ con. Anh là bạn thân của lứa tuổi Mực tím (Phòng mạch Mực Tím), là "ông ngoại" của những đứa nhỏ đang ốm sốt trong tay người mẹ trẻ. Việc viết lách, viết sách, làm thơ khi trời hửng sáng, dậy sớm, ngồi vào bàn computer gõ, để đó, khi nào rảnh mới xem lại, sửa chữa, sắp xếp. Sức làm việc thật dữ dội và tất nhiên cũng phải... chớm già thôi!

Anh đâu có sợ tuổi già, đâu có cố gắng chống chọi với thời gian. Anh đã và đang tự điều chỉnh mình, hiểu đạo sống thuận thiên, thấm cái tư tưởng nhập thế, xuất thế Á Đông. Vị bác sĩ, thi sĩ ấy vẫn vui vẻ "mỗi ngày tôi chọn một niềm vui" để hòa nhập vào biển đời rộng lớn. Dù một chiều chợt thấy "ngồi ôm tóc dài, chập chờn lau trắng trong tay...".

*(Tuổi Trẻ Chủ Nhật, 5.1.1997)*

**Đỗ Trung Quân**

TM

# NGUYỄN NHẬT ÁNH

## Ấm Áp Trong Mưa

Nhà văn Nguyễn Nhật Ánh

*Gió heo may đã về, Già ơi... chào bạn, Những người trẻ lạ lùng* là những tập tùy bút, tản văn thú vị của bác sĩ Đỗ Hồng Ngọc. Lạ thay, người chuyên bàn về thế giới của người già đó lại là một bác sĩ nhi khoa. Có gì đâu, tác giả thú nhận: thoạt đầu khám cho một em bé, một thời gian sau khám cho con của em bé đó, một thời gian sau nữa lại khám cho con của con của em bé đó, suốt đời chỉ bắt mạch trẻ con mà cảm nhận được nhịp đập của thời gian trong cơ thể mình. Quanh năm soi mặt mình vào khuôn mặt trẻ thơ, tới một chiều thu nọ, bác sĩ bâng khuâng cảm khái: *"gió heo may đã về"*. Một tâm hồn thi sĩ trong con người một bác sĩ, như học giả Nguyễn Hiến Lê từng yêu mến nói về anh.

Đỗ Hồng Ngọc viết về tuổi già nhưng không khiến người ta ngán tuổi già. Bằng cái nhìn tinh tế, nhân hậu và trầm tĩnh, bằng lối viết hóm hỉnh, nhẹ nhàng, anh cho chúng ta thấy tuổi già là tuổi có những thú vị, có những nét duyên dáng rất đáng yêu.

Trong cuốn sách mới nhất của anh, Những người trẻ lạ lùng, tôi đặc biệt thích bài *Chiều chiều dắt ra bờ sông*. Anh bảo hồi nhỏ anh nghe người ta hát *"Bà già lấy le ông già, chiều chiều dắt ra bờ sông, hai người nói chuyện tâm tình..."*. Hồi nhỏ tôi cũng từng nghe bài hát đó và từng hát bài hát đó. Và tôi chỉ thấy đó là sự nghịch tếu của trẻ con. Lớn lên, tôi không hát bài hát đó nữa, và cũng không còn nhớ nữa. Nhưng Đỗ Hồng Ngọc nhớ. Anh nhớ và anh gật gù tâm đắc: *"Bà già lấy le ông già, chiều chiều dắt ra bờ sông"*, không nói ai dắt, nhưng chắc phải là bà già dắt, vì như đã nói, bà già thường nhanh nhẹn tháo vát hơn, sáng suốt hơn nên sẽ dắt ông già ra bờ sông. Tại sao bờ sông? Bởi vì chỉ có ở bờ sông người ta mới hưởng được không khí trong lành. Ở bờ sông, người ta mới có được sự yên tĩnh nghỉ ngơi, tránh ồn ào phố thị, có dịp nhìn thấy dòng sông trôi đi, lắng nghe dòng sông nhiều điều mách bảo. Dĩ nhiên, họ sẽ "nói chuyện tâm tình". Cái thú vị ở đây là họ không cần cãi nhau nữa làm gì, họ chỉ cần tâm tình thôi cũng đủ thấy sảng khoái rồi. Điếc lác một chút cũng hay. Ông nói gà bà nói vịt vẫn vui vẻ cả làng, thay vì như hồi xưa luôn đấu lý, tranh luận, căng thẳng thần kinh. Bây giờ thì bà nói gì cũng đúng mà ông nói gì cũng hay"...

Anh nhìn vấn đề một cách điềm đạm, khoan hòa, nhưng tôi đoán khi viết đoạn này, miệng anh tủm tỉm và ánh mắt anh cười sau tròng kính.

Nhưng nếu viết bài này chỉ để trích những câu tôi thích thì thà giới thiệu cho bạn đọc mua nguyên cuốn sách còn hơn. Nguyên nhân của bài viết này xuất phát từ một lần ghé anh chơi, thấy trên bàn viết của anh có lá thư của nữ sĩ Vân Trang, tác giả tập truyện ngắn Chiêm bao ban ngày do Nhà xuất bản Văn Nghệ TPHCM vừa tái bản. Tôi xin phép đọc lá thư và ngạc nhiên một cách thú vị khi thấy một "bà già" ở tuổi bảy mươi hăng hái ủng hộ chuyện *"bà già lấy le ông già"*.

"Đây là câu hát đùa của trẻ con ngày trước. Trong cái đùa này có ý châm biếm. Bà già rồi mà còn lấy le! Với ai, chớ với ông già ở nhà thì không khéo ông ta lại nạt cho". Sau khi mở đầu thư theo lối "phản đề", nữ sĩ Vân Trang quả quyết rằng cần khuyến khích chuyện *"bà già lấy le ông già"* vì thời "lấy le" của người phụ nữ rất ngắn, chưa kịp biết cái vui của tuổi con gái đã phải oằn người dưới gánh nặng của người vợ, người mẹ với bao nhiêu trách nhiệm trên vai, còn thì giờ và tâm trí đâu mà "lấy le". Chỉ đến khi về già, con cái trưởng thành, chỉ còn vợ chồng hủ hỉ với nhau, người phụ nữ bấy giờ mới có cơ hội để thực hiện cái "quyền" đó: "Nếu phụ nữ đến tuổi sáu mươi, bảy mươi... mà mỗi tuần (chỉ cần mỗi tuần) được "lấy le" với ông già đã cùng chung sống đến cái lệ ngân hôn, kim hôn, được dắt tay nhau ra bờ sông nói chuyện tâm tình thì đã ngăn được biết bao cuộc ly hôn đau lòng vào lúc cuối đời như báo chí từng đăng tải. Có thể lỗi ở ông, có thể lỗi do bà, nhưng nói chung vì cả hai đều sống tất bật, ấn ức cả thời gian dài, chưa lần nào nghĩ đến chuyện *"chiều chiều dắt ra bờ sông"*, trong khi cuộc sống muốn khỏi đơn điệu cần phải "làm mới" không ngừng".

Nữ sĩ Vân Trang hào hứng một hồi, rồi giật mình thấy cái chỉ tiêu "mỗi tuần một lần" này coi bộ khó khăn quá, chủ yếu là về phía các "ông già", liền khiêm tốn hạ xuống "mỗi tháng một lần". Hạ xuống nhưng vẫn kiên quyết:

"Bao giờ người phụ nữ được chồng đưa đi chơi mỗi tháng một lần cũng rất là hớn hở rồi". Thư kết thúc: "Trời lúc này đang mưa to. Tôi định viết một bài về *"những người trẻ lạ lùng"* mà viết không nổi, vì tôi cũng vào giai đoạn... trẻ lạ lùng rồi. Chỉ có thể viết một bức thư không đầu không đuôi để anh đọc cho qua một cơn mưa vậy".

Đó là nữ sĩ Vân Trang nhún mình mà nói thế, chứ lá thư của nữ sĩ rất có đầu có đuôi, và những ý nghĩ trong thư phải nói là rất tươi tắn, mới mẻ và bộc lộ một tâm hồn nhân ái, thiết tha với thân phận của người phụ nữ nói riêng và với con người nói chung.

Bác sĩ Đỗ Hồng Ngọc đã vào tuổi hoa giáp, nữ sĩ Vân Trang đã vượt ngưỡng thất thập cổ lai hy. Nhưng sự đồng cảm với con người và quan tâm đến xã hội của họ, tôi thấy sao mà... trẻ lạ lùng! Đọc những tâm tình đó, tôi tin bạn đọc, nhất là bạn đọc lớn tuổi, sẽ cảm thấy ấm áp hơn để vượt qua những cơn mưa lớn trong cuộc đời.

**NGUYỄN NHẬT ÁNH**
*(9-2001)*

# PHẠM HIỀN MÂY

## THƠ ĐỖ NGHÊ
## BÔNG HỒNG CHO MẸ

*Phạm Hiền Mây*

Bác sĩ Đỗ Hồng Ngọc sinh năm một ngàn chín trăm bốn mươi tại Bình Thuận. Tính đến năm nay, ông đã bước vào tuổi tám mươi tư, tám mươi lăm, thế mà ông vẫn đều đặn viết sách, viết các tản mạn, làm thơ. Vẫn họp mặt bạn bè, tiếp xúc bạn đọc và nhận lời mời nói chuyện, trao đổi, giải đáp các thắc mắc hoặc tâm tình.

Từ năm hai ngàn không trăm lẻ một, cứ năm năm, ông lại ra một cuốn sách. Các sách ấy, ông dựa vào các vấn đề lớn của Kinh Phật mà viết.

Từ *Tâm Kinh*, ông viết *Nghĩ Từ Trái Tim*. Từ *kinh Kim Cang*, ông viết *Gươm Báu Trao Tay*. Từ *kinh Pháp Hoa*, ông viết *Ngàn Cánh Sen Xanh Biếc*. Từ kinh *Duy Ma Cật*, ông viết *Cõi Phật Đâu Xa*. Từ *kinh Hoa Nghiêm*, ông viết thêm một loạt các bài bổ sung sau này.

Và mới đây nhất, ông cho ra mắt *Tôi Học Phật*, được xem là một tổng tập Kinh Phật hoàn chỉnh. Dường có một dẫn dắt tâm linh, ông tâm sự như vậy, khiến cuốn sách, tưởng chừng rất khó để đọc với mọi người, nào dè đâu, nó lại hết sức mạch lạc, dễ hiểu.

Ông cho biết thêm, người thầy dẫn dắt lớn của ông, là ngài Thích Ca Mâu Ni Phật. Ngoài ra, ông còn học được rất nhiều từ các vị thầy khác như thầy Nhất Hạnh, thầy Thanh Từ, thầy Viên Minh và thậm chí, cả tự học với chính mình.

Ông diễn giải, ông học cách tiếp cận vấn đề một cách khoa học. Ông học cách trở về nương tựa với chính mình. Thực hành, thực nghiệm với chính mình mới thấy được điều đúng. Trong *kinh Kalama*, Phật có nói, đừng vội tin ai cả, kể cả tôi, hãy thực hành đi.

Như tôi có nói ở trên, ông là bác sĩ Nhi Đồng, và là một nhà văn, nhà thơ nữa. Thơ ông thường là các bài thơ ngắn viết theo thể tự do. Ngôn ngữ thơ của ông đơn giản, dễ hiểu, không kiểu cách. Đơn giản như khi ông hướng dẫn người mới đến với thiền, là tập hít vào, tập thở ra, cho đúng cách.

****

Ông viết bài thơ *NỤ CƯỜI CỦA MẸ* vào ngày giỗ của mẹ mình. Những câu thơ rất bình dị, rất giản đơn, không màu mè hoa lá cành, không sử dụng những mỹ từ cao sang, trọng vọng, chỉ là những từ rất gần gũi, đời thường, vậy mà làm người đọc, cảm thấy như mình chính là tác giả, còn bà mẹ trong thơ, ấy chính là bà mẹ của mình.

Lời thơ đơn sơ, như mẹ vậy, mà nặng biết bao tình, mà rất của đứa con, của người con có hiếu!

***Nụ cười của mẹ***
*Mẹ tôi có nụ cười lạ lắm*
*Lúc nào bà cũng nhìn tôi mà cười cười*
*Không nói*
*Lạ là vì mỗi lúc bà cười mỗi khác*

Đọc thơ, tôi hình dung ra, giữa người mẹ và đứa con, là tác giả, dường, có một gần gũi khác, kiểu như gần gũi của tri kỷ, nghĩa là, mẹ không chỉ thương yêu con mà mẹ còn là người bạn thấu hiểu con nữa.

Những thế hệ sau này, có ăn có học, lại sanh ít, nên họ có thời gian để bầu bạn cùng con. Chớ sanh nhiều như ông bà, cha mẹ mình thuở xưa, con đông, làm lấm mặt, lấy đâu ra thời gian để mà lắng nghe con tâm sự hoặc giãi bày mà cho con ý kiến, ý cò đặng.

Mở đầu bài thơ, tác giả giới thiệu mẹ của mình, bằng một đặc điểm riêng, đó là nụ cười, và nụ cười này rất lạ.

Nó lạ bởi vì, mỗi lần bà cười, là mỗi lần nụ cười một khác nhau.

*Lúc nào tôi có vẻ vội vã chào bà*
*Như để đi đâu đó cho đúng hẹn*
*Chẳng hạn*
*Bà cười cười tha thứ*
*Vậy hả con*
*Ừ đi đi.*

Nụ cười thứ nhứt là nụ cười cảm thông khi đứa con ham ra ngoài, ham đi chơi, ham tụ tập, ham bạn bè, ham bù khú hơn là ham ở nhà với mẹ.

Thay vì bà đợi đứa con nói rõ lý do, nghe xong, chẳng hạn, bà sẽ cằn nhằn, cửi nhửi, một vài câu, hoặc khuôn mặt lộ vẻ không vui, để đứa con phải cảm thấy áy náy, thì đằng này, bà lại cười, cái cười của thừa biết, cái cười của bao dung, cái cười của tha thứ, kèm theo sự đôn đốc, vậy hả con, trễ rồi hả con, ừ, con đi đi, đi cẩn thận nha.

*Lúc nào tôi thấy mình có lỗi*
*Lần khân bên bà lâu lâu chút*
*Thì nụ cười của bà lại như mỉa mai*
*Biết rồi, khỏi nói.*

Cứ vội vội vã vã hoài, nhiều khi, thấy dáng bà ngồi, lụi cụi, cô đơn, cảm ra, đứa con là mình, sao mà có lỗi quá, sao mà tệ quá, bèn lân la, bèn hỏi này hỏi kia, bèn nói thiên nói địa.

Hỏi, nói, vậy thôi, chớ có nhập tâm đâu mà có đầu có đuôi. Những lúc ấy, bà tinh lắm, bà nhận ra ngay, và để cho đứa con không phải tốn thời gian nhiều bên mình, bà cắt đứt mạch chuyện cho con được tự nhiên hơn, chuyện đó hả, biết rồi, khỏi nói.

*Những lúc tôi mang chuyện bực mình đâu đó về*
*Thì bà nhẹ nhàng cười, thôi đi, đừng sinh sự*
*Nhột nhất là khi bà cười có vẻ châm biếm*
*Khi tôi có ý gì đó thiếu thành thật*
*Loanh quanh kiếm chuyện.*

Nụ cười thứ ba của bà là nụ cười nhẹ nhàng, tháo gỡ, khi nhận ra con mình đang không vui, con mình đang không như ý với cuộc sống, với công việc, với gánh nặng cơm áo gạo tiền.

Thôi đi, thôi đi, đừng sinh sự, lời bà can gián. Chuyện lớn thành chuyện nhỏ. Chuyện nhỏ hóa thành không.

*Ôi nụ cười của một bà mẹ mới lạ lùng làm sao*
*Lúc tủm tỉm*
*Lúc chế giễu*
*Lúc mỉa mai*
*Lúc chua chát*
*Lúc thứ tha*
*Lúc trách mắng*

Những nụ cười đó, tác giả không thể tìm thấy ở đâu, ngoài mẹ. Chỉ mẹ thôi.

Hoặc thế này, hoặc thế kia, nhưng kiểu gì thì tác giả cũng thấy dễ chịu, chưa kịp nói mẹ đã hiểu, chưa kịp làm mẹ đã hay. Và nụ cười nào, cũng là nụ cười san sớt, sẻ chia.

Cùng con!

*Vậy đó*
*Mẹ tôi vẫn cười cười như thế suốt ba năm qua*
*Từ tấm ảnh trên bàn thờ!*

Cái tài tình của một người viết văn hay làm thơ, chính là lúc này đây, chính là cái không thể ngờ tới, chính là điều không thể đoán ra, là ngỡ ngàng, là chẳng nói nên lời. Và, ngập tràn xúc động.

Ngỡ ngàng trong quặn thắt và ngập tràn nỗi tiếc thương.

Tiếc thương mấy, hối lỗi mấy, thì cũng đã trễ muộn rồi, không thể làm lại được bất kỳ điều chi nữa!

****

Đỗ Nghê viết bài thơ *MỚI HÔM QUA THÔI* trong một lần đến nhà giữ lão ở Montréal năm một ngàn chín trăm chín mươi ba.

Chỉ mới đọc tựa đề mà tôi cũng đã thấy niềm xúc động trào dâng. Mới hôm qua thôi, là xanh, là tươi tốt, là niềm vui, là hạnh phúc. Mà hôm nay, đã úa, đã héo hon, đã nỗi buồn và sầu tủi.

Một khoảnh khắc ngày qua, hôm nay, mà biết bao đổi thay. Điều đó, có phải người ta hay gọi là vô thường không?

*Họ ngồi đó*
*Bên nhau*
*Đàn ông*
*Đàn bà*
*Không nhìn*
*Không nói*

Họ ngồi đó, ngồi bên nhau, mà cái gì cũng không, không nhìn nhau, không nói năng chi.

Cả đàn ông lẫn đàn bà. Giờ, thì giới tính ý nghĩa gì. Còn sức đâu mà làm màu làm mè. Còn sức đâu để mà hứa hẹn yêu thương. Đến cái ăn cũng phải có người đút, đến cái đi vệ sinh, cũng phải có người đỡ đần, thì còn ham hố chi nữa mà đàn ông với chẳng đàn bà lúc này.

*Họ ngồi đó*
*Gục đầu*
*Nín lặng*
*Ngửa cổ*
*Giật nhẹ tay chân*
*Có người*
*Trên chiếc xe lăn*
*Chạy vòng vòng*
*Có người*
*Trên chiếc xe lăn*
*Bất động*

Họ ngồi đó, hoặc gục đầu, hoặc ngửa cổ, hoặc bất động, hoặc giật nhẹ tay chân.

Cùng là trên chiếc xe lăn, nhưng có người chạy vòng vòng, lơ ngơ, lẩn thẩn. Lại có người, đặt đâu thì y đó, giống như, người ta hay nói, có xác mà chẳng có hồn.

*Họ ngồi đó*
*Hói đầu*
*Bạc trắng*
*Móm sọm*
*Nhăn nheo*

Họ ngồi đó, hoặc là hói đầu, hoặc là trắng phơ phơ tóc. Hàm răng thì móm sọm. Da dẻ thì nhăn nheo.

*Mới hôm qua thôi*
*Nào vương*
*Nào tướng*
*Nào tài tử*
*Nào giai nhân*
*Ngựa xe*
*Võng lọng*

Mới hôm qua thôi, ông là vua một cõi, hét ra lửa, vạn người phải sợ.

Mới hôm qua thôi, bà là vợ tướng, bước một bước có người nâng, bước hai bước có người đỡ, cầm giỏ, cầm tay.

Mới hôm qua thôi, nào tài tử, nào giai nhân, nào ngựa xe, nào võng lọng, nào thơm nào đẹp, nào xinh nào tươi, nào hào hoa, nào hương sắc.

Mà bây giờ!

*Mới hôm qua thôi*
*Nào lọc lừa*
*Nào thủ đoạn*
*Khoác lác*
*Huênh hoang*
*Mới hôm qua thôi*
*Nào galant*
*Nào quý phái*
*Nói nói*
*Cười cười*
*Ghen tuông*
*Hờn giận*

Mới hôm qua thôi, nào lọc lừa, nào thủ đoạn, nào đoạt người, nào chiếm của.

Mới hôm qua thôi, nào khoác lác, nào huênh hoang, nào xưng tên, nào vỗ ngực.

Mới hôm qua thôi, nào galant, nào quý phái, nào cuộc vui, nào tiệc tùng suốt sáng, thâu đêm.

Mới hôm qua thôi, nào nói nói, nào cười cười, nào nâng ly, nào nhấc đũa.

Mới hôm qua thôi, nào ghen tuông, nào hờn giận, nào vật vã khóc lóc, nào muốn có, muốn được nhiều hơn.

Mà bây giờ!

*Họ ngồi đó*
*Không nói năng*
*Không nghe ngóng*
*Gục đầu*
*Ngửa cổ*
*Móm sọm*
*Nhăn nheo*

Họ ngồi đó, không nói năng, không nghe ngóng, không thắc mắc, không quan tâm.

Họ ngồi đó, hoặc gục đầu hoặc ngửa cổ. Hàm răng thì móm sọm. Da dẻ thì nhăn nheo.

*Ngoài kia*
*Tuyết bay*
*Trắng xóa*
*Ngoài kia*
*Dòng sông*
*Mênh mông*
*Mênh mông...*

Ngoài kia, tuyết vẫn bay, trắng xóa một vùng, cùng giá lạnh.

Ngoài kia, sông vẫn chảy, người vẫn ngồi, đợi phút tàn hơi.

Mênh mông. Mênh mông!

****

Ông viết bài thơ BÔNG HỒNG CHO MẸ vào năm hai ngàn không trăm mười hai. Có bốn câu thôi mà khi đọc lên, không sao ngăn được dòng nước mắt. Chỉ chân tình, mới có thể mở cửa được trái tim.

*Con cài bông hoa trắng*
*Dành cho mẹ đóa hồng*
*Mẹ nhớ gài lên ngực*
*Ngoại chờ bên kia sông...*

Con mồ côi mẹ, nên Vu Lan này, con cài lên ngực con, một bông hoa trắng.

Con dành bông hồng này, tặng cho mẹ, mẹ ơi.

Mẹ nhớ cài nha, đừng quên, hoa ngực đỏ.

Bên kia sông, ngoại đang đợi, để ôm mẹ vào lòng đó, mẹ ơi!

****

Không chỉ là bác sĩ nhi giỏi, danh tiếng lẫy lừng, Đỗ Hồng Ngọc còn là một nhà văn, một nhà thơ và là một người có sức ảnh hưởng đến các bà mẹ trẻ, đến những người lớn tuổi muốn đi vào tu tập, hành thiền.

Tiếp xúc với ông, là tiếp xúc với một người thông minh, trí tuệ, duyên dáng, thú vị và thi vị, nên những cuộc trò chuyện với ông, bao giờ cũng là, hoặc nhận thêm được, hoặc học thêm được, những điều rất bổ ích cho cuộc sống, ví dụ, ông trao đổi, *Bát Nhã Tâm Kinh* có sáu trăm cuốn, rút gọn còn vài trăm chữ, và cuối cùng, chỉ còn một chữ "không". Dễ hiểu lầm chữ không này là không có gì, Thực ra vẫn có. Có này không do dự tính mà là do tác động của nhiều yếu tố, gọi là duyên sinh.

Tôi có hai người bạn vong niên, một là nhà thơ Trần Vấn Lệ, hai là nhà thơ Luân Hoán. Cả hai nhà thơ này đều là những người tôi rất kính trọng và mến yêu. Và, cũng cả hai ông này, đều là bạn rất thân của bác sĩ Đỗ Hồng Ngọc.

Anh Luân Hoán nhắn, muốn tôi viết một bài cho cuốn sách anh sẽ ra sắp tới, chuyên đề về Đỗ Hồng Ngọc. Còn Trần Trung Tá, thì tôi có đọc được nhiều câu nồng nàn, ấm áp lắm, khi viết cho Đỗ Nghê: Thơ Đỗ Nghê không rườm rà, không làm duyên làm dáng, không lập dị. Thơ ông là Thơ Hồn Nhiên, Thơ Nhã Nhặn, Thơ Ngọt Ngào. Tôi đọc thơ ông rồi úp cuốn sách lên ngực nghe ấm.

Bút danh ông là Đỗ Nghê. Ông nói, Đỗ là họ cha, Nghê là họ mẹ, không có gì là cao siêu hay bí hiểm trong này cả. Nhưng không hiểu sao, nghe cái tên Đỗ Nghê ấy mà, tôi cứ hình dung ra một chú bê con, chú nghé con, kêu nghé ọ, nghé ọ, dễ thương, hồn nhiên và thơ trẻ.

Cái tên, dù là bút hiệu, cũng vận vào con người ta nhỉ. Phải đủ hồn nhiên và thơ trẻ, thì ông mới có thể viết được những cuốn sách, và làm được những việc mang tính cống hiến cho đời, như ông.

Mong ông nhiều sức khỏe để dâng tặng dài lâu, tài năng, trí tuệ, tấm lòng, cho đời, như đã!

*Sài Gòn 08.03.2024*
**Phạm Hiền Mây**

# NGUYỄN THIÊN NGA

## TỪ BÀI THƠ CÙNG TUỔI VỚI TÔI

Trên kệ sách của mình, tôi đang chỉ có trên mười đầu sách của Nhà Thơ – Bác sĩ Đỗ Hồng Ngọc. Trong đó có một cuốn tôi mới được bạn tặng và có chữ ký của chính tác giả, đó là tác phẩm *"Áo Xưa Dù Nhàu..."*, xuất bản năm 2022. So với số lượng trên 60 đầu sách của ông ở nhiều thể loại tùy bút, tản văn, Y học, Phật học, Thiền học... thì số sách tôi đang có còn quá khiêm tốn.

Tôi có thói quen đọc sách nên luôn mải mê với từng tác phẩm mình đã có trong tay hoặc đi mượn bạn bè. Tuy nhiên có một tác phẩm của bác sĩ Đỗ Hồng Ngọc mà tôi đọc rất nhiều lần, đó là *"Thư Gửi Người Bận Rộn"*, NXB Văn Nghệ TP.HCM xuất bản 2005.

Lẽ nào tôi là một trong nhiều người bận rộn nên thích đọc *"Thư Gửi Người Bận Rộn"* (?)

Cũng có thể lắm chứ!

Cuốn sách này tập hợp 60 bài viết – 60 bức thư thật dễ thương tác giả gửi những người bận rộn. Giọng văn dí dỏm, giàu cảm xúc đan xen nhiều kiến thức y khoa của Đông - Tây khiến người đọc cảm thấy nhẹ nhàng, thú vị. Con số 60 cũng gợi nhớ đến 60 bức thư trong cuốn *"Thư Gửi Người Đàn Bà Không Quen Biết"* của André Maurois - Dịch giả Nguyễn Hiến Lê (điều này đã được bác sĩ Đỗ Hồng Ngọc nhắc đến một cách hóm hỉnh trong bài viết thứ 61, tôi hiểu đó như thay lời Bạt của *"Thư Gửi Người Bận Rộn"*).

Tôi dừng mắt nhiều lần hơn ở bức thư cuối cùng: *"Về Một Bài Thơ"*. Trong đó, tác giả nhắc trọn vẹn *"Thư Cho Bé Sơ Sinh"*, bài thơ được viết vội sau ca trực đỡ sanh đầu tiên của mình vào một đêm năm 1965. Vốn cũng là "bé sơ sinh" vào cùng năm ấy, tôi bây giờ đã... sắp già, hóa thân vào bạn ấy ngấu nghiến một lần nữa bức thư bác sĩ gửi và cảm xúc luôn dâng trào.

***Thư Cho Bé Sơ Sinh***

*Khi em cất tiếng khóc chào đời*
*Anh đại diện đời chào em bằng nụ cười*
*Lớn lên nhớ đừng hỏi tại sao có kẻ cười người khóc*
*Trong cùng một cảnh ngộ nghe em!*

*Anh nhỏ vào mắt em thứ thuốc màu nâu*
*Nói là để ngừa đau mắt*
*Ngay lúc đó em đã không nhìn đời qua mắt thực*
*Nhớ đừng hỏi vì sao đời tối đen!*
*Khi anh cắt rún cho em*
*Anh đã xin lỗi chân thành rồi đó nhé*
*Vì từ nay em đã phải cô đơn*
*Em đã phải xa địa đàng lòng mẹ...*

*Em là gái là trai anh chẳng quan tâm*
*Nhưng khi em biết thẹn thùng*
*Sẽ biết thế nào là nước mắt trong đêm*
*Khi tình yêu tìm đến!*

*Anh đã không quên buộc étiquette vào tay em*
*Em được dán nhãn hiệu từ giây phút ấy*
*Nhớ đừng tự hỏi tôi là ai khi lớn khôn*
*Cũng đừng ngạc nhiên sao đời nhiều nhãn hiệu!*

*Khi em mở mắt ngỡ ngàng nhìn anh*
*Anh cũng ngỡ ngàng nhìn qua khung kính cửa*
*Một ngày đã thức giấc với vội vàng với hoang mang*
*Với những danh từ đao to búa lớn*
*Để bịp lừa để đổ máu đó em...*

*Thôi trân trọng chào em*
*Mời em nhập cuộc*
*Chúng mình cùng chung*
*Số phận... Con người...*
Đỗ Hồng Ngọc
(Bệnh viện Từ Dũ, Sài Gòn 1965)

***

"Bé sơ sinh" trong bài thơ được sinh ra ở bệnh viện Từ Dũ, Sài Gòn. Còn tôi, cũng năm 1965 ấy, tôi ra đời tại nhà Bảo sanh cô Nhung, gần cuối con đường Đào Duy Từ, Đà Lạt. Cùng một khoảng thời gian, khác về không gian, nhưng những bé sơ sinh chúng tôi đều chào cuộc đời bằng tiếng khóc, hòa vào chuỗi âm thanh buồn của chiến tranh.

*Anh nhỏ vào mắt em thứ thuốc màu nâu*
*Nói là để ngừa đau mắt*
*Ngay lúc đó em đã không nhìn đời qua mắt thực*
*Nhớ đừng hỏi vì sao đời tối đen!*

Có một sự hồi tưởng nhẹ nhàng về các câu hát của nhạc sĩ Xuân Hồng trong ca khúc *"Đôi Mắt"*:

*Mẹ cho em đôi mắt tuyệt vời*
*Để nhìn đời, nhìn rõ đục trong*

Thôi thì, "thứ thuốc màu nâu" mà bác sĩ đã nhỏ vào mắt dù ngay lúc đó khiến bé "không nhìn đời qua mắt thực"; sau này hy vọng cũng giúp mắt bé sáng hơn để nhìn rõ cuộc đời trong đục.

Bài thơ được tác giả khai thác một cách tinh tế các khía cạnh tương phản của đời sống. Nghe như lời thủ thỉ mà rất thấm, rất sâu. Giật mình nhìn lại, sau bao nhiêu năm nhập cuộc, tôi có bớt ngỡ ngàng, thôi vội vàng, ít hoang mang (?). Chiến tranh đã lùi xa nhưng chưa mất dấu. Cả những cuộc chiến không bom rơi đạn nổ mà tan nát, đau xé lòng từng năm tháng này qua năm tháng khác.

Từ bài thơ bằng tuổi của tôi, tôi tìm đọc những bài thơ khác của cùng tác giả. Những bài thơ ngắn, rất ngắn, súc tích và mang đến cho tôi thật nhiều cảm xúc.

Đó là sự thương yêu dịu dàng, tưởng nhớ "Nụ Cười Của Mẹ" khi Mẹ đã đi xa:

*Lúc tủm tỉm,*
*lúc chế giễu,*
*lúc mỉa mai,*
*lúc chua chát,*
*lúc thứ tha,*
*lúc trách mắng...*

hay ngậm ngùi, tiếc nhớ về đứa con gái bé bỏng, ra đi còn quá trẻ:

*Mỗi năm*
*Mỗi người*
*Thêm một tuổi*
*Chỉ mình con*
*Mãi mãi*
*Tuổi đôi mươi...*
(La Ngà 3 -1990)

Có khi là sự đồng cảm, bùi ngùi khi vào "Trong Một Nhà Giữ Lão Ở Montreal". Đó cũng có thể là hình ảnh của mỗi chúng ta sau này:

*Mới hôm qua thôi*
*Nào vương*
*Nào tướng*
*Nào tài tử*
*Nào giai nhân*
*Ngựa xe*
*Võng lọng*
*...*
*Họ ngồi đó*
*Không nói năng*
*Không nghe ngóng*
*Gục đầu*
*Ngửa cổ*
*Móm sọm*
*Nhăn nheo*

Bài thơ "Rùng Mình" gây xúc động cho nhiều người. Những câu thơ là những câu hỏi không lời đáp, cả sự rùng mình giận dữ khi thiên nhiên bị săn đuổi, hủy diệt đến tận cùng:

*Người rùng mình hỏi vì sao*
*động đất sóng thần cứ triền miên*
*hết ngày này sang ngày khác?*
*...*
*Trái đất cũng đang rùng mình tự hỏi vì sao*
*những ngọn núi cứ triền miên đổ sập?*
*vì sao những dòng sông nghẽn tắt?*
*vì sao những mũi đao cứ*
*ngày đêm xoáy sâu vào lòng đất?*
*vì sao chim rừng cá biển không chốn nương thân*
*vì sao cổ thụ mầm xanh bị tận diệt*
*vì sao lúa bắp phải cấy ghép gen người?...*
*vì sao và vì sao?*

Và đau đớn, khi mà:

*Ta nương tựa vào nhau.*
*Nay có vẻ đã không còn cần nhau nữa!*
*Đất rùng mình phận đất...*
*Người rùng mình phận người...*

Rùng mình vì lạnh. Cái lạnh buốt khi tình cảm giữa con người và con người với nhau, giữa con người và thiên nhiên, vạn vật đã trở nên quá vô cảm, thờ ơ.

Rùng mình vì sợ hãi. Nỗi sợ hãi khi con người luôn thẳng tay tận diệt tự nhiên, hủy hoại môi trường sống. Nỗi sợ hãi vì những người sống và làm giàu trên mồ hôi, nước mắt của đồng loại một cách thản nhiên. Bao đại án về tham nhũng đang còn đó.

Khủng khiếp quá! Cứ nghĩ về mọi chuyện lại rùng mình.

Bác sĩ Đỗ Hồng Ngọc còn rất nhiều bài thơ hay. Tôi tình cờ được "thưởng lãm" phác họa con đường Thơ của ông qua ngòi bút nhà văn Phan Chính – Hội Văn Học Nghệ Thuật Bình Thuận. Bài viết *"ĐỖ HỒNG NGỌC - Thơ*

*Mãi Với Đời Và Bảng Lảng Trên Những Trang Văn"* giúp người đọc hình dung rất rõ nét về người bác sĩ, nhà thơ tài hoa này.

Tôi xin phép trích nguyên đoạn cuối cùng từ bài viết của nhà văn Phan Chính:

*"Cuộc hành trình sáng tạo và chia sẻ của Đỗ Nghê/ Đỗ Hồng Ngọc quả là sinh động và đích thực chân dung Đỗ Hồng Ngọc - một người thông tuệ, nặng tình như lời giới thiệu trên đặc san Văn hóa Phật giáo (2021)/ Viên Giác Tùng Thư, Hannover Đức Quốc: "Ngoài vai trò là bác sĩ, nhà giáo ông còn là một nhà thơ, nhà văn nổi tiếng. Ông viết nhiều tác phẩm đa dạng và rất được độc giả yêu thích".*

***

Nhà báo Hồng Dung trong một lần gặp Bác sĩ, nhà thơ Đỗ Hồng Ngọc đã nhận xét: *"Trò chuyện với ông, sẽ thấy một nhà khoa học nghiêm túc, nhưng dí dỏm và đầy thi vị."*

Tôi thật tiếc là chưa được gặp ông, tuy nhiên tôi cũng đã nhận ra điều đó khi đọc những tác phẩm của ông. Có thể nói rằng, tôi đã có thêm sự hiểu biết nhất định về Y học Đông Tây để chăm sóc gia đình, chăm sóc bản thân; hiểu thêm về Thiền học, Phật học, để rồi có cái nhìn đa chiều, cởi mở hơn và cảm xúc về cuộc sống dày dặn hơn. Tôi có mặt khá thường xuyên trên "Trang nhà của Bác sĩ Đỗ Hồng Ngọc", để đọc, để học, để hiểu và ngưỡng mộ người bác sĩ – văn thi sĩ này vô cùng.

Tôi rất thích sự gắn bó giữa văn thơ Đỗ Hồng Ngọc với âm nhạc Trịnh Công Sơn. Không chỉ là tựa những tác phẩm: *"Áo Xưa Dù Nhàu..."*, *"Gió Heo May Đã Về"*, *"Về Thu Xếp Lại..."*, ... mà trong nhiều áng văn của mình, BS Đỗ Hồng Ngọc cũng thường đưa những ca từ của nhạc sĩ họ Trịnh vào một cách tự nhiên, như một cách chuyển ý thật mềm mại, tinh tế. Chính điều này giúp người đọc đọc hoài mà không thấy khô khan, dù bài đó đang nói về một sự kiện vừa diễn ra ở đâu đó hay đơn thuần là kiến thức nói về cách tự bảo vệ sức khỏe.

Đặc biệt, trong tác phẩm *"Về Thu Xếp Lại..."*, cả 10 chương đều được đặt tên bằng những ca từ thơ mộng, đầy tính triết học và nhân văn của nhạc sĩ Trịnh Công Sơn – một người tôi vô cùng yêu kính.

Chương 1: *Cát Bụi Tuyệt Vời*
Chương 2: *Tôi Chợt Nhìn Ra Tôi*
Chương 3: *Về Thu Xếp Lại... Ngày Trong Nếp Ngày*
Chương 4: *Con Tinh Yêu Thương Vô Tình Chợt Gọi*
Chương 5: *Người Đã Đến Và Người Sẽ Về Bên Kia Núi*
Chương 6: *Đôi Khi Thấy Trên Lá Khô Một Dòng Suối*
Chương 7: *Chìm Dưới Sương Thu Là Một Đóa Thơm Tho*
Chương 8: *Trên Hai Vai Ta Đôi Vầng Nhật Nguyệt*
Chương 9: *Trời Cao Đất Rộng Một Mình Tôi Đi*
Chương 10: *Để Lại Trong Cõi Thiên Thu Hình Dáng Nụ Cười*

Cư sĩ Nguyên Giác đã có một bài viết về tác phẩm *"Về Thu Xếp Lại..."* đăng trên website Thư Viện Hoa Sen vào 04/04/2019. Bài viết phân tích rất sâu, rất hay và thấm; dĩ nhiên, tôi đã đọc nhiều lần.

Từ ngày xưa, cứ sau mỗi lần nghe lại một ca khúc của nhạc sĩ Trịnh Công Sơn, ngẫm nghĩ, tôi lại như "ngộ" ra được một điều mới mẻ. Tôi cứ nghĩ, những giai điệu thiết tha, những ca từ khúc chiết thấm đẫm tình yêu thương con người mà phảng phất "hơi thở thiền" của ông, phải chăng là một loại "thánh ca" của một thứ tôn giáo nào đó? Tôn giáo đó, bây giờ – khi ông đã vĩnh biệt chúng ta hai mươi ba năm – khoảng thời gian quá đủ để lắng lại – tôi đã gọi được tên: tôn giáo Tình Yêu Con Người. Và trong thế giới tôn giáo đó, ông là một nhà tiên tri, một người truyền đạo không mệt mỏi, một thiên sứ đi lang thang trong cuộc đời để mặc khải cho mọi tín đồ về khoảnh khắc vô thường, ngắn ngủi của kiếp người, để mong mọi người sống nhân hậu hơn, bao dung hơn và yêu thương nhau hơn...

Cho đến bây giờ, đọc *"Về Thu Xếp Lại..."* và một số tác phẩm khác của bác sĩ, thi sĩ Đỗ Hồng Ngọc, tôi cũng cảm nhận được nguồn cảm xúc ấm áp tương tự vậy. Có chăng, khác một điều là: tác giả Đỗ Hồng Ngọc vừa là bác sĩ, vừa là nhà thơ nên tác dụng "chữa lành" còn bao hàm cả về Y học nữa. Nếu đọc kỹ, ngẫm ngợi lâu sẽ thấy rất tuyệt diệu.

Ông viết về tuổi già, về bệnh tật, về cả cái chết, nhưng giọng văn không hề bi quan, không chút bối rối, nhiều khi hóm hỉnh dễ thương.

Già ư?

"Già khú" là giai đoạn một, thêm một bước nữa thì gọi là "già khú... đế". Khú, Từ điển tiếng Việt bảo là "để thâm lại và có mùi hôi", thí dụ dưa khú, tức là một thứ dưa để lâu quá, sắp hư. "Khú đế" là "vua" của khú đó chăng?

(Chương 2 – *Về Thu Xếp Lại*)

Chết ư?

Ông viết:

*"Lắng nghe hơi thở của mình*
*Mới hay hơi thở của nghìn năm xưa*

*Một hôm hơi thở tình cờ*
*Dính vào hạt bụi thành ra của mình*

*Của mình chẳng phải của mình*
*Thì ra hơi thở của nghìn năm sau"...*

Nói tình cờ chớ chẳng phải tình cờ chi đâu, do duyên, do nghiệp cả đó thôi. Nói cho cùng thì cái thân hơi - hơi thở - kia là của ngàn năm trước, ngàn năm sau, chớ chẳng phải của ta, riêng ta gì đâu. Đừng tưởng bở! Nó đến nó đi vô tình, ngạo nghễ. Nó Như Lai. Không phân biệt.

... Chẳng ai có thể thở giùm ai được đâu. Chẳng ai có thể "thiền" giùm ai được. Cho nên phải quay về nương tựa chính mình "một mình tôi đi, một mình tôi về... với tôi" mà thôi.

(Chương 9 – *Về Thu Xếp Lại*)

Nhẹ tênh. Lạc quan.

Cư sĩ Nguyên Giác viết rằng:

*"Tác phẩm "Về Thu Xếp Lại..." của Đỗ Hồng Ngọc không chỉ để đọc một lần. Sách này có thể nên đưa vào túi xách, nên mang theo bên người để thỉnh thoảng đọc lại. Để không sợ già, không sợ chết, để biết cách đùa giỡn với bệnh, và cũng để biết cách Thiền tập trong những cách tự quan sát thân tâm mình không rời."*

Tôi đã làm như vậy. Cảm giác thật an nhiên.

***

Trả lời một bạn đọc Báo Thanh Niên, khi được hỏi:

- Bác sĩ có thể kể về một kỷ niệm sâu sắc nhất trong cuộc đời làm nghề y?

Ông vui vẻ:

- Đó là lúc thực tập đỡ đẻ ở Bệnh viện Từ Dũ, năm 1965. Khi đỡ được ca đầu tiên mẹ tròn con vuông, tôi xúc động viết liền một mạch bài thơ Thư cho bé sơ sinh, sau đó còn chép vào bản phúc trình nộp lên thầy. Thầy rầy: Đỡ đẻ không lo đỡ đẻ, lo làm thơ! Hôm sau đã thấy ai đó viết bài thơ lên bảng đen và được nhiều bạn sinh viên thời đó yêu thích. Còn chú bé sơ sinh của tôi lúc đó nay đã gần 40 tuổi rồi còn gì! Mới thôi!

*(Nguồn: Báo Thanh Niên, 07/02/2004)*

Tôi thấy vô cùng thú vị với điều này.

Dạ thưa bác sĩ, sang năm thôi, chú bé sơ sinh ấy bước vào tuổi "lục thập", sẽ được liệt kê là người cao tuổi. (Còn với bác sĩ, nhà thơ Đỗ Hồng Ngọc thì nhẹ nhàng hơn: *Già ơi..., chào bạn!*)

Tôi - cô bé sơ sinh đồng tuổi với chú bé ấy – dù được gọi là người cao tuổi, đã, đang và sẽ vẫn ngồi bên hiên nhà, sáng sáng chiều chiều đọc văn, thơ của Bác sĩ, thi sĩ Đỗ Nghê  Đỗ Hồng Ngọc.

Cô ấy sẽ mỉm cười thư thái, nhẹ nhàng đọc lại những bức *"Thư Gửi Người Bận Rộn"* được xuất bản lần đầu còn thơm hoài dấu tay lật từng trang sách; tiếp tục *"Về Thu Xếp Lại..."* khi ngoài kia nắng gió thời gian ân cần nhắc nhớ: *"Già ơi..., Chào Bạn!"*.

Chúng tôi luôn cầu mong bác sĩ, thi sĩ Đỗ Hồng Ngọc bình an, khỏe mạnh để tiếp tục được gặp ông trên văn đàn mỗi ngày, để vẫn được đọc những câu thơ "chan hòa, giản dị, như tự bật ra từ trái tim, và khi thấy lòng mình đã lên tiếng vừa đủ, thì thơ ông nhẹ nhàng rút lui hay ẩn mình trong khói sóng". *(Nhà NCVH Huỳnh Như Phương)*.

Khói sóng màu lam dịu dàng, khiêm tốn và đượm mùi hương Ngọc Lan.

*Dalat, 3/2024*
**Nguyễn Thiên Nga**

# KHUẤT ĐẨU

## ĐỌC "NHỚ ĐẾN MỘT NGƯỜI" CỦA ĐỖ HỒNG NGỌC

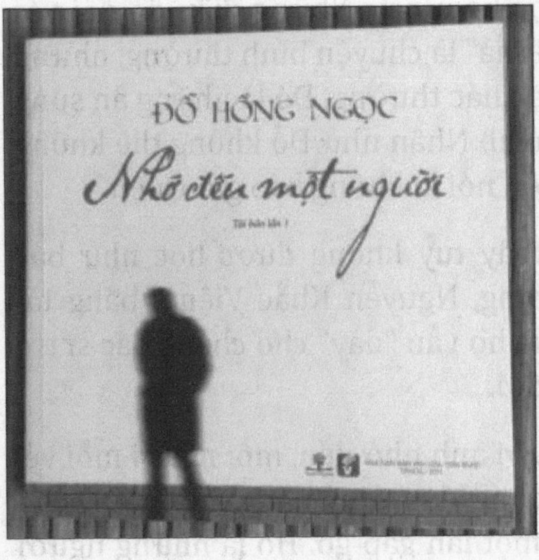


Mượn một nửa câu hát của Trịnh Công Sơn để làm nhan đề cho tập sách mới nhất của mình, bác sĩ họ Đỗ chừng như ỡm ờ đánh lừa độc giả, nhất là những độc giả nữ lâu nay đã thầm yêu những trang sách dí dỏm nhẹ nhàng của anh.

Một người nào mà anh ưu ái vậy cà? Một Diễm của Trịnh? Một T. của Nguyên Minh?

Không! Bé cái nhầm! "Một người" đó là những thoáng nhớ lan man từ Nguyễn Hiến Lê, Võ Hồng, Võ Phiến, Trang Thế Hy... đến Lữ Quỳnh, Lữ Kiều, Trần Hoài Thư, Phan Như, Phan Chính... Từ Nguyễn Bắc Sơn phóng dật đến cụ tổ ngành y Hải Thượng Lãn Ông nghiêm cẩn. Từ một Trịnh Công Sơn "bồ tát" đến một Dương Cẩm Chương trăm tuổi mà vẫn tài hoa.

Một người, là cả những Thầy, những Bạn mà suốt 70 năm tác giả đã có may mắn được thọ giáo, được nghe đàn hát và đọc thơ, xem tranh...

Giá như non 60 năm trước, không có một ông cậu "khùng" vì học giỏi và rành nghề học đưa đứa cháu tản cư và mồ côi cha đen đúa trong một sáng mùa thu đến trường và nếu không có một học giả như Nguyễn Hiến Lê ân cần chỉ bảo cách học thì chúng ta đã không có một bác sĩ Đỗ Hồng Ngọc hôm nay. Những điều đó đối với những đứa trẻ "con nhà" là chuyện bình thường, nhưng với Đỗ Hồng Ngọc là khác thường. Đó là những ân sủng mà một người đã thành Nhân như Đỗ không thể không Nhớ, nếu không muốn nói là không bao giờ Quên.

Rồi những bậc thầy tuy không được học như bác sĩ Dương Cẩm Chương, Nguyễn Khắc Viện... bằng tài học và nhân cách của họ vẫn "dạy" cho chàng bác sĩ trẻ những bài học nhớ đời.

Tất cả những người anh nhớ đến, mỗi người mỗi vẻ, có những nét đáng trọng, đáng quý, đáng yêu... đáng cho độc giả thêm được một lần gặp gỡ. Họ là những người cũ, nhưng không phải muôn năm cũ, không nhất thiết phải bằng cấp đầy mình, không chỉ học ở trường ở sách mà học ở bạn, ở đời.

MỘT NGƯỜI, phải viết in hoa như thế này. Bởi vì đó có thể là sông Cà Ty ở quê hương anh, có thể là màu sương lam ở Hà Nội trong nỗi nhớ của Nguyễn Hiến Lê, là câu đối trên mộ cha của Nguiễn Ngu Í *"Mắt mở đã thấy xiềng nô lệ/ Hồn đi còn mơ gió tự do"*, có thể là cách kể thơ trên xe lửa, với bài thơ *Thầy còn nhớ em không* của Đỗ Trung Quân đã khiến cho cô bạn Mỹ Susan Barnes hiểu được thế nào là những nhà thơ mới ở Việt Nam.

Một Người, đó là Nhân Cách, là Tài Trí và Tài Hoa. Một Người rất yêu quê hương, yêu đất nước, yêu tự do và yêu nghệ thuật. Một Người, còn là ngọn hải đăng cho con thuyền anh tìm được bến bờ giữa những con sóng dữ của lịch sử. Một Người đó bây giờ gọi là thần tượng.

Một Người đó trong suốt 70 năm "thấm" dần vào anh, làm nên một Đỗ Hồng Ngọc, vừa là một bác sĩ từ ái, vừa là một văn sĩ có ngòi bút kể chuyện duyên dáng, một thi sĩ "dễ thương nhất nước" (chữ của Du Tử Lê) mà chúng ta được biết đến hôm nay.

Anh thường khiêm nhượng bảo mình không là nhà văn vì có truyện dài truyện ngắn nào đâu. Nhưng không là nhà văn mà mỗi dòng mỗi chữ đều là văn thì là nhà gì đây. Hãy xem anh vẽ một vài chân dung:

Với Lữ Kiều, anh viết: Chàng nắn nót, nâng niu, đưa ngọn bút lông lên ngang tầm mắt, ngắm nghía từng sợi nhỏ, xoay tới xoay lui đôi ba bận một cách thuần thục mà ngập ngừng, rồi thè lưỡi thấm nhanh mấy cái như vót cho các sợi lông bút quấn quít vào nhau, cho nhọn hoắt lại như gom nội lực nhất điểm; rồi thận trọng, nhẹ nhàng chàng nhúng bút sâu vào nghiên mực đã mài sẵn, ngập đến tận cán, rút nhanh ra rồi chắt vào thành nghiên, ấn ấn xoay xoay lúc nặng lúc nhẹ cho mực túa ra nức nở, ào ạt rồi thưa dần, đến lúc sắc nhọn vừa ý, chàng phết nhẹ một nét lên tờ giấy đợi chờ, như để đo độ đậm nhạt, hít một luồng chân khí, định thần, lim dim, phóng bút... Chàng "nho sinh" mỉm cười khoái trá, trút đi gánh nặng ngàn cân, kiệt sức, nhanh tay nhúng bút vào lọ nước trong... Những giọt mực thừa rơi lả tả... Cứ như cụ Nguyễn Tuân tả lại cái cảnh Cao Bá Quát cho chữ trong tù!

Với Trang Thế Hy, anh mê cảnh nhà văn Nam bộ hút thuốc dù anh ghét thuốc lá: Mê thiệt. Thấy cái cách ông ngậm điếu thuốc chếch qua một khóe miệng, thấy cái cách khum khum đôi bàn tay ấp ủ ngọn lửa như một bông hoa tự dưng thấy lòng xao xuyến. Một người gần 90 tuổi, ghiền thuốc lá từ ngày còn trẻ, ngồi bên cạnh mình, nhẹ nhàng rút một điếu, nâng niu đưa lên miệng, rồi ân cần xoay xoay chiếc hộp quẹt chuẩn bị bật lửa... có cái gì đó như một nghi lễ tôn giáo, khiến tôi chỉ biết ngồi im không dám hó hé.

Tả bằng cái tâm yêu tâm quý nên người đọc cũng xúc động theo.

Nhưng trong văn anh không chỉ có tả, còn có cái duyên ngầm khiến ta cười mỉm không thôi. Đó là cách nhìn người, cho dù là đạo cao đức trọng như cụ Lãn Ông hay Ngô Gia Hy, anh cũng có cách tìm ra những điểm khiến cho ta yêu kính nhưng không thấy xa cách mà là rất gần. Cụ Lãn Ông thì có chuyện tình với một người đã đính hôn nhưng không lấy đến nỗi người ấy phải đi tu. Trần Văn Khê cũng lại chuyện tình và được anh mừng sinh nhật 90 bằng hai câu thơ đúng chóc Phân nửa phần trên đầy sống động / Nửa phần bên dưới có hư hao. Với Võ Hồng thì đừng sợ, con chó nó còn hiền hơn tôi.

Đó là các bậc sư phụ, đàn anh. Với bạn bè thì anh "đùa dai" hơn một chút.

Nguyễn Bắc Sơn vẽ chân dung Từ Thế Mộng - còn gọi là Tư Đình - bằng hai câu: *Tư Đồ, Tư Mã, Tư Không / Ba Tư dồn lại thành ông Tư Đình*.

(Chỉ nhắc lại thôi chứ không cấm nói lái như Kiệt Tấn, kiểu cấm mà không cấm). Với Nguyễn Như Mây, anh kể Như Mây than mình bị kêu cụ Mây, rồi sau cụ Gió và giờ là cụ Ma!

MỘT NGƯỜI để nhớ của anh quả thật không quá xa, không quá kiêu kỳ, dù họ là những người thầy, những danh nhân, những thi sĩ, họa sĩ... một người mà qua cách rút tỉa những nét hay nét đẹp của anh khiến ta thấy gần, thấy yêu, Một Người, là của hơn 40 người. Một Người, qua tập sách cố ý vuông vức của anh, như một chiếc gương soi, ta có thể nhìn thấy chính anh cũng đáng yêu, đáng quý, đáng trọng và dĩ nhiên đáng nhớ đến xiết bao!

**Khuất Đẩu**

# PHẠM BẢO KIM

## ĐỌC VĂN ĐỖ HỒNG NGỌC

Đỗ Hồng Ngọc là một nhà thơ trước khi tốt nghiệp Bác sĩ Y khoa Đại học đường Saigon vào năm 1969. Bài thơ đầu tiên được đăng trên tạp chí Bách Khoa năm 1960. Sau đó, ông đã có nhiều thơ đi trên các tạp chí Bách Khoa, Mai, Tình Thương, Ý Thức... Năm 1967, khi đang là sinh viên Y khoa, ông đã có tập thơ đầu tay "Tình Người" xuất bản. Thơ ông đẹp, hay. Đã hẳn. Vì được viết từ chính trái tim, từ xúc động chân thành *"như không thôi đi được"* mà Chu Hy đã nói đến trong Thi Kinh tập truyện. Ông tâm sự: "Tôi không có khả năng 'hư cấu' nên không viết được truyện dài truyện ngắn tiểu thuyết như các bạn mình... Tôi chỉ có một truyện ngắn duy nhất *"Người thứ hai"* đã đi trên tạp chí Mai xuất bản tại Saigon vào năm 1965, sau này được in lại trong tập truyện *"Cuộc đi dạo tình cảm"* của nhiều tác giả, Nhà xb Trẻ, 1998.

Georges-Louis Leclerc, Comte de Buffon (1707–1788) có lần phát biểu: "Phong cách chính là người" (Le style c'est l'homme même) mà người Việt chúng ta thường diễn dịch "Văn chính là người". Đọc truyện ngắn này của ông, độc giả có thể nhận ra ngay điều đó.

Nhân vật chính trong truyện xưng "tôi" hoặc "anh" là hình ảnh của Đỗ Hồng Ngọc thời đang là sinh viên y khoa mà chắc chắn sản phụ nào cũng mong là người đỡ đẻ cho chính mình. Có thể thấy ông đã đặt cả trái tim mình trong công việc. *"Tôi hỏi thật nhỏ nhẹ, lời lẽ cân nhắc đắn đo sao cho người đàn bà nằm đây chờ sanh tin cậy nơi tôi mà không thẹn thùng khi phải trả lời những câu hỏi của tôi đôi khi như chạm đến bí mật riêng tư của bà. Tôi hỏi về gia đình bà, và những đứa con của bà. Tôi giảng giải cho bà nghe những giai đoạn trong việc sanh nở. Tôi nhớ mang máng có đọc trong tạp chí nào đó một phương pháp đẻ không đau nên thử áp dụng... Bây giờ thì bà đã đau rột. Tôi bắt mạch, đo thời gian co tử cung, rồi nói chuyện cho bà nghe để bà quên đau... Người đàn bà cắn môi, nhăn mặt, chuẩn bị rặn. Tôi khuyên hãy đợi một lát, chờ cho cổ tử cung nở hẳn, để tránh nguy hiểm về sau. Bà uốn cong người, nhịn rặn, hả miệng to để thở và những giọt mồ hôi gặp dịp tốt không quên túa ra, tụ lại, chảy xuống thành dòng... Tôi đặt tay lên bụng bà, lo lắng, thầm khấn cho bà sanh dễ dàng, mau chóng..."*

Nhớ hồi sinh cháu đầu lòng, cha mẹ hai bên đều không ở gần, không được chỉ vẽ điều gì, lại càng không có cơ may có trong tay cuốn sách *"Viết cho các bà mẹ sinh con đầu lòng"* của Bác sĩ Đỗ Hồng Ngọc nơi xứ lạ quê người, tôi đã lúng túng biết bao. Đỡ đẻ cho tôi là bác sĩ R.V. nổi tiếng mát tay ở thành phố nơi tôi sinh sống, nhưng ông không chỉ có tôi là sản phụ duy nhất trong phòng sanh. Chỉ có y tá vào ra, thăm độ nở của cổ tử cung và báo cho ông biết, trong khi ông còn lo cho những sản phụ khác. Không có bác sĩ hay y tá nào ngồi nói chuyện cho mình quên đau, hoặc chỉ dẫn điều này điều nọ. Chỉ khi cổ tử cung đã nở, bác sĩ mới vào cùng y tá, khuyến khích mình ráng rặn để cho con ra.

Từ cơn đau của người sản phụ, *"Lấm tấm trên trán, trên mũi bà đọng mấy giọt mồ hôi – giọt mồ hôi của những người mẹ hợp với nước mắt của họ làm thành biển mẹ bình bồng những đứa con – tôi nghĩ về mẹ tôi một cách biết ơn hơn bao giờ hết".* Với trái tim mẫn cảm ông đã nhìn ra mẹ mình và tất cả những người mẹ đã chịu đớn đau cho con được ra đời vuông tròn, để từ đó lòng biết ơn Mẹ đã thêm ngập tràn trong trái tim ông.

Những câu tả cảnh tả tình trong bài cũng rất đẹp, chẳng hạn:

*"Trên bãi cát phẳng lì này, anh đã nằm nghe trời đất tự tình. Những đợt sóng lớn nhỏ đuổi nhau, đùa giỡn trên bãi, cuốn đến chân anh rồi ngại ngùng rút đi. Những con sò ca trên cát trắng. Em thấy còng gió đó không Mai? Nó chạy nhanh hơn gió. Đừng đuổi mất công. Để hôm nào anh đưa em đi xem cách người ta bắt còng nghe. Quê hương anh thật nghèo, thật đẹp. Rừng dương reo vi vu ru mình vào giấc ngủ."*

Một trong những tác phẩm của ông tôi cũng rất thích là *"Áo Xưa Dù Nhàu..."*, ghi lại 18 chân dung văn học mà ông có dịp gặp gỡ, quen biết, do Phanbook xuất bản 2022. Tôi yêu những đoạn văn ông tả mùa thu ở Boston rất nên thơ. *"... lá như ráng níu lại chút xanh, và vì níu lại nên có vẻ chặt hơn, xanh hơn lên mà thôi. Bởi vì rất nhanh, lá bỗng vàng rượm, vàng rực, vàng tía, vàng buốt... và bầu trời rộng ra, thênh thang, yểu điệu kỳ cục."* Hay: *"Tôi bước đi từng bước nhẹ dưới những vòm cây và nghe cho hết tiếng thu về. Dưới chân mình là từng lớp lá rụng, bước chân bỗng như hẫng đi và tôi chợt ngơ ngác. Thấy mình như không còn là mình nữa. Hay mình là nai? Có thể chứ? Con nai vàng ngơ ngác của Lưu Trọng Lư?"* Phải đọc mùa thu Boston, tôi mới cảm thấy trân quý với thiên nhiên thời tiết mà mình đang được hưởng. Để biết thưởng thức *"... Cái tiếng mùa đi, mùa về, cái tiếng đời của mỗi chúng ta. Nó ở trong không gian dằng dặc, đùng đục thênh thang kia, và ở cả trong thời gian hun hút, héo hon rơi rụng nọ, một thứ 'tiếng động nào gõ nhịp không hay' (TCS) đó chăng."*

Cách tả của ông cũng rất độc đáo. Với học giả Nguyễn Hiến Lê ghiền thuốc cỡ "thường thường bậc trung" thì *"Lúc nào cũng có lon thuốc rê bên mình, ông vừa trò chuyện với khách vừa vấn vấn vê vê điếu thuốc lá, liếm nhẹ rồi bật quẹt hút. Các ngón tay ông nhanh nhẹn, thuần thục đến vàng sậm màu khói"*. Còn với nhà văn Trang Thế Hy, việc hút thuốc đã trở thành một nghệ thuật, một "nghi lễ tôn giáo": *"Thấy cái cách ông ngậm điếu thuốc chếch qua một bên khóe miệng, thấy cái cách ông khum khum đôi bàn tay ấp ủ ngọn lửa như một bông hoa tự dưng thấy lòng xao xuyến... Một người gần 90 tuổi, ghiền thuốc lá từ ngày còn trẻ, ngồi bên cạnh mình, nhẹ nhàng rút một điếu, nâng niu đưa lên miệng, rồi ân cần xoay xoay chiếc hộp quẹt trong tay chuẩn bị bật lửa..."* Bằng những nét chấm phá như thế, ông đã cho người đọc thấy được một Trang Thế Hy ghiền thuốc đến cỡ nào!

Văn ông dí dỏm, rất có duyên, khiến người đọc không muốn buông sách, mà cứ muốn tiếp tục đọc cho đến hết để tủm tỉm cười một mình. Như ông tả "chàng" Huy Cận chẳng nên thơ chút nào như trong trí tưởng, "một ông già lùn mập, trông giống như Bất Giới hòa thượng, ì ạch leo lên cầu thang. Trời, Huy Cận bằng xương bằng thịt đây sao? Người mà 'em ơi hãy ngủ anh hầu quạt đây' đây sao?" Nhưng khi nói về thơ thì Huy Cận lập tức biến thành một con người khác. "... Rồi ông lại ư ử. Hay. Câu này hay. 'Một ngày Đập Đá nghiêng vai biếc người'. *Một ngày Vỹ Dạ trăng soi, một ngày Đập Đá nghiêng vai biếc người*. Ngày thì trăng không soi được rồi, mà tại sao lại biếc người? Không phải chỉ là cái quán cà phê bên dòng nước xanh um bóng cây kia mà chính là, à phải rồi, chính là con thuyền ai đó có chở trăng về kịp tối nay và vườn của ai kia lá có còn mướt xanh như ngọc. Vâng, xanh nên biếc và người nên ngọc. Ông Huy Cận này ghê thiệt. Quả là danh bất hư truyền. Ông đọc và cảm nhận thơ tinh tế không thể tưởng. Mới vừa thấy ông là Bất Giới hòa thượng đó bỗng đã thành Nghi Lâm tiểu sư muội, rồi bây giờ lại là Lệnh Hồ huynh đệ, chỉ dùng kiếm ý mà không cần kiếm chiêu..." Và tôi không thể không tủm tỉm cười khi đọc đến chỗ, "Bỗng nhiên ông hỏi: 'Duyệt chưa?' Tôi trả lời: 'Chừng nào in mới đưa Nhà xuất bản duyệt'. 'Không, vợ duyệt chưa?' Trời đất quỷ thần cái ông Huy Cận này. Lại có vụ đó nữa ư? Tôi ấp úng đành cười trừ. Lê Phương Chi cười ha hả: Cái ông Huy Cận nhứt vợ nhì trời này, mày không biết sao?"

Qua tập sách này, tôi cũng thấy được ĐHN còn là một nhà báo có tài phỏng vấn. Như nhà văn Trang Thế Hy đã thổ lộ: "Hôm trước có cô nhà văn gì đó hỏi tôi tại sao không ưa... mà thích Lỗ Tấn? Tôi không trả lời, nhưng hôm nay nói cho Đỗ Hồng Ngọc nghe nha: Tôi thích Lỗ Tấn vì..." Ông đến với mọi người bằng tấm chân tình, nên ông cũng được đối đãi lại như thế. Nhà thơ Quách Tấn đã không ngại chia sẻ với ông về tính dục. "Trước kia tôi có nhiều nhơn tình. Tôi cám ơn họ lắm vì nhờ họ tôi có nguồn cảm hứng luôn. Tôi quan niệm 'làm thơ cũng như chơi gái'. Làm thơ không phải chỉ thuần có khoái cảm ở tâm hồn, nhiều lúc thấy vibrer cả cơ thể. Làm xong một bài thơ, cơ thể cũng rã rời, mệt mỏi. Có những bài thơ làm bằng nước mắt. Ngược lại, chơi gái cũng phải là một hành động thơ, chứ không phải chỉ là sự giải quyết sinh lý."

Hiện nay ông tiếp tục dùng ngòi bút văn chương của mình, mang thơ nhạc để giảng giải lời kinh cũng rất hay, giúp người học Phật trình độ sơ cơ hiểu được và từ đó đến với Phật pháp dễ dàng hơn. Tôi rất "mê" cách ông giải thích *kinh Kim Cang* qua bài viết *"Con mắt còn lại"*.

"Bùi Giáng, một thi sĩ thấm đẫm Kim Cang thường hạ những câu 'hà dĩ cố' trong thơ có lần viết *'Còn hai con mắt khóc người một con...'* mà Trịnh Công Sơn đã nối theo: *Còn hai con mắt một con khóc người!* Con mắt còn lại...? Ừ, con mắt còn lại thì sao? *Con mắt còn lại... nhìn một thành hai, nhìn em yêu thương nhìn em thú dữ...* (TCS). Phải rồi, cái con mắt còn lại quả thực là con mắt gây phiền hà! Nó bị diplopie, nhìn một thành hai! Nhưng người bị diplopie thì nhìn một thành hai giống hệt nhau còn đằng này *nó nhìn em... yêu thương thành em thú dữ, rồi còn 'nhìn tôi lên cao nhìn tôi xuống thấp...'*, nghĩa là cái nhìn đầy "phân biệt đối xử"! Nó như của ai khác- nó quan sát ta, nhìn ngắm ta và rồi nó... thở dài thấy mà ghét *(Con mắt còn lại là con mắt ai? Con mắt còn lại nhìn tôi thở dài!* TCS*)*! Thở dài, bởi nó thấy ta tội nghiệp! Thấy ta đáng đời! *"... đời tôi ngốc dại, tự làm khô héo tôi đây..."* (TCS).

Đó chính là con mắt của "Thức". Của biện biệt, so sánh, đếm đo. Khi "thức" biến thành "trí" thì mọi chuyện đã khác! Lúc đó,

*Con mắt còn lại/ nhìn đời là không/ nhìn em hư vô/ nhìn em bóng nắng!*

Là không, chứ không phải bằng không! Là không, đó là cái không của có, cái có của không... Tóm lại, còn hai con mắt... *"khóc người một con"* kia là con mắt của Bi! *"Con mắt còn lại nhìn đời là không"* này chính là con mắt của Trí. Bi mà không Trí thì cứ sẽ khóc hoài, dỗ không nín!

(trích từ *Gươm báu trao tay* – Đỗ Hồng Ngọc. Nhà xb Phương Đông 2008)

Nơi đây xin được tỏ lòng biết ơn đến Nhà thơ – Bác sĩ – Cư sĩ Đỗ Hồng Ngọc, ông đã giúp tôi thêm vốn kiến thức văn chương, y khoa, âm nhạc, Phật học... Tôi vẫn thầm nghĩ mình là người may mắn được học hỏi từ những cuốn sách của ông, và từ những điều ông viết chia sẻ trên trang nhà Đỗ Hồng Ngọc cũng như trên các trang mạng khác.

**Phạm Bảo Kim**
*24.3.2024*

*Buổi RMS "Một ngày kia... đến bờ" tại quán chay Phương Mai (16.9.2023)*
*Từ trái: Đỗ Hồng Ngọc, Đỗ Ngọc Bích, Nguyệt Mai & Thân Trọng Minh*

## NGUYỄN THỊ KHÁNH MINH

### TỦM TỈM ĐI TỦM TỈM VỀ TỦM TỈM TỚI

*Gửi Nguyệt Mai*

Nguyệt Mai gửi e-mail bảo, anh Ngọc đang ở sinh nhật 80. Ở là cư ngụ hả Mai. Ở là lúc, thời gian, phải không Mai. Em nói hay thật đấy, tôi đang hình dung những bước chân tuổi 80 hôn trên đất (sư Nhất Hạnh bảo thiền hành với những bước chân như là hôn mặt đất vậy), tôi đang tưởng thời gian đang bắt tay tuổi 80. Mà ai bắt tay ai trước, với bản chất như thế thì chắc là anh Ngọc nhà mình rồi, Mai đồng ý không? Bỗng nhiên tôi mở lại những hình của anh Đỗ Hồng Ngọc, hầu hết là anh cười, mà cười tủm tỉm, mỉm cười. Khi tôi đọc văn thơ của anh lần nào cũng thầm nói, anh Ngọc là vậy, cứ thế mà tủm tỉm đi tủm tỉm về tủm tỉm tới. Hình ảnh đúng như bao người nhận xét, hòa nhã, thong dong, từ từ, nghĩa là tất cả những hình ảnh nào mang tính dừng lại, thì là anh đấy! Anh là mỉm cười, là tủm tỉm, là dừng lại. Tóm lại, là tự tại. Khiến tôi nghĩ đến câu hỏi của Vô Tận Ý bồ tát: "Thế Tôn, Quán Thế Âm dạo đi trong cõi ta bà như thế nào?" Tôi thích nghĩa dạo chơi này lắm, anh Đỗ Hồng Ngọc qua mấy chục pho sách tung tăng cõi bụi độ thoát bao tâm tư thì quả là dạo chơi như thế đúng không hả Nguyệt Mai?

Trong sách Biết Ơn Mình, anh viết, Xây dựng hình ảnh về chính mình (self-image) rất quan trọng, nếu đó là một hình ảnh tích cực nó sẽ giúp cho mình tự tin hơn và từ đó ảnh hưởng đến "môi trường" xung quanh; còn nếu là một hình ảnh tiêu cực thì sẽ rất không hay.

Tôi nhớ đã nghe trong một pháp thoại của thiền sư Thích Nhất Hạnh có nói, người đang mỉm cười là tỉnh thức, là chánh niệm, là lúc vững chãi thảnh thơi. Phải chăng anh Đỗ Hồng Ngọc luôn tự tại mỉm cười nên chi ba-con-nợ tham sân si kia chẳng có cửa mà vào? Thế có phải là Niết Bàn Lạc Trú như sư Nhất Hạnh giảng? Hình ảnh ấy đã để lại những tình cảm tích cực nơi người có dịp tiếp xúc anh hay tiếp xúc anh qua chữ nghĩa. Hình ảnh đó đối với riêng tôi như một nhắc nhở khi tôi lậm vào những thứ buồn bã linh tinh về cuộc sống về bịnh tật.

Nguyệt Mai bảo, anh Ngọc đang ở sinh nhật 80. Thì bây giờ chỉ nói cái gì liên quan đến cái tuổi thôi nhé Mai, mà nói về phạm trù này thì hầu như chiếm hết trong danh mục mấy chục cuốn sách của anh Đỗ Hồng Ngọc đấy, dám không!

Tám mươi tuổi, nhìn dáng vẻ mặt anh thì thấy, ừ 80 thật *(dạ thưa quả-táo-nhăn-nheo, can chi một chút eo sèo thời gian!)*, nhưng nghe anh nói chuyện, đọc văn anh thì ai cũng thốt lên, sao trẻ trung thế! Tôi nghĩ anh được phong thái như thế vì anh chấp nhận tuổi tác vui vẻ quá, đến tuổi nào thì reo tuổi ấy, đây là cách mà chị em mình nên bắt chước đó, Kim Quy, Duyên, Mai, Thu Vàng, Thanh Lương ơi, cái màu tóc bạc, cái da cổ nhăn nheo sẽ làm người ta quên ngó tới khi tiếp xúc với một ánh mắt ấm áp, một nụ cười thân thiện - nếu không tủm tỉm được thì cứ mở hết diện tích của cái miệng xinh, cũng tốt lắm-, khi nào đủ nội lực thì tức khắc tủm tỉm được thôi.

Mà anh đã vào mùa sinh nhật 80 ư anh Ngọc? Nhưng dường như ngày nào cũng là sinh nhật anh mà, nhớ câu thơ này không, Nguyệt Mai, khi em tổ chức sinh nhật anh Ngọc trên không gian ảo nên thơ của Những Tình Thân Ái?

*Anh không có ngày sinh nhật/ Nên mỗi ngày/ Là sinh nhật của anh...* (Sinh Nhật)

*... Mỗi ngày ta rơi rụng/ Mỗi ngày ta phục sinh* (Vô Thường)

Ngày nào mở mắt ra cũng nhủ cười: -hôm nay sinh nhật mình- nên chi anh Đỗ Hồng Ngọc viết cả một loạt sách về cái nhân sinh quan reo tuổi -một võ công thâm hậu đủ sức mạnh để xoay sở với thời gian-. Đôi khi tôi nhìn những vết nhăn, vướng một bịnh nào đó của tuổi tác tôi cứ bị lôi về những kỷ niệm, làm sao tu để có được cái tuệ giác vô thường hầu ứng xử với những nỗi buồn ấy…

Ở đâu đó anh nói, đời người có ba hồi: Hồi trẻ, Hồi trung niên và Hồi đó. Cái Hồi đó này bao trùm cả ba hồi. Như giờ ai hỏi tôi đang ở hồi nào, chắc tôi trả lời, hồi đó, đúng lắm, vì ngay phút trả lời thì đã thành hồi đó rồi, nhưng không phải là hồi xưa đâu, là cái đã, vừa qua mà cứ lung linh rung rinh hiện tại. Thế thì em có hiểu thêm cái nghĩa của tủm tỉm không vậy, Nguyệt Mai?

Anh lại bảo:

*... với tôi, tôi không hề biết mình đã có tuổi, tích tuổi, lúc nào tôi cũng thấy tôi đã già, và lúc nào tôi cũng thấy tôi còn trẻ* (Thư Gửi Người Bạn Nhật Chưa Quen Biết).

Bởi vậy mà tới tuổi nào anh cũng có vô số chuyện để đối thoại với chúng, và lúc nào cũng như đứng trước tấm gương tuổi mà hỏi, tôi bây giờ khác gì tôi xưa (Về Thu Xếp Lại), rồi tủm tỉm tay bắt mặt mừng với nó. Hẳn là thời gian cũng vui mừng khi có người bạn đồng điệu ngang cơ như thế. Luôn nhìn mình hỏi mình để thấy được từng lúc rơi rụng, phục sinh thì sao mà không vui vẻ với cái không ta để thanh thơi mỉm cười?

Mai ơi, em có như tôi, vô cùng "gato" cái dũng ấy của anh không? Hùng lực ấy đến từ đâu? Thưa ở nơi cái nhìn rất nên thơ về các giai đoạn đời người. Nên thơ nên chuyển hóa được sợ hãi lo buồn. Trong Thư Cho Bé Sơ Sinh, anh viết:

*Khi em cất tiếng khóc chào đời*
*Anh đại diện đời chào em bằng nụ cười*

... Khi người ta cắt rún cho bé thì từ đó cái lỗ rún trở nên một nơi chốn để nhớ về.

Khi vừa lìa khỏi êm ấm cõi lòng mẹ, thì có ngay sau đó hình ảnh lỗ rún như một quê hương để nhớ về. Anh đã nhìn nỗi chia lìa kia trữ tình làm sao! Và khi đến tuổi hoang mang vô kể thì anh cho đó là một phép lạ:

Rồi khi người ta đến tuổi dậy thì, cũng một đợt "biến thái" đầy phép lạ nữa!... không chỉ thể xác mà cả tâm hồn! Người ta xa lạ cả với chính mình. Cao vọt lên, dài ngoằng ra, chỗ phình chỗ xẹp, chỗ lõm chỗ lồi, chỗ dư chỗ thiếu, làm người ta hoang mang vô kể!

... *"Vậy đó bỗng dưng mà họ lớn"* (Huy Cận).

*Họ ở đây là... mình chớ không phải ai khác. Bỡ ngỡ xa lạ với mình ngày hôm qua, hôm kia...* (Đỗ Hồng Ngọc)

Nếu Hồi đó có ai nói với tôi rằng, có một chiếc đũa thần gõ vào thân thể khiến nó thay đổi lạ lùng đến thế thì hẳn đã không phải "théc méc" lo sợ! Các cháu bây giờ thì đã có bác sĩ Đỗ Hồng Ngọc giải thích rồi, mà nói kiểu của bác thì hẳn đa số các cháu nghe xong sẽ làm văn làm thơ... Bởi có cái nghe như thế này:

*"Tới một tuổi nào đó, ta quan tâm rất nhiều đến thân thể mình. Ta lắng nghe thân thể mình phát triển như chú dế mèn lắng nghe tiếng cỏ mọc trong đêm khuya..."* (Những Tật Bịnh Thông Thường Trong Lứa Tuổi Học Trò)

Nghe như thế thì hẳn chả lo sợ gì mà thay vào là nỗi hồi hộp thơ mộng, nghe má mình đang hồng lên, chờ một điều âm thầm nào đó đang khiến mình đẹp hơn lên... Nguyệt Mai ơi, phải mà mình được trở lại tuổi đó để được nghe như thế thì thú quá phải không Mai?

Rồi tới cái tuổi mà Đỗ Hồng Ngọc bảo: *Khi 20 tuổi người ta băn khoăn lo lắng không biết người khác nghĩ gì về mình...* (Một Chút Lan Man)

*... Nhưng khi em biết thẹn thùng*
*Sẽ biết thế nào là nước mắt trong đêm*
*Khi tình yêu tìm đến...*

A. Khi tình yêu tìm đến... vậy tất có cái hồi rất dài đó, anh Ngọc ơi, không chỉ tuổi hai mươi đâu, đó là Hồi yêu, nhìn lại những Reo Tuổi của anh xem, bất kể tuổi nào cũng có tình yêu hiện diện, sắc mầu biến hóa như chiếc kính vạn hoa.

Lúc nào Đỗ Hồng Ngọc cũng nhận diện được Thương Yêu chung quanh mình. *Nhận về rồi trao đi, rồi thủ thỉ với nhau, Ta đang ở cái tuổi nào thì nhất định tuổi đó phải là tuổi đẹp nhất rồi, không thể có tuổi nào đẹp hơn nữa!* (Một Chút Lan Man)

Nguyệt Mai ơi, em bảo anh Ngọc đang ở sinh nhật 80. Nhưng với ý nghĩ lúc nào tôi cũng thấy tôi đã già, và lúc nào tôi cũng thấy tôi còn trẻ, thì tôi có kết luận rằng lúc nào ông anh nhà thơ lãng mạn của chúng ta cũng ở vào Hồi yêu. Yêu em, yêu người, yêu đời, yêu đạo.

Lúc tôi đọc Thơ Ngắn Đỗ Nghê, tôi có ghi chú dưới mấy bài thơ tình mấy chữ:

trời ơi tình! Đã định bụng viết về mảng trời ơi này của anh, nhưng rồi lại xớ rớ đâu đó, giờ tôi xin chép lại đoạn viết ngắn ấy.

…

Thời gian chỉ còn là một đường tơ mong manh cho nỗi nhớ lay động. Hãy xem chàng làm gì để nguôi? Phải hét lên cho cây già hốt trẻ, phải gióng vang chuông trần cho ta bà biết nhớ…

*Anh thương nhớ quá làm sao nói*
*Gọi tên em vang động gốc cây già...*
(Quê Nhà)

*... Nhớ ơi rung tiếng chuông trần*
*Em xa xôi biết có bần thần không?*
(Chiang Mai)

Phải là tiếng chuông nhớ rất duyên nợ với rung động bần thần yểu điệu kia, nên *Lá chín vàng / Lá rụng / Về cội / Em chín vàng / Chắc rụng / Về anh.* (Lá 1994). Thế thì *Thôi hết cồn cào / Thôi không quặn thắt / Chỉ còn âm ỉ / Chỉ còn triền miên* (Nỗi Nhớ). Và bình yên. Có phải đã ước nguyện với nhau như thế? Có thể nói tuổi cho tình yêu này? Say mơ của tuổi hai mươi. Nồng nàn của tuổi ba mươi. Lắng thương sâu của tuổi bốn mươi. Và biến hóa nhiệm mầu của tuổi không tuổi…

*Đưa em đi lễ*
*Vầng trăng treo nghiêng*
*Em làm dấu thánh*
*Anh làm dấu em.*
(Đi Lễ 1997)

*Anh hôn đằng sau*
*Anh hôn đằng trước*
*Anh hôn phía dưới*
*Anh hôn phía trên*
*Chiếc áo của em*
*Món quà em tặng*
*Chiếc áo lạ lùng*
*Có mùi biển mặn*
*Có mùi dừa xiêm*
*Có mùi cát trắng*
*Có mùi quê hương...*
Paris 1997
(Món Quà)

Tinh nghịch, mộc mạc, giản dị, đằm thắm, cảm động. Em và quê hương giờ đây hòa vào nhau. Nhớ em là nhớ quê hương. Nhớ quê hương là nhớ em. Trời ơi là tình!

Cái tuổi nào mà có thể thủ thỉ những câu có thể đưa nhau tới nơi không sinh không diệt như vậy:

*Cảm ơn em sợi bạc*
*Cảm ơn em sợi hung*
*Cảm ơn em năm tháng*
*Đã theo già cùng anh*
(Theo Già)

Nguyệt Mai ơi, hẳn em cũng như tôi, đã rưng rưng khi đọc những câu thơ này, tôi cảm thấu được thời gian gắn bó đi theo màu tóc thủy chung của tình vợ chồng, của đạo vợ chồng. Chúng ta còn khóc huống chi là nhân vật Em kia, Mai nhỉ. Ai nói tuổi được của cái Đẹp?

Nguyệt Mai bảo, anh Ngọc đang ở sinh nhật 80. Tưởng tượng, một buổi sáng nắng rất đẹp hứa hẹn một dạo chơi Đường Sách, bỗng thấy anh mình ngồi trầm tư loay hoay giữa bộn bề sách vở thư từ tranh ảnh, ở mắt dường như có hạt thủy tinh, ngạc nhiên hỏi cớ vì sao, cái tủm tỉm cố hữu bỗng nghiêm trang, "Vào tuổi tám mươi, anh nghĩ đã đến lúc "về thu xếp lại", đã đến lúc "nhìn lại mình…" Hơ, tôi thấy mắc cười quá, đồng ý việc thu xếp lại kia, nhưng "nhìn lại mình" thì anh lúc nào mà chẳng, mà thường trực nhìn lại mình cơ chứ, phải không Nguyệt Mai. Đọc xem: *... tôi biết quý thời gian hơn, quý phút giây hiện tại, ở đây và bây giờ hơn. Nhờ vậy mà không có thì giờ cho già nữa! Hiện tại với tôi thì không có già, không có trẻ, không có quá khứ vị lai...* (Một Chút Lan Man)

Nhìn ra vậy chẳng phải là pháp tu của *Người Biết Sống Một Mình?* Thanh thơi với ở đây và bây giờ, chẳng phải là ta, chẳng phải của ta…

*... Mà bất ngờ vì tôi chợt "nhìn ra" tôi. "Nhìn ra" khác với thấy. Nhìn ra là "quán". Quán Tự Tại Bồ-tát hành thâm Bát Nhã chiếu kiến ngũ uẩn giai không... Quán là thấy rõ* (chiếu kiến). *Tôi bấy giờ không còn là tôi bây giờ. Tôi bấy giờ là tứ đại, là ngũ uẩn.* (Tôi Chợt Nhìn Ra Tôi)

Và trong buổi ngồi thu lại những ký ức thời gian và xếp lại những vướng víu đa đoan ấy, anh đã tâm sự:

… Càng có tuổi, hình như tôi càng nhận ra có cái gì đó ở ngoài ý chí mình, can thiệp vào mình tùy hứng khiến mình đôi lúc không khỏi chưng hửng, ngỡ ngàng, thầm nghĩ "duyên" chăng? Nhưng duyên là gì không biết. "Nghiệp" chăng?

Nhưng nghiệp là gì cũng không biết. Thôi thì, cứ để nó trôi chảy, tự nhiên, bởi nó có vẻ chẳng cần đến ta, chẳng phải là ta, chẳng phải của ta…

Nguyệt Mai có nhận thấy không từ cái thay đổi của tuổi mới lớn đến tuổi hơi già, già chút nữa, già thêm nữa đến..., anh Ngọc đều cảm nhận đó là những biến thái đầy phép lạ, diễn biến tuyệt vời, tôi gọi reo tuổi là vậy:

*... Nó diễn biến tuyệt vời đến vậy, liên tục đổi thay đến vậy thì có gì đáng phàn nàn đâu, có gì mà không thể tủm tỉm cười một mình đâu. Cho nên nếu tôi có gì khác tôi xưa thì chính ở chỗ tôi có phần... khoái cái sự già nua tăng tốc đó của mình, tôi hồi hộp dõi theo nó, tôi cảm thấy nó... hợp lý, nói chung là... cũng dễ thương quá đó chớ!* (Tôi Chợt Nhìn Ra Tôi)

Và "người không già không trẻ" này kể kinh nghiệm hưởng thụ cái dễ thương đó:

*Một là thiếu bạn. Nhìn qua nhìn lại, bạn cứ rơi rụng dần... – Hai là thiếu... ăn.*

*Không phải vì không có điều kiện ăn mà người già thường thích những món ăn kỳ cục, và phải lắng nghe mệnh lệnh của bao tử... – Ba là thiếu vận động!* (Những Cái Thiếu Ở Người Già)

Nghe thì thấy anh Đỗ Hồng Ngọc chả thiếu cái nào, các bạn trong Gánh Hát Rong mở email từ hồi nảo hồi nao đến giờ có phải là anh thường xuyên ngao du sơn thủy cùng bạn hữu không? Lúc thì với hồng nhan tri kỷ của cuộc đời, lúc thì bạn cố cựu cỡ nửa thế kỷ như Lữ Kiều rồi thì Khuất Đẩu Lê Ký Thương Nguyễn Lệ Uyên Nguyên Minh Lữ Quỳnh... chưa kể một hàng dài người ái mộ xếp hàng chờ một chữ ký trên trang sách thơm, chưa kể ở khắp nơi có biết bao người đang cầm trên tay sách của anh, chưa kể Gánh Hát Rong còn có: Huyền Chiêu, Ngọc Vân, Kim Quy, Duyên, Thu Vàng, Nguyệt Mai, Thanh Lương, và Khánh Minh đây. Nói chung thì Người Trẻ Lạ Lùng Đỗ Hồng Ngọc kia lúc nào cũng có cái Bên Cạnh. Có khi thì em bé mò trai lượm ốc, có khi là người chủ quán cà phê, có khi thì cây bàng, tảng đá, có lúc là những thuyền thúng, còn không thì có nụ cười tủm tỉm trên môi. Đâu có thiếu bạn. Còn ăn ư, cũng không thiếu nốt, vì ngồi với bạn là có cái gì đó để cùng nhau nhâm nhi, thậm chí ngồi quán ăn xong thì có ai đó bí mật trả tiền rồi. Mà đã đi lang thang hết núi tới rừng tới biển tới quê nhà thế thì sao thiếu vận động được, ôi chả trách người viết *Biết Ơn Mình*.

Và chắc giờ đây sau khi Về Thu Xếp Lại và hỏi Để Làm Gì thì "Khi bạn hoàn tất việc sắp xếp lại căn nhà của mình, bạn sẽ thấy cuộc đời mình thay đổi một cách diệu kỳ." Tôi cảm thấy cái diệu kỳ nhất, là nhận ra mình cần chậm lại, để nghe trái tim lên tiếng, để cảm nhận những chuyển biến dù nhỏ nhất xung quanh mình, trong bản thân mình" (Tìm Tết). Chậm lại, nghe tiếng trái tim, cho ta năng lực để thấm thía được hết những đau khổ và hạnh phúc, mới tu học được bốn tâm vô lượng mà Phật dạy để đối xử với người với mình trong hiểu và thương, phải vậy chăng?

Ở Hồi yêu ấy người-ta lại nói thêm, nghiên cứu cho thấy có vẻ như càng già người ta càng yêu nhiều hơn, yêu vội hơn và càng yêu thì càng sống khỏe sống vui hơn! Khi "chút nắng vàng giờ đây cũng vội" thì mới thấy còn có bao nhiêu thời gian để yêu thương và được yêu thương? Nguyệt Mai bảo anh Ngọc đang ở sinh nhật 80 đấy. Nhớ anh có bài thơ rất tình:

*thì viết cho anh một lá thư tình*
*trên tờ pelure xanh*
*như thuở em mười lăm...*

*... thời gian qua nhanh*
*em nay lên bảy tám*
*cũng vừa mười lăm*
*anh vẫn đợi hoài lá thư màu xanh*
*đọc run thuở đó...*
(Biết Làm Gì Đây, 2020)

Khi đọc bài thơ trên của anh, tôi có trả lời, em nghĩ ừ hay mình viết một lá thư tình cho ai (cho cố nhân hay cho thời gian) trong lúc đang shelter in place này bằng giấy pelure xanh chăng? Có vậy mới quên được bầy quỷ Covid-19 đang hoành hành, và tuyệt thay tôi nhận được câu trả lời của anh, mà em chưa tới bảy mươi viết thư tình hơi quá sớm chăng? Ừ, thì cứ như Đỗ Hồng Ngọc, như Quang Dũng, em mãi là hai mươi tuổi, ta mãi là mùa xanh xưa…

Và, Nguyệt Mai ơi hãy nghe cùng tôi những tế bào sinh sôi khi đọc: Cái tuổi đẹp nhất của đời người theo tôi có lẽ ở vào lứa 65-75. Đó là lứa tuổi tuyệt vời nhất, sôi nổi nhất, hào hứng nhất… Tuổi vừa đủ chín tới…" (Lời Ngỏ – *Về Thu Xếp Lại*).

Như vậy thì tất cả trong Gánh Hát Rong mình đang là tuổi chín tới đấy, nghe cực lãng mạn phải không các bạn trẻ lạ lùng của tôi? Ơi Huyền Chiêu Ngọc Vân Kim Quy, ơi Duyên Thanh Lương Thu Vàng Nguyệt Mai ơi…

*Santa Ana, Jul 24, 2020*
**nguyễn thị khánh minh**

**** Những chữ viết xiên trong bài là văn, thơ của tác giả Đỗ Hồng Ngọc***

## NGUYỄN AN BÌNH

## MỘT CHÚT TẢN MẠN CÙNG TẬP "THƠ NGẮN ĐỖ NGHÊ"

Ảnh: Nhà thơ Đỗ Hồng Ngọc và nhà thơ Nguyễn An Bình ở Đà Lạt

Nếu các bạn có một lần nào bất chợt nghe được tiếng hát của ca sĩ Thu Vàng về ca khúc *Bông Hồng Cho Mẹ* của nhà thơ Đỗ Nghê (tức nhà thơ-bác sĩ Đỗ Hồng Ngọc) được nhạc sĩ Võ Tá Hân phổ thành ca khúc thì tôi nghĩ chắc chắn các bạn không thể không tua lại để nghe lần thứ hai hay lần thứ ba vì ca khúc tuy chỉ có 4 câu ngắn ngủi ấy, mỗi câu 5 chữ, hơn nữa ca từ trong bài hát được lặp lại nhiều lần nhưng không vì thế làm cho người thưởng lãm nhàm chán một phần do cách xử lý thông minh của người hát mỗi lần lặp lại là một cách thể hiện ca từ khác nhau mà còn chính nội dung ca từ đó đã là một thực thể tình cảm khi nghe như xoáy sâu vào tâm can người thưởng thức, lời bài hát thấm dần, thấm dần vào tâm trí người nghe với một cung bậc, cảm xúc càng lúc càng mạnh mẽ sâu lắng không thể nào diễn tả thành lời được.

Tôi nhớ nhà thơ Đỗ Nghê có lần trải lòng khi nói về ca khúc này: *"Bài thơ nhỏ của mình viết ngày Giỗ Mẹ đầu tiên năm 2012, cũng là ngày Vu Lan, chỉ có 4 câu ngắn ngủn: Con cài bông hoa trắng. Dành cho Mẹ đóa hồng. Mẹ nhớ gài lên ngực. Ngoại chờ bên kia sông... chẳng ngờ được nhạc sĩ Võ Tá Hân phổ nhạc với một âm điệu đầy xúc cảm và ca sĩ Diệu Hiền đã trình bày dạo nọ. Nay ca sĩ Thu Vàng cũng vừa thực hiện xong clip bài hát này, xin được chia sẻ nơi đây cùng bè bạn thân quen. Thu Vàng hát thật lạ! Thử nghe xem. Câu "Mẹ nhớ gài lên ngực" hình như cô đã khóc, tiếng hát bỗng run và rung... ! Nhà thơ Đỗ Trung Quân hôm nghe Thu Vàng hát ở Đường Sách cũng kêu lên với tôi: "Em thấy rợn người. Nhất định em sẽ vẽ, sẽ vẽ..."*

Tôi cũng thấy thế vì tôi cũng là một người không còn mẹ, nỗi trống vắng không gì bù đắp được, thiếu đi sự ấm áp, lòng bao dung của tình mẫu tử khi người mẹ không còn hiện diện nơi trần thế nên rất hiểu tâm trạng tình cảm của nhà thơ dành cho mẹ thật tha thiết, cả sự nhớ nhung yêu thương đến chừng nào, nhưng có một điều khác tôi muốn đề cập ở đây là bài thơ rất ngắn chỉ có 4 câu thơ, mỗi câu chỉ có 5 từ. Mỗi một từ, một câu đọc lên không có gì khó hiểu, nó giản dị, dễ hiểu đến nỗi ai cũng có thể cảm nhận được nhưng để hình dung thấu đáo tấm lòng, xúc cảm của nhà thơ ở một chiều sâu nhất định nào đó dành cho người mẹ trong ngày lễ Vu Lan thì khó mà giải thích một cách căn cơ đầy đủ hết được, nó chứa đựng cả một đạo lý của người làm con và tình yêu thương thiết tha dành cho người mẹ đã mất, đồng thời còn thể hiện được giềng mối khắng khít trong gia đình: con – mẹ - ngoại, hoa trắng – hoa hồng – chờ bên sông, người đọc có cảm nhận như không có sự ngăn cách giữa sự sống và cái chết, sự tồn tại của 3 thế hệ trong gia đình hình như không hề bị chia cắt, mất mát mà chỉ là chuyển đổi từ thế giới hữu hình sang thế giới vô hình, trong hai thế giới khác biệt nhau đó họ vẫn có thể thấy được và gặp nhau dù chỉ là trong một khoảnh khắc sát na, một phút giây hay trong sương khói mơ hồ. Bài thơ hay này lại nằm trong tập *"Thơ Ngắn Đỗ Nghê"* mà tôi muốn đề cập khi được anh tặng trong một buổi ra mắt tập san Quán Văn gần đây.

Nhà thơ Đỗ Nghê sinh năm 1940, cái tuổi đã đến lúc *"Về thu xếp lại"* như tên một tác phẩm anh viết khi dựa vào ca từ trong một ca khúc của Trịnh Công Sơn. Ngay từ thời đi học anh đã làm thơ và cả sau này cũng thế. Tập *"Thơ Ngắn Đỗ Nghê"* là tập thơ thứ sáu của anh được xuất bản: *Tình Người* (1967), *Thơ Đỗ Nghê* (1974), *Giữa Hoàng Hôn Xưa* (1993), *Vòng Quanh* (1997), *Thư Cho Bé Sơ Sinh & Những Bài Thơ Khác* (2010). Đối với tôi, anh là đàn anh so về tuổi đời cũng như tuổi nghề và tôi rất ngưỡng mộ, thích đọc những tác phẩm của anh viết trong đó có thơ của anh. Tôi quen anh khá lâu từ khi chuyển về Sài Gòn định cư, đôi lần cà phê cùng anh ở nơi này nơi nọ, cũng có dịp đi dã ngoại cùng anh nhiều nơi từ miền Tây sông nước đến miền Trung nồng nàn gió cát biển mặn, hay cao nguyên lãng đãng khói sương nên rất biết tính anh dễ hòa đồng thân thiện với mọi người nhất là cách nói điềm đạm nhưng pha chút hóm hỉnh. Có lần anh kể một câu chuyện vui về cái nghề của mình:

Đồng nghiệp, bạn bè có người cắc cớ hỏi anh: Nên gọi anh như thế nào cho đúng: Bác sĩ hay nhà thơ, anh đã hóm hỉnh trả lời: Trước khi làm bác sĩ tôi là một người làm thơ.

Trở lại với tập *"Thơ Ngắn Đỗ Nghê"*, điều đầu tiên tôi muốn nói với các bạn: Tập thơ in rất đẹp, độ dày vừa phải hơn một trăm trang trên giấy láng có hoa văn rất mỹ thuật, bìa do người bạn thân họa sĩ Lê Ký Thương trình bày một cách chăm chút cẩn thận.

Đọc *"Thơ Ngắn Đỗ Nghê"*, trong nhiều bài làm ta liên tưởng đến thể thơ Haiku của Nhật nhưng đọc hết tập thơ thì thấy không phải như thế, mỗi bài thơ ngắn chỉ là tác giả thích viết như thế hay muốn cô đọng ý nghĩa của từng từ trong mỗi câu, diễn đạt ý một cách chắt lọc nhất, có bài đôi khi chỉ có hai ba câu như *Trái Đất, Sóng, Theo Già, Đất...* lắm lúc cũng có bài khá nhiều câu như *Quê Nhà, Mới Hôm Qua Thôi, Nước...* Điều quan trọng ở đây theo tôi nghĩ ít câu hay nhiều câu không quan trọng mà trong từng câu, từng từ đó tác giả đã gởi gắm tình cảm hay nói lên một điều gì mà anh thật sự quan tâm hay muốn đem đến một thông điệp gì đó cho người đọc nên có những bài ta thấy cách thể hiện đôi lúc giản dị, nhẹ nhàng dễ hiểu, lãng đãng như sương sớm mùa thu, se se một chút gió lạnh một ngày đầu đông, man mác tựa hoa xuân vừa nở trong các bài *Sóng, Quê Nhà, Đêm Trên Biển Lagi, Tuyết...*

*Từng bầy phất phới*
*Dài trắng tung bay*
*Bấc ơi bấc thổi*
*Làm xuân tràn đầy.*
(Tan trường)

Hay trong một bài thơ ngắn khác, cái tình làm người đọc có cảm giác man mác như hoa rụng đầy ngoài sân vắng:

*Mới đó mà em đã cố nhân*
*Lòng đau như cắt hiểu gì không*
*Hoa vàng đã rụng đầy sân vắng*
*Tình cũng ngùi phai theo tháng năm...*
(Cố nhân)

Và nữa:

*Mưa trên Đông Hồ mưa mênh mông*
*Tô Châu nghiêng mình nghe mưa giăng*
*Thuyền câu mấy lá chìm mưa rộng*
*Ai người xưa mưa trời một phương...*
(Hà Tiên mưa – 2001)

Đôi lúc chúng ta bắt gặp những câu thơ trong trẻo đầy nghịch ngợm bất ngờ:

*Anh... ngoằn ngoèo trên cát*
*Không ngờ mà hóa tên em*
*Biển xanh nắng vàng sóng bạc*
*Không ngờ cùng kéo nhau xem...*
(Biển vắng)

Hay ở một bài khác:

*Đưa em đi lễ*
*Vầng trăng treo nghiêng*
*Đường im tiếng bước*
*Cho gần nhau hơn.*

*Em tin có Chúa*
*Ngự ở trên cao*
*Còn anh tin Chúa*
*Ngự ở trong nhau.*

*Đưa em đi lễ*
*Vầng trăng treo nghiêng*
*Em làm dấu thánh*
*Anh làm dấu em.*
(Đi Lễ - 1997)

Các bạn có công nhận với tôi một điều: thơ ngắn không phải dễ viết mà viết muốn hay lại càng khó hơn, nếu chỉ nhìn vào thiên nhiên, vũ trụ, cây cỏ, núi sông để diễn tả thì còn gì là thơ nên cái hay của thơ ngắn là điều hàm chứa trong đó. Chính vì thế các thủ thuật tu từ như phép liên tưởng, nhân hóa, ẩn dụ, so sánh, nói giảm... thường được tác giả sử dụng một cách khéo léo để diễn đạt cái ý tại ngôn ngoại mà nhà thơ muốn nhắm tới người đọc, cho nên không phải ai đọc thơ ngắn của họ đều có thể nắm bắt thông điệp họ ngầm muốn nói tới vì thế mỗi độc giả đều có cách lý giải riêng theo ý mình đôi khi gây ra nhiều tranh cãi thú vị. Chẳng hạn như bài *Trái Đất* của anh, cả bài chỉ có 3 câu, mỗi câu chỉ có hai chữ:

*Giữa đêm*
*Thức giấc*
*Giữa ngày...*
(Boston, 1993)

Có một bạn văn khi đọc bài thơ ngắn này đã vận dụng triết lý nhà Phật để lý giải dài cả một trang giấy, đọc rồi chỉ thấy thêm rối mù loanh quanh như lạc trong mê cung không có lối ra, riêng tôi lại nghĩ đơn giản hơn: Bài này nếu chú ý đến ghi chú ta biết không gian nhà thơ viết ra lúc ở Boston vào lúc nửa đêm, có lẽ vì múi giờ khác nhau giữa Việt Nam và Mỹ nên... khó ngủ: nửa đêm chợt thức giấc, trằn trọc không ngủ được nhớ ra giờ này ở quê nhà đang là giữa ngày, người đọc liên tưởng đến điều gì nhỉ? Ồ! Khi người ta ngủ, tâm đang ở vào trạng thái vô thức (tĩnh) nhưng sự vật nào có ở trạng thái tĩnh như ta đâu nó vẫn chuyển dịch (động). Thì ra trái đất không hề đứng yên một chỗ, luôn có sự hoán đổi luân chuyển tuần hoàn giữa sáng và tối, mưa nơi này thì nắng nơi kia, khác nhau của hai vùng đối xứng nhau trên trái đất về thời gian và không gian là điều không tránh khỏi, con người cũng vậy có gì khác với vạn vật kia chứ? Có thấu hiểu sự tuần hoàn ấy thì tâm ta bao giờ cũng bình yên thôi mà, đúng không?

Đọc *"Thơ Ngắn Đỗ Nghê"* chúng ta thấy một điểm nổi bật đó là cái tình tha thiết của anh: đối với quê nhà nơi từng chôn nhau cắt rốn của anh thuở mới chào đời, với người thân, anh viết cho mẹ, viết cho con và viết cho bạn bè... bài nào cũng tha thiết, gắn bó tràn đầy yêu thương:

Có ai không cầm được nỗi xúc động khi đọc bài thơ này không nhỉ?

*Con cài bông hoa trắng*
*Dành cho mẹ đóa hồng*
*Mẹ nhớ gài lên ngực*
*Ngoại chờ bên kia sông...*
(Bông hồng cho mẹ - 2012)

Ngay cả khi nhớ và viết về đứa con đã mất vì tai nạn của mình, ai cũng tưởng anh sẽ vật vã, đau đớn lắm, nhưng không anh đã vượt qua được giống như một nhà hiền triết thấu hiểu được sự vô thường của vòng tử sinh, tất cả đều nằm trong sự sắp xếp của tạo hóa, của sự vô vi của trời đất mà thôi.

*Ba dạy con*
*Mỗi ngày*
*Một chút*

*Không bài học nào*
*Như ba đã học*
*Từ con:*
*Nỗi mất!*
(La Ngà 5 – 1990)

Cái tình dành cho người yêu dấu như thế cũng nồng nàn và mênh mông biết nhường nào:

*Anh viết tên em lên cát*
*Cho sóng cuốn đi*
*Anh viết tên em lên cát*
*Cho gió cuốn đi...*
(Viết tên lên cát – 1990)

Chiêm nghiệm cuộc đời, cái lẽ vô vi đó còn ẩn hiện trong từng hơi thở của từng câu thơ. Ta là ai, Trang Chu hay là bướm, bướm lại là Trang Chu chăng?:

*Lắng nghe hơi thở của mình*
*Mới hay hơi thở đã nghìn năm xưa*
*Một hôm hơi thở tình cờ*
*Dính vào hạt bụi thành ra của mình*
*Của mình chẳng phải của mình*
*Thì ra hơi thở của nghìn năm sau...*
(Thở)

Tôi đồng ý với nhà phê bình Nguyễn Thị Tịnh Thy ở điểm: Yếu tố thành công trong thơ ngắn của Đỗ Nghê mang đầy tính chất bất ngờ nhưng đó không phải là sự ngẫu nhiên mà đầy chủ ý. Chị phân tích bài thơ *Bông Hồng Cho Mẹ* để chứng minh cho ta thấy cái yếu tố bất ngờ đó và phát triển thành công trong sự nghịch lý tương quan giữa cái sống và chết, bài thơ đã đảm bảo được nguyên tắc "mạch kỵ lộ" trong thi pháp thơ Đường nên câu cuối cùng tạo nên hiệu ứng bất ngờ rất lớn, ý thơ càng sâu sắc và có sức lay động vô cùng mãnh liệt. Chúng ta còn có thể thấy trong một bài sau:

*Mẹ tôi có nụ cười lạ lắm! Lúc nào bà*
*cũng nhìn tôi mà cười cười.Không nói.*
*Lúc tôi có vẻ vội vã chào lẻn đi đâu đó,*
*Bà cười cười tha thứ.*
*Vậy hả con? Lúc tôi lần khân*
*Thì nụ cười như biết rồi, khỏi nói.*
*Những lúc tôi mang chuyện bực mình*
*Thì như thôi đi, đừng sinh sự!*
*Nhột nhất là khi bà cười như châm biếm*
*Lúc tôi loanh quanh kiếm chuyện...*
*Mẹ tôi cứ vẫn cười cười như thế*
*Suốt ba năm trên bàn thờ!*
(Nụ cười của mẹ - 2014)

Hay trong bài *La Ngà 3*:

*Mỗi năm*
*Mỗi người*
*Thêm một tuổi*
*Chỉ mình con*
*Mãi mãi*
*Tuổi đôi mươi*
1990

Trong tập *"Thơ Ngắn Đỗ Nghê"* tôi bắt gặp có những câu: *"Nước vẫn muôn đời/ Không đi không đến/ Ai người nỡ hỏi/ Nước đến từ đâu?/ Ai người nỡ hỏi/ Nước trôi về đâu?...* (Nước)", *"Tràn ra khắp ngả/ Đất trời mênh mông/ Nhẹ như không có/ Có mà như không...* (Có không)", *"Mỗi ngày ta rơi rụng/ Mỗi ngày ta phục sinh/ Mà cứ tưởng không hề thay đổi... (Vô thường)"*... ta có cảm giác một người hành giả đang đứng trước đất trời bao la, mỗi một câu thơ là mỗi bước chân của người hành giả muốn khám phá cái bí mật bao la, điều ẩn chứa trong muôn loài, muốn thấu thị cái lẽ vô thường của tạo hóa, tử sinh của một kiếp người, hương vị thiền hình như phảng phất đâu đây, chỉ là một chút hương trầm thôi mà sao nó bàng bạc, lãng đãng đến thế không biết.

Lý giải chất thiền trong thơ Đỗ Nghê, Du Tử Lê có cảm nghĩ cũng rất lạ:

*"... Tôi cho những phong thái kể trên của Đỗ Nghê là phong thái của một hành giả đã khu trừ được cái tâm nhiễu loạn, nguồn gốc của cái "tôi", để thong dong dạo chơi giữa vườn đời...*

*Tôi thấy trong Đỗ Nghê không chỉ có một thi sĩ mà, thi sĩ ấy, còn song sinh với một thiền gia nữa. Như thiên/địa, nhật/nguyệt, tuy hai mà thực ra cũng chỉ là một thôi."*

(Du Tử Lê - Đỗ Hồng Ngọc, *thơ và thiền song sinh?*)

Nhân hóa chuyển động hình ảnh nước để gởi gắm điều gì hay muốn nói đến sự chuyển hóa luân hồi của vạn vật muôn loài chăng?

*Nước từ đâu đến?*
*Nước trôi về đâu?*
*Từ con suối nhỏ*
*Từ dòng sông sâu*
*Từ khe núi lở*
*Từ dưới nhịp cầu*
*Từ cơn thác lũ*
*Từ giọt mưa rơi...*
(Nước)

Nhà nghiên cứu Huỳnh Như Phương khi đọc *Thơ Ngắn Đỗ Nghê*, ông cũng có cảm nhận chất thiền như cội rễ ăn sâu vào máu thịt của anh từ rất lâu:

*"Thật ra, ý hướng thiền học và cảm xúc tâm linh đã ươm mầm trong thơ Đỗ Hồng Ngọc rất sớm. Nhưng phải qua những trải nghiệm nào đó về cuộc đời, người ta mới có thể nghĩ sâu về Tâm kinh như tác giả Nghĩ từ trái tim. Cũng như phải đạt đến một sự hòa hợp nào đó giữa "ngã" và "tha", người ta mới viết được những câu thơ như Đỗ Hồng Ngọc:*

*Hội An còn ngái ngủ*
*Mái chùa ôm vầng trăng*
*Giật mình nghe tiếng chổi*
*Gà gáy vàng trong sương."*
(Huỳnh Như Phương – Đỗ Hồng Ngọc:
Thơ ẩn hiện giữa đời)

Ở những bạn văn khác khi viết về *"Thơ Ngắn Đỗ Nghê"* vô hình trung càng giúp ta hiểu rõ hơn tâm hồn nhạy cảm, rung động phát sinh theo sự dịch chuyển thời gian, không gian và trong tâm thức không hề ngủ yên của anh. Chẳng hạn với nhận xét của nhà thơ Nguyễn Thị Khánh Minh, cô giúp ta khám phá ra một điều về sự hình thành các bài thơ ngắn của nhà thơ Đỗ Nghê: *"Trong những bức điện thư cho bạn hữu anh em, ông thường gởi những bài thơ ngắn mà ông thường gọi là "thơ trời ơi". Trời ơi là chuyện không đâu. Trời ơi là tiếng kêu ngạc nhiên. Trời ơi để diễn tả sau đó một vui mừng, một âu yếm. Trời ơi là tiếng than trong cơn bi sầu. Trời ơi đôi khi lại là bótay.com. Mà vì sao lại thốt lên như thế? Vì cảnh đời tang thương ngẫu lục. Vì sáng trưa chiều tối vút qua thoắt cái tất cả đều biến dịch trong từng khoảnh khắc. Trời ơi, Mới Hôm Qua Thôi...".*

Ở Lam Điền khi giới thiệu thơ ngắn của Đỗ Nghê trên báo Tuổi Trẻ: *"Và nay, bạn yêu thơ dần dần nhận ra ý vị trong thơ ông cũng chính là ở chỗ ngắn gọn của câu từ đã đẩy người đọc đến những hành trình dông dài của tâm sự và cảm nhận. Giở tập thơ mới in, thấy dấu vết "thơ ngắn" từng gắn bó trong hành trình thơ Đỗ Nghê từ mấy chục năm trước. Có những bài thật ngắn, trước sau chỉ có 6 từ: Giữa đêm/thức giấc/giữa ngày. Nhưng rồi cái "ý tại ngôn ngoại" của thơ ông lại nằm ở thông tin thuộc về... lạc khoản: Bài thơ ông làm trong chuyến đi Boston, cái không gian nửa vòng trái đất được đo bằng một giấc ngủ rồi vo lại trong 6 chữ kia, cũng là một "ca" thú vị về chuyện thơ được sinh ra như thế nào."*

Còn nhà văn Hai Trầu Lương Thư Trung đứng ở góc độ người già để đọc thơ ngắn của Đỗ Nghê: *"Tóm lại, qua 103 trang sách với 56 bài thơ ngắn, quả thật tôi đã học hỏi ở thi sĩ Đỗ Nghê rất nhiều ý mới lạ qua những bài thơ ngắn cùng với chữ dùng rất bình dị mà thâm thúy, mà thực sự nếu muốn hiểu cặn kẽ những ý thơ qua từng dòng thơ của tác giả tôi nghĩ không dễ dàng chút nào..."*

Tô Thẩm Huy lại có cái nhìn khá xác đáng khi bàn về thơ ngắn của Đỗ Nghê: *"Thơ hay có khi là những bài thơ lớn. Hay vì ý tưởng lớn, hỗn mang bờ bãi. Lớn vì cánh hạc một thoáng vụt tung đã nghìn năm bay mất.*

*Thơ hay có khi lại là mấy bài thơ nhỏ. Hay vì ý tưởng như cây kim xuyên suốt nhất điểm thông, vì nó là lát cắt nóng hổi từ đời sống, nhịp tim vẫn đang đập trong từng lát cắt. Nó như lưỡi chủy thủ đâm thẳng vào hồn. Không băn khoăn, do dự, không suy nghĩ, đắn đo. Nó cấu điếng vào người".*

Viết tản mạn đôi điều về tập *"Thơ Ngắn Đỗ Nghê"*, không dám lạm bàn những chuyện cao siêu diệu vợi khác, như một cái tình thân thiết với nhà thơ Đỗ Nghê – bác sĩ Đỗ Hồng Ngọc, tuy hai nhưng là một không thể chia cắt như anh đã từng nói: Trước khi làm bác sĩ tôi là một người làm thơ vậy mà, tôi nghĩ rằng anh cũng không ngờ một vài bạn văn khi đọc tập *"Thơ Ngắn Đỗ Nghê"* lại "mổ xẻ" tập thơ này nhiều đến thế, chẳng biết anh có đồng ý với tôi điều đó không nhỉ?

*Bên bờ Kênh Tẻ, tháng 02/2021*
**NGUYỄN AN BÌNH**

## LỮ KIỀU THÂN TRỌNG MINH

### Vài Dòng Sau Một Tập Thơ

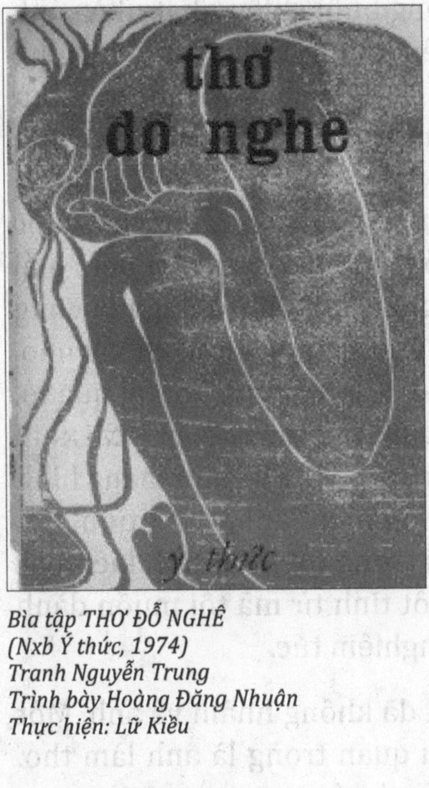


*Bìa tập THƠ ĐỖ NGHÊ*
*(Nxb Ý thức, 1974)*
*Tranh Nguyễn Trung*
*Trình bày Hoàng Đăng Nhuận*
*Thực hiện: Lữ Kiều*

Đọc xong một tập thơ, cảm tưởng hoàn toàn tùy thuộc phía người đọc – cho nên, viết thêm vài dòng về tập thơ là công việc thừa thãi. Xác định điều đó, tôi tưởng như vậy có thể từ chối viết về anh – anh bạn Đỗ Nghê.

Tôi muốn anh đến với người đọc thơ anh một mình. Nhưng hôm nay, tập thơ anh đã thực hiện xong, Anh muốn tôi viết vài dòng. Công việc quả thật khó khăn với tôi. Viết về thơ anh? Tại sao phải viết về thơ anh, khi những dòng thơ đã ào ào muôn ý nghĩa – Tự nó nói lên từng thao thức của anh, nằm trong thao thức chung của thế hệ chúng ta?

Phải, thơ anh đã là một sự đầy đủ không cần bổ sung, nhất là với tôi – mà sự thân tình giữa chúng ta đã làm tôi trở nên chủ quan thái quá.

Nhưng còn viết về đời sống của anh trong những năm anh làm tập thơ này? Đây là ý kiến của một người bạn khác. Có lẽ, trong một ý nghĩa nào đó, tôi có thể viết về đời sống ấy, cho dù điều đó có chạm đến tính khiêm nhường của anh.

Đời sống của anh? Ta phải bắt đầu từ lúc nào nhỉ? Có lẽ từ tuổi hai mươi, khi chúng ta theo đuổi ngành Y khoa. Đó là năm 1963, trong buổi chiều nhạt nhòa ánh sáng, ở khu cơ thể học viện, tôi nhìn thấy anh đang lúi húi bên một xác chết, tay cầm dao, giải phẫu từng thớ thịt, từng đường máu, từng sợi gân. Bấy giờ chúng ta đang học về con người trong nghĩa đen của nó, tôi thấy anh đeo kính cận thị – khuôn mặt hồn nhiên, hơi mộc mạc giữa đám bạn bè – có lẽ vì màu da ngăm đen, mái tóc hơi quăn, rồi tôi nghe giọng anh nói, giọng nói vùng Bình Tuy hơi lạ tai, nhưng êm ái, không lớn, không nhỏ. Tôi nhìn thấy anh cười – không quá vui, không quá lộ, tôi cũng nhìn thấy anh nhíu mày nhìn xác chết – cái nhíu mày không quá xót xa, đau đớn. Tóm lại anh mang hình ảnh của một chàng sinh viên hiền lành, trầm tĩnh, tiết độ. Ấn tượng về sau để lại trong tôi một định kiến đặc biệt, và xác định với tôi một tĩnh từ mà tôi muốn dành riêng cho anh: Một người nghiêm túc.

Hơn mười năm qua, tôi đã không nhầm về anh. Một người nghiêm túc. Và điều quan trọng là anh làm thơ. Thơ anh cũng giống người anh vậy.

Hình như chúng ta chỉ bắt đầu thân nhau, khi cùng làm báo Tình Thương; những bài thơ anh ký Đỗ Nghê xuất hiện trên tờ báo của trường, những bài thơ, thoạt đầu không gây một chú ý nào quan trọng. Nhưng về sau, những số báo thiếu thơ anh, cho tôi cái cảm tưởng trống vắng điều gì đó.

Điều gì? Phải chăng là nét đặc thù của thơ anh. Tôi phải diễn đạt thế nào cho đúng?

Đầu tiên, anh là người tha thiết với quê nhà – anh sống và làm quen với Sàigòn là một điều không tự nhiên. Tuy nhiên, Sàigòn đối với chúng ta là một thực tế phải chấp nhận, cho nên chúng ta phải hòa mình với bạn bè, trường học, bệnh viện – Hòa nhi bất đồng, phải thế không anh?

Những bài thơ anh làm thời 59-60 về Phan Thiết, về La Gi, về Rạng – Những bài thơ anh làm ở lứa tuổi chưa đầy hai mươi mà ngôn ngữ thi ca đã già cỗi như thời tam thập nhi lập, đã chứng cho điều đó. Chính anh cũng xác nhận những bài thơ đầu tiên của anh là những bài Đường luật!

Và chính trong thời sinh viên, mà những biến động lịch sử đã vây đời ta tứ phía. Anh dự vào cuộc đấu tranh bằng tinh thần ôn hòa, trí thức, và nhất là trầm tĩnh. Lúc con người nghệ sĩ của anh tỏ rạng. Những cuộc xuống đường, hội thảo, gậy gộc, lựu đạn cay của thời 1966. Anh nhớ không, bao giờ chúng ta cũng có mặt, chúng ta cũng đã từng chạy vào những ngõ hẻm Phan Đình Phùng để thoát thân, nhưng với anh, không bao giờ có sự phẫn nộ quá đáng, anh đưa tôi xem *"Tâm sự Lạc Long Quân"*, *"Niềm tin"*, *"Lời ru"*, *"Cổ tích về ngôn ngữ"*... những đêm cùng nhau trực gác ở Bệnh viện Nhi đồng, trong những đêm rất khuya, trên lầu 3 nội trú. Anh là một nghệ sĩ chứ không phải tay xách động. Rõ ràng như vậy. Nhưng những bài thơ anh, quả thật đã kích thích bạn bè lúc bấy giờ, gây cho họ một bầu máu nóng sôi sục. Càng đọc, càng chua cay, càng đọc càng muốn bạo động.

Thời trẻ rồi qua đi. Đã đến lúc chúng ta phải nghiêm trang đặt vấn đề với lịch sử. Bài *"Điệp khúc"* của anh ra đời. Đó là những câu hỏi thành thật, thẳng thắn mà anh đặt ra với những bậc đàn anh của chúng ta... Có lẽ sự thể đã khác đi, nhưng tôi nghĩ – một lần cho xong, đặt những câu hỏi như vậy là một thái độ can đảm – nằm trong sự nghiêm túc của anh.

Năm 1969 – Chúng ta rời mái trường Y khoa. Anh về một bệnh viện ở Nha Trang. Tôi ra một bệnh viện ở Đảo, giữa những người tù. Chính thời gian quân ngũ đã dạy cho ta nhiều điều. Những điều mà suốt bảy năm miệt mài nơi trường học, bệnh viện, các bậc thầy không dạy ta. Thời gian này anh bị bạo bệnh. Cơn loét dạ dày đã làm anh vật vã, đem anh đến gần cái chết.

Từ đảo về, tôi tìm đến thăm anh ở bệnh viện, người anh xanh như tàu lá – quả thật anh đã cận kề với cái chết của chính anh, như tôi đã kề cận với cái chết của những tù binh ngoài đảo. Hình như hôm ấy chúng ta không nói gì, anh không còn hơi sức để nói, nhưng anh đã mỉm cười. Một nụ cười nồng thắm làm lòng tôi se sắt. Tôi biết, kề bên cái chết lòng yêu đời phục sinh ta!

Tôi không nhầm – những bài *"Niềm tin chưa mất"*, *"Bông hồng cho tuổi thơ"* đã xác nhận với tôi điều đó. Phải rồi, anh là kẻ yêu cuộc đời này, dù bất hòa với nó.

Anh Lê Văn Ngăn nói đúng, có lẽ viết về anh, một dạng thức viết về tôi – là một điều dễ dàng. Nhưng thật sự thì nó chẳng soi tỏ được gì. Có lẽ nó là một thứ phụ đề vào thời gian tính của tập thơ anh.

Vậy một lần nữa, tôi thật ân hận nếu những dòng trên chạm đến tính khiêm tốn của anh. Có nó, hay không có nó, anh cũng đã làm thơ, đã in thơ, và đã có nhiều người đọc thơ anh.

Vậy, anh hãy đến với họ một mình.

**Lữ Kiều**
*1973*

*Lữ Kiều, Duyên, Đỗ Nghê, Nguyễn Quốc Thái, Đỗ Thanh Tùng (Saigon 2014)*

*Từ trái: Thân Trọng Minh, Hoàng Quốc Bảo, Thu Vàng, Đỗ Hồng Ngọc (2015)*

# NGUYỄN THỊ TỊNH THY

## SAO LÒNG TA CHƯA NGUÔI (ĐỌC THƠ NGẮN ĐỖ NGHÊ)

Xưa, Vĩ Sinh yêu một người con gái. Hai người hẹn gặp nhau ở dưới chân cầu. Cô gái không đến. Vĩ Sinh vẫn cứ đứng dưới chân cầu đợi người yêu. Chiều tối, thủy triều dâng lên ngập chết Vĩ Sinh.

Câu chuyện trên là một trong những tiểu thuyết đầu tiên của văn học Trung Quốc. Tiểu thuyết – thể loại có dung lượng đồ sộ nhất – ban đầu chỉ nhỏ bé như lòng bàn tay. Vì vậy, nó được đặt tên là tiểu thuyết (tiểu là nhỏ, thuyết là lời nói, lời dạy; tiểu thuyết nghĩa là lời nói, lời dạy nhỏ không đáng coi trọng). Tên gọi đó cho thấy đây vốn là thể loại nhỏ nhất, ngắn nhất, kém giá trị nhất của văn học Trung Quốc. Vậy mà, qua trường kỳ lịch sử, tiểu thuyết dần lớn lên, vượt qua các thể loại khác, trở thành người khổng lồ của văn học.

Cầm trên tay tập *Thơ Ngắn Đỗ Nghê*, tôi chợt nghĩ đến tên gọi của tiểu thuyết. Bởi vì tác giả Đỗ Hồng Ngọc đặt tên cho đứa con tinh thần của mình là Thơ ngắn. Thế nào là ngắn? Thế nào là dài? Ngắn nhất là tiểu thuyết, dài nhất cũng là tiểu thuyết. Ngôn hữu tận, ý vô cùng. Làm sao so ngắn dài khi Lý Bạch đã từng khẳng định:

"Thi thành thảo thụ giai thiên cổ" (Bài thơ làm xong, cỏ cây đều đã trở thành thiên cổ). "Thiên cổ" là nghìn xưa, là quá khứ. Đối với người phương Đông, quá khứ bao giờ cũng gắn với giá trị. Con dấu thời gian mỗi khi đã chạm khắc vào một sự vật hiện tượng gì thì bản thể đó mặc nhiên có giá trị. Bài thơ làm xong, tất cả thoắt trở thành thiên cổ. Câu thơ hay thường được khen là "thiên cổ lệ cú" (câu thơ đẹp ngàn năm). Giá trị của thơ ca, của văn học không thể đo bằng sự ngắn dài của câu chữ, mà chỉ có thể đo bằng sự ngắn dài của ý nghĩa nhân sinh, của thành tựu nghệ thuật và sức sống của nó trong lòng người đọc. Tuy nhiên, khi thơ càng ngắn, độ hàm súc càng cao, ý nghĩa càng bung tỏa thì lại càng thú vị. Có lẽ đây là quan niệm về thơ mà tác giả Đỗ Hồng Ngọc tâm đắc, nên đã lấy thể thơ ngắn làm đại diện cho cả những bài thơ dài trong toàn tập.

Đề tài của *Thơ Ngắn Đỗ Nghê* khá rộng: vũ trụ, quê hương, tình yêu, nỗi nhớ, thiền tập... Hầu như tác giả đã "chắt mót" tất cả các cảm xúc với thiên nhiên, tôn giáo và con người để dồn vào tập thơ này. Nếu gọi tập thơ là Tạp thi thì đúng hơn. Tạp thi nghĩa là thơ lặt vặt. Lặt vặt ở đây không có nghĩa là vặt vãnh, mà là gần gũi, giản dị, quen thuộc, thô mộc... Đó có thể là một thoáng suy tư, một chút bâng khuâng, một niềm nhung nhớ, nỗi luyến tiếc hoặc một trò tinh nghịch... Tất cả đều nhẹ nhàng, hồn nhiên và rất đỗi thẳm sâu. Có những bài thơ, câu thơ ngắn như một hơi thở, một cái trở mình nhưng ý nghĩa lại cứ dài ra theo dòng suy ngẫm của người đọc:

*"Giữa đêm*
*Thức giấc*
*Giữa ngày..."*
(Trái đất)

Đêm của nơi này là ngày của nơi kia. Một cái tỉnh giấc nơi đất khách, nhớ đến quê nhà, chợt nhận ra sự mênh mông của *Trái đất* và sự luân chuyển khôn cùng của thời gian. Bài thơ còn mang ý nghĩa triết lý về tính tương đối: đêm ngày, khái niệm, nhận thức, chân lý... tất cả chỉ là tương đối. Sự tương đối đó chính là cái hữu hạn của con người trước cái vô hạn của thế giới đầy bí ẩn, bao la.

Bài thơ Sóng lại nhắc nhở người đọc về quan niệm duyên khởi của Phật giáo: *"Sóng/ Quằn quại/ Thét gào/ Không nhớ/ Mình/ Là nước"*. Bài Nước lại mang triết lý về sự trôi chảy của thời gian, sự miên viễn của vũ trụ, sự huyền nhiệm của tính thiền:

*"Nước từ đâu đến*
*Nước trôi về đâu*
*...*
*Nước vẫn muôn đời*
*Không đi chẳng đến*
*Ai người nỡ hỏi*
*Nước đến từ đâu*
*Ai người nỡ hỏi*
*Nước trôi về đâu..."*

Không đi chẳng đến, vô thủy vô chung, mềm mại như sông và quằn quại thét gào như sóng, nước vẫn an nhiên trôi chảy từ ngàn năm trước đến ngàn năm sau. Khi ta cảm nhận được sự mênh mông ấy của nước, gió, trăng, sao thì tâm hồn và thể xác ta đã hòa cùng vũ trụ: *"Vũ trụ chừng nhỏ lại/ Còn chút xíu trong ta!"* (Vũ trụ). Ta không còn "là Một, là Riêng, là Thứ nhất" như ông hoàng Xuân Diệu nữa, ta đang "bay vù vù trong không gian" trong từng sát-na. *"Mỗi ngày ta rơi rụng/ Mỗi ngày ta phục sinh/ Mà cứ tưởng không hề thay đổi..."*. Đó chính là Vô thường, là sự đổi thay qua từng chớp mắt. Vô thường mà không mất mát, vô thường để thấy ta trong vạn vật và vạn vật trong ta. Sự hòa điệu giữa con người – tiểu vũ trụ và vạn vật – đại vũ trụ trong thơ Đỗ Hồng Ngọc theo quan niệm vô thường và duyên khởi mang lại cho người đọc cảm nghiệm mới về thời gian, về sự sống trong guồng quay của tạo hóa. Nó thôi thúc con người ý thức về mối quan hệ của cá nhân và vũ trụ, để kết nối, để sống hết mình trong sự sống chứ không phải để thở than nhân sinh như mộng.

Vô thường trong thơ Đỗ Hồng Ngọc nhiều khi là sự hiện hữu chứ không phải hư vô, ở cái còn chứ không phải là cái mất. Trong những bài thơ về Mẹ, về La Ngà, ta học được cách quên nỗi đau, chấp nhận lẽ tử sinh từ những hình ảnh, chi tiết bình dị nhất. Ánh mắt người mẹ luôn dõi theo con, nụ cười mẹ như thấu hiểu mọi hỷ nộ ái ố, lúng túng, lần khân, láu lỉnh… của con. Nụ cười của mẹ trên bàn thờ trở thành tấm gương soi của con. Đó là nụ cười sống động, nụ cười bất tử mang tâm trạng và tình cảm yêu thương trìu mến của người ngắm nhìn qua mỗi ngày mỗi tháng mỗi năm. Đối diện với nụ cười của mẹ, hẳn rằng người con luôn phải tự sửa mình. Cũng trong mạch cảm nhận đó, đọc những bài thơ viết cho La Ngà, ta hiểu được cách vượt qua nỗi mất mát của nhà thơ khi "có một dòng sông đã qua đời":

*"Không bài học nào*
*Như ba đã học*
*Từ con:*
*Nỗi mất!"*

Con "mãi mãi tuổi đôi mươi" dẫu tất cả cứ già đi theo năm tháng. Mà bài học về nỗi mất thì cứ tươi nguyên, khoảng trống của nỗi mất dường như thêm sâu rộng.

Có thể thanh thản được không khi xem nghiệt ngã là bài học? Có nỗi đau nào lớn hơn không, khi bài học không muốn nhớ, không muốn thuộc nhưng vẫn cứ ghim vào tâm trí? Con "mãi mãi tuổi đôi mươi", cha vẫn day dứt nỗi đau khổ của kiếp người! Hóa ra, vô thường còn là chấp nhận, là "đành lòng vậy, dầu lòng vậy", là gào thét trong lặng câm, là bão tố trong bình yên, là chôn chặt trong đào xới, là cồn cào trong thanh thản... Những vô thường như thế này cần phải được đọc từ phía sau câu chữ, bởi câu chữ chỉ là cái bình phong, nó che đậy cảm xúc, nó không cho người khác nhìn thấy nước mắt tuôn rơi. Trang Tử từng nói: *"Ngôn giả sở tại ý, đắc ý nhi vong ngôn"* (Lời là để diễn đạt ý, được ý hãy quên lời). Những bài thơ này, tôi đọc "ý", không đọc "lời"; đọc để hiểu, cảm thông và chia sẻ...

Có một nỗi nhớ quê hương đong đầy trong tập Thơ ngắn. *"Đi giữa Sài Gòn/ Phố nhà cao ngất/ Hoa nở rực vàng/ Mà không thấy Tết. Một sáng về quê/ Chợt nghe gió bấc/ Ơ hay xuân về/ Vỡ òa ngực biếc!"* (Gió bấc). Xuân không đến từ hoa vàng rực rỡ, xuân chỉ đến khi người yêu quê được đi giữa trời quê.

Ở bài thơ *Thu*, Đỗ Hồng Ngọc không dùng hình ảnh, mà khuấy động lòng ta bởi một âm thanh:

*"Chiều thu*
*Nghe tiếng quạ*
*Giật mình*
*Nỗi xa nhà*
*Nhớ sao*
*Mà nhớ*
*Quá!"*

Mùa thu gắn với nỗi buồn. Bởi vậy nên người Hán đã ghép chữ thu với chữ tâm để biểu ý thành chữ sầu (mùa thu đọng lại trong tim thành một nỗi sầu). Chiều thu là thời khắc của ngày tàn, của những nỗi buồn không tên, nỗi sầu thiên cổ bàng bạc như sương khói. Nó khiến lòng người chơi vơi, mang mang; khiến cho "Ít nhiều thiếu nữ buồn không nói. Tựa cửa nhìn xa, nghĩ ngợi gì" (Xuân Diệu). Giữa chiều thu ấy, thơ thẩn nơi đất khách, bỗng nghe tiếng quạ, giật mình nỗi xa nhà... chợt thấy nhớ sao mà nhớ quá. Bài thơ độc đáo ở cấu tứ. Đó là cấu tứ sắc sắc không không. Không có hình ảnh nào cụ thể: chiều thu, tiếng quạ, nỗi xa nhà, nỗi nhớ đều không hiện hữu. Tất cả đều trừu tượng, lơ lửng trong không trung, vương vấn trong hồn người. Chủ thể trữ tình cũng chỉ xuất hiện trong động thái "nghe" và "giật mình": nghe tiếng quạ và giật mình nỗi xa nhà. Nghĩa là người đọc chỉ nhận ra thi nhân qua âm thanh trên không trung và nỗi lòng kẻ tha hương. Niềm cô tịch bao trùm toàn bài thơ. Thi pháp chân không được sử dụng rất đắc địa. Và cuối cùng, tiếng quạ kêu bất ngờ kết thúc bài thơ, nhập vào làm một với đỉnh điểm của nỗi nhớ nhà: "Quá!". Âm thanh đó vút cao, thảng thốt, xuýt xoa, khắc khoải, tê tái, quặn thắt... Từ tượng thanh trùng âm với phó từ chỉ mức độ cao trong tiếng Việt thể hiện sự hòa điệu tuyệt vời của cảnh và tình, của tiếng quạ và tiếng lòng. Nó khiến cái vô hình trở thành hữu hình, cái khó nắm bắt trở nên dễ nắm bắt. Tiếng quạ kêu lan tỏa trong thinh không, mang nỗi nhớ thả vào vũ trụ, để rồi len vào hồn người tâm thức "tư cố hương". Cảnh nhạt mà tình nồng, bài thơ vừa có cái vi diệu của thi pháp chân không, của bút pháp lấy động tả tĩnh, huyền ngoại chi âm, và cả bút pháp tá thanh truyền ảnh rất hiếm ở trong thơ. Bởi, từ âm thanh xao động ở câu hai đến se thắt ở câu cuối, ta có thể hình dung được vẻ ngơ ngác ngước nhìn, kiếm tìm, trầm tư mặc tưởng của người thơ.

Thơ tình chiếm tỷ lệ khá lớn trong toàn tập *Thơ Ngắn Đỗ Nghê* và đa số là những bài thơ không ngắn, thậm chí là khá dài. Mảng đề tài này thể hiện rõ tâm hồn thuộc "cái nòi đa tình" và tính cách dí dỏm của nhà thơ.

*"Em tin có Chúa*
*Ngự ở trên cao*
*Còn anh tin Chúa*
*Ngự ở trong nhau"*
(Đi Lễ)

Với niềm tin ấy, *"mỗi ngày anh chánh niệm về em chánh niệm sáng chánh niệm chiều chánh niệm đêm... em ngồi đó vô biên vô số với phép mầu không có thời gian cho anh trở về tuổi hai mươi em mười tám..."* (Chánh niệm).

Tình yêu như tôn giáo, tình yêu là tôn giáo của riêng anh. Và nhịp tim, hơi thở luôn thao thiết vì em:

*"Ai bảo áo em vàng hoàng hậu*
*Cho tôi phải thở nhịp quân vương"*
(Đồng hương)

Và nếu thiếu em, quân vương ấy chẳng màng đến ngai vàng nữa:

*"Ta về lối cũ*
*Nghe lòng lạnh băng*
*Thiếu em hoàng hậu*
*Ngai vàng như không..."*
(Giữa hoàng hôn xưa)

Anh viết tên em lên cát, cho sóng cuốn đi, cho gió cuốn đi. Để "tên em mênh mông đại dương...", mang tình anh đi muôn phương, cho thỏa dạ kẻ si tình *(Viết tên lên cát)*. Nỗi nhớ em trở thành căn bệnh – bệnh nhớ, khi cấp tính thì cồn cào, quặn thắt; trở thành kinh niên thì âm ỉ, triền miên *(Nỗi nhớ)*. Mà thật lạ, hình như anh chẳng muốn chữa lành căn bệnh tương tư này. Bởi nghe trong tiếng thở than có niềm hạnh phúc, nghe trong nỗi buồn vẫn có thú đau thương.

Rồi "tình xa" sẽ biến thành "tình sầu", "tình nhớ", để ngày gặp lại, luyến tiếc gọi nhau bằng hai chữ Cố nhân:

*"Mới đó mà em đã cố nhân*
*Lòng đau như cắt hiểu gì không*
*Hoa vàng đã rụng đầy sân vắng*
*Tình cũng ngùi phai theo tháng năm..."*

Tình "ngùi phai theo tháng năm" nhưng lòng không ngùi phai. "Lòng đau như cắt hiểu gì không" – Câu thơ như một nhát cắt cứa vào tim nhau. Trách móc? Giận hờn? Tiếc nhớ?... Không! Chỉ thấy vẫn yêu. Và đau! Yêu ngay cả khi dùng từ ngữ có tính chất ngăn chặn, chấm dứt, thuộc về quá khứ: "cố nhân". Vậy đó, sự trớ trêu của tình cảm thật khó mà cắt nghĩa, "cố nhân" nhiều lúc không phải là người cũ, người xưa, mà là người thân thiết, tha thiết một thời... và mãi mãi. Để rồi ta lại đêm ngày chánh niệm về em, và không ngừng cật vấn mình: *"Ta làm sao mà lòng ta chưa nguôi!"* (Khi gặp lại).

Giả sử là bài thơ tình rất hay ở nhiều phương diện. Nhà thơ nói với người yêu về một tình huống hủy diệt của thiên tai. *"Giả sử sóng thần ập vào Nha Trang/ Ập vào Mũi Né/ Anh chỉ kịp quẳng em lên một chiếc thuyền thúng/ Vút qua những ngọn dừa/ Những đồi cát trắng/*

*Em nhớ mang theo đôi quả trứng/ Vài nắm cơm/ Vài hạt giống/ Đừng quên mấy trái ớt xanh.../ Biết đâu mai này/ Ta làm An Tiêm/ Trở về làng cũ/ Nơi này ta sẽ gọi là Nha Trang/ Nơi kia gọi là Mũi Né.../ Cho nên/ Sao chẳng sớm mà thương nhau hơn?...".* Bài thơ mở đầu bằng sự bất an và kết thúc bằng sự bình an. Tất cả hãi hùng hoang lạnh đó sẽ qua đi nếu ta biết thương nhau, và hãy thương nhau khi còn có thể, vì mấy ai lường trước được chuyện bãi bể nương dâu. Sử dụng những motif thường thấy trong văn chương: yêu trong hoạn nạn, sống sót qua hoạn nạn, cơn đại hồng thủy, tái lập Trái đất và sự sống...; tuy nhiên, trong hoảng hốt hoang hoải đi tìm sự sống, Đỗ Hồng Ngọc vẫn không quên chiếc thuyền thúng, mấy trái ớt xanh, đôi quả trứng, vài hạt giống của An Tiêm, để trở về làng cũ... Cổ tích Việt Nam, văn hóa Việt Nam thấm trong từng hình ảnh thơ khiến ta rưng rưng không phải vì nỗi sợ thiên tai, mà vì vẫn tìm thấy những gì quen thuộc trong sự mất mát. Dĩ nhiên, tất cả chỉ là giả sử, thể hiện những dự cảm bất an về môi trường và quan niệm vô thường của cuộc sống, nhưng mục đích là kết luận: "Sao chẳng sớm mà thương nhau hơn?" Hỏi cũng chính là trả lời, câu thơ khiến người với người xích lại gần nhau hơn như câu hát của Trịnh Công Sơn: *"Hãy yêu nhau đi/ Khi rừng thay lá/ Hãy yêu nhau đi dòng nước có trôi xa... Hãy kêu tên nhau trên ghềnh dưới bãi/ Dù mai nơi này người có xa người..."*

Tình yêu trong thơ Đỗ Hồng Ngọc vừa nồng nàn mãnh liệt "như đổ dầu vào lửa", sắc bén như "ánh mắt dao cau", dại khờ luyến tiếc khi phải "nhận bừa là đồng hương", day dứt "khi nhìn nhau xa lạ" "nói năng vô nghĩa" mà nghe "thác reo trong hồn", ranh mãnh mong người ta nhớ đến anh trong "ngày sinh nhật" khi mọi ngày của anh đều là sinh nhật. Và cuối cùng, vẫn chờ đợi một bến đỗ bình yên, chở che, đón nhận, ấp yêu và chung thủy đến muôn đời:

*"Lá chín vàng*
*Lá rụng*
*Về cội*

*Em chín vàng*
*Chắc rụng*
*Về anh"*
(Lá)

"Chắc" là một hư từ (vị từ tình thái) mang tính dân dã của khẩu ngữ được đặt vào trong sự biến tấu của thành ngữ "lá rụng về cội" khiến câu thơ cuối lập tức trở nên giàu ý thơ, chất thơ hơn. Nhìn từ phương diện ngôn ngữ học, "chắc" thuộc loại từ có "lực ngôn trung" gắn với "tình thái phát ngôn". "Chắc là", "có thể", "có lẽ", "hãy", "sẽ", "nên"...; vừa ướm hỏi vừa mời gọi; vừa mang tính khẳng định, vừa mang tính dự định. Chủ thể của lời nói vừa có thể là anh, vừa có thể là em. Tâm trạng của các chủ thể sẽ thay đổi tùy vào cách người đọc mặc định vị trí của họ và nghĩa của từ "chắc" ở trong lời nói. Cả hai chủ thể sẽ có tâm thế hoặc tự tin, yên lòng; hoặc e dè, hoài nghi, phấp phỏng. Tất cả tùy thuộc vào việc người đọc đứng ở bên nào trong tính nước đôi của từ ngữ. Vậy là người đọc có quyền quyết định nghĩa, làm tăng nghĩa, tăng tầng bậc khám phá cho văn học. Theo lý thuyết tiếp nhận, đồng sáng tạo giữa tác giả và độc giả là một trong những tiêu chí thành công của tác phẩm. Một từ thôi nhưng có thể thay chủ đổi ngôi, làm khuynh đảo những gì vững chắc nhất. Tiếng Việt là vậy đó! Hay, đẹp, đa nghĩa và đáo để đến vô cùng nếu được vào tay người nghệ sĩ ngôn từ biết cách giũa mài cho ngọc quý. Giống như *Bông hồng cho Mẹ*, bài thơ này toàn dùng từ thuần

Việt. Mới hay, trong lĩnh vực ngôn ngữ, cái dân dã bình dị có khả năng chuyển tải văn hóa cao nhất chứ không phải cái cao sang. Một nửa của bài thơ là có sẵn, là kết tinh từ triết lý, trí tuệ dân gian, quy luật và ao ước muôn đời của muôn người. Nửa còn lại là sáng tạo của tình yêu, của thi ca; mời gọi, ướm hỏi, đợi chờ, hồi hộp, đón nhận, giao hòa... và hạnh phúc với chân lý của tình yêu.

Đề tài phong cảnh thể hiện nét bút tài hoa của nhà thơ. Đó là bút pháp thi trung hữu họa, lấy động tả tĩnh trong cảnh Hội An sớm:

*"Hội An còn ngái ngủ*
*Mái chùa ôm vầng trăng*
*Giật mình nghe tiếng chổi*
*Gà gáy vàng trong sương"*

Trăng treo nghiêng trên mái chùa, sương vàng theo ánh trăng. Chỉ cần chấm phá hai hình ảnh, một sắc màu là tạo nên bức cổ họa. Và tiếng chổi, tiếng của nhịp đời xao xác nhẹ nhàng đủ để đánh thức đàn gà ngái ngủ cất lên tiếng gáy. Sau tiếng gà gáy, cả thế giới im lìm sẽ tỉnh giấc. Tất cả mọi đường nét, mọi âm thanh đều vừa vặn, không thừa không thiếu cho việc diễn tả một Hội An trầm mặc cổ kính. Bài thơ gợi nhớ cái giật mình của loài chim núi khi nhìn thấy ánh trăng khuya trong Điểu minh giản của nhà thơ Vương Duy đời Đường. Nhưng ở đây, tiếng chổi tương hợp với ngôi chùa, tiếng gà gần gũi với đời sống. Tiếng chổi quét sân chùa sau buổi công phu sáng sẽ sớm hơn tiếng gà trong vườn nhà. Nếu ngoài đời thường, tiếng gà gáy sáng bắt đầu chuỗi hoạt động của con người, tiếng gà đánh thức tiếng chổi thì ở đây tiếng chổi đánh thức tiếng gà, bởi nhà chùa thường dậy sớm hơn. Bài thơ thể hiện sự quan sát tỉ mỉ, cách cảm nhận tinh tế của tác giả. Chất thiền không chỉ bàng bạc trong hình ảnh mà còn vang vọng trong âm thanh của bài thơ.

Tuyền Lâm mang vẻ đẹp trong trẻo của mùa xuân qua thủ pháp gương soi và tiếng gọi mùa xuân tha thiết, đắm say:

*"Nước xanh như ngọc*
*Sâu đến tận trời*
*Vốc lên một vốc*
*Ơi mùa xuân ơi!"*

Trời soi bóng nước, nước sâu tận trời, "sâu chót vót" như Tràng giang của Huy Cận, nhưng không cô liêu, tịch liêu mà đong đầy cảm xúc yêu cảnh, yêu mùa, yêu đời của nhà thơ.

Ta sẽ còn có thể nghe hơi thở người xưa, "Nghe thì thầm, Đẽo gọt/ Nét Đường thi" trong bài thơ *Văn Miếu*; ngắm làn mưa giăng mờ trong Hà Tiên mưa, cảm nhận "sóng lăn tăn gợn vỗ quanh ghế ngồi" Ở Montmartre... Mỗi bước chân trải nghiệm của tác giả đều được ghi dấu bằng hồn thơ.

Tư tưởng Phật giáo thấm đượm trong toàn tập Thơ ngắn. Đỗ Hồng Ngọc đã chuyển tải tư tưởng một cách nhẹ nhàng, giản dị như chính triết lý nhà Phật qua những bài thơ như Thiền, Vè thiền tập... Và đặc biệt, bài thơ *Mới hôm qua thôi* còn mang nỗi buồn của bi kịch nhân sinh: *"Họ ngồi đó/ Hói đầu/ Bạc trắng/ Móm sọm/ Nhăn nheo/ Mới hôm qua thôi/ Nào vương/ Nào tướng/ Nào tài tử/ Nào giai nhân/ Ngựa xe/ Võng lọng/ Mới hôm qua thôi/ Nào lọc lừa/ Nào thủ đoạn/ Khoác lác/ Huênh hoang/... Nói nói/ Cười cười/ Ghen tuông/ Hờn giận/... Ngoài kia/ Tuyết bay/ Trắng xóa/ Ngoài kia/ Dòng sông/ Mênh mông/ Mênh mông..."*. Đúng! Mới hôm qua thôi...

mà bây giờ đã... Tham hận sân si sẽ tan đi hoặc vơi bớt khi ngẫm lại sự phù du của kiếp người, và sẽ *"Giật mình chợt nhớ ra/ Vốn xưa ta là đất"* (Đất), mai này ta cũng là đất. Ta cần ngộ ra điều đó, để có thể chứng nghiệm Niết Bàn trong cõi ta bà này, ngay ở đây, lúc này, hiện sinh chứ không phải là huyễn tưởng:

*"Tham chẳng còn*
*Sân cũng hết*
*Si đã tuyệt*
*Niết Bàn*
*Tịch diệt*
*Để làm chi?"*
(Ngộ)

Rũ bỏ tất cả, an nhiên tự tại, Niết Bàn trong ta, tùy vào ta. Niết Bàn là lúc ta thõng tay vào chợ, trở về với tâm tướng con người như nó vốn sinh ra...

*Thơ Ngắn Đỗ Nghê* có 59 bài, đa phần là thơ ngắn như tên gọi của toàn tập. Nhan đề của mỗi bài thơ cũng ngắn: *Sóng, Nước, Đất, Thiền, Thở, Lá, Ngộ, Trái đất, Chân Không...* Có bài chỉ 6 âm tiết, 10 âm tiết. Xem ra, so với Haiku của người Nhật (17 âm tiết), Sloka của người Ấn Độ (32 âm tiết), Lục bát của người Việt (14 âm tiết), Tứ tuyệt của người Trung Quốc (20 – 28 âm tiết) thì quả là Đỗ Nghê đã có những bài thơ ngắn độc đáo. Tuy nhiên, sức cuốn hút của tập thơ không phải ở độ dài ngắn, mà ở sự sôi nổi của lòng yêu cuộc sống, sự chiêm nghiệm về cõi nhân sinh, sự cảm ngộ triết lý nhà Phật đầy mới mẻ, nỗi niềm đau đáu với lẽ được mất và thi pháp thơ đầy sáng tạo. Tất cả như thể hiện nỗi vướng bận của nhà thơ với cuộc đời: *"Ta làm sao mà lòng ta chưa nguôi"*. Nguôi sao được khi trái tim và tâm hồn thi nhân vốn dĩ đã bị cầm tù trong bể đời ngọt ngào pha lẫn với chua cay mặn đắng. Lòng chưa nguôi, và sẽ mãi mãi không nguôi, sẽ dễ dàng rung lên như những sợi dây đàn mẫn cảm, để cho đời thêm những tiếng thơ hay.

Nếu cần góp ý cho tập thơ, tôi chỉ mong tác giả gạt bớt những bài chưa chín tới về cảm xúc cũng như bút pháp, hoặc không phù hợp với toàn tập như *To Edith* (vì là thơ dịch), *Về quê* (vì trùng với danh tác Hồi hương ngẫu thư của Hạ Tri Chương), *Đông Boston* (vì không điệp vần), *Theo già, Tuyết* (vì thiếu thi ý), *Món quà, Quấn quýt* (vì cấu tứ non tay)... Vẫn biết, cắt bài sửa chữ là đề nghị lạnh lùng làm đau lòng người sáng tác. Bởi vì mỗi câu, mỗi bài đều gắn với kỷ niệm, vết xước, nỗi đau và những rung cảm chân thành. Tuy nhiên, nếu không làm điều đó, tác phẩm sẽ thiếu chắt lọc, sa vào ôm đồm và nhạt mất khí cốt. Trong nghệ thuật, có sự trưởng thành nào mà không trả giá bằng nỗi đau, có sự vẹn nguyên nào mà không khởi đầu bằng mất mát? Thiển ý này của người viết cũng thể hiện nỗi niềm "sao lòng ta chưa nguôi", mong mỏi mỗi bài thơ đều hướng đến cảnh giới *"Bút lạc kinh phong vũ. Thi thành khấp quỷ thần"* (Hạ bút làm kinh hoàng cả mưa gió. Thơ làm xong khiến quỷ thần phải khóc – Đỗ Phủ).

**Nguyễn Thị Tịnh Thy**
*Xứ Huế, Mùa Đông năm 2017*

TM

# PHẠM CHU SA

## ĐỖ HỒNG NGỌC: BÁC SĨ VIẾT TỪ TRÁI TIM

Sách của Đỗ Hồng Ngọc không phải là những tiểu thuyết diễm tình, éo le, gay cấn, cũng chẳng phải là sách nhất thời "ăn theo" một sự kiện nào đó, hay những sách dạy làm giàu thời thượng... Đó là những tập tản văn về một nếp sống an lạc, về thiền như Nghĩ từ trái tim, Như thị, Cõi Phật đâu xa, Cành mai sân trước... Các tập tùy bút về sức khỏe viết cho người cao tuổi như Gió heo may đã về, Già ơi chào bạn, Thiền và sức khỏe, Nếp sống an lạc... Và cả những ký sự nhân vật như Những người trẻ lạ lùng, Nhớ đến một người, Một hôm gặp lại... viết về những người quen thân với tác giả, trong đó có nhiều trí thức, văn nghệ sĩ nổi tiếng.

### Cõi thơ của Đỗ Hồng Ngọc

Nhiều người nghĩ Đỗ Hồng Ngọc là một bác sĩ làm thơ, viết văn và gọi anh là bác sĩ – nhà văn. Nhưng tôi vẫn thích gọi anh là thi sĩ – bác sĩ bởi Đỗ Hồng Ngọc có cốt cách thi sĩ trong con người bác sĩ. Anh làm thơ và có thơ in từ thời sinh viên – tập *Tình người* (năm 1967), ký bút hiệu Đỗ Nghê. Mấy năm sau khi ra trường là *Thơ Đỗ Nghê* (năm 1973). Tập thơ đã gây được tiếng vang trong văn đàn bấy giờ. Sau này anh trích một số bài trong hai tập thơ trên rồi in lại trong các tập thơ *Giữa hoàng hôn xưa* (năm 1993) và *Thư cho bé sơ sinh và những bài thơ khác* (năm 2010). Bài thơ làm tựa chính *Thư cho bé sơ sinh...* Đỗ Hồng Ngọc viết năm 1965, khi còn là sinh viên Y thực tập tại BV Từ Dũ: *Khi em cất tiếng khóc chào đời/ Anh đại diện đời chào em bằng nụ cười/ Lớn lên nhớ đừng hỏi tại sao kẻ cười người khóc/ Trong cùng một cảnh ngộ nghe em.../ Khi anh cắt rún cho em/Anh đã xin lỗi chân thành rồi đó nhé/ Vì từ nay em đã phải cô đơn/ Em đã phải xa địa đàng lòng mẹ... Thôi trân trọng chào em/ Mời em nhập cuộc/ Chúng mình cùng chung/ Số phận con người.*

Tôi nhớ hình như khoảng sau ngày ký Hiệp định Paris (năm 1973) ít lâu, anh gửi tặng tôi tập *Thơ Đỗ Nghê* mới xuất bản. Tập thơ in ronéo nhưng trình bày khá trang nhã. *Thơ Đỗ Nghê* bàng bạc khát vọng hòa bình và cả nỗi ám ảnh của chiến tranh, đã gây được tiếng vang trong văn đàn bấy giờ. Anh ru con: *Ngủ đi con ngủ đi con/ Rồi ngày mai khôn lớn/ Cầm súng với cầm gươm*. Và anh ru vợ (hay người yêu?): *Ngủ đi cưng, ngủ đi cưng/ Kề tai đây anh bảo/ Coi như mình chẳng có quê hương*.

Năm 1997 Đỗ Hồng Ngọc ra mắt tập thơ *Vòng quanh*, một "bút ký thơ" kèm những ký họa rất thú vị của chính tác giả vẽ lại những nơi chốn anh đã đi qua: Huế, Hà Nội, Boston, Montréal, Bắc Kinh... nhưng có lẽ ấn tượng nhất với thi sĩ là Paris. Một tâm hồn thi sĩ như Đỗ Hồng Ngọc mà lạc lối tới Paris giống như anh "trở về". Vòng quanh ra đời sau chuyến đi Paris năm 1997. Thơ viết về Paris lan man gần phân nửa tập thơ: *Paris với anh lạ mà không lạ/ Có cái gì đó rất thân quen/ Như sáng nay thăm lại tháp Eiffel...* (Paris tháng Sáu). Hoặc: *Ở Paris có thể/ Vào một quán cà phê quen/ Từ ba trăm năm cũ/ Làm một ly đen/ Với Voltaire, Bonaparte/ Hoặc Benjamin Franklin/ Khề khà cùng Jean Paul Sartre...* (Café).

**Và cõi người của một bác sĩ**

Tác phẩm đầu tay viết về y học *Những tật bệnh thông thường trong lứa tuổi học trò* anh ký tên thật Bác sĩ Đỗ Hồng Ngọc, xuất bản năm 1972. Tôi nhớ lần đầu gặp Đỗ Hồng Ngọc khi anh mang tặng tôi cuốn sách này, nhờ tôi giới thiệu trên tuần báo Tuổi Ngọc (bấy giờ tôi là thư ký tòa soạn). Tuổi Ngọc là "tuần báo của tuổi mới lớn", độc giả của báo cũng là đối tượng độc giả của cuốn sách. Tòa soạn là căn gác xép chật chội của nhà in nên anh và tôi ngồi ở quán cà phê trong con hẻm bên cạnh. Đỗ Hồng Ngọc là một người lịch thiệp, cử chỉ từ tốn, nói năng nhẹ nhàng, dễ gây cảm tình với người đối thoại. Hai năm sau Đỗ Hồng Ngọc viết cuốn y học thứ hai *Viết cho các bà mẹ sinh con đầu lòng*. Cả hai cuốn sách viết về y học thường thức nói trên tái bản không biết bao nhiêu lần bởi cứ lứa tuổi học trò này lớn lên lại có lứa khác tìm đọc. Những bà mẹ này sinh con đầu lòng rồi lại có những bà mẹ sinh con đầu lòng khác. Những lời khuyên nhẹ nhàng cho lứa tuổi học trò hay các bà mẹ trẻ lần đầu sinh con với văn phong dí dỏm của Đỗ Hồng Ngọc rất hấp dẫn người đọc. Kể cả đến nay, sau 45 năm, hai tập sách y học thường thức ấy vẫn tiếp tục tái bản. Thế mới thấy cái duyên của BS Đỗ Hồng Ngọc. Học giả Nguyễn Hiến Lê khi viết tựa cho cuốn *Những tật bệnh thông thường...* đã viết: *"Một bác sĩ mà là một thi sĩ luôn làm cho chúng ta ngạc nhiên một cách thú vị".*

Năm 1997, Đỗ Hồng Ngọc cho ra đời một tập sách y học thường thức nhẹ nhàng *Gió heo may đã về*. Tác giả mượn một câu trong ca khúc *Nhìn những mùa thu đi* của Trịnh Công Sơn: *"Gió heo may đã về/ Chiều tím loang vỉa hè/ Rồi mùa thu bay đi..."* làm tựa tập tản văn viết cho lứa tuổi chớm già. Chỉ trong năm 1997 *Gió heo may đã về* đã tái bản đến ba lần, đủ thấy sức hút của tác phẩm.

Mặc dù đề tài viết về sức khỏe của tuổi già đã có nhiều bác sĩ tên tuổi viết như BS Nguyễn Ý Đức, một chuyên gia về lão khoa nổi tiếng ở Mỹ, hoặc GS Ngô Gia Hy đã viết nhiều cuốn về tuổi già. Thế nhưng *Gió heo may đã về* được viết dưới dạng tùy bút nhẹ nhàng như những lời tâm sự, người đọc dù khó tính mấy cũng sẽ mỉm cười thích thú khi đọc. Tác giả cũng khá bất ngờ khi tập tản văn nhận được sự đón nhận nhiệt tình của đông đảo bạn đọc – có lẽ hầu hết ở lứa tuổi chớm già như anh.

Các tập ký sự nhân vật: *Những người trẻ lạ lùng, Nhớ đến một người...* Đỗ Hồng Ngọc viết về những cuộc gặp gỡ, những cuộc chia tay, những cuộc hạnh ngộ diệu kỳ. Anh nhớ những gương mặt, những cá tính, những tài năng không thể nào quên, như học giả Nguyễn Hiến Lê, một tấm gương kiên nhẫn, có ảnh hưởng không nhỏ trong cuộc đời anh. Hay bác sĩ – họa sĩ Dương Cẩm Chương, một bậc trưởng thượng cả trong y khoa và hội họa Việt Nam, hoặc nhạc sĩ Trần Văn Khê, nhà văn Võ Hồng, nhà văn Võ Phiến, bác sĩ – nhà văn hóa Nguyễn Khắc Viện...

**"Trái tim có cách nghĩ riêng của mình"**

Từ những tập sách viết về y học với một giọng văn nhẹ nhàng, các ký sự nhân vật như những lời tình tự đến những bài thơ trăn trở một thời tuổi trẻ hay những câu thơ lãng mạn ở tuổi chớm già, hình như Đỗ Hồng Ngọc không viết từ những nghĩ suy bình thường mà viết từ trái tim, dù trái tim không phải để suy nghĩ mà để yêu thương. Như trong tập *Nghĩ từ trái tim* (viết về Tâm Kinh Bát Nhã), Đỗ Hồng Ngọc đã viết *"trái tim có cách nghĩ riêng của mình mà nhiều khi khối óc không sao hiểu được"*. Đỗ Hồng Ngọc kể lúc anh dưỡng bệnh ở BV An Bình cuối năm 1997 sau khi mổ sọ não ở BV 115, anh đọc được *Trái tim hiểu biết* của thiền sư Nhất Hạnh viết về *Bát Nhã ba-la-mật-đa Tâm Kinh* do một người bạn cho mượn. Anh đọc và nghiền ngẫm. Trong lời dẫn nhập sách, Đỗ Hồng Ngọc viết: *"Nghiền ngẫm rồi ngập ngừng. Rồi bức xúc, phải viết ra cho khỏi quên, để lâu lâu còn coi lại một mình. Ba năm nghiền ngẫm, sáu tháng viết và hơn hai năm ngại ngần, thỉnh thoảng đọc và sửa, nhờ vài bạn thâm giao chỉ thêm cho, rồi tìm tòi, tham khảo, loay hoay..."*. Mãi đến sáu năm sau, cuối năm 2003, tập *Nghĩ từ trái tim* mới được ấn hành. Anh giới thiệu và giảng giải *Tâm Kinh* theo cách của anh, một bác sĩ, không ẩn dụ mà là những ví dụ, những từ ngữ dễ hiểu, dễ đi vào tâm thức người đọc.

**Nghiền ngẫm Tâm Kinh để chữa bệnh cho chính mình**

Đỗ Hồng Ngọc tâm sự: *"Tôi tự nhiên mà khoái Tâm Kinh. Có thể là có duyên sao đó. Sau cơn mê, mổ xong tôi tỉnh dậy. Cười một mình. Ngu ơi là ngu. Đáng đời ơi là đáng đời. Rồi tôi lạ lẫm nhìn nắng chiếu qua khung cửa. Lạ lẫm nghe tiếng chim hót. Lạ lẫm thấy lá thông lắc lư trong gió..."*. Đỗ Hồng Ngọc bảo anh viết những cảm nghĩ trong khi nghiền ngẫm *Tâm Kinh* cũng là để làm một phương thuốc chữa bệnh cho chính mình và chia sẻ cùng vài bạn bè thân hữu "đồng bệnh tương lân". Và kể từ sau Nghĩ từ trái tim, những tập tản văn y học, tùy bút thiền, bút ký thơ, ký sự nhân vật của Đỗ Hồng Ngọc với văn phong thanh thoát, đầy chất thơ, nhẹ nhàng như gió thoảng liên tiếp được ấn hành rồi tái bản, tái bản...

**PHẠM CHU SA**
*(2017)*

TM

# NGUYỄN THỊ KHÁNH MINH

## Con Đường Dài Qua Thơ Ngắn Đỗ Nghê

Trong những điện thư gửi cho bạn hữu anh em, Nhà Thơ Đỗ Nghê (Đỗ Hồng Ngọc) thường gửi những bài thơ ngắn mà anh thường gọi là "thơ trời ơi." Trời ơi là chuyện không đâu. Trời ơi là tiếng kêu ngạc nhiên. Trời ơi để diễn tả sau đó một vui mừng, một âu yếm. Trời ơi là tiếng than trong cơn bi sầu. Trời ơi đôi khi lại là bótay.com. Mà vì sao lại thốt lên như thế? Vì cảnh đời tang thương ngẫu lục. Vì sáng trưa chiều tối vút qua thoắt cái tất cả đều biến dịch trong từng khoảnh khắc. Trời ơi, Mới Hôm Qua Thôi...

Đến và đi là chuyện thường, biết những thay đổi kia là đương nhiên, thế nên, như hành giả ngao du trong đất trời, thưởng thức phút giây đang ở, rồi qua, không vướng bận, sảng khoái đón nhận tất cả như chuyện trời ơi mà nhắn nhe chia sẻ với bạn đồng hành.

Đó là một thái độ sống nhẹ thường với cuộc phù du. Cho nên những bài thơ ngắn này là những trân trọng bật sáng ngay phút giây lúc đang là. Như Thiền sư Chadgud nói, *"Thể xác, lời nói, ý nghĩ của chúng ta biến dịch nhanh như thời gian mũi kim xuyên qua cánh hoa hồng."** Trong tích tắc ấy, Nhà Thơ đã cảm nhận cái trùng phùng của nghìn năm và phút giây, xẹt qua cảm xúc tức thì, lóe lên trong từng nhích kim xuyên qua thời gian lá mỏng.

Tôi cảm nhận như thế vì tính nhanh và chậm cùng cư ngụ trong mỗi bài thơ của Đỗ Nghê. Cảm xúc là một đường tơ nối nghìn dặm không gian, thời gian vào lúc con chữ tượng nên lời.

*Giữa đêm*
*Thức giấc*
*Giữa ngày...*
Boston, 1993
(Trái Đất, tr. 7)

Như thấy cả nỗi trăn trở trên ba dấu chấm kia... Lăn về phía đêm hay ngày... lăn qua trở lại bỗng thấy phương em mặt trời đang chiếu sáng, trời ơi quê nhà! Thử hỏi nỗi nhớ xuyên qua đêm và ngày để thấy đây và kia gần quá trong một thức giấc?

Tiếng quạ vừa nhấn chiều thu, phản xạ là giật mình bật ra ánh chớp nỗi xa nhà, kêu, nhớ quá, kêu nhanh như vừa thả dây cung. Cái rơi xuống của mũi tên nhớ là một nỗi im lặng dài. Mà âm ba cảm xúc ngân ngân... Tôi không nhớ tên một nhà phê bình văn học đã nói, đó là "tính Trì Cửu và Trực Tốc ở một bài thơ", tôi rất thích ý lời này, và thấy thật đúng trong không khí thơ ngắn Đỗ Nghê.

*Chiều thu*
*Nghe tiếng quạ*

*Giật mình*
*Nỗi xa nhà*
*Nhớ sao*
*Mà nhớ*

*Quá!*
Boston 1993
(Thu, tr. 74)

Khởi đi từ cánh hoa vàng phố thị, người chỉ thấy nhà cao, đi khơi khơi qua những con đường rồi lọt vào cơn gió bấc nhà quê, vỡ trái tim xanh nỗi nhớ nhà, thử hỏi thời gian giữa cánh hoa vàng và cơn gió bấc? Nghìn trùng hay gang tấc để ngực biếc vỡ òa?

*Đi giữa Sài Gòn*
*Phố nhà cao ngất*
*Hoa nở rực vàng*
*Mà không thấy Tết*

*Một sáng về quê*
*Chợt nghe gió bấc*
*Ơ hay xuân về*
*Vỡ òa ngực biếc!*
(Gió Bấc, tr. 67)

Trong một tức thì nhìn thôi, mà mùa đang ở đang qua, mà xong bao đời lá. Biết lẽ thay đổi mà người sống rất trọn vẹn từng chớp mi, vậy không phải sao, người sống được miên viễn trong khoảnh khắc?

*Còn cây*
*trơ lại với cành*
*Với linh hồn lá*
*ngập ngừng trút qua...*
(Đông Boston, tr. 72)

Cũng vậy ở bài thơ sau, tính nhanh chậm xô thời gian chập chùng trên cảm xúc chợt đến, ai ngàn năm xa kia bỗng trở thành một làn thơm tho. Trong cột gỗ vô tri bỗng nghe hồn Đường Thi ngân nga trên nét khắc nghìn xưa. Chắc là phút giây thinh lặng lắm nên đôi bên có sức thần thông giao cảm nhau?

*Dưới những tàng cây*
*Con đường quanh co*
*Khúc khuỷu*

*Ai đã qua đây*
*Ngàn năm cũ*
*Mà hơi thở còn thơm tho vậy*

*Ta sờ tay vào cột gỗ*
*Nghe thì thầm*
*Đẽo gọt*
*Nét Đường thi.*
1995
(Văn Miếu, tr. 77)

Thời gian ở đây quả là một con đường bất tận của -không điểm bắt đầu không nơi kết thúc-, mang mang tự hỏi quê nhà ấy là đâu, là nơi chôn nhau cắt rốn hay là nơi mà sinh tử chạm nhau để kết thúc và bắt đầu? Cũng như một vòng biến hóa của hạt nước kia,

*Lâu không về thăm quê*
*Những người xưa biền biệt*
*Lũ trẻ lớn lên*
*Ngơ ngác*
*"Ủa, chú là ai?*
*Làm sao chú biết...?"*
(Về Thăm Quê, tr. 52)

*Nước trôi về đâu*
*Từ con suối nhỏ*
*Từ dòng sông sâu*
*Từ khe núi lở*
*Từ dưới nhịp cầu*
*Từ cơn thác lũ*
*Từ giọt mưa rơi*

*Nước đến từ đâu*
*Nước trôi về đâu*
*Từ cơn gió thoảng*
*Từ làn mây trôi*
*Từ hơi biển mặn*
*Từ phía mặt trời*
*Nước vẫn muôn đời*
*Không đi chẳng đến*
*Ai người nỡ hỏi*
*Nước đến từ đâu*
*Ai người nỡ hỏi*
*Nước trôi về đâu...*
Paris, 1997
(Nước, tr. 9)

*Ta bay vù vù trong không gian*
*Mà cứ tưởng nằm im*
*Trên gối*

*Mỗi ngày ta rơi rụng*
*Mỗi ngày ta phục sinh*
*Mà cứ tưởng không hề thay đổi...*
(Vô Thường, tr. 49)

Có rơi rụng mới có đâm chồi, có ngày qua đi mới có ngày nay, như hạt nước kia, dòng sông kia luôn chảy và biến hóa phát sinh ra cái khác, có phải người thơ đã nhận biết và chấp nhận nhẹ nhàng những đổi thay, từng khắc sinh hoại diệt, nên có được an nhiên tự tại, không còn đinh ninh vào ý nghĩ lẫn sự vật?

*Sông ơi cứ chảy*
*Cứ chảy về trời*
*Cứ về biển khơi*
*Cứ làm suối ngọt*
*Cứ làm thác cao*
*Cứ đổ ầm ào*
*Cứ làm gió nổi*
*Cứ làm mây trôi...*
*Sông ơi cứ chảy*
*Chảy khắp châu thân*
*Chảy tràn ra mắt*
*Chảy vùi bên tai*
*Dòng sông không tắt*
*Dòng sông chảy hoài...*
(Giỗ một dòng sông, tr. 28)

Nghe có chút man mác nguyện cầu trong tình ý bài thơ này ở những "cứ, hoài..." lặp đi lặp lại..., một dằng dặc thiết tha khiến tôi cứ muốn khóc...

Ở *Hội An Sớm*, thấy rõ sự thay đổi nối tiếp nhau theo thời gian trong một vài bước, bước vừa chạm xuống bước cất lên, trăng đã tàn, Hội An, Ta và Gà cùng giật mình vì tiếng chổi sớm, ba câu đầu đều động, nhưng tiếng "gà gáy vàng trong sương" lại u tĩnh đến vậy... Tiếng gáy ấy không âm thanh. Và cơn ngái ngủ của Hội An thì ngân vang những trăn trở...

*Hội An còn ngái ngủ*
*Mái chùa ôm vầng trăng*
*Giật mình nghe tiếng chổi*
*Gà gáy vàng trong sương*
(Hội An Sớm, tr. 38)

Giả Sử sóng thần ập vào Nha Trang, người thủ cho mình cái gì, Em, đôi quả trứng, vài nắm cơm, vài hạt giống, mấy trái ớt xanh... (thật may mắn, nhiêu đó đủ để tái sinh cõi đất lành trong tương lai!) Giả Sử thôi để có cớ nhắc nhở, lúc này đây, cuộc sống quay như kính vạn hoa, sắc tàn sắc nở, cho nên, bạn đồng hành ơi Sao chẳng sớm mà thương nhau...?

*Giả sử sóng thần ập vào Nha Trang*
*Ập vào Mũi Né*
*Anh chỉ kịp quẳng em lên một chiếc thuyền thúng*
*Vút qua những ngọn dừa*
*Những đồi cát trắng*
*Em nhớ mang theo đôi quả trứng*
*Vài nắm cơm*
*Vài hạt giống*
*Đừng quên mấy trái ớt xanh...*

*Biết đâu mai này*
*Ta làm An Tiêm*
*Trở về làng cũ*
*Nơi này ta sẽ gọi là Nha Trang*
*Nơi kia gọi là Mũi Né...*
*Cho nên*
*Sao chẳng sớm mà thương nhau hơn?...*
2011
(Giả Sử, tr. 21)

Trong tập những bài thơ ngắn này, tôi xúc động nhất là bài về Mẹ và những bài về đứa con gái yểu mệnh La Ngà, đọc lên là thấy nhịp tim phản xạ đập đồng hành với cảm xúc của người thơ:

*Con cài bông hoa trắng*
*Dành cho mẹ đóa hồng*
*Mẹ nhớ gài lên ngực*
*Ngoại chờ bên kia sông...*
2012 (Bông Hồng Cho Mẹ, tr. 12)

Đâu còn khái niệm sinh tử mất còn, rờ rỡ từng bước hiện thực trong phút giây giao cảm nhất của con và Mẹ, lạ thay phút chia ly lại hoan hỷ đến thế...

*Mỗi năm*
*Mỗi người*
*Thêm một tuổi*
*Chỉ mình con*
*Mãi mãi*
*Tuổi đôi mươi...*
1990
(La Ngà 3, tr. 26)

*Ba dạy con*
*Mỗi ngày*
*Một chút*
*Không bài học nào*
*Như ba đã học*
*Từ con*

*Nỗi mất!*
1990
(La Ngà 5, tr. 27)

Thử đặt mình vào khoảng thời gian con mãi mãi đôi mươi và cha mỗi ngày một thêm tuổi, thì mới thấm thía cảm động nỗi mất con để lại cho cha, và từ đây cha lại học thêm được cách vượt qua phiền não. Từ đó mà tôi hiểu nghĩa lý bài thơ: *Đừng nói điều hạnh phúc / Chẳng ai tin đâu / Hãy nhắc điều bất hạnh / Ai nấy đều vui... (Niềm Tin, tr .54)*. Nhắc có nghĩa là chia sẻ, là thương và hiểu, nhắc để cùng nhau tìm cách vượt qua nỗi đau, và vui vì đồng cảm, vì hiểu ra lẽ vô thường. Việc cùng-tìm cách vượt qua mọi phiền não nghiệp chướng là nguyện của người đang tu tập?

*Tham chẳng còn*
*Sân cũng hết*
*Si đã tuyệt*
*Niết Bàn*
*Tịch diệt*
*Để làm chi?*
(Ngộ, tr. 51)

Khi đoạn diệt được Tham Sân Si thì người hẳn đạt được thân tâm thanh tịnh. Nhưng người tu kia lại tự hỏi Để làm chi, hưởng một mình sao? Khi tôi hỏi, Nhà Thơ bảo, "Niết Bàn này chỉ là 'hóa thành' như trong kinh Pháp Hoa nói, còn phải tiến thêm: Phát tâm Bồ Đề để tiếp tục hành Bồ Tát đạo với lòng Từ Bi và Trí Huệ, không chỉ Tự Lợi mà còn Lợi Tha". (A. Tôi thấy thích thú khi đã viết từ bài *Niềm Tin* trên, tôi vô tình chạm khẽ vào Tự Lợi Lợi Tha này).

Trong một bài giảng của Thầy Thích Quảng Lục chùa Hội Phước cũng nói, "Có nhiều hành giả đắm chìm trong cảnh giới an lạc tịch tĩnh mà quên mất chí nguyện chia sẻ cho người khác nên đạo hạnh của họ cũng dừng lại ở mức tương đối, vì chỉ có tâm mở rộng đến tha nhân thì trí tuệ mới trải rộng khắp..."** Thì ra, "Để làm chi" là một nhắc nhở về một chặng đường tiếp nối của đạo hạnh.

Con đường rất dài... và phải chăng phải tu tập hằng ngày để mình được vững vàng và theo khả năng đó mà chia sẻ nhắc nhở người khác? Như người thơ đã và đang theo đuổi hằng ngày qua những văn thơ của mình?

Thiền. Tôi rất thích một thiền đường có lần tôi đến đứng nhìn vào qua ô cửa sổ. Ở đó, thời gian không gian và ý tưởng gặp nhau ở nhịp nhàng hơi thở. Cái không khí lắng trong ấy như tỏa ra bao phủ và thấm vào người tôi. Tôi thích một góc nhỏ trong nhà nơi tôi tập thiền để chữa bịnh, người bạn bảo, cứ tập trung vào hơi thở, nhưng, bao nhiêu thứ trong đầu cứ lăng xăng, kinh Phật đã dạy, bước đầu rồi sẽ vượt qua, vượt thêm để đạt được chánh niệm tự thân, vượt nữa... *"Hãy nhắm mắt lại, và nghĩ đến niệm lành cho chính bạn, nếu bạn không thể cảm thấy một khát vọng chân thực cho hạnh phúc riêng của bạn- sẽ không có cách nào bạn có thể chân thực ước muốn cho kẻ khác có hạnh phúc."* (Đại Sư Thanissaro Bhikkhu).

*Thả lỏng toàn thân / Như treo móc áo / Ngồi xếp bằng tròn/ Vai ngang lưng sổ/ Dõi theo hơi thở/ Như mượn từ xa/ Khi vào khi ra/ Khi sâu khi cạn/ Chú tâm quãng lặng/ Pranasati/ Hơi thở xẹp xì/ Thân tâm an tịnh/ Không còn ý tưởng/ Chẳng có thời gian/ Hạt bụi lang thang/ Dính vào hơi thở/ Duyên sinh vô ngã/ Ngũ uẩn giai không/ Từ đó thong dong/ Thõng tay vào chợ...* (Vè Thiền Tập, tr. 96)

Lại nghe nói, tu ở chợ mới thật là công đức viên mãn, vì tới đây hành giả đã thực sự "tâm bồ đề kiên cố" thõng tay vào chợ để Lợi Tha...

**Nguyễn Thị Khánh Minh**
*Santa Ana 11.2017*

TM

# NGUYÊN CẨN

## ĐỌC "THƠ NGẮN" ĐỖ NGHÊ DƯỚI CON MẮT THIỀN

Đỗ Nghê là bút danh của Đỗ Hồng Ngọc, một bác sĩ, thi sĩ, nhưng anh cũng là một hành giả nghiên cứu thâm sâu về Phật pháp qua nhiều tác phẩm. Thơ của anh dù muốn hay không cũng bàng bạc ý vị thiền. Hãy thử đọc "Thơ Ngắn" của anh, chúng ta sẽ thấy trong đó những tư tưởng Phật giáo được anh diễn tả nhẹ nhàng, thâm thúy.

Trong "Thơ Ngắn" có những bài viết về nỗi khổ. Vô thường, vô ngã và khổ là tam pháp ấn trong giáo lý nhà Phật. Chúng ta vẫn nghe câu "Đời là bể khổ". Khế kinh có câu: "Nước mắt chúng sinh nhiều hơn nước biển". Nguyễn Gia Thiều đã từng viết: *"Thảo nào khi mới chôn nhau, Đã mang tiếng khóc ban đầu mà ra"* bởi lẽ Sinh, lão, bệnh, tử là bốn cái khổ không ai tránh được. Đỗ Nghê (ĐN) từng viết *"Thư cho bé sơ sinh"* (1965)

*Khi em cất tiếng khóc chào đời*
*Anh đại diện đời chào em bằng nụ cười*
*Lớn lên nhớ đừng hỏi tại sao có kẻ cười người khóc*
*Trong cùng một cảnh ngộ nghe em!*

*Anh nhỏ vào mắt em thứ thuốc màu nâu*
*Nói là để ngừa đau mắt*
*Ngay lúc đó em đã không nhìn đời qua mắt thực*
*Nhớ đừng hỏi vì sao đời tối đen.*
*(...)*

Vâng, cái "tin buồn từ ngày mẹ cho mang nặng kiếp người" ấy (Trịnh Công Sơn) đã bắt đầu cuộc hành trình "trăm năm". Đó là Sinh khổ, rồi đến Bệnh khổ là cái anh chứng kiến hàng ngày trong bệnh viện, và cảm nhận khi tình cờ đến một nhà dưỡng lão ở Montréal, anh đã thấy tình trạng già hóa của cơ thể con người khi "Mới hôm qua thôi":

*"Họ ngồi đó/ Hói đầu/ Bạc trắng/ Móm sọm/ Nhăn nheo/ Mới hôm qua thôi/ Nào vương/ Nào tướng/ Nào tài tử/ Nào giai nhân/ Ngựa xe/ Võng lọng/ Mới hôm qua thôi/ Nào lọc lừa/ Nào thủ đoạn/ Khoác lác/ Huênh hoang/... Nói nói/ Cười cười/ Ghen tuông/ Hờn giận/... Ngoài kia/ Tuyết bay/ Trắng xóa/ Ngoài kia/ Dòng sông/ Mênh mông/ Mênh mông..."*. Đó chính là Lão khổ.

Có khi *"Giật mình chợt nhớ ra/ Vốn xưa ta là đất"* (Đất), Vâng *"hạt bụi nào hóa kiếp thân tôi, để một mai tôi về làm cát bụi"* (TCS). Như vậy Niết Bàn ở đâu nếu không phải "bây giờ, ở đây" trong cuộc đời này? Khi mà *"Tham chẳng còn/ Sân cũng hết/ Si đã tuyệt"* (Đỗ Nghê).

Anh cũng đã trải qua "cận tử nghiệp" khi có lần đột quỵ. Chúng sinh đối diện nỗi khổ hàng ngày nhưng có ai hiểu thấu? Nỗi khổ này chưa tan, thì nỗi khổ khác lại đến. Theo kinh Phật, thì tất cả những cái khổ trên thế gian này có thể chia làm ba loại và nó có tên là "tam khổ".

· Khổ về Thân thì có: Sinh, Lão, Bịnh, Tử.

· Khổ về Tâm thì có: Ái biệt ly khổ, Oán tắng hội khổ, Cầu bất đắc khổ.

· Khổ cả Thân và Tâm: Ngũ uẩn xí thạnh khổ.

Đỗ Nghê cũng trải qua "Ái biệt ly khổ" khi anh phải xa đứa con thân yêu của mình:

*... Con đã lớn lúc nào mà ba má không hay/ Cứ tưởng con còn nhỏ xíu/ Đến khi con mất đi rồi/ Mới biết con đã lớn* (Con Đã Lớn). Hay ngậm ngùi: *Trước mộ con còn ướt/ Ba nói với bè bạn ba rằng/ Từ nay hãy yêu con mình cách khác* (Tình yêu), *Ba dạy con/ Mỗi ngày/ Một chút/ Không bài học nào/ Như ba đã học/ Từ con: Nỗi mất* (La Ngà 5) ...

Nhưng anh cũng nhìn sự ra đi của những người thân yêu như mẹ mình trong lăng kính miên trường, tương tục của phận người trong a tăng kỳ kiếp *"Con cài bông hoa trắng/ Dành cho mẹ đóa hồng/ Mẹ nhớ gài lên ngực/ Ngoại chờ bên kia sông..."* Có người đã nhận xét "nhà thơ Đỗ Hồng Ngọc vẫn tìm ra được một tứ thơ lạ làm ta sững sờ, khiến ta bất ngờ. Đúng! Bất ngờ chính là yếu tố làm nên hồn cốt của bài thơ." Khi tất cả những câu chuyện cài bông hồng lên áo trong ngày Vu Lan quá quen thuộc với người Việt thì anh đã nhìn chữ hiếu dưới góc độ tiếp nối của tâm thức con người...

Thiền tính trong thơ Đỗ Nghê còn thể hiện qua "tánh" và "tướng" qua những bài thơ về sóng và nước, sóng là tướng còn nước là tánh. *"Sóng/ Quằn quại/ Thét gào/ Không nhớ/ Mình/ Là nước"*. Tánh "Nước" là sự trôi chảy miên viễn của vũ trụ, sự huyền nhiệm của tính thiền: *"Nước từ đâu đến/ Nước trôi về đâu/... Nước vẫn muôn đời/ Không đi chẳng đến/ Ai người nỡ hỏi/ Nước đến từ đâu/ Ai người nỡ hỏi/ Nước trôi về đâu..."*

Vũ trụ này vô thủy vô chung, nước muôn đời tuôn chảy mềm mại dù có thể hiện làm mưa cuồng, làm sóng cuộn thét gào, từ ngàn năm xưa nay. Nhưng Tánh biết nhanh chóng bị ý niệm, khái niệm, quan niệm, tư tưởng, kiến thức của bản ngã che lấp trở thành cái biết của thọ tưởng trong kinh gọi là Tưởng tri và cái biết của ý thức trong kinh gọi là Thức tri. Cả Tưởng tri và Thức tri gọi chung là Tướng Biết.

Tánh biết (Bodhi) là cái biết lặng lẽ, tức khắc không qua suy nghĩ, là cái biết bẩm sinh, không lời. Khi buông bản ngã xuống, nghĩa là khi Tưởng tri và Thức tri yên lặng, tâm định tĩnh không còn dao động, thì ngay khi đó Tánh biết xuất hiện. Lưu ý, Tánh biết là cái biết trong sáng khách quan, khi giác quan tiếp xúc với đối tượng, chứ không phải là giác ngộ. Nhưng Tánh biết chính là nền tảng của trí tuệ, đưa tới giác ngộ. Trong kinh thường mô tả hành giả tu tập đúng pháp sẽ chuyển Thức thành Trí (ñana), tức chuyển cái biết của tâm phàm phu sang cái biết của tâm bậc thánh.

*Lắng nghe hơi thở của mình /Mới hay hơi thở đã nghìn năm xưa/ Một hôm hơi thở tình cờ/ Dính vào hạt bụi thành ra của mình/ Của mình chẳng phải của mình/ Thì ra hơi thở của nghìn năm sau...*

*Đất động ta cũng động/ Sóng thần ta cũng sóng/ Giật mình chợt nhớ ra/ Vốn xưa ta là đất...*

Nhà thơ hiểu bản chất của thân tứ đại và ngũ uẩn giai không... *Sông ơi cứ chảy/ Chảy khắp châu thân/ Chảy tràn ra mắt/ Chảy vùi bên tai...*

Đề tài của *Thơ Ngắn Đỗ Nghê* khá mênh mông từ chuyện vũ trụ, quê hương, tình yêu, nỗi nhớ... Tác giả rung động trước thiên nhiên, thời gian, ghi nhận mọi cảm xúc, nghe qua tưởng vụn vặt nhưng bao la như nỗi đời, nỗi người: *"Giữa đêm/ Thức giấc/ Giữa ngày..."* (Trái đất) Buổi sáng ở đây là buổi tối ở kia. Thời gian chỉ là một ý niệm tương đối trong tâm thức ta. Đỗ Nghê viết về quê hương và nỗi nhớ: *"Đi giữa Sài Gòn/ Phố nhà cao ngất/ Hoa nở rực vàng/ Mà không thấy Tết. Một sáng về quê/ Chợt nghe gió bấc/ Ơ hay xuân về/ Vỡ òa ngực biếc!"* (Gió bấc). Nghe như Xuân Diệu *"Xuân của đất trời nay mới đến/ Trong tôi xuân đến đã lâu rồi/ Từ lúc yêu nhau hoa nở mãi/ Trong vườn thơm ngát của hồn tôi..."*

Tả mùa Thu, Đỗ Nghê dùng một âm thanh: *"Chiều thu/ Nghe tiếng quạ / Giật mình/ Nỗi xa nhà/ Nhớ sao/ Mà nhớ/ Quá!"* Ta nghe như haiku: *"Tịch liêu/ thấu xuyên vào đá/ tiếng ve kêu"* hay *"Trên cành khô /cánh quạ đậu/ chiều thu"* (Bashō).

Hình ảnh một cánh quạ cô đơn đậu trên cành cây trơ trụi giữa một chiều thu mông mênh của Bashō đã cuốn hút ta vào thế giới của u huyền và cô tịch, ném ta vào trầm mặc hư vô. Có những bài thơ của Đỗ Nghê gợi ta hình ảnh ấy, *"Hội An còn ngái ngủ/ Mái chùa ôm vầng trăng/ Giật mình nghe tiếng chổi/ Gà gáy vàng trong sương"*. Trăng treo mái chùa, nghe tiếng chổi, thế giới giật mình vì gà gáy... cho ta thấy Hội An hiện ra với tất cả nét quyến rũ cổ kính và gợi cảm... Để rồi nhà thơ nghĩ về thân phận con người trong cái nhìn thiền quán: *Mỗi ngày ta rơi rụng/ Mỗi ngày ta phục sinh...* khi cảm nhận: *Bập bềnh con sóng rợn/ Nghìn lồng mắt chao nghiêng/ Những linh hồn thức dậy/ Thở cùng Hội An đêm.* Ta nghe như một bài Tanka của Nhật bản: *"Lữ nhân này/ Bao giờ về với biển/ Mưa tháng năm ơi/ Hãy rơi xuống cảng.* (Maeda Yūgure, 1883-1951 - Quỳnh Như dịch)

Thơ tình chiếm tỷ lệ đáng kể trong toàn tập *Thơ Ngắn Đỗ Nghê* bộc lộ nét tinh nghịch và dí dỏm của nhà thơ.

*"Em tin có Chúa/ Ngự ở trên cao/ Còn anh tin Chúa/ Ngự ở trong nhau"* (Đi Lễ) và anh vẫn dùng con mắt thiền *"mỗi ngày anh chánh niệm về em/ chánh niệm sáng/ chánh niệm chiều /chánh niệm đêm... em ngồi đó vô biên vô số /với phép mầu không có thời gian/ cho anh trở về tuổi hai mươi/ em mười tám..."* (Chánh niệm). Tình yêu hóa thân vào tôn giáo, *"Ai bảo áo em vàng hoàng hậu/ Cho tôi phải thở nhịp quân vương"* (Đồng hương).

Đọc *Thơ Ngắn Đỗ Nghê* để thấy tư duy dài và liền mạch của thi nhân về vũ trụ, cuộc đời, thân phận... luôn là một thể thống nhất trong tư duy, hành trạng của hành giả, bác sĩ, nhà thơ *Đỗ Nghê Đỗ Hồng Ngọc*, đã đi qua gần hết cuộc đời mình với tất cả cảm xúc, thăng trầm, vinh nhục của kiếp người. Anh đi qua, lững thững, nhẹ nhàng, đã nhìn thấy, đã cảm nhận, đã hiểu và tích tụ thành... thơ.

Hãy đọc và cảm nhận.

**Nguyên Cẩn**

# ĐỖ TRUNG QUÂN

## GIỮA HOÀNG HÔN XƯA (TỰA CHO THI PHẨM CÙNG TÊN GHHX)

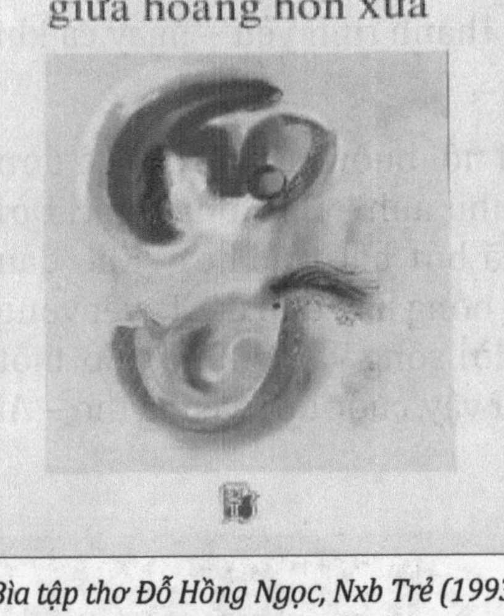


*Bìa tập thơ Đỗ Hồng Ngọc, Nxb Trẻ (1993)*
*Tranh bìa: Trịnh Công Sơn*
*Trình bày: Lữ Quỳnh*

Có một chàng thi sĩ một hôm vì lẽ gì đó bỏ đi làm thầy thuốc. Mười năm... hai mươi năm... anh cặm cụi chăm sóc, chữa lành, làm dịu nỗi đau của trẻ thơ; anh buồn vui cùng nỗi buồn vui của những người làm cha mẹ.

Đời sống trôi đi trong bận rộn thường ngày. Nhưng những hoàng hôn tím biếc ngày xưa vẫn còn loang mãi trong sâu thẳm riêng mình. Những sân ga ngày xưa vẫn còn nguyên vẹn bóng hai người không đi cùng chuyến tàu hạnh phúc. Sợi tóc ngày xưa vẫn thương hoài ngàn năm trong ký ức. Không có ai ngoài chính mình, người thầy thuốc ấy lại tự an ủi, tự băng bó bằng tiếng thì thầm của chàng thi sĩ buồn bã. Thơ – thứ không cần thiết cho người này nhưng cần thiết cho người khác.

Mà kẻ khác đôi khi là chính ta.

Tôi xác tín. Ta đang có trong tay một thứ thơ đích thực. Không cố buồn khi chưa đủ buồn. Không cố vui khi chưa đủ vui. Không cố nhớ khi chưa đủ nhớ! Thứ Thơ mọc từ cội rễ tâm hồn, tự nhiên và giản dị như lời nói. Nhưng, là thứ lời nói đủ để làm giật mình: "*Khi anh cắt rún cho em. Anh đã xin lỗi chân thành rồi đó nhé. Vì từ nay em đã phải cô đơn. Em đã phải xa địa đàng lòng mẹ...*"

Có phải đó là nỗi cô đơn dằng dặc của thân phận con người? Con người đã mồ côi, lang thang vào đời sống ngay lúc mới lọt lòng? Nỗi cô đơn buộc con người đi tìm hạnh phúc. Nỗi cô đơn tạo thành tình yêu – ngay cả khi tình yêu đã mất, đã chia xa...

Và, có phải nhờ thế. Cái nỗi buồn rực rỡ, nỗi cô đơn tuyệt đẹp ấy của bất cứ ai như anh – Đỗ Hồng Ngọc. Đời sống vốn nhiều bất trắc đã bớt bất trắc hơn. Khổ đau cũng có thể mọc lên những bông hoa đẹp đẽ. Tuyệt vọng bỗng có vẻ đẹp riêng. Và đời sống vẫn vĩnh cửu ở một chiều không gian khác. Như vậy, cuộc đời và nhà thơ – Ai sẽ phải cám ơn ai vậy?

*Đêm tháng ba, Sài Gòn 1993.*
**Đỗ Trung Quân**

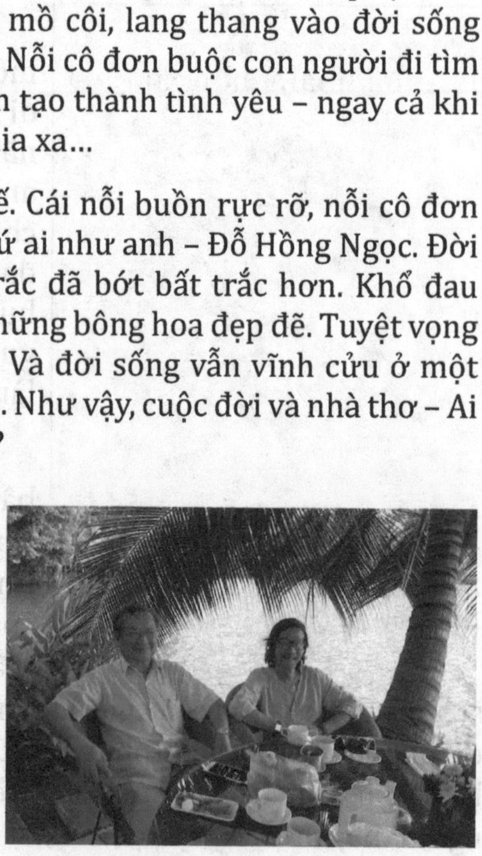

*ĐHN, Đỗ Trung Quân*

# BAN MAI

## MỜI NGƯỜI LÊN XE VỀ MIỀN QUÁ KHỨ

*"Mời người lên xe, về miền quá khứ" với tác phẩm Áo Xưa Dù Nhàu... của Đỗ Hồng Ngọc tại Hội quán Các Bà Mẹ Tp.HCM ngày 12.2.2023.*

"Mời người lên xe về miền quá khứ" là buổi trò chuyện về tập sách *"Áo xưa dù nhàu"* của Bs. Đỗ Hồng Ngọc viết về 18 tác giả là nhà thơ, nhà văn, nhạc sĩ, họa sĩ mà ông có dịp hạnh ngộ.

Tập sách gồm 309 trang, in khổ nhỏ, bìa sách trang nhã, do NXB Đà Nẵng cấp giấy phép tháng 10.2022. Với những bài viết:

Nguyễn Hiến Lê, *"... Để người quân tử... hò ơ..."*
Võ Hồng, *"Nỗi cô đơn uy nghi"*
Cậu tôi, ông Ngu Í Nguiễn Hữu Ngư, *"người điên thứ thiệt"*
Giáo sư Trần Văn Khê, *"Đời thường..."*
Dương Cẩm Chương, *"Kẻ lữ hành không mệt mỏi của đường dài"*
Thăm nhà văn Trang Thế Hy, ... *"thì cứ hỏi cuộc đời"*
Thi sĩ Quách Tấn, *Đọng bóng chiều*
Gặp gỡ với nhà thơ Huyền Chi, *Thuyền Viễn Xứ*
Tôn Nữ Hỷ Khương, *"Chỉ có tình thương để lại đời"*
Phạm Thiên Thư, *"Như Lai thường trụ trên tà áo xuân"*
Nhớ *Tiếng thu* giữa Boston
Một hôm, có *"chàng Huy Cận"*
Võ Phiến, *Cuối cùng là sự Mộc mạc*
Nguyễn Bắc Sơn... *Thy Đạo*
Trần Vấn Lệ, *"may mà còn nhớ thương"*
Du Tử Lê, *"tung cánh vàng xưa hạc vút bay"*
Khánh Minh, *Còn chút để dành*
Cao Huy Thuần, *Người khuân đá*
...

Chỉ cần vài nét chấm phá ông đã vẽ nên cái thần của người đối diện, mỗi tác giả khoảng vài mươi trang, đặc biệt ông dành nhiều trang sách cho Ngu Í Nguiễn Hữu Ngư và Nguyễn Hiến Lê.

Đầu sách ông trang trọng giới thiệu học giả Nguyễn Hiến Lê, người ông chịu nhiều ơn như một người thầy. Bs Đỗ Hồng Ngọc từng khẳng định sách *"Học làm người"* của Nguyễn Hiến Lê có tầm ảnh hưởng to lớn đến cuộc đời của ông.. "Nhìn lại toàn bộ tác phẩm của ông, không ai chối cãi giá trị của những cuốn Đông Kinh nghĩa thục, Bảy ngày trong Đồng Tháp Mười, Đại cương triết học Trung Quốc, Ngữ pháp Việt Nam... và những Chiến tranh và Hòa bình, Sử kí Tư Mã Thiên, Chiến Quốc sách... Những tác phẩm đó thực sự có ích cho các nhà nghiên cứu, các sinh viên đại học và đã đóng góp một phần đáng kể cho nền văn hóa miền Nam. Nhưng theo tôi, những tác phẩm quan trọng trong đời ông, đáng cho ông hãnh diện chính là những tác phẩm nho nhỏ ông viết nhằm mục đích giáo dục thanh niên, hướng dẫn họ trong sự huấn luyện trí, đức. Đó là cuốn Kim chỉ nam của học sinh, Tự học để thành công, Tương lai trong tay ta, Rèn nghị lực..., và nhất là bộ Gương danh nhân của ông".

Mấy năm trước, nhân chuyến đi về Miền Tây của các thành viên tạp chí Quán Văn ra mắt sách ở An Giang, chuyên đề "Trịnh Bửu Hoài - mùa nước nổi" Bs. Đỗ Hồng Ngọc đã đưa nhóm bạn tìm đến ngôi nhà cũ của học giả Nguyễn Hiến Lê, và đặt cuốn sách *"Nguyễn Hiến lê con người và tác phẩm"* được tái bản lần hai lên bàn thờ ông như một nén tâm nhang. Học giả Nguyễn Hiến Lê sống trong một ngôi nhà khá lớn, với khu vườn rộng xanh mát nằm trên mặt đường Tôn Đức Thắng, thành phố Long Xuyên. Ngày nay, ông bà đã mất chỉ còn bà Kim Liên, cháu gái vợ ông làm con nuôi gìn giữ ngôi nhà. Bà Kim Liên tiếp chúng tôi thân tình trong thư phòng làm việc của ông, cũng là nơi thờ tự di ảnh ông bà.

Nguyễn Hiến Lê sinh năm 1912, trong một gia đình nhà nho ở tỉnh Sơn Tây nay thuộc Hà Nội. Năm 1934, tốt nghiệp trường Cao đẳng Công chính Hà Nội ông được chuyển vào Nam làm việc và gắn bó đến cuối đời. Người vợ đầu có một con trai qua Pháp học từ nhỏ và định cư ở đó. Trước khi qua Pháp, vợ ông đã đi hỏi cưới bà Nguyễn Thị Liệp là giáo viên dạy trường nữ sinh Long Xuyên cho ông, nói là người sau nhưng thực ra bà Liệp lại là mối tình đầu khi ông vào Nam làm việc. Hai ông bà không có con, nên bà Liệp nhận cháu làm con nuôi. Năm 1984 học giả Nguyễn Hiến Lê qua đời, bà Liệp đi tu. Khi bà mất tro cốt của ông cũng được chôn cất chung trong một cái tháp cùng bà ở khu vườn riêng gia đình.

Thư phòng làm việc của Nguyễn Hiến Lê sạch mát, chỉ có một bàn nhỏ để viết, một tủ sách, một chiếc giường nhỏ để ông ngả lưng, bàn thờ ông đơn sơ. Ông là một học giả uyên bác của miền Nam Việt Nam mà tôi vô cùng kính trọng. Cũng như Bs Đỗ Hồng Ngọc, tôi chịu ơn ông rất nhiều và có lẽ rất nhiều tầng lớp hoa niên thế hệ Miền Nam chúng tôi cũng vậy khi có duyên tiếp cận tủ sách *"học làm người"* do ông biên soạn hoặc dịch thuật. Ông được mệnh danh là "lương thức của thời đại", tầm ảnh hưởng sách của ông rộng khắp các thế hệ thanh niên miền Nam. Ông xuất bản 120 tác phẩm, tác phẩm nào cũng có ích cho đời.

Với Bs Đỗ Hồng Ngọc, Nguyễn Hiến Lê là một người thầy lớn của ông, là người khuyên ông theo học ngành Y, ông nói ngày đó nhà ông nghèo, cha mất sớm, ông học giỏi nên được nhảy lớp, và luôn đứng đầu, khi ông thi xong Tú tài II, ông vừa muốn học Văn khoa, Sư Phạm và ngành Y. Nguyễn Hiến Lê khuyên ông: Học Y, giúp gia đình và giúp đời cụ thể, nếu có tâm hồn và năng khiếu thì sau này có thể dạy học và viết Văn theo sở thích. Và về sau Bs. Đỗ Hồng Ngọc đã thực hiện được cả ba.

"Tôi là độc giả của ông từ ngày còn là một học trò Đệ Thất, lại được quen biết ông hơn 15 năm nay, nghĩ lại, nếu trong thời thơ ấu không được đọc những sách đó của ông, không được gặp ông, có lẽ tôi đã khác, nên tuy không được may mắn học với ông ngày nào, từ lâu tôi vẫn xem ông là một vị thầy của mình, hơn thế, một người thân" (1)

"Tôi chịu nhiều ảnh hưởng của ông. Cuốn sách đầu tay của tôi *"Những tật bệnh thông thường trong lứa tuổi học trò"* chỉ là một phần bổ túc cho cuốn Kim chỉ nam của học sinh. Sau đó tôi viết thêm một cuốn khác, cùng loại y học phổ thông, cũng nằm trong chiều hướng nâng cao trình độ đại chúng mà ông đã vạch. Ông nói muốn cho nước giàu, dân mạnh thì không phải chỉ một người hay một nhóm người làm được, mà phải là toàn dân cùng ý thức, cùng thực hiện. Muốn vậy phải đặt nặng vấn đề giáo dục đại chúng. Với tôi, ông là một tấm gương sáng. Tấm gương của Nghị lực, của Tự học và của Phụng sự" (1)

Chính vì học theo tấm gương của học giả Nguyễn Hiến Lê "một nhà trí thức Việt Nam, ngoài công việc chuyên môn ra, phải phổ biến những kiến thức của mình trong đại chúng thì mới có thể gọi là làm tròn nhiệm vụ trong giai đoạn này được" (2)

Bs. Đỗ Hồng Ngọc đã làm được điều đó, nhờ am hiểu ngành y ông đã phổ biến kiến thức sức khỏe cho cộng đồng với lối viết hóm hỉnh, dí dỏm, làm những vấn đề trầm trọng của người già trở nên nhẹ nhàng, người đọc thỉnh thoảng phải bật cười vì thấy mình ở đó trong những cuốn sách viết về tuổi trung niên như: *"Những người trẻ lạ lùng", "Gió heo may đã về", "Nghĩ từ trái tim"* là những bài viết như vậy.

Đôn hậu, nghiêm túc là con người của BS. Đỗ Hồng Ngọc mà bất cứ ai đã được dịp tiếp xúc đều nhận ra ngay, trải qua bao thăng trầm của đời người ông thấm nhuần Thiền Phật, những bài ông viết cho giới trẻ, cho tuổi già là những nhắn nhủ của một người làm chuyên môn cho lời khuyên xác đáng để con người biết sống nhẹ nhàng hơn khi đối diện với tuổi xế chiều.

Ngoài học giả Nguyễn Hiến Lê với bài *"Để người quân tử ... hò ơ"*, Bs Đỗ Hồng Ngọc còn dành nhiều trang viết cho Ngu Í Nguiễn Hữu Ngư, người cậu tài hoa của mình *"người điên thứ thiệt"* người đã thay mẹ mình dắt ông đi học ngày đầu tiên đến trường, vì khi đó ông mồ côi cha, sống trong chùa ở Phan Thiết. Cậu ông về cho ông đi học. "Bây giờ, mỗi lần nhớ tới cậu, tôi thường tự hỏi, hồi bằng tuổi cậu, tôi có làm được điều gì đó cho ai như cậu đã làm cho tôi không và tự nhiên tôi thấy lòng mình rộng mở, thanh thản, muốn giúp đỡ, chia sẻ". Ngu Í Nguiễn Hữu Ngư nhà văn, nhà báo có nhiều bút danh trong đó bút danh Nguiễn Ngu Í (với I ngắn) được nhiều người biết với loạt bài phỏng vấn văn nghệ sĩ nổi tiếng đăng trên tạp chí Bách Khoa thập niên 1960 tại Sài Gòn. Ông có lối viết tiếng Việt riêng, gây nhiều tranh cãi. Ông là bạn cùng lớp, cùng trường Pétrus Ký với Trần Văn Khê, Lưu Hữu Phước, Huỳnh Văn Tiểng. Cuộc đời ông nhiều truân chuyên, tài hoa nhưng mắc bệnh không chữa được. Bị điên nhiều lần vào ra Dưỡng trí viện Biên Hòa, ông cùng các bạn điên ra tập thơ *"Thơ điên thứ thiệt"* trong đó có mấy bài góp mặt của Bùi Giáng. Thời đó, ngoài thuốc men, các bác sĩ ở Dưỡng Trí Viện Biên Hòa còn khuyến khích bệnh nhân làm thơ, vẽ tranh, đánh cờ, lao động chân tay... như một liệu pháp chữa trị tâm bệnh. Nguiễn Ngu Í có những bài rất cảm động như *" Má ơi con má điên rồi/ Má còn trông đứng đợi ngồi mà chi?"* hay ông làm câu đối trên bàn thờ ông bà *"Mắt mở đã thấy xiềng nô lệ/ Hồn đi còn mơ gió tự do"*..., đọc thơ ông mà thương cho một kiếp người tài hoa, bất đắc chí.

Tập sách *"Áo xưa dù nhàu..."* của Bs Đỗ Hồng Ngọc không phải là những bài phê bình văn học các tác giả, nó là những kỷ niệm, những tâm tình riêng của ông với bạn hữu, người thân mà ông yêu quý, kính trọng, nó như một tài liệu tham khảo trong làng Văn. Người đọc sẽ cảm được mạch văn giản dị, trong một con người đôn hậu, nghiêm túc mà bất cứ ai đã được dịp tiếp xúc đều nhận ra ngay.

Không gian trò chuyện trên căn gác nhỏ ở "Hội quán các bà mẹ" ấm áp thân tình, ông thích một không gian nhỏ để cuộc trò chuyện gần gũi hơn. Trong buổi trò chuyện tôi hỏi cuốn sách viết về những tác giả này ông có chuẩn bị trước tài liệu hay lên đề cương chi tiết cho từng tác giả, ông nói ông không chuẩn bị gì cả, cứ mỗi tác giả những kỷ niệm hình ảnh tự nhiên ùa về và thế là ông viết. Tình cảm của ông dành cho họ đã có sẵn trong tim cứ thế tuôn trào. Đó là hạnh phúc của người viết cho từng hạnh ngộ. Địa điểm Bs Đỗ Hồng Ngọc chọn khá độc đáo nằm trong con hẻm giữa Đài truyền hình VTV và HTV, số 7 Nguyễn Thị Minh Khai Quận 1. Lọt thỏm giữa trung tâm thành phố sầm uất lại có một phiên chợ quê, một tuần nhóm một lần dưới gốc cây đa cổ thụ vào sáng chủ nhật do "Hội quán các bà mẹ" tổ chức, tái hiện một chợ quê miền Nam mà người bán mặc áo dài với những mẹt thúng, mẹt rổ, những món ăn, rau trái dân dã, củ chuối, củ mình tinh, mứt vỏ bưởi sấy khô, bánh bột lọc, bánh nậm, bánh ú, bánh thuẫn, lâu rồi mới ăn lại cái bánh cam, vỏ bánh giòn rụm rưới mè, bên trong nhân đậu xanh vừa ngọt vừa bùi, bánh dẻo thơm mùi lá dứa, chén chè đậu xanh nước dừa... Cảm ơn anh Đỗ Hồng Ngọc đã cho tôi một buổi sáng chủ nhật thú vị với "Mời người lên xe về miền quá khứ".

**BAN MAI**
*18.2.2023*

# HAI TRẦU LƯƠNG THƯ TRUNG

## TUỔI GIÀ THỬ ĐỌC THƠ NGẮN ĐỖ NGHÊ

Khi nào thì mới gọi là tuổi già? Đó có lẽ, theo tôi là một câu hỏi hơi khó trả lời. Riêng tôi thì, tôi có cảm tưởng là mình nay đã già lụ khụ nhiều rồi, không còn hăng hái như hồi mình còn nhỏ, ít quan tâm tới những gì cao siêu nên có thể có những hiểu biết cùng sự lãnh hội không được thấu đáo qua những vần thơ ẩn mật của một tác giả già giặn như thi sĩ Đỗ Nghê qua tập *"Thơ Ngắn Đỗ Nghê"* này, nhưng tôi cứ thử lần mò xem sao!

Mở trang đầu *"Thơ Ngắn Đỗ Nghê"*, tôi bắt gặp bài thơ *"Trái Đất"*, quả đúng như cái tựa sách, thì bài thơ này ngắn thật, chỉ vỏn vẹn có ba câu và mỗi câu chỉ có hai chữ, dưới bài thơ tác giả ghi: Boston, 1993:

*"Giữa đêm*
*Thức giấc*
*Giữa ngày..."*
(Trái đất, Boston 1993)

Nhờ tác giả ghi Boston, tôi mới lần mò ra bài thơ thật ngắn này nó gói ghém cả một vũ trụ. Chừng như năm 1993, năm tác giả sáng tác bài thơ này, là lúc anh đang có mặt ở Boston (Hoa Kỳ) cho một khóa tu nghiệp về Y khoa ở trường Đại học Harvard. Người đọc không cần phải tưởng tượng nhiều như hồi còn trẻ mà chỉ cần có chút tưởng tượng như người ở tuổi già, người ta có thể vẽ được một bức tranh với một bóng người ngồi giữa đêm khuya mà ở một góc đối diện phía bên kia biển Thái Bình Dương là mặt trời đang ở trên đỉnh đầu. Vì Boston đang giữa đêm thì Sài Gòn mặt trời đang đứng bóng, giữa ngày. Cái mà tôi thích nhất trong bài thơ này là thi sĩ Đỗ Nghê đã gợi được hình ảnh con người trong vũ trụ bao la này. Hình ảnh đó gói gọn trong hai chữ "thức giấc". Ai thức giấc đây? Hẳn phải là tác giả và tác giả chính là sự hiện hữu của một con người bằng xương bằng thịt; còn trái đất thì có ngày và đêm. Và chính con người mới biết thế nào là thức giấc, thế nào là giữa đêm và thế nào là giữa ngày! Bài thơ chỉ sáu chữ mà gom được trời, đất và con người vào cùng một vũ trụ! Nếu không có con người giữa trời và đất, tôi tin là trái đất này, vũ trụ này mất đi phần nào cái hấp dẫn vốn làm cho mọi sinh vật trên trái đất này kể cả loài người luôn luôn muốn sống!

Tôi mê cái ý tưởng của nhà nghệ sĩ gởi gắm nỗi lòng của mình vào thiên nhiên, vũ trụ ấy, và đặc biệt những câu thơ Đỗ Nghê làm ở nơi mà bên này là "giữa đêm" và bên kia đại dương bao la là "giữa ngày", nên tôi mới lần mò tìm thêm nhiều bài nữa. Chẳng hạn bài Thu. Những năm tháng tác giả viết về mùa Thu ở Boston cùng những nỗi niềm của kẻ xa nhà, cùng thời điểm ấy tôi cũng có mặt ở Boston, nên tôi mới thấy thấm thía những chữ mà tác giả đã dùng, anh đã chẳng những ghi lại được những giây phút của một chiều thu nghe tiếng quạ kêu rồi chợt giật mình nỗi xa nhà để biết tê tái trong lòng mà thốt nên lời, làm nao nao trong lòng đã đành mà còn làm cho người đọc già như tôi cũng nao nao buồn nhớ những năm tháng cách nay hơn hai mươi lăm năm mình cũng bồi hồi nỗi nhớ nhà như vậy!

*Chiều thu*
*Nghe tiếng quạ*
*Giật mình*
*Nỗi xa nhà*

*Nhớ sao*
*Mà nhớ*
*Quá!*
(Thu, Boston 1993)

Đúng rồi, thi sĩ ơi! Nhớ sao mà nhớ quá đi thôi!

Chưa hết, tác giả khắc họa mùa Thu xong rồi, anh lại diễn tả tiếp về mùa Đông ở Boston. Bạn có bao giờ tận mắt nhìn thấy mùa Đông ở Boston lần nào chưa? Bạn có bao giờ đứng nhìn tuyết rơi bay bay trong tiết trời giá lạnh ở Boston lần nào chưa? Và bạn có bao giờ nhìn ngắm những thân cây ở Boston vào mùa Đông lá rụng trơ cành không? Vâng thưa bạn, bạn thử đọc mấy câu thơ của tác giả Đỗ Nghê ghi lại, bạn sẽ cùng cảm với nhà thi sĩ về mùa Đông lạnh lẽo ấy:

*Còn cây*
*trơ lại với cành*
*Với linh hồn lá*
*ngập ngừng trút qua...*
(Đông, Boston 1993)

Vâng mùa Đông ở Boston ngày dài lắm, nhưng dưới cái nhìn của nhà nghệ sĩ, thi sĩ Đỗ Nghê không như chúng ta, những người ở tuổi già muốn kể chi li về những rừng cây với cành nhánh khẳng khiu trụi lá trơ cành mà anh còn muốn đi xa hơn cái cảm xúc của người thường là chỉ thấy cái thực ngoài đời của cảnh vật, nhà nghệ sĩ muốn chia sẻ cùng người đọc cái lạnh, cái buồn, cái cô đơn không những của những cành cây trụi lá mà anh còn muốn nói lên giùm linh hồn những chiếc lá rừng bay

bay đâu đó vào những ngày mùa Thu mà chừng như là cũng không đành rời bỏ cành nhánh một thời nuôi sống đời lá những ngày nắng ấm ngày nào! Lá rụng về cội, đã đành rồi, nhưng lá đâu phải tự ý mình muốn rụng hồi nào đâu? Chính vì vậy mới "ngập ngừng trút qua" Những chữ "linh hồn", "ngập ngừng" quả là những chữ làm cho câu thơ thêm thần sắc, tuyệt diệu!

Bạn có thể nhìn thấy những cành cây khẳng khiu trụi lá vào mùa lá rụng nhưng bạn có lần nào đi dưới tuyết giữa phố Tàu của thành phố Boston chưa?

*Tuyết bay*
*Bay nhẹ*
*Phố tàu*

*Gió co*
*Ro lạnh*
*Phố*
*Đìu hiu*
*Theo.*
(Tuyết, Boston, 1993)

Tôi có cảm tưởng những chữ "giật mình", "nỗi xa nhà" ở bài *Thu*; "linh hồn lá", "ngập ngừng" trong tiết trời mùa Đông; cùng "co ro" và "đìu hiu" trong bài Tuyết này là những chữ dùng mà tôi thấy giản dị nhưng không đơn giản, không dễ dàng chút nào với người đọc nhà quê già như tôi.

Nhưng ở đây tôi muốn thưa cùng bạn bài thơ *"Mới Hôm Qua Thôi"* mà với tuổi già như tôi nếu đã đọc qua mà không nhắc lại, tôi nghĩ quả là mình quá thiếu sót nếu không muốn nói là người già sợ những câu thơ trong bài thơ này như một thực tế mà mình cố tình không dám chạm mặt. Và thi sĩ Đỗ Nghê đã vẽ lại bức tranh rất thật này nơi một nhà dưỡng lão mà có lẽ đã một lần anh chứng kiến cảnh người già *"mới hôm qua thôi"*!

Đọc bài thơ *"Mới hôm qua thôi"*, tác giả dưới con mắt của một vị thầy thuốc và dưới con mắt của một nhà nghiên cứu về đạo Phật, và dưới con mắt của một người thương người cùng chất lãng mạn của một nghệ sĩ, thi sĩ Đỗ Nghê nắm tay chúng ta và anh đã dắt chúng ta đi qua một dòng sông đời trôi qua mấy mươi năm rồi với biết bao gian truân, vinh nhục, được và mất rồi ra chỉ còn là "mênh mông" với "mênh mông..." thôi!!!. Chẳng còn lại gì! Chẳng còn lại chút gì!

Tóm lại, qua 103 trang sách với 56 bài thơ ngắn, quả thật tôi đã học hỏi ở thi sĩ Đỗ Nghê rất nhiều ý mới lạ qua những bài thơ ngắn cùng với chữ dùng rất bình dị mà thâm thúy, mà thực sự nếu muốn hiểu cặn kẽ những ý thơ qua từng dòng thơ của tác giả tôi nghĩ không dễ dàng chút nào. Về điểm này, tôi nghĩ rất khế hợp với lời nhận định của một thi sĩ Ba Lan, người nhận giải Nobel năm 1996, bà Wislawa Szymborska (1923-2012), có lần đã viết: "Trong ngôn ngữ thi ca, nơi mỗi chữ đều được cân nhắc, không có gì thông thường hoặc bình thường...". Còn Lâm Ngữ Đường thì viết: "Thi sĩ chỉ vẽ phác một cảnh, diễn một nỗi lòng thương cảm rồi để cho độc giả tưởng tượng"...

Theo thiển ý của người đọc nhà quê già như tôi, *"Thơ Ngắn Đỗ Nghê"* đều bao hàm cả hai nhận định vừa kể, một ở trời Âu và một ở trời Đông vậy!

**Hai Trầu Lương Thư Trung**
*(Houston)*

TM

# HỒ ĐÌNH NGHIÊM

## NGỌC HỒNG

*Đỗ Hồng Ngọc*
*self-portrait*

Anh Đỗ Hồng Ngọc cách biệt tôi một hai thế hệ. Chia xa tôi sông này núi nọ biển kia hơn cả ngàn trùng. May thay, nhờ vào "sợi chỉ mong manh" do văn chương dẫn lối, lần dấu, sau cùng tôi có duyên nhìn thấy anh.

Chữ nhìn này, người làm thơ có thể thứ tha nhưng xét trên mặt y khoa thực tiễn thì bạn tài nào mọc ra thứ nhãn tuyến ấy đặng! Đi khám bệnh hồi nào? Ngồi chung bàn với văn nhân hồi mô mà chộ được mặt? Xem hình á? Photo ấy mà ích gì! Nhìn cũng như ngó vậy thôi. Chẳng thể lân la lại gần thở chung bầu dưỡng khí.

Nói vô duyên, anh Đỗ Hồng Ngọc sẽ dễ thành chị nếu có chữ Thị cắc cớ xen vô. Đỗ Thị Hồng Ngọc. Trời ơi, tên "nàng" hay quá! Bạn đánh cuộc với tôi không? Nữ nhân khắp ba miền nước Việt có không dưới triệu người mang họ tên ấy. Nhưng "dụt" chữ thị vô căn cớ ấy đi, trước sau chúng ta có duy một "Hồng Ngọc Viễn Đông".

Trong lãnh vực tình yêu, loài người tiến bộ hiện thời vẫn có lắm kẻ tin vào "coup de foudre" (Love at first sight). Lòng dậy sóng qua ánh mắt ban đầu. Vậy thì ở mặt thơ văn nào ai nghi ngờ chuyện con tim bỗng chốc mềm yếu khi đọc phải một bài thơ, một áng văn hay. Cuộc đời này, may thay, đã độ lượng bày ra bao cõi miền để dẫm chân vào, tâm hồn bạn nghe chao đi, dịu xuống để mang bạn tạm rời xa những khô cằn khốn khó cát bụi mãi tác hại. Vừa già cỗi đó thoắt đổi ra con trẻ. Vừa toan tính đó bỗng lại hồn nhiên.

Ở xứ sở này, mỗi ngày đi làm tôi nương nhờ vào phương tiện di chuyển công cộng, tôi dùng métro, lắc lư nuốt qua mười hai trạm dừng. Cửa mở, đóng, người lên kẻ xuống, tuy bày ra một hoạt cảnh chộn rộn nhưng đơn điệu. Đã lắm khi một mái tóc vàng bước vào đứng sát thân tôi, đôi mắt xanh màu trùng dương, gửi từ thân nhiệt sang mon men một hương mùi dịu ngọt. Người con gái xa lạ nhìn tôi cười, là nụ tường vi đầu ngày mở hé, lẻ loi. Tôi đón nhận để hiểu thấu, thực sự thì bạn đâu cần mất công tìm đâu xa vời những thứ bạn xem là hạnh phúc. Tôi thầm mang ơn cô ấy, đóa hoa vừa nở kia đã vực được tôi qua tám tiếng mụ người trong hãng xưởng. Tôi không uống thuốc tăng lực, chẳng dùng multivitamines. Tôi khỏe. Cám ơn. Chúc cô một ngày tốt lành. Tạm biệt.

Thuật chuyện này để bắt quàng sang chuyện khác, rằng tôi cũng sẽ mang ơn quý vị thi sĩ khi đọc được một bài thơ hay, bày giữa đời chút hương sắc thầm lặng rất đỗi cần thiết cho tha nhân. Và hôm nay, tôi cảm ơn anh Đỗ Hồng Ngọc, ngoài việc "cứu nhân độ thế" với vai trò một y sĩ, thì tay trái của anh (tạm gọi vậy) đã không mỏi mòn viết nên những dòng chữ đẹp. Từ một khởi đầu thành công qua bài thơ làm hồi còn là sinh viên Y khoa năm thứ ba đang đi thực tập tại Bệnh Viện Từ Dũ Sài Gòn năm 1965. Tôi xin chép lại ở đây, sau nhiều lần đọc nó trên métro thiếu bóng dáng "người đẹp tình cờ" đứng kề cận trong mê muội. Một bài thơ hay, một dáng dấp yểu điệu thục nữ. E có lúc sẽ hàm hồ mang ra để ví von? Dẫu biết lấn cấn vụng dại.

***THƯ CHO BÉ SƠ SINH***

*Khi em cất tiếng khóc chào đời*
*Anh đại diện đời chào em bằng nụ cười*
*Lớn lên nhớ đừng hỏi tại sao có kẻ cười người khóc*
*Trong cùng một cảnh ngộ nghe em!*
*Anh nhỏ vào mắt em thứ thuốc màu nâu*
*Nói là để ngừa đau mắt*
*Ngay lúc đó em đã không nhìn đời qua mắt thực*
*Nhớ đừng hỏi vì sao đời tối đen.*

*Khi anh cắt rún cho em*
*Anh đã xin lỗi chân thành rồi đó nhé*
*Vì từ nay em đã phải cô đơn*
*Em đã phải xa địa đàng lòng mẹ.*

*Em là gái là trai anh chẳng quan tâm*
*Nhưng khi em biết thẹn thùng*
*Sẽ biết thế nào là nước mắt trong đêm*
*Khi tình yêu tìm đến!*

*Anh đã không quên buộc étiquette vào tay em*
*Em được dán nhãn hiệu từ giây phút ấy*
*Nhớ đừng tự hỏi tôi là ai khi lớn khôn*
*Cũng đừng ngạc nhiên sao đời nhiều nhãn hiệu!*
*Khi em mở mắt ngỡ ngàng nhìn anh*
*Anh cũng ngỡ ngàng nhìn qua khung kính cửa*
*Một ngày đã thức giấc với vội vàng với hoang mang*
*Với những danh từ đao to búa lớn*
*Để bịp lừa để đổ máu đó em...*

*Thôi trân trọng chào em*
*Mời em nhập cuộc*
*Chúng mình cùng chung*
*Số phận...*
*Con người...*
Đỗ Hồng Ngọc
(BV Từ Dũ, Sài Gòn, 1965)

Nói với em những tâm sự rất mực chân thành, dọn lòng trao đổi dù biết em không nghe ra. Xúc động anh cần bày tỏ, em chẳng nghe thì anh chị em, bố mẹ em, người lớn nóng ruột đứng lên ngồi xuống bên ngoài hành lang sẽ hiểu thấu. Sẽ ôm em vào lòng mà hò ơ *"ví dầu cầu ván đóng đinh, cầu tre lắc lẻo gập ghềnh khó đi"*. Ru em mà lời răn đe đầy cả bất toàn, thật khó lòng "cho thét cho muồi"!

"Anh chẳng quan tâm em là gái hay trai,

Nhưng khi lớn khôn em sẽ tự hỏi, ai dìu đỡ em phút ban đầu?"

Các bạn có đơm ước ao là khi mình cất tiếng khóc chào đời, trước đó mình được "lôi cổ" ra khỏi cửa mình mẹ hiền bằng đôi tay nhân từ kia? Đôi bàn tay cẩn trọng dịu dàng của một Y-Thi-Sĩ? Tôi tự hỏi "em" sinh năm 1965 xương thịt ấy giờ này ra sao? Như duyên lành rồi em cũng trở thành một vị thầy thuốc mát tay? Em có dệt ra vần điệu thi ca chở nặng tính nhân văn? Nếu em biết người sinh viên năm thứ ba ngày xưa đi thực tập đã hoàn tất ca sinh mẹ tròn con vuông, liệu em có gợn lòng khi biết "anh" ấy là bác sĩ Đỗ Hồng Ngọc? Tôi nhắm mắt, mường tượng ra phút hội ngộ đầy xúc động của "anh" và của "em". Và như thế, ở phương trời xa cách ấy lại có người viết thêm một bài thơ đẹp, ngôn từ giản dị chỉ thuần xưng tụng cốt lõi bản thiện bất biến của tình người.

Có khi nằm dưới bài viết, anh Đỗ Hồng Ngọc ký ngắn gọn ba mẫu tự ĐHN. Tên tôi, viết tắt cũng ba chữ HĐN, ngó buồn vui xáo trộn giữa đôi đàng ngược xuôi sông Tương. Thôi thì vay mượn dòng thơ xưa của anh Đỗ Hồng Ngọc để ca cẩm rằng: *"Chúng mình cùng chung... số phận... con người"*.

*Tôi ở xa anh quá*
*Ai đã lỡ tay cắt bỏ cuống rún tôi?*
*Và bây giờ tôi đang cô đơn*
*Đã phải xa địa đàng lòng mẹ*
*Étiquette tròng tay tôi biệt xứ*
*Nhãn hiệu buồn khi đọc thơ anh*
*Viên ngọc hồng cố quận*
*Ngậm ngùi thay!*

**Hồ Đình Nghiêm**
*Montréal, April 14, 2017*

# PHAN CHÍNH

## BÊN BỜ MÂY LÃNG ĐÃNG

Tập *"Thơ Ngắn Đỗ Nghê"* là tập thơ thứ 6 của Đỗ Hồng Ngọc vừa phát hành, có thể đem đến cho người yêu thơ nhiều dự cảm ngọt ngào. Không những ngạc nhiên ở sự cố tình của anh khi chọn tựa tập thơ là "Thơ Ngắn" gắn với bút danh "Đỗ Nghê" từng đứng tên ở tập thơ đầu tay *"Tình Người"* xuất bản vào năm 1967, khi đó anh còn là một sinh viên Y khoa Đại học đường Sài Gòn. Trước khi có tập thơ này, Đỗ Nghê đã có những bài thơ đăng trên tạp chí Bách Khoa, Mai, Tình Thương... từ những năm 1960. Nhưng sau đó bút hiệu Đỗ Nghê lại thay bằng tên thật Đỗ Hồng Ngọc trên các tập thơ và trên ba mươi đầu sách văn học, nghiên cứu về y học, thiền học mang tên Đỗ Hồng Ngọc. Sự trở lại trên tập thơ ngắn này được anh có lần giải thích, Nghê là họ mẹ, quê Tân Thuận và Đỗ là họ cha quê La Gi (Bình Thuận).

Nói như nhà phê bình văn học Huỳnh Như Phương: *"Có phải vì cái tên Đỗ Hồng Ngọc quá nổi tiếng với tư cách một tiến sĩ y khoa đã phần nào che mờ tác giả như một nhà thơ?"*. Còn với nhà thơ Đỗ Trung Quân lại phác họa chân dung Đỗ Nghê Đỗ Hồng Ngọc khá hình tượng, *"Có một chàng thi sĩ một hôm vì lẽ gì đó bỏ đi làm thầy thuốc...”*, để thấy phẩm chất thi ca thấm đẫm trong tâm hồn Đỗ Nghê Đỗ Hồng Ngọc có căn duyên với cái nghiệp thầy thuốc luôn đòi hỏi một tấm lòng.

Trong một ngày giáp Tết, cà phê với Đỗ Hồng Ngọc trên đường sách Sài Gòn, tôi mới hiểu ra tựa tập *“Thơ Ngắn Đỗ Nghê”* là cách định hình có chủ ý, không phải theo ý nghĩ thông thường về hình thức là ngắn, dài, âm tiết hay tương tự trường phái Haiku (Nhật), Sloka (Ấn)... và lại gắn liền với bút danh Đỗ Nghê đã có cách đây từ hơn 50 năm. Khác hơn các tập thơ trước đó *Giữa hoàng hôn xưa, Vòng quanh, Thư cho bé sơ sinh...* xoay quanh cho một chủ đề, một chặng đời trải nghiệm, thì nay Đỗ Nghê chắt chiu lại giọt mật trong veo từ cảm xúc tận cùng, từ lãng đãng an nhiên của đất trời để có những câu thơ rất nhân văn, rất tình người.

Anh viết *“Nhẹ như không có/ Có mà như không...”*, hay là *“Thực chẳng dễ dàng/ Sống trong cái chết/ Và chết trong cái sống...”*. Chỉ có ở người ngộ được cái giá trị cuộc sống nhân sinh theo triết lý Phật giáo trong cõi vô vi tự tại. Những tập sách Nghĩ từ trái tim, Như thị, Cành mai sân trước, Gió heo may đã về... lại liên tiếp tái bản nhiều lần mà vẫn được đón nhận, là sao? Bởi trong đó không những mang cái tư tưởng Phật học, Thiền học mà sự biểu cảm chân thực của một tâm hồn thơ nên đã dễ dàng chạm đến trái tim của con người. Cũng không thể thoát ly khỏi phiền não trong cuộc sống rộn ràng, Đỗ Nghê bất chợt nhận ra mình *“Lá chín vàng/ lá rụng/ về cội/ Em chín vàng/ chắc rụng về anh”*. Và cũng không khỏi những vướng bận theo vòng hệ lụy: *“Hoa vàng đã rụng đầy sân vắng/ Tình cũng ngùi phai theo tháng năm...”*. Khái niệm về thời gian không như là nỗi ám ảnh của con người, lại còn là sắc mà không với anh sao mà nhẹ nhàng và thanh thản *"Giữa đêm/ Thức giấc/ Giữa ngày..."* ở trong bài *"Trái đất"* chỉ có 6 âm tiết mà gợi cho người đọc đủ hình dung tâm thế của nhau, cách xa nửa vòng trái đất. Hay như bài Sóng: *"Sóng/ quẳn quại/ thét gào/ Không nhớ/ mình/ là nước..."*. Với tên tuổi Đỗ Hồng Ngọc khó mà tách rời anh giữa cái thực của người thầy thuốc với một tâm hồn thi ca của Đỗ Nghê. Như anh từng khẳng định: *"Thân và tâm đâu có tách rời, sắc thọ tưởng hành thức vẫn là một - ngũ uẩn giai Không"*.

**Phan Chính**

*Phan Chính và ĐHN (Đường Sách Saigon, 2018)*

## THY NGỌC
## (THY THY TỐNG NGỌC)

### BÁC SĨ - NHÀ THƠ

Tôi chỉ biết: tôi vừa gặp một nhà thơ.

Có thể từ hôm nay, gặp bác sĩ Đỗ Hồng Ngọc, tôi sẽ lúng túng, gọi Anh là bác sĩ hay là thi sĩ. Những vần thơ trong *Giữa hoàng hôn xưa*, ngay giữa trang 9 đã thật là thơ. Xin hãy đọc bằng tâm hồn của một người đã yêu hay đang yêu, hoặc "cho chuyện mình có chút riêng tư", sẽ thấy:

...
*Nhớ em qua đó*
*Mà hồn như mơ*
*Mây trời phiêu lãng*
*Ngàn năm hững hờ...*

để bỗng nhiên bâng khuâng vì một gợi ý "... thiếu em hoàng hậu" "Ngai vàng như không...", từ đó, bị cuốn vào một thế giới tâm tình có âm thanh ấm áp, hiền hòa, càng chân thành càng quyến rũ, như từng nhịp đập trái tim, từng ánh mắt dịu dàng kia đang trao gởi tới chính mình.

Sức cuốn hút của lời văn, ví dụ như ở chuyên mục "Phòng mạch Mực Tím" của tờ báo tuổi cấp 3 và đang đại học (là tờ Mực Tím), mà bác sĩ Đỗ Hồng Ngọc nói chuyện chữa và phòng bệnh, sao dí dỏm, hóm hỉnh, cứ đọc lên là vui, nếu có bệnh thật thì cũng cảm như vừa dứt bệnh. Dù chưa gặp bác sĩ, cũng cứ hình dung đó là một "lương y kiêm từ mẫu". Ai không có bệnh cứ liền bịa ra bệnh để được chăm sóc dù chỉ bằng lời.

Nhưng đọc thơ của bác sĩ Đỗ Hồng Ngọc, tôi thương anh biết bao, vì hiểu những món nợ "chồng chất trong tim... trong từng hơi thở..." khiến "tóc phai sợi nhỏ thương hoài ngàn năm" vì "vầng trán đã ngoan nhăn..." "... nước mắt tròn đã lăn". Và nào có giản đơn khi anh viết:

...
*Khi nhìn lên mắt lệ nhòa*
*Mười phương gió cát một ta bàng hoàng*

Tôi cũng hiểu anh không ngao ngán buồn. Ở bài Lục địa giận hờn, anh nói rất rõ:

...
*Những lục địa giận hờn biết trôi giạt tìm nhau*
*Cớ sao ta cứ đếm đo*
*bằng ngàn năm ánh sáng*
*Cớ sao ta không thể yêu nhau cho trọn...*

Tình yêu của nhà thơ-bác sĩ "đâu có phải tự nhiên" để ... "tự nhiên anh làm thơ... tự nhiên anh mơ mộng hão huyền...". Cái cớ anh nêu ra thật đẹp:

...
*Nước thì xanh mà trời thì trong vắt*
*Nên anh mới mơ thả một con thuyền...*

Và giống hai người yêu nhau khác, anh tâm tình:

...
*Nơi trùng dương thăm thẳm*
*Chỉ có hai người thôi*

*Anh cất cao lời hát*
*Như làn sóng tuyệt vời*
*Anh cất cao lời hát*
*Bay bổng ngoài trùng khơi*
*Cho em cười lặng lẽ*
*Lắng nghe lòng bồi hồi...*

Nói chuyện về tình yêu, muôn thuở chẳng hết, rất riêng tư mà cũng rất giống nhau. Điều mà tôi thấm thía, khi đọc hết bài Dỗ em, thấy đề năm 1967, tôi lặng lẽ hiểu anh hơn, vì trong tình yêu đó có nỗi đau lớn hơn và chính là cội nguồn của tâm hồn thơ, phải thế chăng, kể cả ở bài Đi cho đỡ nhớ anh đề năm 1973 dù có vui như rất nhiều hình ảnh đã gợi, vẫn nặng lòng những câu:

...
*Này tủi nhục với niềm đau nỗi khổ*
*Của quê mình không đáng khóc sao em*

*Tình người* (1967), *Thơ Đỗ Nghê* (1973) của anh - của những năm anh trẻ nhất - nhưng tôi hiểu sau *Giữa hoàng hôn xưa* của 1994 này, sau bài *"Đâu có phải tự nhiên"* ghi năm 1983 ở cuối tập, sẽ còn những tập thơ tiếp theo, dù chuyên môn của anh đã choán hết ngày, giờ, chỉ mới đọc một tập thơ này đã gặp một tâm hồn thơ đích thực.

**Thy Ngọc**
*(7. 4 .1994)*

# TRẦN HOÀI THƯ

## THƯ TẾT GỬI BẠN THƠ ĐỖ NGHỀ Ở SG

*(https://tranhoaithu42.com/2021/02/23/thu-tet-ve-nha-tho-do-nghe-o-sg/)*

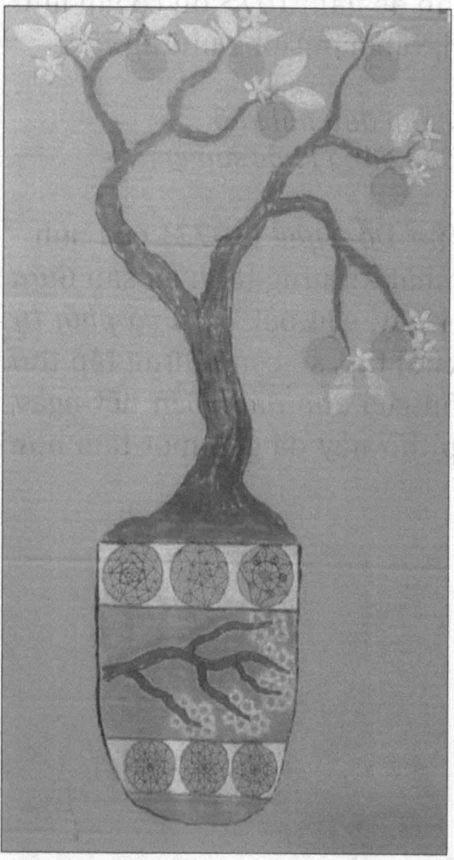

*Tranh TQT*

Tôi gặp trở ngại khi nói chuyện. Mỗi lần nói là mỗi lần thở dốc. Vì vậy tôi mượn blog này để gởi về bạn những lời chúc Tết, dù muộn màng, của một người bạn cũ xa quê nhà gần cả nửa thế kỷ. Trước hết cám ơn bạn hiền đã có lòng lo lắng cho kẻ này. Bạn bè nhìn tấm hình của tôi mới chụp mà nhỏ nước mắt. Tôi cảm ân mà chẳng buồn. Bởi ít ra bạn bè còn thương, chứ ghét thì làm gì mà động lòng tri âm tri kỷ. Tôi muốn để bạn đừng lo, chứng tỏ là tôi vẫn còn khỏe mạnh bằng cách post cả chồng Thư Quán Bản Thảo mà tôi vừa in xong, để các bạn thấy rằng hai cánh tay tôi vẫn còn đủ sức để cắt những chồng giấy mấy trăm tờ hay những cuốn sách dày cộm.

Chính nhờ cái máy cắt bằng tay này mà tôi biết mình vẫn còn mạnh. Như sáng sớm này, muốn tập thể thao, tôi chạy từ dưới basement lên nhà trên ít nhất là mười lần.

Quên nói là phần thể thao của tôi sáng nay là mấy cuốn sách của Đặng Tiến: *Vũ trụ Thơ I* và *II*. Đừng hỏi tôi in làm gì cho phí công phí sức phí cả tiền bạc, lúc mà tôi muốn tẩy trần tất cả. Nhưng họ làm sao biết là tôi đi tìm niềm vui. Mà niềm vui đâu phải nằm ngửa để có kẻ mang khay tới hầu. Niềm vui là do mình tạo nên, do mồ hôi mình đổ xuống. Dù nhọc nhằn nhưng mồ hôi kia vẫn lóng lánh vàng.

Tôi vẫn đủ khả năng để kéo trì cán dao nặng trĩu. Tôi còn đủ kiên nhẫn để bỏ từng cuốn báo vào phong bì, và dán tem, rồi mang đi gởi ở bưu điện.

*Sáng nay chàng đẩy chiếc xe chở báo TQBT gởi đến mười phương*
*Nàng bưu điện chào chàng bằng nụ cười hết xẩy*
*Bà khách hàng đứng bên hỏi chàng: ông gởi gì nhiều vậy?*
*Chàng hãnh diện trả lời: tôi gởi sách của tôi*
*Vâng thưa bà, tôi là một nhà văn!!!*
*Xem ra bà ta rất cảm phục vô ngần!*

Thứ hai là cám ơn bạn về bài thơ *Dán* tặng tôi:

***Dán***
tặng THT

*Không dán étiquette*
*Cho một bé sơ sinh*
*Mà dán cả đất, trời (*)*
*Nối liền tình bè bạn*
*Nối liền những tấm lòng*
*Yêu đất nước quê hương*
*Dán tương lai dĩ vãng*
*Cho lành bao vết thương...!*
Đỗ Nghê

Nhưng Dán so với bạn, tôi đâu có thấm tháp gì. Tôi dán cho tuổi già. Càng ngày bạn bè càng rơi rụng dần. TQBT in ra, gởi đi, bị trả lại nhiều. Buồn lắm bạn ơi...

Còn với bạn thì khác. Bạn dán cho tương lai. Những bé sơ sinh của một thời mà bạn buộc vào étiquette: *Anh đã không quên buộc étiquette vào tay em/ Em được dán nhãn hiệu từ giây phút ấy* (trích *Thư cho bé sơ sinh*) hoặc những đứa bé mà bạn đã cứu chữa, giờ đã thành người lớn, đang dâng tràn sức sống.

Một trong những đứa bé ấy là cháu TQT. Năm 1978 cháu mới 5 tuổi. Một hôm được mẹ chở đi bằng xe đạp. Vô ý cả bàn chân của cháu bị kẹt vào chân căm bánh xe, khiến cả bàn chân bị thương tích nặng. Y. hối hả mang con vào phòng cấp cứu tại bệnh viện Nhi đồng SG. Thời bao cấp, bệnh nhân la liệt, tìm một bác sĩ đâu phải là dễ. Y. nói với cô y tá: Xin cho tôi gặp BS Đỗ Hồng Ngọc – trưởng phòng cấp cứu – Chị là ai? – Tôi là vợ của Trần Hoài Thư. Chị cứ nói là Trần Hoài Thư bác sĩ sẽ biết ngay.

Cô y tá vào trong. Một lát, bạn ra và tận tình cứu chữa cháu trong khi không có tôi bên cạnh.

Bây giờ cháu TQT cũng noi theo bác Đỗ Hồng Ngọc: Vừa là y sĩ, vừa là nhà thơ. Và họa sĩ. Bức tranh sau đây là một chứng minh: Một cây con sắp nhú mầm. Chung quanh là những bánh xe luân hồi ngày đêm chuyển vận. Và cây mẹ cây cha thì đầy quả trái, lá bông sum suê.

Sự hình thành của một con người có khác chi. Chỉ khác là nguồn lộc ấy chỉ đến từ những tâm hồn biết yêu cái đẹp chứ không đến từ cõi ô trọc này. Đó là từ người thi sĩ phải không?

**Trần Hoài Thư**

*(*) báo giấy và báo online*

# LAM ĐIỀN

## DÔNG DÀI CÙNG THƠ NGẮN ĐỖ NGHÊ

Thật ra, cái duyên của thơ Đỗ Nghê (một bút danh bác sĩ Đỗ Hồng Ngọc) chính là ở chỗ ngắn. Sau 5 tập thơ trình làng trong hơn nửa thế kỷ qua, đến nay, ông tự gọi tên tập thơ mới nhất của mình là "thơ ngắn", dù hai chữ ấy kỳ thực không gây chú ý bằng cái tên "Đỗ Nghê" một lần nữa xuất hiện trong cộng đồng yêu thơ với nhan đề *Thơ Ngắn Đỗ Nghê*. Bởi từ những tác phẩm đầu tiên trình làng hồi thập niên 1960-1970, Đỗ Nghê đã có một kiểu duyên ngầm trong những bài thơ tượng thành từ sự bùng phát của cảm xúc hay ông tự chưng cất những suy tư đến cái độ mà Chu Hy xưa kia từng gọi rằng: như không thôi đi được.

Và nay, bạn yêu thơ dần dần nhận ra ý vị trong thơ ông cũng chính ở chỗ ngắn gọn của câu từ đã đẩy người đọc đến những hành trình dông dài của tâm sự và cảm nhận. Giở tập thơ mới in, thấy dấu vết "thơ ngắn" từng gắn bó trong hành trình thơ Đỗ Nghê từ mấy chục năm trước. Có những bài thật ngắn, trước sau chỉ có 6 từ: *Giữa đêm/ thức giấc/ giữa ngày*. Nhưng rồi cái "ý tại ngôn ngoại" của thơ ông lại nằm ở thông tin thuộc về... lạc khoản: Bài thơ ông làm trong chuyến đi Boston, cái không gian nửa vòng trái đất được đo bằng một giấc ngủ rồi vo lại trong 6 chữ kia, cũng là một "ca" thú vị về chuyện thơ được sinh ra như thế nào.

Ấy nhưng chỗ thú vị của thơ Đỗ Nghê lại nằm ở những dông dài. Làm sao dông dài cho được trong khi ngôn từ ngắn gọn vắn tắt thế kia? Thì như vậy mới là thơ, mới là thơ đáng đọc. Đỗ Nghê có thủ pháp kéo dài thơ bằng âm thanh chứ không phải bằng số chữ, hãy nghe ông tả cơn mưa trên Đông Hồ – Hà Tiên: *Mưa trên Đông Hồ mưa mênh mông/ Tô Châu nghiêng mình nghe mưa giăng...* Thủ pháp dùng đơn thanh cho thơ từ dạo *"Ô hay buồn vương cây ngô đồng"* của Bích Khê đến nay không còn mới nữa, nhưng dùng thủ pháp ấy để kéo dài câu thơ cho một cơn mưa dai, thì nghệ thuật đơn âm của thơ Đỗ Nghê lạ hẳn. Và rồi khách yêu thơ sẽ thấy mình bị cuốn vào những dông dài dễ thương trong thơ Đỗ Nghê tự bao giờ. Gạt qua những thủ pháp câu chữ, mới thấy tứ thơ và cảm xúc của Đỗ Nghê thật miên man bất tận. Ông viết về *Hội An sớm*, rồi lại viết *Hội An đêm*, ý tứ nào cũng đặc biệt: "mái chùa ôm vầng trăng" thuộc về *Hội An sớm*, mà "những linh hồn thức dậy" lại thuộc *Hội An đêm*. Rồi miên man nối những suy nghiệm cuộc đời: *Đi giữa Sài Gòn/ phố nhà cao ngất/ hoa nở rực vàng/ mà không thấy tết...*, nối những ý đạo bất ngờ như hoát ngộ: *Tham chẳng còn/ sân cũng hết/ si đã tuyệt/ Niết Bàn/ tịch diệt/ để làm chi...* Nhưng dông dài đáng kể của thơ chính ở chỗ thơ tình. Cái tình trong thơ Đỗ Nghê làm cách đây bốn mươi tám năm (1970) vẫn tươi nguyên bốc khói như không khoảng cách với thời nay: *Và trong mắt nàng thời gian bốc khói/ Ta giật mình nghe ta đã ba mươi/ Ba mươi năm khà khà ba mươi tuổi/ Ta làm sao mà lòng ta chưa nguôi...*

Có lẽ Đỗ Nghê và khách đồng điệu thơ ông cũng vậy: làm sao mà nguôi được!

**Lam Điền**
*22.02.2018*

*Kể chuyện trăng tàn – Thơ: Đỗ Hồng Ngọc*
*Nhạc: Khúc Dương – Tiếng hát Camille Huyền.*
*https://www.youtube.com/watch?v=J9DxqGdpkHo*

# HUỲNH NGỌC CHIẾN
## MỘT CHÚT LÁ RƠI

Từng ngày, từng ngày qua, chúng ta như một lữ khách đi trong cõi đời, thỉnh thoảng ghi vội vàng và vắn tắt những điều nho nhỏ và bình dị giữa cuộc sống: một đứa bé chào đời, một cuộc gặp gỡ tình cờ, một chiếc lá rơi, một cuộc chia ly, một nỗi buồn bất chợt. ... Ghi lại như một vài ký chú nho nhỏ trong một trang nhật ký. Như một dấu mốc vu vơ nào đó trên con đường đời, rất dài mà cũng có thể là rất ngắn. Và những dòng chữ không cần dụng công đó –ngay trong cả những dòng thơ ghi lại những điều thương nhớ ngậm ngùi – lại vang lên giai điệu nhẹ nhàng của thơ ca, nhẹ nhàng như hơi thở, vì nó mang rất nhiều hơi thở của cuộc sống.

Đọc tập thơ *"Thư cho bé sơ sinh & Những bài thơ khác"* của Đỗ Hồng Ngọc (Đỗ Nghê) tôi có cảm giác đó. Như đọc một tập nhật ký bằng thơ, qua lối viết bình dị với những con chữ rơi nhẹ nhàng. Như bông tuyết:

*Tuyết bay*
*Bay nhẹ*
*Phố Tàu*
*Gió co*
*Ro lạnh*

*Phố đìu hiu*
*Theo.*
(Tuyết)

Đó là tuyết rơi trong đôi mắt của một người muốn mơ màng nhìn đời qua một trang cổ tích:

*Em đi lạc*
*Giữa đường quen*
*Còn anh*
*Đi lạc*
*Giữa*
*Ngàn năm*
*Xưa...*
(Đi lạc)

Tuyết rơi hay lá rơi?

*Lá chín vàng*
*Lá rụng*
*Về cội*
*Em chín vàng*
*Chắc rụng*
*Về anh ...*
(Lá)

Nhưng những vần thơ anh viết cho đứa con gái đã nằm xuống đã khiến tim tôi đau nhói:

*Mỗi năm*
*Mỗi người*
*Thêm một tuổi*
*Chỉ mình con*
*Mãi mãi*
*Tuổi đôi mươi...*

Biết bao nhiêu ngậm ngùi trong những câu thơ đó? *Chỉ mình con / Mãi mãi tuổi đôi mươi!* Một phần đời của người cha đã chôn vùi trong lòng đất, và trong nước mắt:

*Ba dạy con*
*Mỗi ngày*
*Một chút*
*Không bài học nào*
*Như ba đã học*
*Từ con:*
*Nỗi mất!*

Anh có làm thơ đâu! Anh đang ngồi tâm sự. Với chính mình, với đứa con gái yêu muôn đời vẫn *"mãi mãi tuổi đôi mươi"*! Những vần thơ bình dị, quá đỗi bình dị kia nghe mênh mang một nỗi đau rưng rức. Dường như chính những điều bình dị nhất của thơ lại dẫn con người đi vào những cảm xúc mênh mông nhất. Nhưng những nỗi đau, những sự mất mát trong đời có khi là cơ duyên để ta hiểu cuộc đời hơn. Sau một lần nằm bệnh, có lẽ anh đã nhận thấy cuộc đời mang một gương mặt khác, nghe ra cuộc đời đang vang một giai điệu khác, và chợt:

.......
*Thấy ai cũng tội nghiệp*
*Như ta*
*Đã bao lâu ta không sống với mình*
*Ta có ta mà quên ta phứt...*
(Xin cám ơn, cám ơn)

Cơn bệnh, nỗi đau sẽ đến và đi. Như giấc mơ. Để khi tỉnh lại sẽ thấy đời tươi hơn, lá thắm hơn, con người đáng yêu hơn. Để rồi nguyện sẽ:

*Chắt ra cho hết*
*Giọt hơi cuối cùng*
*Thả mình như lá*
*Rơi vào hư không*

*Tràn vào khắp ngả*
*Đất trời mênh mông*
*Nhẹ như không có*
*Có mà như không!*
(Có không)

Vì đã hiểu ra rằng:

*Lắng nghe hơi thở của mình*
*Mới hay hơi thở đã nghìn năm xưa*
..........
(Thở)

Chiếc lá kia sẽ rụng. Hơi thở kia sẽ tàn. Cửa "tử" sẽ khép lại, chôn giấu tất cả những nỗi buồn, xóa đi dấu vết một quãng đời... Nhưng cửa "sinh" sẽ mở một chân trời khác trong tiếng khóc chào đời:

...........
*Thôi trân trọng chào em*
*Mời em nhập cuộc*
*Chúng mình cùng chung*
*Số phận*
*Con người!*
(Thư cho bé sơ sinh)

Anh hay tôi, tất cả chúng ta rồi sẽ phải lìa bỏ cuộc chơi cùng tất cả những buồn vui cay đắng, để người khác nhập cuộc theo dòng chảy bất tận của cuộc sống vô tận vô biên. Và có lẽ khi "cùng chung số phận con người" thì hãy nhìn cuộc đời như chiếc lá rơi lặng lẽ trên dòng nước xanh rêu, trên gian nhà thủy tạ, bên tách cà phê, một buổi sớm mai!

**Huỳnh Ngọc Chiến**

## LÊ MINH QUỐC

### BÁC SĨ NHÀ VĂN ĐỖ HỒNG NGỌC, MỘT MẶC KHÁCH HÀO HOA

*Nhà thơ Lê Minh Quốc*

Phải nói thật, tôi thích bác sĩ, nhà văn Đỗ Hồng Ngọc, còn một lẽ do anh là cháu của một trí thức lạ lùng ở miền Nam: Nguiễn Ngu Í (1921- 1979), tên thật Nguyễn Hữu Ngư, sinh tại Bình Thuận. Đi chênh vênh giữa cơn điên và sự tỉnh táo lạ thường, ông Í đã chủ trương cải tiến chữ Quốc ngữ (chẳng hạn thay y bằng i, k bằng c, gi bằng j, kh bằng k, p bằng b, ph bằng f...) và để lại những tác phẩm như *Qê hương, Lịch sử Việt Nam, Giấc mộng lớn chưa thành, Suối bùn reo, Sống và viết với...*

Vì lẽ đó, khi gặp Đỗ Hồng Ngọc, tôi đã đặt câu hỏi: *"Thưa anh, được biết, nhà văn nổi tiếng Nguiễn Ngu Í là cậu của anh. Thuở mới vào nghề viết, anh có học hỏi được gì từ người cậu rất cá tính, rất lạ lùng, rất "quái kiệt giang hồ" của mình?"*. Còn nhớ lúc ấy, anh mỉm cười: *"Nhiều chứ! Tôi mồ côi cha sớm, lúc 12 tuổi sống trong chùa với bà cô ở Phan Thiết thì ông đến thăm, cho một đống sách báo rồi bắt tôi đi học! Ngay lúc đó, tôi đã thấy mình mê sách báo, muốn làm "nhà văn, nhà báo"... như ông rồi! Nhưng tôi lại giấu biệt ông khi những bài thơ đầu tiên của tôi được đăng báo, đến lúc ông biết, ông khen có "giọng điệu" và "ý tưởng" riêng. Sau này, ông coi tôi như một người bạn... văn, có bài nào mới ông bắt tôi nghe và cho ý kiến"*.

Và thêm một điều nữa, Đỗ Hồng Ngọc nổi tiếng từ rất sớm. Trước năm 1975, anh sáng tác thơ với bút danh Đỗ Nghê, đã có tác phẩm đăng trên các báo Bách Khoa, Tình Thương, Ý Thức... Nhiều bài cũng được bạn bè "đánh giá cao" như *Em còn sống mãi, Tâm sự Lạc Long Quân, Lời ru, Cổ tích về ngôn ngữ, v.v...* Sau này anh đã tập hợp in trong tập thơ đầu tay *Tình người*, xuất bản năm 1967.

Nhớ đến anh, lập tức những câu thơ trong bài *Thư cho bé sơ sinh* thấm đẫm tính nhân văn, thấu hiểu lẽ vô thường trong cõi nhân sinh lại vọng về trí nhớ:

*Khi anh cắt rún cho em*
*Anh đã xin lỗi chân thành rồi đó nhé*
*Vì từ nay em đã phải cô đơn*
*Em đã phải xa địa đàng lòng mẹ*

Có thể tách lấy khổ thơ này. Nó đã trở thành bài tứ tuyệt có một tứ thơ chắc và gọn. Tứ tuyệt này, tựa như thông điệp mà nhạc sĩ Trịnh Công Sơn đã viết: *"Tin buồn từ ngày mẹ cho mang nặng kiếp người"*. Khi làm MC dẫn chương trình ra sách mới của anh tại Đường sách TP.HCM, tôi thật sự xúc động khi có người là học trò của anh ngày trước đã ngâm lại bài thơ này. Không gian hôm ấy, dưới vòm me xanh đang náo động, ồn ào bỗng dưng im bặt. Mọi người lặng im sống cùng con chữ của vị thầy thuốc chào đón một sinh linh bé bỏng vừa cất tiếng khóc dưới ánh sáng mặt trời. Anh kể: *"Bài thơ này, tôi viết vào năm 1965, khi còn là sinh viên Y khoa năm thứ ba, thực tập tại bệnh viện Từ Dũ, khi đỡ được một bé đầu tiên ra đời "mẹ tròn con vuông". Tôi viết bài thơ ngay tức khắc trong chừng mươi phút, rồi còn cao hứng chép vào sổ phúc trình sau phần bệnh án, bị thầy HNM rầy "đỡ đẻ không lo đỡ đẻ lo làm thơ"! Thế nhưng hôm sau đã thấy bài thơ được ai đó viết lên bảng đen và được nhiều bạn bè đồng nghiệp lưu truyền..."*.

Trước đây, nhà văn hóa Nguyễn Hiến Lê nhận xét về anh: *"Một bác sĩ mà lại là một thi sĩ thì luôn luôn làm cho người ta ngạc nhiên một cách thú vị"*. Câu này, càng về sau lại càng thấy đúng.

Con đường vào đời của Đỗ Hồng Ngọc cũng thú vị lắm, anh cho biết: *"Tôi mê dạy học, mê văn chương và cũng mê làm nghề y. Hồi xưa, đậu Tú Tài 2 xong (1962), tôi băn khoăn không biết nên học Văn khoa, Sư phạm hay Y khoa... Ông Nguyễn Hiến Lê khuyên nên học y, vì ngành y có thể giúp đời cụ thể và nếu có tâm hồn, có năng khiếu thì làm nghề y cũng có thể viết văn và dạy học được. Tôi nghe lời"*.

Từ quyển sách *Những tật bệnh thông thường trong lứa tuổi học trò* (1972), và nhất là *Viết cho các bà mẹ sinh con đầu lòng* (1974) đã tái bản rất nhiều lần, đến nay anh đã tung hoành khá nhiều thể loại. Đáng chú ý nhất là các tập sách mà anh phân loại một cách dí dỏm là viết cho "Tuổi hườm hườm" như *Gió heo may đã về; Già ơi... chào bạn, Chẳng cũng khoái ru?, Những người trẻ lạ lùng, Thư gởi người bận rộn...* Những năm tháng gần đây, anh đã chú tâm nghiên cứu về Phật học, về thiền. Có thể kể đến những tập sách như *Nghĩ từ trái tim, Gươm báu trao tay, Thiền và Sức khỏe, Ngàn cánh sen xanh biếc, Cõi Phật đâu xa...*

Hôm kia, anh đã tặng tôi những đĩa DVD thu lại những buổi nói chuyện của anh với Phật tử, tôi ngạc nhiên quá. Có những vấn đề lâu nay đã đ ọc nhưng chỉ như ngọn gió thoáng qua, nay, nghe anh giải thích lại cảm thấy gần gũi, dễ hiểu. Ấy là do gì? Do am hiểu về y học, do suy ngẫm nhiều và có tâm hồn thơ nên những triết lý uyên thâm ấy đã được anh giải thích uyển chuyển, tươi mới hơn chăng? Còn nhớ lúc phỏng vấn anh, tôi đã cố tình đặt ra những câu hỏi khó, nào ngờ, anh trả lời ngọt xớt. Tôi thường đùa rằng, câu hỏi hay mà người trả lời cũng hay.

Chẳng hạn, "Nếu cùng một lúc có ba đối tượng: hài nhi, phụ nữ và ông lão. Cả ba đều cần kíp đến chuyên môn của một bác sĩ. Chỉ được chọn một trong thời điểm "thập tử nhất sinh" ấy, anh chọn đối tượng nào?". Anh mỉm cười: *"Tôi la lên cho có nhiều người đến giúp. Trong cấp cứu y khoa tôi học được như vậy. Phải kêu cứu. Sau đó, đánh giá mức độ nặng nhẹ và khả năng cứu chữa để chọn ưu tiên can thiệp. Không có sự "phân biệt đối xử" trong y khoa. Một cô hoa hậu viêm ruột thừa thì cũng giống như bất cứ một cô gái nào khác viêm ruột thừa thôi!"*.

Một câu hỏi khác: "Nếu cho anh chọn một điều ước có tầm ảnh hưởng cho phụ nữ – "một nửa thế giới của đàn ông", anh sẽ ước gì?". Anh đáp: *"Ước phụ nữ là phụ nữ chớ đừng biến họ thành đàn ông! Hiện nay, có lẽ do nhiều phụ nữ biến thành đàn ông quá nên đàn ông bèn có khuynh hướng... biến thành phụ nữ, hoặc đàn ông đi... tìm đàn ông để kết bạn! Rắc rối sinh ra từ đó!"*. Ngẫm ra cũng có lý đấy chứ? Thêm một câu hỏi nữa: "Người phụ nữ đẹp, theo anh, cần phải có những yếu tố nào – nhan sắc hay sức khỏe?". Trong cuộc đời, có đôi lúc ta đứng trước sự lựa chọn, chỉ chọn một, thế mới khó.

Hãy nghe anh trả lời: *"Không phải nhan sắc, cũng chẳng phải sức khỏe, mà chính là cái tâm hồn của người đó. Bùi Giáng có lần viết: "Em ơi em đẹp vô cùng/ Vì em có cái lạ lùng bên trong"; và tôi thêm "Em ơi em đẹp vô song/ Vì em có cái bên trong lạ lùng"! Cái đẹp bên trong đó mới tạo ra thứ nhan sắc không tàn phai, và chính nó cũng tạo ra sức khỏe, là thứ sảng khoái về thể chất, tâm thần và xã hội như ta biết. Muốn có cái đẹp bên trong đó, phải rèn luyện, phải học tập... dài lâu, nền nếp. Trong khi sửa mắt sửa mũi, độn ngực độn mông có thể làm ngay tức khắc. Cái đáng lo bây giờ là người đẹp nào cũng giống... người đẹp nào, vì cùng một khuôn mẫu cả!"*

Cách trả lời, cách viết theo lối này âu cũng là "duyên ngầm" của nhà thơ, bác sĩ Đỗ Hồng Ngọc. Có lần, anh cho biết: "Để có thể luôn giữ được sự bình quân từ tâm hồn đến sức khỏe, phải làm gì? Rất đơn giản. Gần gũi với thiên nhiên chừng nào tốt chừng đó. Tôi nhận ra "hạnh phúc rất đơn sơ" bạn ạ. Sống trong hiện tại, sống trong "chánh niệm" thì sẽ phát hiện nhiều điều hay. Chẳng hạn chỉ cần biết thở "chánh niệm", bạn sẽ ngạc nhiên":

*"Lắng nghe hơi thở của mình*
*Mới hay hơi thở đã nghìn năm xưa...*
*Một hôm hơi thở tình cờ*
*Dính vào hạt bụi thành ra của mình*
*Của mình chẳng phải của mình*
*Thì ra hơi thở của nghìn năm sau..."*

Đọc những gì anh viết gần đây, theo tôi, đó là sự thông tuệ đã cô đọng, đã chắt lọc của một tâm hồn an lạc. Một trong bài thơ của anh, tôi thích Ở Tuyền Lâm. Chỉ 16 chữ nhưng đã là một "bonsai thơ":

*Nước xanh như ngọc*
*Sâu đến tận trời*
*Vốc lên một vốc*
*Ơi mùa xuân ơi*

Lúc đọc, tôi lại nhớ đến 20 chữ trong bài thơ *Dục Bàn Thạch Kính* (Tắm ở khe Bàn Thạch) của Cao Bá Quát: *"Sáng lên Hoàng Sơn trông/ Chiều xuống Bàn Thạch tắm/ Nhặt hòn đá mỗi nơi/ Núi sông không đầy nắm"* (Hóa Dân dịch). Từ sự đồng điệu ấy, ta lại hiểu thêm và "ngạc nhiên một cách thú vị" về cõi hồn, cõi thơ của Đỗ Hồng Ngọc.

Khi bàn về tác phẩm của anh, tất nhiên không thể bỏ qua những trang viết về chuyên môn của bác sĩ. Ở đây, anh thể hiện sự dí dỏm, đôi lúc ta tủm tỉm cười và dõi theo từng dòng: "Osho trong cuốn Hành trình nội tại từng nói: Con người khổ là do sử dụng cái đầu nhiều quá, suy nghĩ nhiều quá, nên chuyển hướng xuống sống bằng trái tim, sống bằng tình cảm, nhưng như vậy cũng vẫn còn khổ, cần chuyển xuống sống bằng cái... rún thì sẽ hạnh phúc hơn! Ý ông muốn nói sống bằng rún nghĩa là sống bằng hơi thở (thở bụng, đưa hơi xuống huyệt đan điền...) thì ta sẽ giải quyết được nhiều vấn đề căng thẳng trong đời sống. Nhưng theo tôi, chúng ta không chỉ dừng lại ở rún mà nên xuống thấp hơn chút nữa, đến tận ruột già, vì nói cho cùng... hạnh phúc đến từ ruột già đó vậy!".

Đọc anh còn là một cách thư giãn, như được trò chuyện với một người bạn gần gũi và thân mật.

Ai đó đã nói, "văn tức là người", câu này hoàn toàn đúng với tính cách Đỗ Hồng Ngọc. Với tôi, anh là một nghệ sĩ tài hoa đúng nghĩa cao đẹp của từ này, chứ tôi hoàn toàn không hề thấy anh có dáng dấp gì gọi là "nghệ sĩ". Đã "nghệ sĩ" ắt bê bối hình thức, nói năng bạt mạng, và đôi khi tính cách vượt qua cái ngưỡng bình thường. Không, anh không hề có những biểu hiện ấy, ở anh là một trí thức lịch lãm, chừng mực và toát ra một điều gì đó về đạo đức gần với mẫu người như Trần Văn Khê, Nguyễn Hiến Lê... thì phải.

Trước đây, hơn mươi năm trước, tôi nhận xét: *"Nhắc đến bác sĩ Đỗ Hồng Ngọc, lập tức chúng ta nghĩ ngay đến một nhân vật khá đặc biệt: lãng tử và phiêu bồng trong thơ, dí dỏm và mạch lạc khi viết về y học, trầm mặc và sâu lắng trong tạp bút và thỉnh thoảng ông cũng ký họa chân dung bạn bè... Gặp ông, dù chỉ trong phút chốc tình cờ hoặc có hẹn trước, thế nào cũng thấy ông cười tươi và từ ánh mắt ấy, dường như luôn có sự quan tâm đến người đối diện. Ông không ồn ào và gần như ít la cà chốn đông người. Và cứ thế, lặng lẽ sống an nhiên và lao động hết mình, ông đã có nhiều tác phẩm quen thuộc với bạn đọc"*.

Nay, bác sĩ, nhà văn Đỗ Hồng Ngọc vẫn là mẫu người ấy. Mới đây thôi, nhân xuân xanh nắng ấm của ngày Nguyên đán, tình cờ tôi đọc những câu ngũ ngôn của anh. Đọc chậm một chút để cùng an lạc trong hồng xuân mới: *"Hội An còn ngái ngủ/ Mái chùa ôm vầng trăng/ Giật mình nghe tiếng chổi/ Gà gáy vàng trong sương..."*.

Há chẳng phải thêm điều khiến ta "ngạc nhiên một cách thú vị" về anh đấy ư?

**Lê Minh Quốc**

# LÊ CHIỀU GIANG

## THIỀN GIẢ

*Như đệ tử Kim Dung.*
*Múa trên đầu kiếm sắc*
*Ta đảo điên.*
*Ta bất chấp. Ta*
*Bới tung...*
*Chẳng hiểu ra*
*đời.*
*Đã rất bao dung*
*Rất nương nhẹ*
*Để ta còn sống sót.*

*Khi thất bại*
*Ta giả vờ đợi chết*
*Giả nằm im. Nghe*
*trái đất ngả nghiêng*
*Quá thấm đòn.*
*Ta quăng kiếm*
*Ta bẻ gươm*
*Cũng biết thân. Ta ngồi yên*
*Góc tối.*

*Chợt nghe xa xăm như có ngàn tiếng gọi*
*Gió âm u, gió lồng lộng rừng khuya*
*Bay trên cao mà nhớ*
*Bước chân đi...*
*Sấp ngửa lưng trời. Ta*
*Tĩnh tâm*
*Ta. Thiền định*

**Lê Chiều Giang**

# LÊ NGỌC TRÁC

## NẮNG VÀNG THƠM QUÊ NHÀ

*phác thảo của Đỗ Hồng Ngọc*

Cô đọng, đầy đủ ngữ nghĩa, giai điệu nhẹ nhàng, cuốn hút, nội dung thể hiện chủ đề của bài thơ, gợi mở cho người đọc suy nghĩ về một không gian kỷ niệm, gần gũi trong cuộc sống. Đó là một bài thơ hay:

*"... Một sáng về quê*
*Chợt nghe gió bấc*
*Ơ hay xuân về*
*Vỡ òa ngực biếc!"*
(Trích "Gió bấc" của Đỗ Hồng Ngọc)

Những ai đã từng sống ở miền cực Nam Trung bộ hay ở phố biển La Gi tỉnh Bình Thuận đều có chung một cảm nhận: *"Gió bấc"* ở miền quê này là lúc đất trời chuyển sang mùa, Tết đến, xuân về với quê hương và con người. Thời gian đi được tính bằng nhịp sóng vỗ bờ. Và gió, gió bấc cũng là nhịp mùa đi của đất trời. Gió là những lần roi của cuộc đời. Gió là tín hiệu của mùa xuân vui... Những người dân quê hương La Gi chúng tôi đã từng yêu những câu thơ của Đỗ Hồng Ngọc gắn bó với quê hương như thế.

Nhà thơ Đỗ Hồng Ngọc còn có bút danh là Đỗ Nghê. Anh sinh năm 1940. Đỗ Hồng Ngọc là niềm tự hào của quê hương La Gi và dòng họ Đỗ, một trong bốn dòng họ (Huỳnh, Đỗ, Từ, Nguyễn) sinh sống và gắn bó với La Gi từ thời mở đất lập làng thời xa xưa. Đỗ Hồng Ngọc bước vào con đường văn chương khi còn đang theo học Đại học Y khoa những năm 60 của thế kỷ trước. Trước năm 1975 thơ của anh đã có chỗ đứng trên thi đàn miền Nam. Nhà văn học giả Nguyễn Hiến Lê đã từng viết về Đỗ Hồng Ngọc: *"Một bác sĩ mà lại là một thi sĩ thì luôn luôn làm cho chúng ta ngạc nhiên một cách thú vị..."* (1972).

Theo dõi cuộc đời và sáng tác của Đỗ Hồng Ngọc, chúng ta vừa ngạc nhiên vừa cảm phục sức lao động và sáng tạo của anh. Từ năm 1967, Đỗ Hồng Ngọc đã xuất bản thi phẩm: *"Tình Người"*. Từ đó đến nay, anh đã viết và xuất bản rộng rãi gồm 5 tập thơ: *Thơ Đỗ Nghê* (1973), *Giữa hoàng hôn xưa* (1993), *Vòng Quanh* (1997), *Thư cho bé sơ sinh...* (2010). Bên cạnh anh còn xuất bản các tập tản văn và tùy bút được đông đảo bạn đọc yêu thích như: *Gió heo may đã về* (1997), *Già ơi... chào bạn!* (1999), *Những người trẻ lạ lùng* (2001), *Cành mai sân trước* (2003), *Nghĩ từ trái tim* (2003), *Thư gửi người bận rộn* (2005), *Như thị* (2007), ...

Ngoài ra, Đỗ Hồng Ngọc còn viết nhiều đầu sách về y khoa; *"Viết cho các bà mẹ sinh con đầu lòng"* là cuốn sách gối đầu giường của nhiều đôi vợ chồng trẻ gần 50 năm qua.

Đọc thơ Đỗ Hồng Ngọc, người đọc vừa thích thú, vừa ngạc nhiên trước sự đổi mới phong cách và bút pháp của anh. Cách đây gần 3 năm, chúng tôi tình cờ đọc trên trang cá nhân của nhà văn Nguyễn Nghiệp: 4 câu thơ của chính Đỗ Hồng Ngọc viết trên giấy sổ tay đã được chụp hình:

*"Con cài bông hoa trắng*
*Dành cho Mẹ đóa hồng*
*Mẹ nhớ gài lên ngực*
*Ngoại chờ bên kia sông"...*
(2012)

Đọc xong 4 câu thơ ngắn chỉ với 20 từ, lòng chúng tôi rung lên như bị chạm điện, thốt lên: Tuyệt tác! Chúng tôi thầm nghĩ, với 4 câu thơ trên của Đỗ Hồng Ngọc là đỉnh cao của nghệ thuật thơ ca. Anh đã đặt một dấu son ngời sáng cho con đường sáng tạo thi ca của mình. Có lẽ một bài văn viết nhiều trang chưa chắc đã vượt qua được 4 câu thơ của Đỗ Hồng Ngọc về tình mẫu tử. Một bài thơ ngũ ngôn chỉ với 4 câu mang chủ đề *"Bông hồng cho mẹ"* trong mùa báo hiếu sẽ bay xa, vươn cao, làm lay động tâm hồn biết bao người yêu thơ trong chúng ta. Ai cũng có mẹ và trong chúng ta ai cũng là người con có hiếu. Với vỏn vẹn 4 câu thơ, Đỗ Hồng Ngọc đã nói lên được "cõi người" và tấm lòng của những người con trong cuộc đời. Nhiều nhà phê bình văn học đã từng đề cập 4 câu thơ trên với nhiều cung bậc, và cho rằng thơ Đỗ Hồng Ngọc đượm tư tưởng Phật giáo. Riêng chúng tôi xem đây là tuyệt chiêu của Đỗ Hồng Ngọc. Làm thơ cũng như làm những công việc khác trong cuộc sống. Một người thợ mộc lành nghề đục đẽo những lỗ mộng, đường nét tinh xảo. Một bác sĩ tận tâm với nghề, có bàn tay vàng khi phẫu thuật cho người bệnh không có vết sẹo, chỉ để lại những hoa văn tuyệt đẹp trên cơ thể người bệnh. Chỉ với 3 điều: Chân, Thiện, Mỹ. Ai làm được và đạt được 3 điều trên sẽ thành công. Làm thơ cũng như thế. Đọc xong một câu thơ, người đọc nhớ mãi là thơ hay và nhận ra tác giả là một người tài hoa.

Từ thi phẩm *"Tình người"* năm 1967 đến năm 2017, Đỗ Hồng Ngọc có *"Thơ Ngắn Đỗ Nghê"*. Người yêu thơ đều nhận ra: Đỗ Hồng Ngọc sáng tạo không ngừng, tạo ra nét riêng trong thơ của mình và thu hút được đông đảo người yêu thơ. Đỗ Hồng Ngọc viết cô đọng, từ ngữ bình dị. Không lên gân, không hô hào sáo rỗng. Thơ của anh không bi lụy hay cay cú bất cứ điều gì. Đỗ Hồng Ngọc viết một cách chân thật về những điều bình dị trong cuộc sống mà lay động đến con tim người yêu thơ. Anh không triết lý lộ liễu. Thơ của anh bên trong những câu chữ bình dị làm cho người đọc tự cảm, tự hướng đến một chân trời mênh mông mới. Chúng tôi không dám triết lý cao xa, chỉ nhận ra giữa Đạo và Đời không có khoảng cách trong thơ Đỗ Hồng Ngọc. Tất cả rất đời, an nhiên, đầy ắp tình cảm trong cuộc sống. Là những người đọc bình thường, chúng tôi biết: Những nhà thơ tài hoa và Đỗ Hồng Ngọc viết những câu thơ từ trái tim mình. Chúng tôi cảm nhận thơ bằng trái tim mình. Xin phép được trích tản mạn những bài thơ ngắn của Đỗ Hồng Ngọc, để bạn đọc yêu thơ tự đọc, tự cảm, như thế thú vị hơn!:

*"Sóng*
*quằn quại*
*thét gào*
*Không nhớ*
*mình*
*là nước".*
(Sóng)

*"Nước từ đâu đến*
*Nước trôi về đâu*
*Từ con suối nhỏ*
*Từ dòng sông sâu*
*...*
*Từ cơn gió thoảng*
*Từ làn mây trôi*
*Từ hơi biển mặn*
*Từ phía mặt trời*
*...*
*Ai người nỡ hỏi*
*Nước trôi về đâu..."*
(Nước)

*"Lắng nghe hơi thở của mình*
*Mới hay hơi thở đã nghìn năm xưa*
*Một hôm hơi thở tình cờ*
*Dính vào hạt bụi thành ra của mình*
*Của mình chẳng phải của mình*
*Thì ra hơi thở của nghìn năm sau".*
(Thở)

Đang viết bài viết tản mạn này, chúng tôi chợt nghe cơn gió bấc ùa về với phố biển La Gi. Trong cái lạnh của những ngày cuối năm, chúng tôi chợt nhớ đến những câu thơ Đỗ Hồng Ngọc viết về quê nhà:

*“...*
*Biển xanh lùa sóng bạc*
*Cát vàng hoàng hôn xưa*
*Tiếc em về chốn cũ*
*Tình vương đến bao giờ*
*Tiếc đời phơ tóc bạc*
*Thương mãi núi mây xa*
*...*
*Nụ mai vàng trước ngõ*
*Góc phố bờ quạnh hiu*
*Con đường xưa đứng đợi*
*Ta làm chi đời ta*
*Thương em còn thương mãi*
*Nắng vàng thơm quê nhà”.*
(Trích: “Quê nhà”)

Chúng tôi nghe *“nắng vàng thơm quê nhà”* trong thơ Đỗ Hồng Ngọc. Nắng. Gió. Thấm đẫm yêu thương trong cuộc đời này khi mùa xuân đang đến gần với con người và đất trời...

**Lê Ngọc Trác**
*La Gi*

TM

# Ý NHI

## NGƯỜI BẬN RỘN

**1.**

Ở Sài Gòn tôi có một số nhóm bạn để thi thoảng gặp nhau, tào lao dăm điều ba chuyện. Nhóm những người bạn học từ cấp 1, cấp 2, nay đã là các bà nội bà ngoại, tuổi trên dưới bảy mươi, thường khoe (hay than van) về con, về cháu, bày nhau thuốc thang, tập tành, cùng nhau nhớ lại "những ngày xưa thân ái"*. Nhóm những nhà văn cùng thế hệ, thường bàn chuyện thế sự, nhóm các bạn viết trẻ để nghe họ nói, họ thông tin những gì mình không biết về đời sống văn học, trong và ngoài nước mà mình không có điều kiện cập nhật...Trong số những nhóm của tôi, có một nhóm đặc biệt là nhóm Lê Ký Thương-Kim Quy, Thân Trọng Minh, Đỗ Hồng Ngọc, Tôn Nữ Hỷ Khương, Tôn Nữ Thu Thủy. Đôi khi có thêm Nguyên Minh. Có lần, lại thêm Dương Nghiễm Mậu, Trương Thìn, Sâm Thương, Hồ Văn Thành, Vũ Trọng Quang...

*Từ trái: Cao Kim Quy, Lê Ký Thương, Đỗ Hồng Ngọc, Ý Nhi, Nguyên Minh, Dương Nghiễm Mậu (tại nhà Lê Ký Thương)*

*Từ trái: Vũ Trọng Quang, Lê Ký Thương, Thân Trọng Minh, Ý Nhi, Đỗ Hồng Ngọc, Cái Trọng Ty*

Tôi không nhớ tôi "gia nhập" nhóm từ bao giờ, theo cách nào. (Nhiều anh chị ở đây đã quen thân nhau từ hơn 40 năm trước, khi cùng tham gia nhóm Ý Thứcnhóm của những người trẻ tuổi, đam mê Văn Nghệ, với tư tưởng dấn thân tích cực, chống lại văn nghệ sa-lon, viễn mơ thời ấy). Chỉ nhớ, người chăm lo cho nhóm, chịu trách nhiệm thông tin mọi việc như sức khỏe của ai đó, tin vui của ai đó và nhất là thông tin địa điểm, thời gian gặp nhau, là họa sĩ Lê Ký Thương và vợ, Cao Kim Quy - người phụ nữ Huế lịch thiệp, chu đáo, chí tình và cũng rất cởi mở, thoải mái. Thường thì Kim Quy gọi điện thoại hay gửi meo cho mọi người, thông báo một cuộc gặp. Dù đã nhiều tuổi nhưng mọi người trong nhóm đều còn bận bịu một vài công việc nào đó, ngoài việc lo cho gia đình. Thân Trọng Minh có phòng mạch riêng, chuyên khoa Tim mạch và còn dành thời gian cho việc viết văn, vẽ tranh, mở triển lãm (cùng vợ, HS Thanh Hằng hay cùng bạn bè, HS Đinh Cường), Lê Ký Thương lo phần biên tập cho một tạp chí chuyên ngành, lo vẽ bìa, trình bày sách và làm gốm, vẽ tranh, Tôn Nữ Thu Thủy viết truyện, làm thơ, chồng Thủy, nhạc sĩ Hồ Văn Thành vừa sáng tác vừa đi dạy vừa quản lý Đoàn Xiếc của thành phố... Nhưng người bận rộn nhất chắc chắn là Bác sĩ, nhà thơ Đỗ Hồng Ngọc. Trong các thư mời của Kim Quy thường có lời phân trần: em (hay mọi người) định ngày... mà ngày đó anh Ngọc phải ra Huế nói chuyện hoặc anh Ngọc phải ra mắt sách mới ở nhà sách Phương Nam hay anh Ngọc có cuộc giao lưu với thanh niên tại nhà văn hóa X... Tóm lại, Đỗ Hồng Ngọc là người bận rộn nhất trong số những người bận rộn. Và, vì vậy, cuộc nhóm họp thường phụ thuộc vào lịch của ông. Hình như vắng Đỗ Hồng Ngọc cuộc vui giảm độ vui. Chỉ liếc qua lịch tham gia các hoạt động xã hội của Đỗ Hồng Ngọc trong vòng một tháng (9/2013, trên trang Du Tử Lê) cũng đủ để hình dung sự bận rộn của ông:

-7/9: Nói chuyện ở chùa Xá Lợi về Vận dụng tư tưởng *Kim Cang Bát Nhã* trong cuộc sống
-14/9: Tọa đàm khoa học về Bùi Giáng ở Đại học KHXH&NV
-15/9: Dự ra mắt *Tạp chí Quán Văn 16* (chủ đề sông Seine)
-21/9: Dự Tọa đàm về cuốn *Ngàn Năm Áo Mũ* của Trần Quang Đức
-22/9: Dự lễ trao giải Sách hay
-28/9: Dự lễ tưởng niệm 10 năm ngày mất của nhà thơ Kim Tuấn

**2.**

Nhưng điều "kinh khủng" nằm ở chỗ khác. Đó là những cuốn sách mang tên tác giả Đỗ Hồng Ngọc. Rất nhiều lần, Kim Quy thông báo, trong cuộc gặp sẽ được người này người khác tặng sách mà người thường có sách để tặng chính là Đỗ Hồng Ngọc. Những khi ông không có sách, mọi người như bị hụt hẫng, thấy có chi đó bất thường.

Đỗ Hồng Ngọc có gần 40 đầu sách, trong đó có 15 cuốn Tạp văn, 9 cuốn viết cho tuổi mới lớn, 4 cuốn viết cho các bà mẹ và 5 tập thơ... Thử điểm qua các tựa đề sách của ông để thấy sự phong phú "không chịu nổi" của nó: *Tình người* (Thơ), *Thơ Đỗ Nghê, Giữa hoàng hôn xưa* (Thơ), *Vòng quanh* (Thơ), *Gió heo may đã về* (Tùy bút), *Già ơi, chào bạn* (Tùy bút), *Thư cho bé sơ sinh và Những bài thơ khác* (Thơ), *Những người trẻ lạ lùng* (Tạp văn), *Thiền và sức khỏe* (Tạp văn), *Chẳng cũng khoái ru* (Tạp văn), *Nghĩ từ trái tim* (viết về Tâm Kinh Bát Nhã), *Thư gửi người bận rộn* (Tạp văn), *Thầy thuốc và bệnh nhân* (Tạp văn), *Như ngàn thang thuốc bổ* (Tạp văn), *Cành mai sân trước* (Tạp bút), *Như thị* (Tạp bút), *Ăn vóc học hay* (Tạp văn), *Gươm báu trao tay* (Tạp văn)... Ra nhà sách, thấy sách của Đỗ Hồng Ngọc bày nguyên một dãy, bên những tác giả văn học đang hot ! Nhìn và không thể không tự vấn: sao ông bác sĩ nhà thơ này có thể tạo nên một kỳ tích như vậy.

Nhẹ nhàng mà thâm trầm, thông tuệ mà giản dị, nghiêm trang mà dí dỏm, bận rộn mà thanh thản. Những phẩm chất này chan hòa trong những vần thơ, những trang văn của ông, tạo nên một phong cách, một đặc sắc Đỗ Hồng Ngọc. Đọc thơ ông thấm sâu ý nghĩa nhân sinh, thấm sâu chất Thiền, thấm sâu cảm xúc tâm linh. Đọc tản văn của ông, lại như nghe thấy dư vị của thơ qua từng dòng chữ, trang viết. Huỳnh Như Phương có lý khi nhận xét: *"... chính những tác phẩm bàn về Y học, Thiền học của ông, với chất thơ bàng bạc trong đó, cũng mang đủ những phẩm chất thi ca, cho nên người đọc không còn phân biệt ở ông đâu là nhà thơ, đâu là Thiền giả và đâu là bác sĩ của tuổi thơ"* (Lời bạt tập thơ *Thư cho bé sơ sinh và những bài thơ khác* - NXB Văn Nghệ, 2010). Nguyễn Hiến Lê thì cho rằng: *"Một bác sĩ mà là một thi sĩ thì luôn làm cho ta ngạc nhiên một cách thú vị"* (Tựa *Những tật bệnh thông thường trong lứa tuổi học trò* - 1972). Trong lúc đó, viết tựa cho cuốn sách *Ăn vóc Học hay*, Mai Sơn nhận xét: "... Nhưng đối với ông y khoa là một ngành học về con người toàn diện, thân tâm bất nhị, tổng hòa các mối quan hệ con người-tự nhiên-văn hóa. Sức khỏe, dưới con mắt ông, luôn gắn với môi trường sinh thái-xã hội. Ông nhìn con người trục trặc không như một cỗ máy bị trục trặc, mà nhìn trong tương quan với môi trường lớn đang có vấn đề và nó tác động bằng những con đường quanh co đến tình trạng sống của một cá thể. Và lúc đó con người/ bệnh tật hiện ra như một hiện hữu bất ổn. Giải pháp của ông là bớt kỹ thuật và thêm nhân văn khi cứu xét một hay nhiều bệnh cảnh. Có thể thấy ông không đổ hết nguyên nhân gây bệnh cho bệnh nhân của ông. Trong viễn tượng đó, ông làm chúng ta nhớ đến Karl Jaspers (1883-1969), triết gia-bác sĩ tâm trị người Đức, với tuyên bố: "Tôi bệnh, vậy tôi hiện hữu"... Tôi không nghĩ rằng một bác sĩ chuyên khoa thuần túy có thể có một cái nhìn như vậy, sự thấu hiểu như vậy đối với bệnh tật của con người. Điều đó chỉ có thể có ở Đỗ Hồng Ngọc và những ai có cùng quan điểm sống, quan điểm hành nghề như ông.

Thỉnh thoảng, trước hoặc sau những trang sách của mình, Đỗ Hồng Ngọc có lời dẫn, lời tâm tình với người đọc, hoặc trực tiếp, hoặc qua các bài trả lời phỏng vấn. Đây là một "kênh" thông tin đáng tin cậy giúp ta hiểu ông hơn, nhìn rõ "dung mạo" của ông hơn. Khi được hỏi về "sứ mạng" của người viết sách tư vấn cách sống, cách trị bệnh... ông đã thành thực trả lời: "Không. Chẳng có sứ mệnh gì cả... Hàng ngày trông thấy bao nhiêu là trường hợp trẻ con bị bệnh hoạn tử vong oan ức có thể phòng tránh được, vì thế mà tôi thấy cần phải làm gì đó giúp các bà mẹ. Vậy là tôi viết. Khi nhớ lại những sai lầm của mình ở tuổi mới lớn, tôi viết để chia sẻ cùng các em.

Rồi khi tuổi già bóng xế, tôi lại viết cho bạn bè cùng lứa. Thực ra, viết, trước hết là cho mình, tự "chữa bệnh" cho mình cái đã, rồi mới dám chia sẻ với người khác. Giống như người xưa tự nếm thuốc rồi mới dám... kê đơn. Không có cái "sứ mệnh" gì ở đây cả, không có sự rao giảng gì ở đây cả, mà chỉ là sự thì thầm nho nhỏ" (Báo Dược và Mỹ phẩm, Bộ Y tế). Vốn e ngại trước những tuyên bố lớn lối, tôi thực sự cảm phục những lời lẽ chân tình, giản dị này. Lạ thay, chính cái sự "không sứ mệnh" này lại khiến những dòng thơ, những trang văn của ông - những lời "thì thầm nho nhỏ" của ông có một hấp lực đặc biệt với người đọc. Đỗ Hồng Ngọc có bạn đọc đủ mọi lứa tuổi, đủ các vùng miền trong nước, ngoài nước. Thơ của ông được dịch ra tiếng Anh, được bạn bè phổ nhạc rồi một ngày nào đó họ gửi cho ông, đem cho ông một niềm vui bất ngờ, tràn đầy. Khi được hỏi vì sao ông được độc giả yêu mến nhiều đến thế, Đỗ Hồng Ngọc đáp: "Tôi chỉ viết những gì mình thực sự trải nghiệm. Viết là cách chia sẻ kinh nghiệm chứ không phải từ sách vở mà ra". Theo ông: "Một người thầy thuốc khi chữa bệnh cho bệnh nhân, nếu chỉ thấy cái thân bệnh mà không thấy cái tâm bệnh, tức là thấy cái "đau" mà không thấy được cái "khổ" của họ thì không thể chữa thành công". (Báo Văn hóa Phật giáo, số 39, Vu lan 2007)

Trong lịch sử văn học thế giới, có nhiều nhà văn vốn là thầy thuốc, nhiều người nổi tiếng như Lỗ Tấn, như Tchekhov nhưng khi đã viết văn, họ đoạn tuyệt với nghề cũ. Đó là một sự lựa chọn. Đỗ Hồng Ngọc vì muốn chữa được cả cái đau lẫn cái khổ, cái bệnh lẫn cái hoạn mà vừa hành nghề Y vừa làm thơ vừa viết tản văn. Các nhà xuất bản đón chờ tác phẩm của ông, người đọc đón chờ tác phẩm của ông. Giữa lúc sách chỉ được in dăm ba trăm hay một ngàn bản, sách của Đỗ Hồng Ngọc được tái bản nhiều lần, có cuốn cả chục lần, số lượng lên tới hàng vạn bản (Già ơi... chào bạn được dịch sang tiếng Nhật. Người Nhật gọi sách của Đỗ Hồng Ngọc là "long seller"), quả là một hiện tượng có phần lạ lùng nhưng hữu lý. Đỗ Hồng Ngọc từng bảo: "Sẻ chia, ấy chính là hạnh phúc". Ông đã sẻ chia và đã được đón nhận. Hạnh phúc đã nhân đôi.

**3.**

Có những người viết văn hay nhưng gặp gỡ thì... chán. Lại có những người văn chương "thường thường bậc trung" nhưng trò chuyện lại hấp dẫn, vui vẻ. Đỗ Hồng Ngọc là một ca khác. Đọc ông rồi gặp ông, có một cảm giác thật dễ chịu khi mọi điều như hòa quyện với nhau. Văn là người, người là văn vậy.

Đỗ Hồng Ngọc nói: "Tôi vốn ít hay cười. Không hút thuốc, không uống rượu". Tôi chưa thấy ông hút thuốc hay uống rượu nhưng lại thường thấy ông cười, có điều đó chỉ là một nụ cười nhẹ, ít khi bật thành tiếng. Đỗ Hồng Ngọc không tạo sự cách bức. "Người bận rộn", khi có dịp ngồi bên bạn bè, luôn là người hay chuyện, vui vẻ, thoải mái, dí dỏm. Có lần cả nhóm đến nhà tôi ăn bún ốc, Đỗ Hồng Ngọc rất khoái khi được ăn tráng miệng bằng món kẹo Dồi, đặc sản của miền Bắc. Ông còn chạy ra đầu ngõ, nơi có một lò nướng bánh tráng, mua về mấy chiếc, cùng mọi người bẻ bánh rôm rả. Lần gặp nào ông cũng nhắc tới món bánh tráng dân dã ấy. Đỗ Hồng Ngọc khiến tôi nhớ tới Bác sĩ Phạm Ngọc Thạch thời ông làm Bộ trưởng Bộ Y tế ở Hà Nội. Mọi người rất khoái khi truyền nhau câu chuyện ông Bộ trưởng Y tế thường ghé hàng bún Ốc, bún Riêu, bánh Cuốn... bày bán ngay trên vỉa hè.

Ngoài những lần ngồi ở quán Du Miên, Đông Hồ, Khúc ban chiều, nhóm có cái thú tụ tập tại nhà Lê Ký Thương-Kim Quy. Món chủ nhà đãi mọi người thường là xôi đậu xanh, khoai lang luộc, bắp luộc, lạc luộc. Để hỗ trợ, tôi mang thêm món chuối sáp nấu. Ăn khoai, ăn bắp, ăn chuối, uống cà-phê, sữa đậu nành... và tán chuyện. Chuyện gì nhỉ. Thật khó khi phải nhớ lại những câu chuyện vì đề tài của nó thì mênh mông, ý kiến thì phong phú, lúc đồng thuận, khi tranh cãi. Có điều, bao giờ cũng vui, bao giờ cũng có cảm giác được thư giãn bên những người bạn chân tình.

*Từ trái: Thân Trọng Minh, Nguyễn Tường Giang, Đỗ Hồng Ngọc, Ý Nhi, Thu Vàng, Thanh Hằng, Nguyệt Mai, Hoàng Quốc Bảo.*

Trong một thư điện tử, Kim Quy viết: em thấy ai trong chúng ta cũng có chút suy nghĩ về tuổi tác. Riêng anh Ngọc thì hình như là không. Kim Quy đã đúng. Đỗ Hồng Ngọc, sau cơn bạo bệnh (bị tai biến, phải mổ sọ để đặt ống dẫn lưu), khi trở lại với đời sống, dường đã một lần giác ngộ (có lẽ đây chính là cơn bệnh cần cho mỗi con người như nhà văn N. Dumbadze từng nói đến trong tác phẩm nổi tiếng Quy luật của muôn đời). Việc nghiên cứu đạo Phật, nghiên cứu Thiền lại thêm một lần giúp ông có một cái nhìn đời sống có phần vô vi: "... Dù cuộc sống ngỡ là thực này vẫn chỉ là mộng, huyễn, bào ảnh, sương mai". Cái khoảnh khắc được sống trở nên quý giá hơn, huyền diệu hơn, đáng trân trọng hơn: "Nhưng với tôi, tôi không hề biết mình đã có tuổi, tích tuổi, lúc nào tôi cũng thấy tôi đã già và lúc nào tôi cũng thấy tôi còn trẻ. Tôi là một thầy thuốc, một bác sĩ nhi khoa, đã hành nghề trên 30 năm. Tôi nhớ mình mới khám chữa bệnh cho một chú bé sơ sinh thì chẳng bao lâu đã thấy chú bé đó mang trên tay một chú bé sơ sinh khác là con của chú để nhờ tôi khám chữa bệnh. Thời gian trôi qua lúc nào đó vậy?...". Đỗ Hồng Ngọc yêu tuổi trẻ của mình, của người. Ông cũng yêu tuổi già của mình, của người: "Già có cái đẹp của già... thấy mình già, như trái chín cây thấy mình đang chín trên cây, ửng đỏ, mềm mại, thơm tho...", chẳng cũng khoái ru?. Có lẽ, không có nhiều người biết cám ơn cơn đau của mình như Đỗ Hồng Ngọc: *Xin cám ơn, cám ơn/ cơn bệnh ngặt nghèo quật ta kịp lúc/ cho ta trở lại với mình/ ta muốn ôm hôn tất cả mọi người/ và ôm hôn ta nữa/ cái đầu trọc lóc bình vôi/ hai lỗ thủng và 18 vết khâu từ ái/ ta ngạc nhiên lắng nghe mình thở/ lắng nghe sự sống cục cựa trong mình... Khi đứng được hai chân như con người/ thật vô cùng hạnh phúc/ khi bước đi những bước con người/ khi còn được nghe được nói/ được cầm cây viết vẽ bâng quơ/ được đọc vài trang báo... Những hòn sỏi bỗng có linh hồn/ những lá cây đong đưa lạ lẫm/ tiếng chim và ánh nắng/ như đã lâu rồi ta mới gặp nhau/ như đã lâu rồi ta mới quen nhau...".*

*Đỗ Hồng Ngọc và Ý Nhi trong buổi "Ra mắt" tập thơ "Thư cho bé sơ sinh & những bài thơ khác..." của Đỗ Nghê (Đỗ Hồng Ngọc) ... với cà phê và khoai, bắp, chuối, đậu phộng, bánh tráng... tại nhà họa sĩ Lê Ký Thương (2010) trong vòng thân thiết với vài mươi bạn bè...*

Năm 2010, khi sắp sửa in tập thơ *"Thư cho bé sơ sinh và những bài thơ khác"*, Đỗ Hồng Ngọc rủ bạn bè góp mặt cho vui, tôi đã viết: *"... Thơ Đỗ Hồng Ngọc là thơ của sự chân thành. Từ những bài thơ tình cảm viết cho cha mẹ, vợ con, bạn bè đến những bài thơ thế sự viết về đất nước, quê hương, từ những chuyện đời thường đến những chuyện cao siêu, những câu hỏi không lời đáp... Đọc anh, tôi chưa khi nào có cảm giác ngờ vực. Sau căn bệnh ngặt nghèo, Đỗ Hồng Ngọc đã viết bài thơ rất hay Xin cảm ơn. Tôi nghĩ, những độc giả của anh cũng cần nói lời cảm ơn anh, bởi chắc chắn, anh đã góp phần giúp chúng ta thanh lọc tâm hồn mình, giữa đời sống nhiều bụi bặm này."*

Một lần nữa, tôi muốn được nói lời cám ơn ông.

*Sài Gòn 9/2014*
**Ý Nhi**

# NGUYỄN THỊ TỊNH THY

## "Về Thu Xếp Lại"

*"Về thu xếp lại"*
*Nxb. Tổng hợp tp HCM, 2019*
*bìa Lê Ký Thương)*

Ở tuổi 55, Bác sĩ Đỗ Hồng Ngọc bần thần viết *"Gió heo may đã về"*, đến 60 thì viết *"Già ơi... chào bạn!"* như một reo vui, đến 75 còn... ráng viết *"Già sao cho sướng?..."* để sẻ chia cùng bè bạn đồng bệnh tương lân. Nhưng 80 thì thôi vậy. Đã đến lúc phải *"VỀ THU XẾP LẠI"*.

*"Về thu xếp lại"*... bởi "chút nắng vàng giờ đây cũng vội"..., "giật mình ôi chiếc lá thu phai"...

*"Về thu xếp lại"*... bởi *"cát bụi tuyệt vời"* đã chuyển thành *"cát bụi mệt nhoài"*

*"Về thu xếp lại"..., "một ngày kia đến bờ"..., "đời người như gió qua".*

Hãy đón nhận ngày đó một cách bình thản, an nhiên như "mệt quá đôi chân này, tìm đến chiếc ghế nghỉ ngơi; mệt quá thân ta này, nằm xuống với đất muôn đời..." Có gì đâu! Nhẹ tênh mà!

Lấy cảm hứng từ những ca từ đầy tính triết lý phận người nhẹ nhàng mà sâu sắc của Trịnh Công Sơn, Đỗ Hồng Ngọc sẽ đưa chúng ta đến với các U80 bằng y học, tâm lý học, Phật học... trong dặt dìu của âm nhạc, thi ca.

*minh họa Đỗ Trung Quân*

Dí dỏm, duyên dáng, chất khoa học đan quyện trong chất nghệ thuật, sự nghiêm trọng chuyển tải qua các ngôn từ hài hước của cuốn sách nhỏ sẽ giúp những người già dễ dàng lắng nghe chính mình. Và đặc biệt, người trẻ sẽ hiểu hơn về người già.

Hiểu gì?

Hiểu rằng người già khó ăn, khó ngủ, khó tính, ... nhưng lại dễ yêu: "... Có vẻ như càng già người ta càng yêu nhiều hơn, yêu vội hơn và càng yêu thì càng "sống khỏe sống vui" hơn! Khi "chút nắng vàng giờ đây cũng vội" thì mới thấy còn có bao nhiêu thời gian để yêu thương và được yêu thương? Dĩ nhiên, tình yêu bấy giờ có thể chỉ là một mối tình lãng mạn, hoặc một mối tình *"ngỡ đã quên đi/ bỗng về quá rộn ràng"*... để rồi *"như bờ xa nước cạn/ đã chìm vào cơn mưa"*. Tình yêu lãng mạn có ý nghĩa rất lớn ở người có tuổi. Như "nuôi sống" họ bằng tình yêu. Hình như họ chỉ giữ được chút kích thích tố vừa đủ để "lãng mạn" cho cuộc đời đẹp ra, đáng sống hơn, sức khỏe cũng tốt hơn vì nó làm cho tim đập nhanh hơn, tuần hoàn não tốt hơn, trí tuệ minh mẫn hơn, hệ thống miễn dịch hoạt động tốt hơn, ít bệnh vặt hơn và nếu có bệnh thì rất mau lành!"

Có chắc như thế không nhỉ? Các anh chị em Tag vào Facebook của ông bà nội, ông bà ngoại xem các cụ comment thế nào nhé!

**Nguyễn Thị Tịnh Thy**

TM

# NGUYỄN LỆ UYÊN

## ĐỖ HỒNG NGỌC KHÓI TRỜI PHƯƠNG ĐÔNG

*Nguyễn Lệ Uyên*

*"Thầy thuốc là để cứu người. Nhà văn là để cứu đời."* (Nglu)

Với hơn 30 tác phẩm đã xuất bản từ năm 1967 đến nay, gồm nhiều thể loại: Thơ, tùy bút, tạp văn, y học và cả Phật học... không biết nên xếp Đỗ Hồng Ngọc vào hàng ghế nào cho thật chuẩn. Nhà thơ, thầy thuốc, nhà nghiên cứu, nhà văn? Đối với ông, vị trí nào cũng chính xác. Bởi những gì ông viết, đã xuất bản và đến tay độc giả đều tròn đầy, khiến họ thích thú đến bất ngờ, vì ngoài cốt cách văn chương, những suy nghĩ của ông về các vấn đề xã hội, đời sống, không xa vời; nó gần gũi, quanh quẩn, ẩn núp đâu đó quanh ta mà ta chưa thể nhìn thấy; chỉ đợi khi ông viết lên, đọc lại, ta mới thấu lẽ, à lên một tiếng, vài ba tiếng, tùy theo tâm trạng mỗi người kèm với không gian, thời gian của người đọc: nó có đấy mà sao ta không thể nhìn thấy, ta không hề nghĩ ra được nhỉ? Những điều bình thường cũ rích, trong đời sống, qua ngòi bút của ông hóa ra quá đỗi mới lạ; nói theo ngôn ngữ Đỗ Hồng Ngọc là ngòi bút ông đã hóa giải, đã khải thị giúp ta từ những cách nhìn, nghĩ một cách hạn hẹp, quanh co cạnh ta thành rộng ra để ta "*như thị*"?

Từ những bài tùy bút cho đến thơ, ông không hề đùa cợt với chữ nghĩa, thổi phồng mọi sự vật... để nhắn gửi cho mọi người, cho mai sau. Ông cẩn thận quan sát những hiện tượng quanh mình, trong chính cuộc đời mình y như người thầy thuốc chẩn đoán căn bệnh cho bệnh nhân. Mà đúng vậy, ngay trong quyển *Những tật bệnh thông thường trong lứa tuổi học trò (NTBTTTLTHT)*, La Ngà xuất bản năm 1972, ông đã giải mã những băn khoăn thắc mắc của lứa tuổi dậy thì, nào là phòng ngừa cận, viễn, loạn thị, trĩ, táo bón, đái dầm... bệnh biếng học cho tới những vấn đề tâm sinh lý thầm kín khó chia sẻ với cha mẹ... như thể tất cả những thứ tật bệnh ấy ông đã từng nếm trải, rồi tập hợp lại thành một kinh nghiệm sống cho các cô cậu ở tuổi học trò? Đã đành ông là bác sĩ nhi khoa, nhưng ngôn ngữ diễn đạt không phải là ngôn ngữ của một ông thầy thuốc khám bệnh, kê đơn mà là ngôn ngữ của một chàng nghệ sĩ vừa bóc tách sự thật trần trụi vừa xoa dịu nó bằng một thủ thuật của tiếng gió luồn lách trong những bụi tre buổi xế trưa. Hãy nghe ông viết về bệnh biếng học và cách điều trị: "... nếu có một ngày nào đó, em bỗng nhiên thấy mình làm biếng kinh khủng, không còn muốn ngó ngàng gì đến sách vở, thì em hãy nghĩ ngay đến điều này: phải chăng em chán ngán sách vở, bài học vì đã "ứ" đến tận cổ? Vì trí óc em đã "saturé" không còn có thể nhồi nhét gì thêm... Tình trạng biếng học "cấp tính" này sẽ qua rất mau, với một thứ thuốc rất hiệu nghiệm – không phải là cà phê, trà lipton đâu nhé – mà là vứt sách vở đi, rong chơi ngoài đường một buổi chiều, câu cá cũng được, đá banh càng tốt... Sau đó ngủ một giấc cho đầy. Tỉnh dậy bảo đảm sẽ "ghiền" học trở lại". (NTBTTTLTHT, trg 213-214, La Ngà, SG 1972).

Cũng trong tập này, ở chương 17, nói về Chiều cao, cân nặng, ông mở đầu còn hơn cả một đoạn thơ xuôi: "Tới một tuổi nào đó, ta quan tâm rất nhiều đến thân thể mình. Ta lắng nghe cơ thể mình phát triển như chú dế mèn lắng nghe tiếng cỏ mọc trong đêm khuya" (Sđd, trg 142). Điều này khiến người đọc không cảm thấy chán ngán, trái lại, tạo sự tò mò, dù tiếp sau đó là những con số thống kê, biểu đồ, toán học! Có đến 8 đầu sách ông viết cho tuổi mới lớn, mà quyển nào cũng bổ ích, cũng thiết thực trong đời sống của "lũ trẻ".

Tôi đã nhận những quyển sách ông tặng về đề tài này và đọc. Đọc một mạch, đọc với bao điều thích thú và sau đó "té ngửa" ra rằng mình hồi nhỏ cũng có lắm điều sai phạm với chính cơ thể mình! Hèn chi ngay cả học giả Nguyễn Hiến Lê, trong một bài tựa cho quyển *NTBTTTLTHT* của Đỗ Hồng Ngọc, đã viết: "Một bác sĩ mà lại là một thi sĩ thì luôn luôn làm cho chúng ta ngạc nhiên một cách thú vị".

Với những người bạn nhỏ, ông đã chăm chút như thể chúng là người ruột thịt, còn với người lớn thì sao? Ông cũng sẻ chia, đưa ra một vài nhận xét nho nhỏ nhưng lại chính xác đến từng mi-li-mét. Lướt qua những tập Già ơi... Chào bạn, Thư gửi người bận rộn hay Gió heo may đã về... người đọc sẽ thấy được tấm lòng chân thật của ông. Những điều ông viết ra, có thể đúng với người này, hơi đúng đúng với người kia và hơi sai sai với người nọ, vì cảnh sống có khác nhau, ý thích khác nhau, suy nghĩ không mấy giống nhau, nhưng tựu trung vẫn là những gì ta có thể nhìn thấy một chút hình bóng của chính mình ẩn hiện đâu đó trong từng câu, từng đoạn. Ngay từ lời ngỏ trong quyển *Gió heo may đã về* (nxb Văn Nghệ Tp HCM, SG 1997), ông đã có lời thưa trước: "Vậy, hỡi những người bạn yêu quý của tôi, xin hãy vui với những dòng chữ chân tình này, và nếu có bực mình thì cứ tự nhủ làm gì có, hù dọa đó thôi... còn nếu có bắt gặp hình ảnh chính mình trong những dòng chữ này thì cũng hãy mỉm cười mà thứ lỗi... Vì sáng hôm nay, một chút gió heo may đã về, những chiếc lá vàng đã rơi lác đác trên những con đường thành phố, một mùi gió bấc quen thuộc đã len vào giữa những hàng cây..." (Sđd, trg 7).

Ông viết những gì trong đó đến nỗi khiến ta phải "bực mình" hay "mỉm cười" khi mở từng trang sách? Thưa ngay, ông viết đủ điều, đủ loại, từ tâm lý, tình cảm đến vật chất, sinh lý, v.v... nghĩa là những "thứ" nó bắt đầu bám vào cái tuổi không còn "hườm hườm" mà đang trong thời kỳ *"gió heo may đã về"*, tức thị một phần tư chân ở bên mép "bất hoặc", còn lại là những dấu hiệu sắp gặp gỡ, chung sống trong "thế giới đại đồng" dưới 3 thước đất! Cái thế giới ấy, nhìn chung rất hiếm người muốn gặp, dẫu là "đại đồng", nhưng đọc để biết trước vẫn là điều hăm hở, thu hút; cũng chẳng phải vì tò mò mà, hơn hết là để biết đó có phải là sự thật hiển nhiên không. Tuổi "heo may" ấy, khốn nỗi không ai có thể cưỡng chống được. Phải chấp nhận như một quy luật tất yếu. Chúng ta hãy đọc thử một đoạn ngắn, khi ông cảm nhận một cách nhẩn nha mà thấu lý ở tuổi già cận kề: "Tuổi chớm già, ấy là tuổi của chuyển tiếp, của lúng túng, hoang mang, tuổi của những stress, của những lo âu và phiền muộn, của những mối hiểm nguy rình rập về sức khỏe, về quan hệ gia đình, xã hội... đồng thời tuổi chớm già cũng là tuổi của thành tựu, của thành đạt... Cái người ta dễ thấy nhất là những thay đổi sinh lý: hết khả năng sinh sản, giảm đời sống tình dục. Rồi luyến tiếc dĩ vãng, nhớ cái thuở trẻ trung, cái thời nhan sắc. Một nỗi buồn man mác chợt đến dù không nói ra, dù gắng gượng quên đi..." (Sđd, trg 18).

Bạn không đồng ý với cách nhìn nhận về tuổi chớm già của Đỗ Hồng Ngọc ư? Sai sót chăng? Khiên cưỡng chăng? Trái lại và trừ phi các bậc thiền sư chân chính mới có phản biện, nhưng chưa hẳn đã là tuyệt đối. Nhưng để giải quyết một cách rốt ráo cho vấn đề vừa nêu trên, ông cũng chừa vài đoạn gọi là "lại quả", ấy là: "Ở đàn ông còn thấy có hiện tượng "vùng lên", vớt vát, tìm kiếm những cuộc tình dễ dãi, "bồ nhí", "bia ôm", ... để chứng minh chút nam tính còn sót lại của mình... Ở phụ nữ không phải là không có một giai đoạn gần như vậy, người ta vẫn thường gọi đó là tuổi "hồi xuân" (Sđd, trg 51).

Ngày trước đọc Bonjour tristesse của Françoise Sagan trong bối cảnh chiến tranh lan rộng, tàn khốc, là đọc để giải tỏa những phiền muộn qua nhân vật nữ, là một cô gái thông minh, hòa nhập vào nếp sống hiện đại, thời thượng mang nhiều yếu tố hiện sinh, buồn chán, nó biểu tỏ một thái độ của một cá nhân trước xã hội, rộng ra là thời đại. Nay được đọc Đỗ Hồng Ngọc, cũng "chào" nhưng lại là *Già ơi... chào bạn*, ở một thái cực khác: từ ngạc nhiên đến vui vẻ chấp nhận cái quy luật muôn thuở đến với con người một cách thanh thản, không thắc mắc, vướng bận. Có lẽ, do ông hiểu rất rõ những gì xảy ra với mình trong thời gian nằm ở bệnh viện An Bình sau khi mổ sọ não do tai biến mạch máu não, nên không băn khoăn đặt câu hỏi "tại sao" hay thế này thế nọ, như các nhà văn phương Tây. Đây cũng là thời kỳ ông "ngộ" ra lắm điều, dẫn đến việc ông nắm bắt được phần nào các bộ kinh Phật, đặc biệt là *Bát Nhã Ba-La-Mật-Đa Tâm Kinh* và chuyển cái sự hiểu đó đến người đọc, dẫu cho có nhiều chỗ cần phải bàn lại. Nhưng cốt lõi, theo ông: "Tôi thấy nó phóng khoáng, nó "lật đổ" tất cả những quan niệm hẹp hòi, đố kỵ; nó có khả năng hòa đồng, khả năng giúp cho mọi người có trách nhiệm hơn với chính mình, thương người, thương cuộc sống, biết thưởng thức... cuộc sống với một chất lượng cao hơn... có hạnh phúc hơn; biết tha thứ, biết buông xả... nó có thể giúp cho những người đang mang mặc cảm tội lỗi thoát ra khỏi chính mình..." (Nghĩ từ trái tim, trg 8, nxb tổng hợp tp. HCM, SG 2003).

Trong chúng ta, những con người luôn chạy đua với áo cơm, mấy ai thấu triệt nghĩa lý *Tâm Kinh* chứ chưa nói là thực hành, mặc dù chỉ có vỏn vẹn 260 chữ?

Chỉ có vậy, không hơn, nhưng một khi đã "hành trì" vào Tâm Kinh, quán triệt nó đến tận cùng thì mới thấy vẻ đẹp uyên áo, những thâm hậu vi diệu của nó, bởi nó như một ngọn roi quất vào chỗ u nhược, làm đảo lộn mọi suy nghĩ hời hợt, phủ định mọi thành kiến về Phật, Thập nhị nhân duyên... như ông hiểu và nói ra.

Với *Tâm Kinh* thì, không phải để "tri" mà để "hành". Nhưng "hành" như thế nào để "đáo bỉ ngạn" là điều không phải ai cũng "hành" được. Khó và khó vô cùng. Nơi ai cũng muốn đặt chân đến và bỏ chân ra là thiên đàng và địa ngục. Có hai thế giới này thật không, nó ở đâu? Từ chiếu kiến ngũ uẩn giai không, Đỗ Hồng Ngọc đã chỉ ra: "Niết bàn hay địa ngục là do ta tự tạo ra cho mình, nó ở ngay trong ta thôi: Giận dữ, ngờ vực, sợ hãi, lo âu... tiêu hao của ta rất nhiều năng lượng, đốt cháy ta từ tầng này đến lớp khác chẳng phải là hình ảnh của địa ngục ư? Còn niềm vui, an lạc, hạnh phúc, vô úy... làm ta như chắp cánh bay lên, quên cả thời gian, không gian, chẳng phải là hình ảnh của thiên đàng, niết bàn ư?" (NTTT, trg 132).

Đọc Nghĩ từ trái tim, gấp sách lại, ta thấy như mình vừa được kéo ra khỏi bóng tối lùng nhùng, đến nỗi GS. Trần Văn Khê cũng phải thốt lên: "Tâm kinh không chỉ đọc hiểu không thôi mà phải hành. Đỗ Hồng Ngọc nhờ tổng hợp được những yếu tố đó mà viết ra được quyển Nghĩ từ trái tim như thế này thì tôi cho đây là một tuyệt tác, nắm được tinh hoa của đạo Phật giảng ra một cách dễ hiểu, dễ dàng để cho người ta tìm thấy được mỗi chuyện làm ở trong đời..."

Những điều ở bên ngoài đời sống, Đỗ Hồng Ngọc đã một phần nhìn ra giá trị của cái tầm thường, như câu chuyện ngày trước, một nhà sư khi nhìn thấy núi, thấy sông vẫn cứ là núi là sông, sau nhờ có bậc tri thức khai mở huệ nhãn thì thấy núi chẳng phải núi, sông chẳng phải sông, đến lúc thể nhập chốn tĩnh mịch, u nhàn, lại thấy núi là núi, sông là sông. Nói chung là ông đã "như thị".

GS. Trần Văn Khê đã đưa ra nhận xét: "Người bác sĩ này có cả tâm hồn hướng về con người nên đã viết cho trẻ con, cho những người già, người sản phụ, tìm hiểu căn bệnh để trừ bệnh, để giúp cho người ta bớt bệnh bớt khổ. Tâm tư đó là tâm từ đi tới bi. Người bác sĩ đó có được một tinh thần phóng khoáng, một tâm từ, còn là một nhà văn dí dỏm, một nhà thơ mộc mạc dễ thương nên hiểu được Tâm kinh như thế".

Hóa ra và bởi vì Đỗ Hồng Ngọc có được một tinh thần phóng khoáng, một tâm từ, còn là một nhà văn dí dỏm, một nhà thơ mộc mạc dễ thương nên hiểu được Tâm kinh như thế. Vậy thì chúng ta thử bước vào thế giới văn chương của ông:

Ông làm thơ trước khi viết văn. Tôi đọc những bài thơ đầu tiên ông đăng trên Bách Khoa năm 1960, chưa hề đọc một truyện hay một tùy bút, đoản văn nào của ông, mãi cho tới tận sau này (Ông có một truyện ngắn duy nhất, tựa là *Người Thứ Hai*, đăng trên báo Mai, 1965, sau này in chung trong tuyển tập truyện ngắn *Cuộc đi dạo tình cảm*, cùng với Lữ Quỳnh, Lữ Kiều, Hồ Thủy Giũ... nxb Trẻ, 1998); nhưng tôi cũng chưa hân hạnh được đọc! Nhưng dẫu ông có viết ở thể loại nào, thì câu văn vẫn cứ mượt mà chất thơ, kiểu "văn trung hữu thi" vậy.

Viết về Lữ Kiều, người bạn đồng môn của mình, Đỗ Hồng Ngọc có cái nhìn của một cụ đồ tài hoa: "Chàng nắn nót, nâng niu, đưa ngọn bút lông lên ngang tầm mắt, ngắm nghía từng sợi nhỏ, xoay tới xoay lui đôi ba bận một cách thuần thục mà ngập ngừng, rồi thè lưỡi liếm nhanh mấy cái như vót cho các sợi lông bút quấn quít vào nhau, cho nhọn hoắt lại như gom nội lực vào nhất điểm; rồi thận trọng, nhẹ nhàng chàng nhúng bút sâu vào nghiên mực đã mài sẵn, ngập đến tận cán, rút nhanh ra rồi chắt vào thành nghiên, ấn ấn xoay xoay lúc nặng lúc nhẹ cho mực túa ra nức nở, ào ạt rồi thưa dần, đến lúc sắc nhọn vừa ý, chàng phết nhẹ một nét lên tờ giấy đợi chờ, như để đo độ đậm nhạt, hít một luồng chân khí, định thần, lim dim, phóng bút..." (*Tôi cũng tin vậy...*, trg 61, Như Thị, nxb Văn Nghệ, SG 2007). Dẫn đoạn này, tôi chỉ muốn dẫn đôi dòng, nhưng không làm sao ngắt được. Cái mạch văn ấy cứ tuôn chảy, róc rách đẹp hơn suối reo, không ngăn được. Và liên tưởng ngay đến Chữ của người tử tù và Chén trà trong sương sớm của Nguyễn Tuân. Đỗ Hồng Ngọc viết về người bạn nhưng cứ như chàng họa sĩ làm thơ!

Còn đoạn này nữa: "Cứ một dòng chữ viết tay nắn nót (bản thảo chép tay) lại hiện lên trong tôi sông ngòi biển cả, rừng núi ao hồ, trưa hè nắng cháy nhảy ùm xuống sông Dinh, đập đá Dựng, những ngày mưa lũ, nước cuốn trôi phăng cả nhà cửa trâu bò. Tôi cứ để lòng mình nhảy ùm như thế, cuốn trôi như thế khi đọc *Biển Hát*. Cả một dĩ vãng xưa ùa sống lại" (*Biết bao điều thì thầm*, trg 203, *Như Thị*). Xem ra Đỗ Hồng Ngọc đâu chỉ có tâm hồn trong sáng mà còn có cả tấm lòng, như Cao Huy Thuần nhận xét: *"Anh nói những chuyện giản dị. Nhưng mầu nhiệm không nằm ở đâu khác hơn là trong chính những câu chuyện giản dị đó. Một đôi bài của anh khá đơn sơ, nhưng hồn nhiên là cái duyên của anh, anh làm thơ trước khi viết văn, cho nên đó cũng là những bài thơ"* (lời trích ở bìa 4 *Như Thị*).

Đỗ Hồng Ngọc làm thơ khi còn là học sinh trung học, mãi đến năm 1967, ông mới cho in tập thơ đầu tay *Tình người*, lúc đang là sinh viên trường Y. Những bài thơ này xuất hiện trên Bách Khoa (từ năm 1960) và Tình Thương (1964) do SV Đại học Y Khoa Sài Gòn chủ trương, thời đó có nhiều bài thơ theo trường phái Phi Phi (Phi Thi?). Tôi đọc chúng (thơ phi phi) nhưng chẳng hiểu gì. Và vì vậy, khi vớ phải những câu chữ gần gũi của Đỗ Hồng Ngọc với những cảm xúc chân thật, mộc mạc tôi cảm thấy như có cái gì đó quen quen, như khói củi trong bếp lửa buổi sáng sớm chớm đông. Sau đó, khi tạp chí Ý Thức dời về 666 Phan Thanh Giản, cùng viết chung trên đó tôi mới gặp ông bằng xương bằng thịt và quen nhau. Gần cuối năm 1974, từ tòa soạn Ý Thức, ông mời tôi đi ăn bò vò viên chỗ xế bên rạp Đại Đồng trên đường Cao Thắng và tặng tập *Thơ Đỗ Nghê* do Ý Thức xuất bản. Trong đó đáng chú ý là bài thơ *Tâm sự Lạc Long Quân*. Có lẽ do nội dung của bài thơ này, bị kiểm duyệt nên cơ sở Ý Thức không thể in công khai tại Sài Gòn, mà lại in (lậu) trên Đà Lạt do Lữ Kiều coi sóc rồi mang lộn ngược về Sài Gòn. Năm 2010, ông muốn đưa lại bài này vào tập *Thư cho bé sơ sinh & những bài thơ khác*, nhưng cũng lâm vào hoàn cảnh tương tự như trước 1975, nghĩa là *Tâm sự Lạc Long Quân* vẫn là bài thơ không có "hộ khẩu", lang thang trong tập *Thơ Đỗ Nghê* "phổ biến hạn chế trong vòng thân hữu" (thiếu 2 năm nữa là chẵn 40 năm dài). Những thao thức, băn khoăn, tấm lòng thành ông gửi gắm trong bài đã bị chối bỏ, là chính trị thời trước và thời sau không chấp nhận tấm lòng thành của ông xuất phát từ trái tim, nghĩ từ trái tim của ông.

*Khi ta đưa các con 50 người xuống biển*
*Và vợ ta đưa 50 đứa lên rừng*
*Lòng ta đã rất đỗi băn khoăn*
*Có một điều gì khiến ta linh cảm trước*
*(...) Nhưng bây giờ mọi sự xảy ra*
*Các con đều đã rõ*
*Những vết ô nhục trong lịch sử chúng ta*
*Các con đều đã rõ*
*(...) Đã cùng sinh ra trong một bọc*
*Thì hãy nghe ta*
*Đốt hết sách vở, xé hết cờ xí đi*
*Rồi đứng ôm nhau mà khóc*
*Nước mắt sẽ làm tươi lại cỏ cây*
*Nước mắt sẽ làm phì nhiêu mảnh đất*

(Tâm sự Lạc Long Quân,
Thơ Đỗ Nghê, trg 5-7, Ý Thức xb, 1974).

Bài thơ này ông viết từ năm 1965, trong bối cảnh đất nước tương tàn! Nội dung bài thơ không mang ý thức phản kháng, gào rống mà, xuất phát tự trái tim ông, réo gọi tình đồng bào và thơ ông bật lên từ tấm lòng chân thật đó. Nhưng những kẻ làm chính trị thì không thể chấp nhận cái tấm lòng ấy, vì phe phía nào cũng tự nhận là chính nghĩa, bóp nát những mơ ước, hoài mong của tầng lớp thanh niên, trí thức. Chúng biến cái tinh thần dân tộc của giới trẻ trở thành hành vi phản trắc, biến lòng yêu đồng loại, nghĩa đồng bào thành tư tưởng phản bội! Sự dồn nén và ẩn ức ngày mỗi dày thêm, cao thêm:

*Rất nhiều đêm rất nhiều đêm*
*Tôi vỗ về tôi thủ thỉ*
*Ngủ đi con ngủ đi con*
*Ngày mai rồi khôn lớn*
*Cầm súng với cầm gươm*
*Ngủ đi con ngủ đi con*
*Ngày mai rồi khôn lớn*
*(...)*
(Lời ru, Thơ Đỗ Nghê, trg 14)

Thời ấy, khi đọc bài thơ này, tôi tưởng tượng cảnh bà mẹ quê ôm đứa con thơ vào lòng, giữa đêm khuya, nức nở than khóc người chồng là anh lính Việt cộng hay Quốc gia vừa chết trận. Âm thanh trong bài thơ không thịnh nộ, cứ ưu uất, nghẹn ngào, nức nở gây một ảo giác như chính bản thân ta đang chịu đựng cảnh khổ nhục đó vậy. Nó cứ rờn rợn như âm thanh trong bài Bà mẹ Gio Linh của Phạm Duy trong đêm bão!

Một bài thơ khác, Đóa hồng mùa xuân tuổi thơ, ông viết tặng con sắp chào đời cũng mang một tâm trạng u uẩn không kém, có thể coi là nỗi lòng của giới trẻ lúc bấy giờ:

*Có những người không có cơm ăn*
*Có những người không có áo mặc*
*Có những cánh đồng cháy đen*
*Có những xác người chồng chất*
*Con sẽ vô cùng ngạc nhiên*
*(...) Làm gì có Việt Nam đánh giết Việt Nam*
*Làm gì có đất nước hai miền*
(Đóa hồng mùa xuân tuổi thơ, Thơ Đỗ Nghê, trg 66).

Thực tế oan nghiệt đó đã bóp nát trái tim rất nhiều người, trong đó có ông. Vì vậy, có thể xem, *Thơ Đỗ Nghê* là một sự chọn lựa đúng đắn, là thái độ của một thanh niên trí thức mẫn cảm trước thời cuộc và xã hội lúc bấy giờ. Đó là nỗi đau không cùng của những người chân chính, đúng như Lữ Kiều viết trong lời bạt cuối sách: "Đã đến lúc chúng ta nghiêm trang đặt những vấn đề, với lịch sử. Ví dụ bài *"Điệp khúc"* (*Thơ Đỗ Nghê*, trg 57, ghi chú của người viết bài này) là những câu hỏi thẳng thắn với đàn anh chúng ta thời 45. Những *Bài vè thứ nhất, Bài vè thứ hai* (Sđd, trg 48 và trg 52, nt) đặt vấn đề với thế hệ hiện tại, với những người mà ta gọi là Đồng Minh. Có lẽ, bây giờ sự thể đã khác đi, nhưng tôi nghĩ, trong tình thế ấy, đặt những câu hỏi như vậy là một thái độ can đảm, nằm trong thái độ nghiêm túc của anh" (*Thơ Đỗ Nghê*, trg 76, nt).

Bài thơ *Thư cho bé sơ sinh* nơi trang 39 ông viết năm 1965 khi còn là SV thực tập tại bệnh viện Từ Dũ, sau này ông cho in lại trong tập *Thư cho bé sơ sinh & những bài thơ khác* (nxb Văn Nghệ, SG 2010) được Phat's blog chuyển ngữ sang tiếng Anh tháng 11/2006, như là sự mở đầu tâm cảm của ông, nhìn về thế giới bên ngoài bằng trái tim chân thật, bằng cả tấm lòng của cá nhân có trách nhiệm trước một cá nhân khác. Bài thơ chỉ có hai nhân vật: anh và em. Anh là chàng SV năm thứ ba Y khoa và em chỉ là đứa bé mới chào đời. Ông đã khắc họa sự tương phản ngược chiều trong thế giới đa cực của cuộc sống ồn ào, đầy rẫy những cạm bẫy, lo toan, mưu tính... Đó là tiếng khóc và nụ cười, mắt thực và tối đen, cô đơn và êm ấm, là cái bé nhỏ vô cùng và rộng lớn cũng vô cùng. Bài thơ cũng chính là tâm trạng của anh chàng sinh viên ngành y lần đầu tiên làm công việc đưa một sinh linh ra ánh sáng cuộc đời sẽ có nhiều ngọt bùi lẫn cay đắng chờ đón phía trước.

Tính chất của bài thơ, trước hết là giãi bày tâm trạng, bởi đây là lần đầu tiên ông nhìn thấy và nhận ra bản thể của mình qua hình hài bé bỏng kia, rồi nó sẽ phải trải qua những đoạn đường mà ông và bao con người đã bước qua cuộc đời có nhiều những khổ đau và hạnh phúc, của nụ cười và nước mắt, nói chung là "đời nhiều nhãn hiệu".

Bài thơ không mang hơi thở ngôn ngữ bóng bẩy của thơ ca. Nó là những lời thầm thì, chia sẻ, là tâm tình của một con người với một con người trong mối quan hệ bình đẳng của người ra đời trước và người vừa chào đời sau; của người đã bị trói vào "đời" và người sắp bị "đời" trói chặt. Ông sử dụng ngôn ngữ nói, mộc mạc đến dung dị để chuyển tải nội dung lời thơ là thân phận làm người, mà rất nhiều các triết gia, học giả, nhà văn cả Tây lẫn Đông từng mang ra mổ xẻ. Vấn đề của Đỗ Hồng Ngọc đặt ra không rộng, không gian là phòng sinh, thời gian là một giờ khắc nào đó trong ngày. Ông chỉ ghi lại những cảm xúc và tâm trạng đối với công việc của mình trước một em bé vừa chào đời, bắt đầu cùng ông, gia nhập vào đời sống mà ông đang nếm trải, không hề thấy có một triết lý nào cao xa, chỉ nêu lên những sự việc có thật đang xảy ra và sắp sửa xảy ra với bé, bắt đầu tham dự vào "cõi người ta".

*Khi anh cắt rún cho em*
*Anh đã xin lỗi chân thành rồi đó nhé*
*Vì từ nay em đã phải cô đơn*
*Em đã phải xa địa đàng lòng mẹ*
(Thư cho bé sơ sinh & những bài thơ khác).

Nhiều người, khi đọc bài thơ này, cho rằng nhà thơ đã gửi đi một thông điệp cho mọi người hiện hữu trong đời sống muôn màu muôn vẻ. Tôi thì nghĩ, ông không hề có ý làm một công việc to tát đến vậy, mà hơn hết là từ tấm lòng, từ trái tim, là cái nhìn thấu triệt lẽ đời mà ông đã trải nghiệm, như một người đi trước, không phải là kẻ dẫn đường hay đưa đò.

*Thôi trân trọng chào em*
*Mời em nhập cuộc*
*Chúng mình cùng chung*
*Số phận*
*Con người...*

Ý hướng đích thực trong bài thơ là 3 câu cuối cùng này. Hai nhân vật anh và em sẽ hòa vào mẫu số chung: số phận con người! Và tinh tế hơn cả, là ông ngắt câu ở nhịp hai như một cú rơi từ trên cao, không có sự chọn lựa.

Đỗ Hồng Ngọc sống nhiều, đi nhiều, viết nhiều. Văn thì viết như thơ. Thơ thì như văn và thơ náu mình trong thơ. Đó là những gì tôi nhìn thấy, đọc ra từ cảm tính rất chủ quan của mình. Ví dụ như mấy câu trong bài *Mũi Né*:

*Em có về thăm Mũi Né không*
*Mùa xuân thương nhớ má em hồng*
*Nhớ môi em ngọt dừa xứ Rạng*
*Nhớ dáng thuyền đi trong mắt trong*
(Mũi Né, Thơ Đỗ Nghê)

Hay như thời gian tu nghiệp ở Pháp, ông nhớ nhà, nhớ quê, nhớ gia đình, bạn bè... Nỗi nhớ găm vào từng thớ vải. Câu thơ xếp đặt như câu nói, nhưng lại lột tả đến tận cùng nỗi nhớ nhung khói củi, đến nao nức:

*Anh hôn đằng sau/ Anh hôn đằng trước/ Anh hôn phía dưới/ Anh hôn phía trên/ Chiếc áo của em/ Món quà em tặng/ Chiếc áo lạ lùng/ Có mùi biển mặn/ Có mùi dừa xiêm/ Có mùi cát trắng/ Có mùi quê hương...* (Món quà, Thư cho bé sơ sinh..., trg 143).

Ông có quãng đời niên thiếu sống ở La Gi, tắm mình trong mùi gió biển, thiên nhiên hoang sơ với những đồi núi chập chùng, những dải cát trắng, sóng biển rì rào... đã ru ông, nuôi dưỡng tâm hồn ông để có được một Đỗ Hồng Ngọc có một cái Tâm trong veo như bầu trời không gợn chút khói mây.

Ông nhìn nhận cảnh quan theo vẻ đẹp mẫn tuệ nơi ông đã đành, nhưng đến những cảnh huống mà nhiều người nhìn thấy là xấu, khi lọc qua tâm hồn ông bỗng sáng rực như ánh sáng ban mai; ngôn ngữ diễn đạt cứ như những hạt sương long lanh trên cành lá biếc xanh. Ví dụ, từ trang 74 đến trang 80 là các bài La Ngà và *La Ngà* 1 đến *La Ngà* 5, là diễn tả tâm trạng và cảm xúc của ông trước cái chết của đứa con gái yêu quý, nhưng lời thơ không hề bộc lộ chất bi lụy, đau thương. Ngược lại, cứ trong suốt như pha lê:

*"Mỗi năm/ Mỗi người/ Thêm một tuổi/ Chỉ mình con/ Mãi mãi tuổi đôi mươi"* (La Ngà 3, Thư cho bé sơ sinh...,

trg 78). Và bài kế tiếp: *"Ba vun gốc trường sanh/ Mẹ đặt chùm vạn thọ/ Lên mộ con/ Giữa ngày mùng Một Tết"* (La Ngà 4, Thư cho bé sơ sinh..., trg 79).

5 bài thơ viết về La Ngà thực chất là viết về "nỗi mất", là nỗi đau không cùng của các bậc cha mẹ. Nhưng cả 5, lời thơ vẫn bình thản chấp nhận, không u oán. Chỉ có những người đã tiếp cận với Thiền học, đã "thị" được ngũ uẩn giai không, thả những cảm xúc tâm linh chạm gần đến ngưỡng như Đỗ Hồng Ngọc mới có được cốt cách và phong thái của các hành giả phương Đông trên đường bước vào mép rìa của cái Đẹp.

Ông đã từng thú nhận trong phần dẫn nhập và một chút lịch sử, ở ngay phần đầu Nghĩ từ trái tim, rằng "Viết với tôi là một bức xúc, là một cách "xả"! Tôi thấy nhẹ nhàng sảng khoái hơn khi được viết ra. Đó cũng là một cách tự chữa bệnh cho mình" (trg 9). Và: "Tôi nhớ hồi mới lên mười, trọ trong chùa, đêm nào cũng nghe cô tôi tụng "Yết đế, yết đế, ba la yết đế, ba la tăng yết đế, bồ đề, tát bà ha!" tôi chỉ thấy êm tai, ngủ ngon lành mà thôi" (trg 20). Như vậy, rõ ràng Thiền học đã thấm đẫm tâm hồn ông từ tuổi thơ, như chuyện thấy núi thấy sông của nhà sư viết ở đoạn trên. Chính vì vậy, nên ông mới có những câu thơ như thế này:

*Hội An còn ngái ngủ*
*Mái chùa ôm vầng trăng*
*Giật mình nghe tiếng chổi*
*Gà gáy vàng trong sương*
(Hội An, Thư cho bé sơ sinh..., trg 99).

Hay:

*Lắng nghe hơi thở của mình/ Mới hay hơi thở đã nghìn năm xưa/ Một hôm hơi thở tình cờ/ Dính vào hạt bụi thành ra của mình/ Của mình chẳng phải của mình/ Thì ra hơi thở của nghìn năm sau* (Thở, sđd, trg 196).

Và một bài nữa:

*Đất động ta cũng động/ Sóng thần ta cũng sóng/ Giật mình chợt nhớ ra/ Vốn xưa ta là đất!* (Đất, sđd, trg 197).

Nếu làm công việc như các ông Đặng Tiến và Cao Huy Khanh thì có thể xếp dòng thơ Đỗ Hồng Ngọc vào dòng thơ Thiền được chăng? Tôi không mấy rõ, chưa thể biện biệt, kiến giải; chỉ thấy và hơn hết là cảm được rằng, thơ ông xuất phát từ Tâm Cảm, vượt trên những triền phược. Nó thô mộc mà sáng long lanh; lột tách những vết bụi bám; cũng đứng chung những "số phận thơ", cũng sần sùi meo mốc như lát sắn mì để quên trong khạp, nhưng lại tỏa ra chút mùi thơm dịu dàng lấp lánh. Đó cũng là nét rất riêng, rất cốt cách của thơ Đỗ Hồng Ngọc.

Tôi đã từng nghĩ: "Làm thầy thuốc là để cứu người; làm nhà văn là để cứu đời", xem ra lại rất đúng, một cách trọn vẹn, với trường hợp Đỗ Hồng Ngọc: cứu người và cứu đời!

**Nguyễn Lệ Uyên,**
*xứ Xương Rồng, tháng 3/2012*

# ĐỖ THỊ THANH NGA

## TỪ GÓC NHÌN "PHÊ BÌNH SINH THÁI" VỀ BÀI THƠ "RÙNG MÌNH" CỦA ĐỖ HỒNG NGỌC

***Rùng mình...***
*Tùng địa dũng xuất (Kinh Pháp Hoa)*

*Người rùng mình hỏi vì sao động đất sóng thần*
*cứ triền miên hết ngày này sang ngày khác?*
*Vì sao núi lửa cứ phun trào?*
*Vì sao băng tan vì sao bão táp...?*
*Vì sao trẻ con người già bị cuốn trôi bị thiêu đốt*
*thành phố tan hoang cửa nhà đổ nát*
*như món đồ chơi của một đứa trẻ đang giận dữ*
*Vì sao và vì sao?*

*Nhưng hãy lắng nghe*
*Dù trong giây lát*

*Trái đất cũng đang rùng mình tự hỏi*
*vì sao những ngọn núi cứ triền miên đổ sập?*
*vì sao những dòng sông nghẽn tắt?*
*vì sao những mũi đao cứ ngày đêm*
*xoáy sâu vào lòng đất?*
*Vì sao chim rừng cá biển không chốn nương thân*
*Vì sao cổ thụ mầm xanh bị tận diệt*

*Vì sao lúa bắp phải cấy ghép gen người?...*
*Vì sao và vì sao?*

*Ta nương tựa vào nhau.*
*Nay có vẻ đã không còn cần nhau nữa!*
*Đất rùng mình phận đất...*
*Người rùng mình phận người...*

(Tạp chí sông Hương, 4/6/2018)

Đỗ Hồng Ngọc (bút danh Đỗ Nghê) là một bác sĩ, thi sĩ, một nhà văn tận tụy với nghề và tận tâm với đời. Nói như Nguyễn Hiến Lê: "...Một bác sĩ mà lại là một thi sĩ thì luôn luôn làm cho chúng ta ngạc nhiên một cách thú vị...". Thơ của ông vừa hồn nhiên, mộc mạc, pha chút lãng tử hiện đại; lời thơ ngẫu nhiên không theo một khuôn khổ, nhưng người đọc lại tìm được một khoảng không bình yên. Ông từng chia sẻ: "Tôi viết sách là những thể hiện riêng tư và chiêm nghiệm của tôi. Khi mới ra trường, tôi viết cho học trò như người bạn, người anh viết cho bạn mình, em mình. Khi tôi có con, tôi viết cho những bà mẹ sinh con đầu lòng. Đến 50 tuổi, tôi cảm thấy chút heo may và tôi viết *"Gió heo may đã về"*. 60 tuổi về hưu, tôi viết *"Già ơi... chào bạn"*...

Thơ tại sao mà làm ra? Là bởi *"như không thôi đi được"* (Chu Hy). Những người làm thơ trên cõi nhân gian đều "không thôi đi được". Không thể thôi đi tiếng nói trước cuộc sống. Đó là tiếng nói được bật lên khi tâm hồn va chạm với những vấn đề đau đớn của cuộc đời, những trằn trọc suy tư về phận mình, phận người và thế giới xung quanh. Thế giới vốn bình yên bỗng dưng bị sụp đổ, môi trường bị tàn phá, thiên tai dữ dội hơn... Bức xúc và đau đớn, lo âu và bất bình, mẫn cảm với vấn đề môi trường có ý nghĩa toàn cầu, cũng có nghĩa là tính mệnh con người bị đe dọa, những tiếng nói tự phát bằng văn nghệ đã cất lên. Trong dòng văn học sinh thái của nước ta phải kể đến những tác giả như: Nguyễn Huy Thiệp, Lê Văn Thảo, Nguyễn Ngọc Tư, Võ Diệu Thanh, Trương Gia Hòa, Mai Văn Phấn, Đặng Bá Tiến, Trần Anh Thái... Thơ "sinh thái" của Đỗ Hồng Ngọc viết chưa nhiều nhưng đã góp tiếng nói riêng trong dòng văn học sinh thái. Một số bài thơ "sinh thái" của ông như: *Nước, Giỗ một dòng sông...* Nhưng hay hơn cả có lẽ là bài thơ *"Rùng mình"* (in trên Tạp chí Sông Hương ngày 4 tháng 6 năm 2018).

Thiên nhiên trong thơ ông vốn giản dị, trong sáng, bình thản như hơi thở, như khí trời. Nước, gió, trăng, sao, sông, sóng... vô thủy, vô chung, an nhiên tồn tại từ ngàn năm trước đến ngàn năm sau:

*Nước từ đâu đến*
*Nước trôi về đâu*
*Từ con suối nhỏ*
*Từ dòng sông sâu*
*Từ khe núi lở*
*Từ dưới nhịp cầu*
*Từ cơn thác lũ*
*Từ giọt mưa rơi...*
*Nước vẫn muôn đời*
*Không đi chẳng đến*
*Ai người nỡ hỏi*
*Nước đến từ đâu*
*Ai người nỡ hỏi*
*Nước trôi về đâu...*
(Nước, Vòng Quanh, NXB Trẻ 1997)

*Sông ơi cứ chảy*
*Cứ chảy về trời*
*Cứ về biển khơi*
*Cứ làm suối ngọt*

*Cứ làm thác cao*
*Cứ đổ ầm ào*
*Cứ làm gió nổi*
*Cứ làm mây trôi...*
(Giỗ một dòng sông, Thơ Ngắn Đỗ Nghê,
NXB Văn hóa – Văn nghệ, Tp. HCM 2017)

Vạn vật bình đẳng, sự hòa điệu giữa con người và vũ trụ mang lại cho người đọc cảm nghiệm mới về thời gian, về sự sống trong guồng quay của tạo hóa. "Nó thôi thúc con người ý thức về mối quan hệ của cá nhân và vũ trụ, để kết nối, để sống hết mình trong sự sống chứ không phải để thở than nhân sinh như mộng" (Tịnh Thy). Nhưng đến với bài thơ *"Rùng mình"* mối quan hệ giữa vạn vật và con người không còn là mối quan hệ tương hỗ, hài hòa mà là mối quan hệ đổ vỡ: Người rùng mình hỏi vì sao động đất sóng thần cứ triền miên hết ngày này sang ngày khác? Vì sao núi lửa cứ phun trào? Vì sao băng tan, vì sao bão táp...? Vì sao trẻ con người già bị cuốn trôi bị thiêu đốt thành phố tan hoang cửa nhà đổ nát như món đồ chơi của một đứa trẻ đang giận dữ. Vì sao và vì sao? ...

Những hình tượng sinh thái chỉnh thể bị phá vỡ cấu trúc nên nảy ra bao tai họa: động đất sóng thần, núi lửa, băng tan, trẻ con người già bị cuốn trôi bị thiêu đốt thành phố tan hoang cửa nhà đổ nát như món đồ chơi... Con người *"rùng mình"* hỏi – hỏi trái đất, hỏi vạn vật, hỏi thế giới xung quanh nhưng lại không tự hỏi chính mình. Hướng ra bên ngoài với hàng loạt câu hỏi không có câu trả lời, con người giận dữ như một đứa trẻ giận dữ? Những câu hỏi dồn dập như là một sự thắc mắc, oán thán, hờn trách, đau đớn và bất lực trước những tai họa mà thiên nhiên đã và đang mang đến. Nhưng có lẽ con người vẫn cứ vô tâm, vô tình, vô ơn đến mức không nhận ra chính mình đang hủy hoại chính ngôi nhà của mình. Khi mà những câu hỏi ai oán, đau đớn, dằn vặt, buồn thương và cả xót xa bật lên nhưng không một lời đáp trả thì nhà thơ như một nhà khoa học, nhà sinh học, nhà địa lý, nhà xã hội học đã yêu cầu ta hãy lắng nghe - lắng nghe tiếng nói của trái đất:

*Nhưng hãy lắng nghe*
*Dù trong giây lát*

Lắng nghe để thấy không chỉ con người kêu gào, đau đớn và tuyệt vọng mà cả trái đất cũng đang "đau", đang "sợ", đang "rùng mình" "tự hỏi":

Trái đất cũng đang rùng mình tự hỏi vì sao những ngọn núi cứ triền miên đổ sập? Vì sao những dòng sông nghẽn tắt? Vì sao những mũi đao cứ ngày đêm xoáy sâu vào lòng đất? Vì sao chim rừng cá biển không chốn nương thân? Vì sao cổ thụ mầm xanh bị tận diệt? Vì sao lúa bắp phải cấy ghép gen người?... Vì sao và vì sao?

Ngay từ khi sinh ra, con người đã có tương quan mật thiết với môi trường sống. Nhưng họ được dựng nên, được đặt vào trong thế giới với lời nhắn nhủ đong đầy thương yêu: "Hãy làm bá chủ cá biển, chim trời và mọi giống vật bò trên mặt đất". Thời gian thấm thoát trôi nhanh, con người ít nghĩ tới, và chẳng mấy quan tâm về mối tương quan với sinh thái. Nguy hại hơn, chính những hành động "bá chủ" quá mức và thiếu ý thức của con người khiến cho Trái đất phải gánh gồng nỗi đau, phải lâm cảnh hiểm nguy đến độ đang kêu gào than khóc.

Khi sáng tạo trời đất, Thiên Chúa chúc phúc và làm cho mọi sự đều tốt đẹp. Vẻ đẹp tuyệt mỹ của Ngôi nhà chung khiến thánh Phanxicô thành Assisi không thể kìm lòng mà hát lên: "Con xin chúc tụng Chúa, lạy Chúa của con". Ngôi nhà chung ấy sẽ mãi luôn tuyệt đẹp nếu như những ngọn núi không triền miên sụp đổ, những dòng sông không tắc nghẽn.... Nếu con người kêu gào trong đau đớn và tuyệt vọng thì trái đất cũng kêu gào trong đau đớn và tuyệt vọng. Trái đất vốn là nhà, con người và vạn vật nương tựa, tương giao và bình đẳng. Giờ đây, trái đất và con người vẫn nương tựa vào nhau nhưng cứ thờ ơ, vô cảm, và bỏ mặc nhau:

*Ta nương tựa vào nhau.*
*Nay có vẻ đã không còn cần nhau nữa!*
*Đất rùng mình phận đất...*
*Người rùng mình phận người...*

Dù đau đớn thì nỗi đau ấy cũng là nỗi đau riêng. Con người không hiểu vì sao mình gặp tai họa, và tiếng khóc của trái đất cũng không ai nghe thấu để tất cả đều *"rùng mình"*, đều sợ hãi, đều đổ vỡ. Vì sao?

Phải chăng vì sự cẩu thả, vô đạo, vô ơn mà gây nên thảm họa sinh thái. Nhà thơ là người nói hộ cho tự nhiên và thay lời cho nhà khoa học: Trái đất cũng đang rùng mình tự hỏi vì sao những ngọn núi cứ triền miên đổ sập? Là vì mũi đao cứ xoáy sâu vào lòng đất và tất nhiên cũng là do rừng bị phá, núi đồi bị trọc hóa.

Từ đề tài cho thấy chủ đề sinh thái của bài là thái độ quan tâm, tôn trọng môi trường – trái đất, là phải nhận thức con người với trái đất song hành quyền lợi và tồn tại: *Ta nương tựa vào nhau.*

Theo Giáo sư Lawrence Buell, văn học sinh thái là văn học viết vì một thế giới lâm nguy nên cảm hứng cơ bản của thơ sinh thái là cảm hứng phê phán. Phê phán thói cẩu thả, vô đạo, vô ơn của con người gây nên những thảm họa sinh thái. Từ cảm hứng và chủ đề, bài nói riêng và văn chương sinh thái nói chung góp tiếng nói phản biện để lay gọi, thức tỉnh thái độ, thay đổi tư duy của con người về môi trường.

Từ cảm hứng phê phán mà các tác phẩm đượm chất bi ca, dư âm của tác phẩm là nỗi buồn đau khắc khoải, là niềm sám hối của lương tri con người. Chất bi ca này biểu hiện qua những hình ảnh sống động giàu tính khái quát: động đất, sóng thần, núi lửa, băng tan, núi sụp đổ, dòng sông tắc nghẽn, chim rừng cá biển không chốn nương thân.... dội lên từng hình ảnh sinh thái là một niềm đau nhức nhối:

Chất bi ca còn biểu hiện qua giọng điệu. Thơ Đỗ Hồng Ngọc vốn giản dị và hồn nhiên. Nhưng trong bài thơ này lại là giọng điệu day dứt, dằn vặt, buồn đau.

Giọng điệu buồn đau đắng đót ấy đã phản ánh thời đại bi kịch của chúng ta: khoa học phát triển nhưng bệnh tật thì nhiều hơn. Có thể nói nội hàm văn học sinh thái có ý nghĩa giáo dục bằng con đường phản cảm. Văn học phải cất lên tiếng nói đánh động ý thức, thay đổi quan niệm về sinh thái để cân bằng bảo vệ môi sinh và thời gian không chờ đợi.

Đọc *"Rùng mình"* ta nhận thấy có cái tôi trải ra ba chiều không gian để lắng nghe lời than thở, đắng cay của sông, đất, nước... Tư tưởng sinh thái nâng đỡ mà cái tôi (cũng là tiếng nói của cái ta) lớn lao mang tầm vóc thời đại.

Thơ ca sinh thái đã xuất hiện tại Việt Nam gần ba thập niên trở lại đây, đạt được những thành tựu cơ bản về nội dung tư tưởng song về thi tứ và bút pháp thì vẫn chưa thật rõ rệt hoặc nổi bật sắc thái. Nhưng với bài thơ *"Rùng mình"* của Đỗ Hồng Ngọc, nhà thơ đã góp một tiếng nói trong đấu tranh bảo vệ môi trường cũng chính là bảo vệ ngôi nhà của chúng ta.

**Đỗ Thị Thanh Nga**
*(Học viên Cao học K31. Trường ĐH Sư Phạm Huế)*
*9.2023*

*Tranh Đỗ Hồng Ngọc*

# NGÂN HÀ

## ĐỖ HỒNG NGỌC: THI SĨ VÀ HƠI THỞ "PRANASATI"

Có lần lên thăm Thầy Thích Phước An trên Đồi Trại Thủy ở Nha Trang, Thầy nói: "Thi ca là một con đường khác để mình có thể đi vào trong chiều sâu của Phật Pháp". Một vị cao tăng nói như vậy thì hiểu theo trải nghiệm của mỗi người chứ không nhất thiết là phải tranh luận thêm, và tôi vẫn tập tành trên con đường này để được trở về bên trong mình. Cho đến khi lớn lên, bỗng một ngày gặp thêm một vị đã tìm vào Phật Pháp bằng cả hai con đường: Y Khoa và Thi ca: bác sĩ Đỗ Hồng Ngọc.

**Cái "thật tướng" mới đẹp làm sao**

Trong số 7 cuốn thi ca và hơn 60 đầu sách về 3 lĩnh vực Y, Văn và Phật của tác giả Đỗ Hồng Ngọc, tôi đọc được khoảng... một phần ba các tác phẩm này thôi, còn thì đọc thêm trên trang nhà dohongngoc của ông nữa cũng lai rai thì không tính. Nhưng hễ có đầu sách mới ra là tôi chờ đợi, tò mò, mong được khám phá "Như Lai Tạng" của ông, các "Pháp" của ông biện biệt trong thi ca hay từng trang ông viết về sức khỏe thân tâm. Đọc ông viết về Phật Pháp dưới góc nhìn của một bác sĩ thì thấy được cái "điên đảo mộng tưởng". Đọc ông viết về Phật Pháp dưới góc nhìn của một thi sĩ thì "còn nhớ trên đầu một chữ Như". Đọc ông viết về Phật Pháp mà dưới góc nhìn của con người với tổng hòa các mối quan hệ xã hội thì "Hóa ra chỉ có một sự chân thành từ một tấm lòng mới đến được với tấm lòng". Cuối cùng đi từ biện biệt để đạt đến một sự thinh lặng như không, chẳng còn lời giải thích nào nữa, là Thiền.

Ông cũng viết về Thiền và hành Thiền, và ông nắm nguyên tắc Thiền Anapanasati với câu chú tự trong ông miên mật "Thả lỏng toàn thân, thả lỏng chưa?". Sau đó là bài vè mà ông sáng tác có tên *"Pranasati"* đúc kết các kỹ thuật Thiền:

*Thả lỏng toàn thân/ Như treo móc áo/ Ngồi xếp bằng tròn/ Vai ngang lưng sổ/ Dõi theo hơi thở/ Như mượn từ xa/ Khi vào khi ra/ Khi sâu khi cạn/ Chú tâm quãng lặng/ Pranasati/ Hơi thở xẹp xì/ Thân tâm an tịnh/ Không còn ý tưởng/ Chẳng có thời gian/ Hạt bụi lang thang/ Dính vào hơi thở/ Duyên sinh vô ngã/ Ngũ uẩn giai không/ Từ đó thong dong/ Thõng tay vào chợ...*

Định nghĩa về sức khỏe của ông cũng là một sự đúc kết từ chính cuộc đời mình mà ông đã tự bạch trong bài viết *"Tôi bây giờ"* năm 2023: "Khỏe là một trạng thái hoàn toàn sảng khoái (well-being) về thể chất, tâm thần và xã hội". Nghe có vẻ rất... dễ hiểu đấy, nhưng mà sống chất lượng như thế thì phải luyện rèn chứ không thể chỉ nói suông và nghe suông. Trải nghiệm là lối đi của người trí đến với huệ, của tia chớp đạt ngộ khi nhận ra "cái thật tướng ấy mới đẹp sao" thì mới thấy "Tất cả mọi sự ở đời như giấc mộng, như huyễn, như bèo bọt, như ảo ảnh, như sương mai, như điện chớp..." nhận ra để không còn bám chấp hay ảo vọng thì mới thật có đời sống "Well-being".

Người học Thiền ngày càng nhiều, đi hành Thiền ngày càng đông, nhưng để chuyển hóa thành thi ca với cái tên gọi riêng từ tiếng lòng mình đặt ra thì có lẽ tôi mới có biết được mỗi một mình ông.

**"Ở đó, ta có quãng lặng"**

Nhà thơ William Blake đã có 4 câu thơ được truyền tụng đến ngày nay: "Thấy thế giới trong một hạt cát nhỏ/ Và thiên đường trong mỗi đóa hoa tươi/ Giữ Vô hạn trong bàn tay hé mở/ Và Thiên thu trong khoảnh khắc cuộc đời", nhưng ít ai đọc được điều này từ Blake: "Trong vũ trụ, có những thứ đã được biết đến, và những thứ chưa được biết đến, và ở giữa, có những cánh cửa".

Có lẽ thi sĩ Đỗ Hồng Ngọc cũng đã tìm ra con đường của mình để đi vào những cánh cửa ở giữa đó: "Và tôi, nhờ cái vốn y học, đã tìm trong Cơ thể học, Sinh lý học, Thần kinh học, Tâm lý học... từ đó mà thấy con đường rất khoa học Phật đã dạy cho Thiền Định: Anapanasati, Quán niệm hơi thở... Từ đó tôi nghiền ngẫm thực hành và đặt một từ cho riêng mình: *"Pranasati"*: đặt Niệm vào khoảng trống ở giữa hai hơi thở vào và hơi thở ra. Khi vào Định thì không còn "nhớ nghĩ" gì đến hơi thở nữa... Đó có thể coi là một bardo, trung gian giữa hai hơi thở vào và hơi thở ra. Ở đó, ta có quãng lặng, không thở, ngưng thở, một "quãng chết ngắn". Đó là cách "tập chết" hiệu quả mỗi ngày mà có lẽ các hành giả Mật thừa trải nghiệm quá trình sự chết, học tập sự chết... Pranasati cũng được người xưa coi là "Nguồn sống" ấy là cõi không thở, cõi trước khi thở... Đây cũng chính là giai đoạn người ta sống trong bào thai mẹ, hay trở về bào thai Như Lai, Như Lai tạng".

Cái "quãng lặng" ấy thật vi diệu và sâu thẳm tận cùng. Trong âm nhạc, quãng lặng để cảm xúc được giữ lại ngưng đọng rồi vọt trào. Trong hội họa, quãng lặng là những tiếng thở cuối cùng đọng lại khi ta rời khỏi tác phẩm. Trong thi ca, khoảng lặng chính là "đêm tối với khoảng trống trần gian" của Rilke. Trong quãng lặng của Đỗ Hồng Ngọc, ta chẳng thấy gì nữa khi đã thực sự bước qua bờ bên kia nhờ "Nguồn sống" Pranasati.

Trong kinh *Luận Vãng Sanh* mà tôi từng đọc trong những ngày đầu sau người thân lìa đời, bài kinh dài với nhiều từ ngữ liệt kê, tôi nhận ra mình đã vô cùng kinh ngạc khi đọc câu: "Cái không" không thể nào hủy diệt "cái không". Chính lời này đã giúp cho tôi và người đã ra đi được an lành đến cõi sáng.

Đó phải chăng chính là khởi sự cho sự chết bắt đầu bằng sự sống quy hồi vĩnh cửu?

Chỉ trong khoảng vài trăm chữ ngắn ngủi, nhưng bác sĩ Đỗ Hồng Ngọc đã mô tả rõ ràng về cái chết và sự tái sanh liền kề trong chứng nghiệm của riêng ông. Nếu một y sĩ mà không đi vào các Pháp bằng con đường của thi ca, thì ông sẽ chứng nghiệm thế nào? Đó là câu hỏi mà tôi dành lại cho sự chứng nghiệm của các bạn đọc, bởi vì tôi, sau khi đọc những dòng trên thì đã tự trả lời cho riêng mình rồi.

## Hạt bụi và cánh bướm

Mở đầu tác phẩm *"Triết học về Tánh không"*, thầy Tuệ Sỹ ghi vài dòng lời của triết gia Martin Heidegger mà tôi tạm dịch là: "Vào một ngày hè, con bướm đậu trên bông hoa và khép cánh, đung đưa theo gió đồng cỏ nội" (Aus der Erfahrung des Denkens – Kinh nghiệm Tư tưởng)

Tác phẩm này Ôn Tuệ Sỹ viết ở tuổi hai mươi lăm với câu kết "Nếu ta coi nó như là ngón tay chỉ mặt trăng, vậy thì mặt trăng đang lơ lửng nơi phương nào?..."

Tôi đọc một câu mang tư tưởng triết lý mà nghe ra trong đó có thi ca, âm nhạc và cả hội họa. Hình ảnh cánh bướm, sự tĩnh tại khi đong đưa đôi cánh theo hơi thở đồng nội thanh tân. Tôi càng cảm khái hơn khi đọc những dòng tác giả Đỗ Hồng Ngọc trong bài *"Con đường trung đạo"*, ông ghi lại hình ảnh Đức Phật lúc mới khoảng 10 tuổi, theo vua cha làm lễ Hạ Điền đầu năm, "ngồi dưới bóng cây giữa cánh đồng mát mẻ, không bị "dính mắc" gì với buổi lễ Hạ điền dưới kia, lúc đó Ngài chẳng biết gì về tham thiền, nhập định hay tứ thiền bát thiền gì cả vì hãy còn rất nhỏ, chỉ biết hồn nhiên, trong sáng, vậy là đã ly dục, ly tầm ly tứ, vào sự sảng khoái lâng lâng gọi là hỷ lạc và đã thực sự thanh tịnh... Nếu sống hồn nhiên như một em bé thảnh thơi, thanh tịnh thì đã vào Tam muội Phổ Hiền rồi vậy!".

Cho nên, đối nghịch với cái ngây thơ trong sáng tĩnh lặng thảnh thơi ấy, con người tự đọa mình vào những "hì hục từng bước từng cấp, tu đến "xì khói" với bao mong cầu ước nguyện..., "Ngã" cứ ngày càng to đùng ra, nào chùa to Phật lớn, nào lên chức lên lon, huênh hoang màu mè diêm dúa, rồi hù dọa chúng sanh để vinh thân phì gia... thì không còn hành trì Chánh pháp nữa", bác sĩ Đỗ Hồng Ngọc viết.

Bài viết cuối cùng trong tập bản thảo *Một Ngày Kia Đến Bờ*, bác sĩ Đỗ Hồng Ngọc đặt tựa *"Tôi bây giờ"*, còn tôi thì mạo muội thêm vào vế sau "chính là Như Lai – Nó đến vậy đó" như nguyên nghĩa của "như lai". Và tôi thấy ông đang có đời sống trẻ thơ "Từ tuổi 60 đến giờ bệnh lai rai. Tôi kệ nó. Tôi không thích mấy thứ xét nghiệm nọ kia. Và rất hạn chế dùng thuốc. Nhất là không ưa mấy thứ quảng cáo bổ dưỡng này nọ, theo tôi, không bằng ăn cơm với cá kho, với khô nướng, rau luộc, khoai lang, bắp và chè các thứ...". Mà lại càng đúng bởi đã sống sau một lục thập hoa giáp, thì từ sáu mươi trở đi là trở về lại làm đứa trẻ hát ca lang bạt kỳ hồ cho đến một ngày kia đến bờ... *gaté gaté paragaté parasamgaté bodhi svaha*" thôi chứ còn tham sân si với hỉ nộ ái ố làm chi. Đã biết sống hạnh phúc *"well-being"* thì sẽ rời đi trong niềm vui *"well-dying"*.

Như cánh bướm mùa hè yên lặng đong đưa trong gió đồng nội thổi tới của Heidegger, như W. Blake "thấy thế giới trong một hạt cát nhỏ và Thiên đường trong mỗi đóa hoa tươi", thì thi sĩ Đỗ Hồng Ngọc đã trở mình với *"Hoàng hôn sóng vỗ bên trời biếc/ Sóng vỗ trong hồn ta ngẩn ngơ..."* (trích Thơ Đỗ Nghê).

Cánh bướm, hạt bụi, hoàng hôn, sóng vỗ... trong cõi vô cùng vô tận của vũ trụ càn khôn này, có phải chăng cũng chính là ưu tư về *Tánh Không Luận* của Tuệ Sỹ đã tự đặt câu hỏi và trả lời ở tuổi hai mươi lăm: *"Trong tư tưởng, mọi sự trở thành cô liêu và lững thững"*.

Còn tôi thì xin tặng bài "vè" này cho tác giả Đỗ Hồng Ngọc:

*Thì giờ đây mọi sự đã rõ rồi*
*Tôi là tôi, Tôi Bây Giờ là tôi*
*Tôi là Nó cùng đến như vậy đó*
(Tịnh Thủy)

**Ngân Hà**
*(phatviet.info 3.10.2023)*

TM

# NGUYỄN HẬU

## NHÂN MÙA VU LAN, ĐỌC LẠI BÀI THƠ BÔNG HỒNG CHO MẸ CỦA ĐỖ HỒNG NGỌC ...

Năm 2013, khi đang tìm hiểu về thơ miền Nam giai đoạn 1954-1975, tôi có dịp gặp gỡ nhà thơ Đỗ Nghê (bác sĩ Đỗ Hồng Ngọc) tại Sài Gòn và được ông tặng cho tập thơ đầu tay mang tên *Tình người* (xuất bản năm 1967). Tôi đọc tập thơ và ấn tượng nhất là bài thơ *Thư cho bé sơ sinh*. Khi biết ông là một bác sĩ, viết bài thơ đó khi còn là một thực tập sinh tại bệnh viện Từ Dũ sau khi hoàn thành ca hộ sinh đầu tiên trong cuộc đời y nghiệp, tôi vừa khâm phục, vừa xúc động. Khâm phục vì một bác sĩ lại có thể làm một bài thơ với những ý tứ chân thành, sâu sắc đến thế. Còn cảm động vì những điều mà vị bác sĩ nhắn nhủ đến em bé sơ sinh lúc đó. Thông điệp mà ông nhắn đến em có lẽ cũng là thông điệp ông dành cho tất cả chúng ta, vì ai cũng từng lớn lên từ một đứa trẻ, còn xúc động là khi đặt bài thơ vào bối cảnh ra đời, những thập niên 60 của thế kỷ XX tại miền Nam, khi mỗi số phận được sinh ra đều phải đối mặt với chiến tranh, chết chóc, hiện thực phi lý mỗi ngày. Cuộc gặp gỡ ngắn ngủi, trọn vẹn chỉ trong một buổi sáng, tại một quán cà phê nằm trong một con hẻm nhỏ trên đường Cao Thắng, bây giờ tôi cũng không nhớ rõ quán tên gì. Đó là lần duy nhất tôi có dịp gặp gỡ ông. Sau này, tôi được nhìn thấy ông trong một vài buổi ra mắt sách dạy về thiền, hoặc giao lưu về một chuyên đề y khoa nào đó. Vẫn là ông với phong thái nhẹ nhàng, nụ cười thường trực trên gương mặt phúc hậu, ông nhanh chóng thu hút được nhiều khán giả tham dự.

Sau khi hoàn thành đề tài nghiên cứu liên quan đến thơ miền Nam, tôi chuyển sự quan tâm sang vấn đề khác nên không còn chú ý đến những sinh hoạt văn nghệ như vậy, tôi cũng ít khi về Sài Gòn. Công việc cá nhân làm tôi xao nhãng, không thường xuyên lên đọc các bài viết trên Blog cá nhân của ông. Thế rồi một hôm, tình cờ tôi vào trang Blog cá nhân ông *(https://www.dohongngoc.com/)* và đọc được bài thơ *Bông hồng cho Mẹ*. Bài thơ này được ông sáng tác vào mùa Vu Lan năm 2012, in trong tập Thơ Đỗ Hồng Ngọc – *Thư cho bé sơ sinh và những bài thơ khác* (2013) nhưng phải vài năm sau tôi mới được đọc. Tôi đã không thể kiềm được nỗi xúc động, nói đúng hơn là một "chấn động" nho nhỏ trong lòng. Có lẽ đây là bài thơ thứ hai của Đỗ Hồng Ngọc đã chiếm trọn lòng tôi ngay từ khoảnh khắc đầu tiên như thế. Tôi đã gửi bài thơ cho một số người bạn cùng đọc.

Đó cũng là lúc trên trang cá nhân của ông có rất nhiều độc giả văn chương gần xa (trong nước và hải ngoại) gửi bài viết chia sẻ cảm nhận về bài thơ. Tôi cảm nhận được sức lan tỏa, lay động của bài thơ lúc bấy giờ là rất lớn. Thế nên tôi đành giữ những cảm xúc mà tôi có được sau khi đọc bài thơ cho riêng mình qua vào dòng ghi chép và lưu vào máy tính.

Cách đây vài tháng, trong quá trình dọn dẹp chiếc máy tính cũ, tôi tình cờ gặp lại những dòng cảm nhận mà tôi thảo ra từ mấy năm trước. Đọc lại bài thơ, và, vẫn vẹn nguyên cảm xúc, thậm chí lúc sau này có phần mạnh mẽ hơn, tôi bật khóc.

Có lẽ sau bao nhiêu năm, trải thêm nhiều biến cố trong cuộc đời, tôi lại càng thấm thía hơn ý tứ trong bài thơ và cả những gì bàng bạc phía sau bài thơ ấy.

*Con cài bông hoa trắng*
*Dành cho mẹ đóa hồng*
*Mẹ nhớ gài lên ngực*
*Ngoại chờ bên kia sông*
(Bông hồng cho Mẹ, 2012, Đỗ Hồng Ngọc)

Chỉ có bốn câu thôi nhưng ý tứ và thông điệp truyền tải thì mênh mông. Đã có rất nhiều người cảm nhận, phê bình bài thơ nhưng với riêng tôi, bài thơ hiện lên thật đẹp, thật bất ngờ, thật linh diệu, như một đóa hoa... Nó đã lay động, đánh thức lòng tôi thật mãnh liệt. Bốn câu thơ mà chứa trong đó cả ba thế hệ, một dòng chảy uyên nguyên, bất tận: ngoại, mẹ, con và một sự hóa thân tuyệt đẹp: từ bông hoa trắng đã hóa thành đóa hồng. Đặc biệt hơn là, phải có bông hoa trắng dành cho con thì mới có đóa hồng dành cho mẹ; từ cảm thức đau buồn, mất mát lập tức hóa hiện thành niềm hạnh phúc, sum vầy.

Quả là một tứ thơ đẹp và lạ đến bất ngờ! Đọc xong cứ thấy lòng đau nhói, vì chưa lần nào ta đã nghĩ cho mẹ như cách nhà thơ đã làm. Với Bông hồng cho mẹ, Đỗ Hồng Ngọc đã làm cho ta ngộ ra nhiều điều...

Từ khi mẹ là mẹ của ta, ta lúc nào cũng nghĩ cho ta, chưa bao giờ ta nghĩ cho sự hoán vị và nỗi mất mát của mẹ: mẹ từ một người con trở thành một người mẹ, mẹ đã hy sinh bớt phần hạnh phúc được làm con để toàn tâm làm mẹ của ta. Vậy mà chẳng bao giờ ta nghe mẹ thổ lộ điều đó. Nước mắt chảy xuôi là vậy. Trong những lần chỉ có mẹ và con, mẹ thường nói rằng mẹ sợ một ngày mẹ ra đi, chúng tôi sẽ buồn khổ lắm. Lúc ấy tôi chưa thể hình dung được nỗi buồn khổ mà mẹ nói là gì, vì chúng tôi vẫn đang hạnh phúc khi có mẹ cơ mà. Và lại càng không biết rằng mẹ đã lấy lòng mình để nghĩ cho các con. Mẹ đã chịu kiếp mồ côi từ khi còn rất nhỏ...

Mẹ! Một từ gọi lên nghe thật ấm áp, tự nó đã viên mãn, đong đầy yêu thương. Thế nhưng số lần mẹ được gọi từ đó ít hơn rất nhiều lần so với chúng tôi. Bây giờ tôi cũng đã làm mẹ, đã hiểu thế nào là mẫu tử thiêng liêng, đã thấu hiểu và yêu thương mẹ hơn rất nhiều lần, tình yêu thương được bồi đắp nhiều lên đến từ sự đồng cảm, thấu hiểu, không giống với tình yêu mẹ khi còn là một đứa trẻ, yêu mẹ, giữ mẹ như của báu. Và khi càng yêu ta càng sợ mất. Hồi nhỏ, mỗi lần thấy một ai đó mất mẹ, ta chỉ hiểu đơn giản là từ đây họ mất đi tình yêu thương của mẹ, mất đi một người thân. Lớn lên, ta hiểu rằng mất mẹ là mất đi nguồn thương, mất đi cái đặc ân mà đất trời ban tặng cho ta. Nói tóm lại, quẩn quanh cũng chỉ nhìn thấy khía cạnh của sự mất mát, vẫn là nghĩ cho bản thân mình.

Từ khi đọc bài thơ của Đỗ Hồng Ngọc, tôi mới thấy thêm một chiều kích khác của sự ra đi ấy.

*Con cài bông hoa trắng*
*Dành cho mẹ đóa hồng*

Ngày mẹ rời khỏi vòng tay ta là ngày mẹ trở về làm con bên ngoại. Thấy được điều đó, tự nhiên cảm giác mất mát trong ta vơi đi phần nào. Từ nay mới đúng thật là ta thương mẹ. Và từ bây giờ, tôi đã có thể tập cách chấp nhận một cách nhẹ nhàng khi nghĩ đến một ngày mẹ rời xa chúng tôi.

Đó là phần của con. Còn phần mẹ:

*Mẹ nhớ gài lên ngực*
*Ngoại chờ bên kia sông*

Mẹ ơi, từ nay mẹ hãy nghĩ cho mẹ, mẹ đừng buồn gì khi phải xa chúng con. Mẹ rời xa chúng con cũng là lẽ tất yếu. Mẹ hãy vui lên vì ngoại đang chờ đón mẹ về, ngôi nhà của riêng ngoại và mẹ, mẹ có quyền được tận hưởng tình cảm của ngoại, tận hưởng niềm hạnh phúc vô biên của tình mẫu tử. Trần gian bao cảnh đã chia cách ngoại và mẹ, nhưng ở "bên kia sông" sẽ không còn trần ai, không còn điều gì khiến ngoại và mẹ phải xa cách nữa. Ngoại đã chờ đợi mẹ từ rất lâu rồi. Mẹ hãy vui lên đi.

Lời thơ dung dị nhưng thật minh triết, thật dịu hiền, như lời của Bụt. Nhà thơ nhắc chúng ta về lẽ tuần hoàn của tạo hóa mà chúng ta chưa hiểu, hoặc có khi đã hiểu nhưng vì quá yêu mẹ, quá yêu mình mà quên đi mất. Lời thơ tỏa ra một năng lượng lành giúp xoa dịu nỗi đau, sưởi ấm tâm hồn cả người ra đi và người ở lại. Còn gì tuyệt vời hơn: Mẹ vui, con ấm lòng. Rồi đến một ngày, mẹ cũng sẽ chờ đón con "bên kia sông", con sẽ không còn lý do gì để buồn tủi nữa.

Bài thơ *Bông hồng cho Mẹ* của Đỗ Hồng Ngọc đã cho ta thấy được sự vi diệu, tính đa chiều kích của đời sống. Trong cùng một bối cảnh, niềm vui và nỗi đau cùng tồn tại, chuyển hóa cho nhau, cái ta nhìn thấy đều do góc nhìn của mỗi chúng ta. Cái chết, nhìn từ đứa con thì đó là nỗi mất mát, chia ly còn nhìn từ người mẹ thì đó là sự sum họp, hạnh phúc, hoặc cũng là hoa hồng, nhưng trên ngực con là hoa màu trắng, trên ngực mẹ là đóa hồng tươi nguyên. Phải chăng mọi thứ trong cuộc sống này vốn dĩ là như vậy, có những việc tưởng như là nghịch lý nhưng nếu hiểu đến tận cùng thì không còn nghịch lý nữa vẫn là sự cân bằng, như muôn đời vẫn vậy. Nhà thơ là người đã hiểu, đã nắm bắt được chân lý ấy và truyền đến cho chúng ta. Và, ai biết được quy luật này, người ấy sẽ an nhiên...

**Nguyễn Hậu**
*(MH, Đh Thủ Dầu Một)*

PV.

# TÂM NHIÊN

## TRÒ CHUYỆN VỚI ĐỖ HỒNG NGỌC Ở LA GI, BÌNH THUẬN

*Tâm Nhiên và Đỗ Hồng Ngọc tại La-Gi, 2022*

■ *Trong mấy chục tác phẩm của anh, nổi bật lên là tập* Tôi học Phật. *Vậy anh có thể cho biết anh học Phật như thế nào?*

■ Tôi đến với Phật rất trễ. Lại đến một mình. Lúc trẻ đọc *Tâm kinh, Tứ diệu đế, Suzuki, Krishnamurti*... nhưng đọc chỉ để mà đọc.

Đến năm tuổi gần 60, sau một cơn bệnh thập tử nhất sinh, tôi thấy mọi sự khác hẳn đi.

Tôi đọc *Tâm kinh* thấy không khó nữa. Như vỡ ra – Và với *Tâm kinh* tôi thấy chỉ cần học một chữ thôi: Chữ Không.

Từ đó mà vô trụ, vô trí, vô đắc... Nó trả lời câu hỏi tại sao? Rồi bằng cách nào thì câu trả lời ở kinh *Kim Cang*: Vô ngã và Thiền định.

Ở *Pháp Hoa* học Vô tướng, Thực tướng, gặp Như Lai Đa Bảo của mình như luôn tủm tỉm cười, chọc quê mình.

Rồi ở *Duy Ma Cật*, học Bất nhị để thấy biết Như Lai, tập sống với Như Lai...

Rồi nào với *Lăng Nghiêm, Viên Giác, Lăng Già...*

Dĩ nhiên không thể không học những bước căn cơ, bởi gốc rễ có vững chắc thì cành lá mới sum suê...

■ *Là một bác sĩ, anh áp dụng những điều Phật học, Thiền học vào cuộc sống hằng ngày ra sao?*

■ Nhờ học Phật, học Thiền mà tôi thấy rõ hơn vai trò của người thầy thuốc, cứu chữa bệnh nhân.

Những vị Bồ tát Thường Bất Khinh, Dược Vương, Diệu Âm, Quán Thế Âm đã cho tôi một thái độ sống khiêm hạ và phát khởi lòng yêu thương rộng lớn hơn...

■ *Ngoài công việc bác sĩ, anh còn mần thơ, viết văn nữa. Về thơ, anh xuất bản mấy tập rồi?*

■ Sáu tập thơ: *Tình người* (1967), *Thơ Đỗ Nghê* (1973), *Giữa hoàng hôn xưa* (1993), *Vòng quanh* (1997), *Thư cho bé sơ sinh và những bài thơ khác* (2010), *Thơ ngắn Đỗ Nghê* (2017).

■ *Thơ anh có vài nhạc sĩ phổ nhạc, rất tuyệt. Còn về Văn?*

■ Về văn thì có những tập: *Gió heo may đã về* (1997), *Già ơi... Chào bạn!* (1999), *Những người trẻ lạ lùng* (2001), *Như ngàn thang thuốc bổ* (2001), *Nghĩ từ trái tim* (2003), *Cành mai sân trước* (2003), *Thư gởi người bận rộn* (2005), *Như thị* (2007), *Gươm báu trao tay* (2008), *Thấp thoáng lời kinh* (2012), *Cõi Phật đâu xa* (2016),...

Nói chung, kể cả thơ văn cũng gần 60 tác phẩm tôi đã xuất bản lâu nay...

■ *Dường như anh có vẽ tranh nữa?*

■ Ờ, vẽ theo cảm hứng bất chợt cho vui thôi.

■ *Có lần anh đến thăm thầy Tuệ Sỹ, thầy nói anh là cư sĩ Duy Ma Cật thời hiện đại phải không?*

■ À à... thầy Tuệ Sỹ nói với một nụ cười hoan hỷ. Khi ký tặng tác phẩm Huyền thoại Du Ma Cật, thầy viết: "Quý tặng Duy ma Cư sỹ Đỗ Hồng Ngọc. Đông 2016"

**Tâm Nhiên**

## *TIÊU DAO ĐỖ HỒNG NGỌC*

*Nghĩ từ trái tim* nhiệm mầu quá*
*Ba nghìn thế giới ở đây thôi*
*Thì ra tất cả do tâm tạo*
*Bản lai diện mục vốn sẵn rồi*
*Gươm báu trao tay* cầm Bát Nhã*
*Tuệ kiếm Kim Cang chém sạch làu*
*Ưng vô sở trụ cười Buông* xả*
*Dứt liền điên đảo tuyệt khổ đau*

*Cõi Phật đâu xa* ngoài vũ trụ*
*Mà ngay sinh hoạt giữa đời thường*
*Bước chân Bất nhị Duy Ma Cật*
*Nhập diệu vô lường với yêu thương*

Tâm Nhiên

(*) tác phẩm viết về Phật học của Đỗ Hồng Ngọc.

## NGUYỄN THÁNH NGÃ
### VIẾT GỬI NHỮNG CỤ GIÀ Ở MONTRÉAL

Tôi không định viết về Đỗ Hồng Ngọc/ Đỗ Nghê với "*Thư cho bé sơ sinh & những bài thơ khác*" vì đã có nhiều người viết rồi. Nhưng đứa bé sơ sinh lại thôi thúc, lại cất tiếng u oa... Thôi thì tôi vụng dại kể về thứ thơ "qua rèm" (Trăng Boston) của Đỗ Hồng Ngọc cho tuyết nghe ở phố Tàu hoặc nhà giữ lão ở Montréal nghe chơi. Gọi là đáp lại tiếng khóc sơ sinh, may ra gửi một chút tình cho Đỗ Nghê thi sĩ...

Đỗ Nghê thi sĩ tên thật là Người Cầm Ống Tiêm. Đối tượng Trẻ Sơ Sinh. Trong cái sát-na rung cảm chàng dám đại diện cho Đời giới thiệu cho "tính bổn thiện" số phận Con người thông qua ngũ uẩn. Bé Sơ Sinh ơi, Ngươi là đứa bé nào ở không-thời-gian Từ Dũ-1965 mà diễm phúc vậy. Mới sinh ra liền được nghe *Kinh Bát Nhã*? Tôi lăn lộn ba đường sáu nẻo giờ mới được nghe lẫn lộn giữa ngộ-mê dày cộp. Sao có thể hiểu được điều gì. Ngươi mới là được nghe cái nghe tuyệt hảo, cái nghe nguyên vẹn gần như là thai giáo - một thứ kinh thơ bất tuyệt giữa chào đời...

*Trân trọng chào em*
*mời em nhập cuộc*

*chúng mình cùng chung*
*số phận*
*con người...*

Lần khai ngộ này, nhà thơ có cái tên là Thầy thuốc!

Đức Mâu-Ni cũng là một Thầy thuốc, một Y vương, từng ở trần gian làm thơ và chữa bệnh đó thôi. Thứ bệnh mà em bé sơ sinh sau này sẽ lãnh nhận một cách tự nhiên. Cũng như câu kinh "ngũ uẩn giai không" em đã đón nhận một cách tự nhiên và vô hình trung kia sẽ là "chữ duyên" của nhà Phật đã được gieo từ thuở u oa...

Thật ra người cầm bút là Đỗ Hồng Ngọc đâu có hiểu cái tâm thức lúc mình viết là gì. Vì, sao có thể thấy được tiền kiếp? Nhưng "văn là người", đây là loại ngôn ngữ thâm sâu của người Việt, văn là cái gen truyền kiếp, văn là tính trội (hiển lộ) cho ta thấy đã có một đời sống tinh thần của *Bát nhã Tâm kinh* trầm tích hóa chân ngôn.

Vì vậy, thư cho bé sơ sinh là niềm bật thức vong niên khiến ý thơ hay đến kỳ lạ. An nhiên và nhân hậu biết bao trong đôi mắt vọng ngộ của người Bác sĩ – thi sĩ.

Tôi đọc tập thơ này mà cảm thấy "tâm truyền tâm", một hơi ấm "hít vào" nhẹ nhàng lan tỏa. Và làn khói biếc mùa thu cùng ngôn ngữ thơ tự tại xông lên thứ trầm hương của những bài thơ khác nghe vị thiền thấm đẫm từng trang giấy, trang đời tôi, tha thiết lạ thường.

Khi viết về Trịnh Công Sơn, Đỗ Nghê hạ bút:

*với em thơ*
*chàng thị hiện bông hồng*
*với tình nhân*
*chàng hóa nguồn suối ngọt*
(Kẻ rong chơi)

Nói về TCS cũng là nói về mình. Ai biết? Vì bằng "diệu âm linh ngữ" trái đất là hòn bi xanh qua thiên nhãn của đứa trẻ trong Đỗ Hồng Ngọc thốt ra. Đích thị là chàng rồi! Thơ tự nó có công năng phối triển và thị hiện tâm hồn. Như nước, "ai nỡ hỏi nó đến từ đâu và trôi về đâu?" Không nỡ. Thật là tài hoa. Không nỡ. Thật là thiền. Bởi người đứng trên ngôi vị nào đó, mới không nỡ làm đau lòng nước (chúng sinh) mà thôi! Còn đây trong "Ý nghĩ" rất lạ của thi nhân, ta bắt gặp: *"Mảnh đất thân cha nắng sáng đan vườn / Nghe da thịt bao nhiêu lần thối rữa"*. Phải chăng nếu không có nhiều suy ngộ sao nghe được thân "tứ đại" này đã trải qua nhiều lần thối rữa? Và lần này sẽ cùng thơ đi trên con đường tuệ giác. Hiển nhiên rồi. Đọc nhiều sách của ông viết về đời người cùng cái nhìn tuệ mẫn, tôi đoan chắc điều đó. Nhưng nhà thơ còn nợ nhiều lắm. Nợ người, nợ trời, nợ cả một lũ chim non:

*phòng mạch vừa mới mở*
*đã có tiếng gõ cửa*
*thì ra một chú chim*
*kêu bị đau cái mỏ*
(Phòng mạch của chim)

Gói nợ "Bồ tát" đã "ăn cắp" ông lại, dẫu có lần tai biến nguy nan. Có phải nợ "những bệnh nhân" là món nợ đại nguyện không, mà tôi thấy ông "vác tù và hàng tổng" với nhiều anh em văn nghệ. Trong đó có tôi một lần được "chữa bệnh từ xa": "OK! Em cứ nói anh tư vấn cho!". Nghe mà ham. Xin *"Cứ để anh khờ dại / Đừng cho anh khôn ngoan"*. Ôi cái dại của bậc thiện tri thức. Đức Phật khuyên chúng ta nên làm thân với bậc người này để kết nối mạng cơ duyên internet toàn... cõi Nam Thiên Bộ Châu, cõi trời Đâu Suất và Tây Phương... Để rồi:

*Khi nhìn nhau xa lạ*
*Là rất đỗi thân quen*
*Khi nói năng vô nghĩa*
*Là thác reo trong hồn*

Vâng, mọi hành giả đều phải có cảm nghiệm đó, mà nhận ra nhau, mà kêu lên tiếng kêu hoát ngộ khi đứng giữa Tuyền Lâm trần thế hay của cảnh giới khác cũng vậy cả:

*Nước xanh như ngọc*
*Sâu đến tận trời*
*Vốc lên một vốc*
*Ơi mùa xuân ơi!*

Bút pháp dồn nén. Ngôn ngữ tứ tuyệt. Vạm vỡ và òa vỡ. Nhưng không, thơ cũng như Kinh luôn mặc định một thử thách. Hành giả khó có thể vượt qua câu thơ "sâu đến tận trời" đó. Bởi sâu đến đâu là cái thấy biết lý tính, hành giả chưa mở miệng đã lọt xuống vực thẳm. Còn đâu... Thế nên thơ thiền vốn tâm không, nếu còn biết đo đếm thì cái "tâm vô nhất vật" kia khó hiện "bản lai". Trong tôi đầy dự cảm về khu rừng "sở tri chướng" mà Đức Phật đã dạy. Tôi đốn ngã câu thơ thứ hai vì tự tâm đọc nhầm rằng:

*Nước xanh như ngọc*
*Vốc lên một vốc*
*Ơi mùa xuân ơi!*

Ôi bài Haiku! Nước vỡ hay tôi vỡ. Chẳng biết. Chỉ biết Thơ không còn là sở hữu. Thơ là của Nguồn Sống, của muôn loài. Chợt nhận ra mùa xuân không của riêng ta, thì hét lên, tiếng hét vọng vào vách núi mà xuân không cùng!

Thế mới biết thơ Đỗ Hồng Ngọc ám ảnh và bắt người ta "bừng sáng" theo cách vượt qua mọi tri kiến của sự phủ dụ của ngôn từ!

**Nguyễn Thánh Ngã**
*(Lâm Đồng 2010)*

# NGUYỄN THÁNH NGÃ

## THỨC GIẤC

Đọc: *"Giữa đêm/ thức giấc/ giữa ngày"*, như cái hang hun hút. Tôi trôi tuột vào đó như cơn mơ huyền mặc. Thơ ngắn ư? Sao ngươi dài quá vậy?

Người bị cuốn trôi vào đó không có đường ra. Quả thật, cõi Đào Nguyên của thơ không dễ mở cửa cho người.

Cánh cửa "Vô môn" ấy chính là công án thiền của Đỗ Nghê.

Giữa đêm, cái thức rơi xuống một địa tầng khác. Cõi ấy là giữa ngày. Ta ngô nghê ngỡ là thực, nhưng cảnh giới ấy có khi đã... ngàn năm!

Hành giả chợt hoát ngộ.

Và cơn mộng...

*Sóng quằn quại/ thét gào/ không nhớ mình là nước...*

Ta chính là con sóng trườn qua cơn mộng ấy... quằn quại khổ nhục, thét gào vô vọng chính vì không hiểu mình là gì!

Đau đớn thay phận sóng. Câu than vãn nào hơn thế, hỡi nước?

Quyền năng của thơ là hãy thức dậy cái phận chữ bèo bọt...

Tôi muốn nói đến thơ ngắn của Đỗ Nghê làm sụp đổ mọi hệ lụy, mọi bến bờ thành quách...

Đừng hỏi, vì ta không nỡ hỏi:

*Nước từ đâu đến*
*Nước trôi về đâu*

Và đừng lý giải, vì ta không biết lý giải:

*Từ con suối nhỏ*
*Từ dòng sông sâu*
*Từ khe núi lở*
*Từ dưới nhịp cầu*
*Từ cơn thác lũ*
*Từ giọt mưa rơi*

Bởi tất cả chỉ là trò đùa trong một con chữ đìu hiu:

*Con đường xưa đứng đợi*
*Ta làm chi đời ta...*

Con đường xưa tạo nghiệp. Ta đã đi, và ta đã tạo tác. Từ u mê đến các vọng nghiệp. Ngỡ như không mà tràn đầy các pháp. Ta lạc chốn Đào Nguyên mộng, khó bề trở lại, thì đành rằng:

*Sông ơi cứ chảy*
*Chảy khắp châu thân*
*Chảy tràn ra mắt*
*Chảy vùi bên tai*

Ôi! Xác thân ta là một dòng sông, nước tứ đại chảy ra nhãn nhĩ tỷ thiệt thân ý... Rồi thấy biết:

*Một hôm hơi thở tình cờ*
*Dính vào hạt bụi thành ra của mình*

Vâng, "thấy biết" là cách nói của Đỗ Nghê thi sĩ, khi con mắt nghệ thuật trộn lẫn với cái nhìn đạo pháp:

*Của mình chẳng phải của mình*
*Thì ra hơi thở của nghìn năm sau...*

Trong tinh thần vô ngã, thấy biết chẳng phải của mình. Một hơi thở có thể chạm tới cả nghìn năm sau. Đó là cái nhìn giác ngộ:

*Tham chẳng còn*
*Sân cũng hết*
*Si đã tuyệt*

Nhưng cuối cùng rồi:

*Niết bàn*
*Tịch diệt*
*Để làm chi?*

Pháp nhãn tạng nào cho chúng ta thấy Niết bàn, thấy tịch diệt? Và câu hỏi lớn đã ra đời: Để làm chi?

Chúng ta hỏi Để làm chi suốt cả hai ngàn năm rồi. Và để làm chi không có câu trả lời. Như một công án mở, câu trả lời chỉ để làm cho chúng ta, những con mắt trần gian thức giấc...

**Nguyễn Thánh Ngã**
*Đà Lạt, 11.2017*

# PHAT's BLOG

## THƯ CHO BÉ SƠ SINH VÀ BẢN DỊCH VỚI LỜI BÌNH CỦA PHÁT

**Ghi chú:** Tôi không biết Phát là ai. Có người bạn gởi tôi bản dịch này của Phat's blog (2006). Bản dịch tiếng Anh khá chuẩn và đặc biệt lời bình của Phát khiến tôi không khỏi giựt mình.

Bởi bài thơ viết trước đó đã hơn 40 năm!

Cảm ơn Phát.

**Đỗ Hồng Ngọc**

## *THƯ CHO BÉ SƠ SINH*

*Khi em cất tiếng khóc chào đời*
*Anh đại diện đời chào em bằng nụ cười*
*Lớn lên nhớ đừng hỏi tại sao có kẻ cười người khóc*
*Trong cùng một cảnh ngộ nghe em.*

*Anh nhỏ vào mắt em thứ thuốc màu nâu*
*Nói là để ngừa đau mắt*
*Ngay lúc đó em đã không nhìn đời qua mắt thực*
*Nhớ đừng hỏi vì sao đời tối đen.*
*Khi anh cắt rún cho em*
*Anh đã xin lỗi chân thành rồi đó nhé*
*Vì từ nay em đã phải cô đơn*
*Em đã phải xa Địa Đàng Lòng Mẹ.*

*Em là gái là trai anh chẳng quan tâm*
*Nhưng khi em biết thẹn thùng*
*Sẽ biết thế nào là nước mắt trong đêm*
*Khi tình yêu tìm đến.*

*Anh đã không quên buộc étiquette vào tay em*
*Em được dán nhãn hiệu từ giây phút ấy*
*Nhớ đừng tự hỏi tôi là ai khi lớn khôn*
*Cũng đừng ngạc nhiên sao đời nhiều nhãn hiệu.*

*Khi em mở mắt ngỡ ngàng nhìn anh*
*Anh cũng ngỡ ngàng nhìn qua khung kính cửa*
*Một ngày đã thức giấc với vội vàng với hoang mang*
*Với những danh từ đao to búa lớn*
*Để bịp lừa để đổ máu đó em...*

*Thôi trân trọng chào em*
*Mời em nhập cuộc*
*Chúng mình cùng chung*
*Số phận*
*Con người...*
(BV Từ Dũ, 1965)

## *POEM FOR A NEWBORN*

*When you saluted the world with a cry*
*'Twas a smile I gave you from this world*
*When grown up, Baby, please don't ask*
*Why one smiles when the other's crying.*

*I dropped into your eyes some dark brown liquid*
*For their own good, it's said*
*It was then no longer you see life through true eyes*
*Don't ask why life's so dark. Remember.*

*When I cut your umbilical cord, Baby*
*I had said I'm sorry. Oh truly I am*
*For from then you're all by your own*
*Parted from Eden-Mother.*

*I don't mind whether you're a boy or a girl*
*"Cause one day, you'll still find that strange shyness*
*and those teardrops at nights*
*When love finds your heart.*

*I didn't miss tieing that band on your wrist*
*You were labeled since those first moments*
*When grown wiser, don't ask "who am I?"*
*Don't be surprised of this world of labels!*

*When you opened your eyes and gave me that curious look*
*I found myself doing the same over the windows*
*A new day has woken up, to haste and bewilderment*
*To those rhetorical big words*
*For cheating for bloodshed, you know...*

*My salute to you, dear Baby*
*Welcome aboard*
*We're both living...*
*The life*
*Of*
*a Human...*

Do Hong Ngoc (Tu Du, Saigon 1965)
Phát (dịch tiếng Anh 11/2006)

Lời bình của người dịch (Yahoo! 360- Phat's blog):

Điều khiến tôi xúc động nhất khi đọc bài thơ không phải là ý tứ và nội dung của nó. Mà là, tôi cảm nhận dường như tôi chia sẻ và hiểu những gì mà cậu sinh viên Y khoa Đỗ Hồng Ngọc đang trải qua lúc ấy. Tôi cảm thấy như mình như đang trải qua những gì mà tác giả trải qua, và cái cảm xúc ập đến trong tôi lúc đó khiến tôi đồng cảm phần nào tâm trạng tác giả khi cậu viết liền bài thơ ở ngay dưới phần bệnh án.

Tôi hình dung trước mặt tôi là một cậu sinh viên y khoa tuổi đầu 20. Một cái tuổi còn khá trẻ để hiểu đời. Nhưng cũng như hầu hết thanh niên khác, đối với cậu ta, cậu đã là một người trưởng thành, đã có thế giới quan và cái nhìn đời thấu suốt. Quá khứ học tập xuất sắc và vị trí hiện giờ của cậu càng thêm củng cố sự tự tin vào mình như là một bậc thức giả. Ở miền Nam vào những ngày tháng đó, học đến Tú tài đã không nhiều, học đến sinh viên Y khoa thực tập như cậu đã được các y tá gọi là "thầy".

Và thực sự thì cậu có một cái nhìn về đời rất tinh tế và sâu sắc chứ không hời hợt như những thanh niên khác. Chỉ có điều, nó là cách nhìn đời bi quan. Tôi đoán là cậu bị ảnh hưởng bởi Trịnh trong câu hát *"Trẻ thơ ơi, tin buồn từ ngày mẹ cho mang nặng kiếp người"*, hoặc biết đâu là ngược lại. Dẫu sao thì cả hai đều nhìn thấy sự tối đen, sự dối trá chà đạp lên nhau, sự chụp mũ vu họa lẫn nhau của loài người.

Sài Gòn những năm 60. Có lẽ cậu ta đang chán ngán và bế tắc lắm khi nhận ra cảnh nồi da xáo thịt, anh em giết hại lẫn nhau nhân danh này nọ. Những mỹ từ mà người ta khoác lên nhau để rồi giết hại nhau, để rồi lừa lọc, thanh toán nhau.

Biết là biết vậy, nhưng cậu có thể làm được gì? Cuộc đời đối với cậu, vì vậy, mà tối tăm lắm, u ám lắm.

Và thật là thú vị, ngay cả chính tình yêu cũng không cứu rỗi được linh hồn, không làm tươi hơn cho cuộc đời. Bởi tình yêu cũng mang lại "nước mắt trong đêm". Nó giống như là một tai họa mà cuộc đời sắp đặt sẵn, rình rập sẵn. Nó đợi ta trên con đường thời gian mà ta bước, đến quãng đường mà ta biết thẹn thùng, thì sẽ tìm đến tấn công ta, làm khổ ta. Tôi tủm tỉm cười, chắc cậu này vừa bị thất tình đây, hoặc nếu đẹp hơn, chắc cậu ta đang bị giày vò bởi một tình yêu đơn phương không được hồi đáp.

Đoạn về tình yêu này trong bài thơ làm cho con người cậu thanh niên này toàn vẹn hơn, thực hơn. Bài thơ không phải là một tình cảm nào đó của tác giả, không phải là một ý tứ nào đó, một triết lý, hay cảm xúc nào đó của tác giả như phần lớn những bài thơ khác. Nó dường như là toàn bộ những gì mà tác giả đang cảm nhận, đang ý thức, toàn bộ những gì đang ngự trị trong tâm trí cậu. Cho nên nó thật lắm, người lắm mà cũng riêng tư lắm.

Và bây giờ, cậu thanh niên trí thức ấy, người bác sĩ tương lai ấy đang chờ đợi một điểm mốc quan trọng trong sự nghiệp của mình – lần đầu tiên tự tay đỡ đẻ chính cho một ca. Cái điểm mốc lần đầu tiên ấy chính là yếu tố làm tăng thêm, mạnh thêm một cảm xúc khác quan trọng hơn, lúc này đang xâm chiếm đầu óc cậu nhiều hơn – Đó là sự ý thức về tính thiêng liêng của việc mang ra đời một sinh linh.

Bạn có thấy không, rằng đối với cậu ta, chuyện mang đứa bé này ra đời là một cái gì đó thiêng liêng lắm? Người Mẹ, người mang nặng đẻ đau, người cưu mang đứa bé, giờ đang vật vã trên bàn sinh, đáng lẽ phải là một nhân vật chính. Vậy mà, bà ta bị gạt ra hoàn toàn khỏi bức tranh tâm ý này. Sự xuất hiện duy nhất của người mẹ trong bài thơ lại chính là khi đứa bé bị cắt lìa ra khỏi địa đàng lòng mẹ. Có cảm giác như là cậu thanh niên này đang giành đứa bé khỏi người mẹ của mình, và giành cả sự thiêng liêng của việc tạo thành một sinh linh về phía mình. Trong đầu cậu ta bây giờ chỉ còn có một ý nghĩ: một cuộc sống đang ra đời, và cậu ta đang tiếp nhận cuộc sống đó vào đời.

Cho nên cậu ta trân trọng nó lắm. Cậu ta làm từng thao tác bằng tất cả tâm và ý của mình, giống như là một nghi thức tôn giáo thiêng liêng, như một nghi thức đạo (hiểu đạo theo nghĩa trong trà đạo).

Trong sự thiêng liêng này, chỉ còn có cậu ta và em bé sơ sinh. Chỉ còn lại sự đối đãi của anh dành cho bé, và sự đối đãi giữa anh và bé. Bé khóc chào đời, anh chào lại. Bé mở mắt ngỡ ngàng nhìn anh, anh thấy mình ngỡ ngàng nhìn lại cái đời mà mình vừa tiếp tay đưa bé nhập cuộc. Anh nhỏ mắt cho bé, cắt rún, buộc nhãn cho bé, mỗi động tác là một nghi thức anh làm với toàn bộ tâm và ý của mình.

(Chính vì vậy mà tôi hơi tiếc cho đoạn *"Em là gái là trai anh chẳng quan tâm"*. Đây là câu thơ đầu khổ duy nhất bị rớt khỏi cái khuôn khổ những cử chỉ/ hành động đối đãi giữa anh và bé. Lúc dịch tôi cố thử tìm cách thay thế nó bằng những ý đại loại như *"Khi anh tuyên bố rằng em là bé gái hay bé trai"* để giữ cái tứ những cử chỉ đối đãi nhau, những gì anh bác sĩ làm trong khi đỡ sinh. Tuy nhiên dịch ra khá khó và lủng củng vì còn phải nối ý với câu sau. Cuối cùng thì tạm dịch sát ý, nhưng vẫn làm giảm nhẹ từ *I don't care* thành *I don't mind*).

Tôi tưởng tượng tâm trạng của cậu bác sĩ lúc này chắc là lạ lắm. Cậu ta đang cảm giác tất cả sự thiêng liêng của sự chào đời là ở trong đôi tay mình. Và cùng lúc, cậu ta "thấu hiểu" rằng cuộc đời là tối đen, là khổ đau, là dối trá và dã man. Không biết cậu ta có thấy mình đang là tội phạm hay không? Cậu ta có cảm thấy mỗi bước, mỗi hành động mình đang làm là mang vào đời này thêm một sinh linh khổ đau, và mang khổ đau của kiếp người vào một sinh linh này? Cậu ta có cảm thấy tội lỗi, có thấy chán ngán ghê tởm những nghi thức thiêng liêng này? Tôi nghĩ rằng không. Tôi cảm nhận thấy cậu ta đang để hết tâm ý của mình khi cắt rún, khi nhỏ mắt, khi buộc nhãn cho bé, mỗi mỗi bước đều làm với một lòng thương xót của một người cùng cảnh ngộ. Nó đẹp lắm, có lẽ cũng gần với lòng thương xót từ bi của đức Phật chăng?

Trong sự đối đãi ấy, cậu bác sĩ có vẻ như đứng ở vai trò kẻ cả, người chủ động. Cậu ta làm, còn đứa bé bị làm. Cậu ta dặn dò, cảnh báo và xin lỗi mà vẫn làm cái vẻ lành lạnh: nhớ đừng hỏi, đừng ngạc nhiên, anh chẳng quan tâm,... Thế nhưng nó không che giấu được cái tình cảm của một người dành cho một người bạn khác đồng cảnh ngộ - một tình cảm bình đẳng, xót xa cho nhau mà thương quý nhau. Bởi cả hai cùng chung số phận... con người.

Tôi có cảm giác những phân tích dài dòng ở trên chỉ làm cho việc cảm nhận bài thơ khó khăn hơn. Bởi gần như cùng lúc những suy nghĩ trên ùa đến, chứ nó không tuần tự, rành mạch như ở trên.

Những suy nghĩ về cuộc đời, những nếm trải về tình yêu, sự thiêng liêng của việc đứa bé chào đời, ca đỡ đầu tiên, một sinh linh mới, một ngày mới – tất cả những cái đó tương tác lẫn nhau, bồi đắp nhau mà ập vào xâm chiếm tâm trí cùng lúc. Nó mạnh mẽ, tràn ngập và ngộp thở.

Cho nên cậu ta phải phát tiết ra ngoài bằng thơ.

Cho nên cậu ta viết ngay ở dưới phần bệnh án.

Cho nên bài thơ đó chứa tất cả những cảm nhận ở trên. Cho nên bài thơ đó rất xúc cảm, chân thành mà thô mộc. Không có nhiều sự lả lướt của vần điệu, không có sự hoa mỹ và múa may của từ ngữ, không có những nghiêm cẩn của luật lệ. Nó tức thời (spontaneous), đơn giản, đôi khi gãy khúc, không gò bó. Nó không phải là thơ tự do. Nó là thơ tự nhiên.

Cho nên nó thật hơn và người hơn.

Lúc dịch thơ, tôi muốn lưu lại cái tự nhiên, cái không nhiều tính thơ này, cái tâm thực này. Bởi tôi sợ cái lưu loát, cái lả lướt, uyển chuyển sẽ làm mất đi cái đẹp của nó. Biết đâu một bài thơ lả lướt kia sẽ làm cho người đọc chỉ thấy được thơ mà không thấy con người đằng sau thơ, không thấy cái cảm giác ngộp thở trong lúc làm thơ.

**Phat's blog**
*Saturday November 11, 2006*

# NGUYỄN THỊ PHƯƠNG TRINH

## ĐỖ HỒNG NGỌC, BA TRONG MỘT

Tôi biết Đỗ Hồng Ngọc (ĐHN) trước hết là một Bác sĩ, một Thầy dạy của trường Y, nhưng sau đó, cái làm tôi đến với Thầy BS đó là ông dạy Cộng đồng, và cho đến sau này, kết nối tôi, để cho tôi quy ngưỡng, cúi đầu là vì ông giảng kinh, nói pháp.

Tôi học Y, đi xã hội, làm giáo dục. Trong công cuộc đổi mới toàn diện & căn bản nền giáo dục VN hiện nay, cần kết hợp hai nhà: nhà giáo và nhà Phật. Riêng lãnh vực Giáo dục sức khỏe (GDSK) trong nhà trường thì phải thêm một nhà nữa để thành bộ ba: Nhà Y – Nhà Giáo – Nhà Phật. Nói như thế để thấy ĐHN ba trong một đặc biệt thích hợp với học trò.

Xa hơn, rộng hơn, cao hơn, là Nâng cao sức khỏe (NCSK), liên quan đến những nguồn lực xã hội, chúng ta sẽ thấy rằng Sức khỏe liên quan chặt chẽ với Xã hội. Muốn nâng cao SK, phải nâng cao XH. Mà ĐHN, nhìn kỹ lại, là nhà hoạt động xã hội trong từng lãnh vực, y tế, giáo dục, Phật học. Vậy thì đó là người đang làm sự nghiệp NCSK.

Nhưng trên hết, tôi thích ĐHN vì ông là Nhà văn. Ông đã chuyển thể giáo trình, giáo án, kinh điển ra văn chương, mà văn chương bao giờ cũng thích hơn. Tôi vẫn thích cái nhìn, phân tích mọi chuyện mọi sự trên đời, kinh tế, chính trị, văn hóa, giải trí, pháp luật, hình sự, tào lao, bát nháo... dưới con mắt Đạo Phật, sâu sắc & đơn giản với giọng văn nhẹ nhàng, dí dỏm.

Như vậy, xét về Kiến thức – Kỹ năng thì ĐHN hội tụ đủ.

Một lý do nữa để tôi thích đọc ĐHN là ông viết về Tác giả, Tác phẩm. Tôi biết thêm một nhân vật, một cuốn sách nữa để tìm mua. Tôi thích kiểu đó, vì lười và vì có đọc cũng không hiểu hết, cho nên tủ sách của tôi, ngoài sách ĐHN, còn những sách khác, tôi mua về chưng, làm của.

Ví như Giáo sư Cao Huy Thuần (CHT), tôi biết đầu tiên là trên báo Văn hóa Phật giáo, tôi đã phải nhảy nhổm lên đi tìm xem ông này là ai, ở đâu, thế hệ nào, thuộc đảng phái chính trị ý thức hệ nào. Thấy sách ra mang tên CHT là tôi mua về ngâm. Đến khi thấy CHT trong *"Nhớ đến một người"* của thầy Ngọc thì tôi vô cùng khoái chí, vậy là cùng fan. Lúc đọc giới thiệu Chuyện trò của BS ĐHN thì tôi tốc ra mua liền, đem về ngâm tiếp. Coi như đọc rồi.

Tôi ước mong BS ĐHN tiếp tục đọc và tiếp tục chuyển thể, phiên dịch (nói theo cách của ông), giới thiệu sách. Việc này sẽ muôn đời bất tận không bao giờ hết. Xin chân thành cảm ơn BS ĐHN, Thầy ĐHN, Giảng sư ĐHN, Nhà văn ĐHN. Chúc cho ông trường sanh bất lão. (Ông đang rất trẻ khỏe vui vẻ yêu đời yêu người).

**Nguyễn Thị Phương Trinh**

## NGUYỄN XUÂN THIỆP

### Một Hôm Gặp Lại

Bạn từ quê nhà gởi cho cuốn sách

ôi. món quà quý giá biết bao

và tôi gặp lại

chàng hoàng tử bé

với hình con trăn nuốt con voi. đang nằm nghỉ. như chiếc nón úp

đơn giản vậy. mà người lớn không ai hiểu cả

và cậu đã trồng. một cây hồng. trên hành tinh bé xíu

saint-exupéry ơi. ông sẽ sống mãi. với cây hoa hồng. và chàng hoàng tử bé này

tôi cũng thấy. mình là người đi chia lửa. như lời phật nói

ghi trong sách đỗ hồng ngọc

tôi đi chia. hơi ấm. của một mối tình đã chết. với làn hương. mê

tôi cũng chia. ánh đèn của một sân ga nhỏ. tiếng chuông xe điện leng keng. bên bờ sông vắng cùng những cánh môi khô

của cánh đồng gai

và cả mùi hôi. của một vùng biển quê nhà

ôi ngọn lửa của tôi

không được như lời phật dạy

thơ tôi. rồi sẽ tắt. cùng đời tôi

may thay. tôi gặp lại. dòng sông thuở bé, như thanh kiếm dựng giữa trời. trong thơ cao bá quát sông hương đó anh ngọc ơi

dòng sông đã theo tôi. trên khắp chặng đường tôi qua

qua nắng. qua mưa. và tuyết phủ

trận thunderstorm

và mùa thu. trên quảng trường harvard square. của boston

trên chuyến xe lửa ngày nào

tôi cũng làm người kể thơ

cho cô susan nghe

những câu thơ bụi. có mùi thơm của cánh hoa khô. trên vỉa hè

tôi gặp lại. trịnh công sơn. với *miệng cười khúc khích trên lưng* và *con tinh yêu thương. vô tình chợt gọi*

mặt trăng. nằm ngủ trên đồng cỏ khô

anh đỗ hồng ngọc ơi

hôm nay thấy có hứng chút chút

nên muốn được cùng anh

trở lại với mùa thu boston

cùng anh đi trên chuyến bus. có cô susan

ngồi kể thơ

vẫn là thơ của anh chàng đỗ trung quân

nhưng không phải. chùm khế ngọt. hay giỏ xe chở đầy hoa phượng.

đỏ

những thứ ấy là của tuổi học trò. xưa rồi

mình già đầu

chơi thứ khác

có chút xì ke. đế. và thêm chút gái. càng phê

vâng. ta sẽ kể cho susan nghe. chuyện cùng với chàng thi sĩ họ đỗ. gầy còm

ngồi trong garage để xe. nhưng không có xe

xe nằm ngoài đường

đây là nhà hoàng ngọc biên

người tôi quen thân

ngồi ở đây. nhé susan. ta vừa uống bia. vừa hút thuốc lá. nói chuyện văn chương. thời thế. cả chuyện cá chết. và biển thúi chuyện cô học trò hát rap

và obama núp mưa. trong quán chiều. hà nội

chung quanh chỗ chúng ta ngồi. có hơi sương mù. và chú sóc giỡn chơi

ô. anh và susan. có ngửi thấy mùi của những bông khuynh diệp vàng cháy khét. diễm châu đang dùng quẹt ga đốt. trên đường chiều trương định. có tiếng chuông nhà thờ xa diễm châu giờ đã chết

anh ngọc ơi

còn tôi đây, muốn kiếm một bà già dẫn mình ra bờ sông tình tự. nhưng hỡi ơi. bà ấy chỉ thích đi kéo máy casino chán không. chung quanh tôi cũng có dăm cô sồn sồn. nhưng mấy cô này chỉ muốn đi với kép trẻ. tiên sư cái sự đời thôi thì ta trở về với cô bé có mái tóc bánh bèo. nhớ lại thời mình chăn trâu. đầu húi cua. khét nắng đời đơn sơ vậy mà vui. lại được cùng cô bé cạp chung củ khoai lang nướng. có mùi sùng. như tôi với cô bé thỏ. thời vương phủ đêm qua. tôi đi bụi ở nhà diễm tú. cùng với nghĩa và thận nhiên hát quán bên đường. tôi chỉ hát ké thôi, vì sợ hư bè như nhật hoàng nói ôi. mình gặp lại cô bé mái tóc bánh bèo trong một quán bar khuya. hình như là the house of the rising sun em bây giờ. bẹo hình hài. đem thân xác hiến cho phường tục tử. kiếm tiền

còn tôi làm nghề viết mướn

em hỏi đời buồn hay vui

tôi đáp. buồn hay vui. thì cứ hỏi cuộc đời

tới đây. tôi cầm ly rượu đập xuống bàn. đánh rầm

khiến hoàng chu đứng gần đó. giật mình. trợn mắt. ngạc nhiên

anh đỗ hồng ngọc thân

đêm qua. một trận thunderstorm. kéo qua bầu trời

tỉnh giấc. ba giờ sáng

tôi nghe như tiếng không lộ thiền sư. hú rền. lạnh thái hư

nhìn ra. thấy bóng đinh cường. bạn chúng ta. mặc áo tím. đi trong mưa. qua rừng natick. có tiếng còi tàu vọng lại

và tôi muốn khóc

gọi thầm tên nhau. như sơn. gọi thầm. gọi thầm tên nhau. đừng bỏ tôi đi*

ơi hà thanh. ... xứ huế bây giờ / vẫn còn núi ngự bên bờ sông hương**. bùi giáng ngày nào đã hạ bút.

vậy mà hà bỏ đi sao. huế và hà thanh. chưa ai hát hải ngoại thương ca hay bằng hà. cả mình và nguyễn xuân phước đều mê. đêm qua nhân giỗ đầu của hắn mình vừa nghe lại. đêm trên trời có một vầng trăng. trăng của dòng sông xanh đó. hà ạ.

vừa dẫn thơ. bỗng thấy bùi giáng chợt hiện

đứng múa. trên ngã ba đường bà lê chân. tân định

bùi giáng. lưng đeo đầy túi cói. và lon cóng

cầm chiếc quạt

đưa cao. hát

*em ơi. em đẹp vô cùng*

*vì em có cái lạ lùng bên trong*

a. cái lạ lùng bên trong là gì. đọc một hôm gặp lại của đỗ hồng ngọc. chỉ thấy anh ỡm ờ. không chỉ đích xác

tức quá. bèn tìm cho ra

và rồi chợt ngộ

đúng rồi. cái chỗ đặt của mai thảo đó mà. thảo nào

nhiều người mê

như mê sến già nam. ý. đừng. mê sến nữ trẻ thôi

bỗng dưng. thèm đi ra bãi biển phan thiết của anh đỗ hồng ngọc. ăn cái bánh căn. rồi tắm biển. không sợ cá chết. nước nhiễm độc

ở đây tôi gặp. từ thế mộng và nguyễn bắc sơn. ngồi nhậu trong một quán lá bên đường. đọc thơ tôi nghe. *mấy hôm nay biển thở dài / thì ra em bệnh đã vài bốn hôm...* (TTM) và nghe. *ta vốn ghét đàn bà như ghét cứt / nhưng vì sao ta lại yêu em...* (NBS)

ôi. ghét đàn bà ư. ở đó mà tin mấy ông nhà thơ. tui thì đàn bà nào cũng mê và còn dại gái nữa. như một chị bạn xinh đẹp ở đây từng nhận xét

hơn thế nữa. muốn làm chàng trai ở rể được người yêu cẩn thận dặn dò. *chuột kêu chút chít trong rương/ anh đi cho khéo đụng giường mẹ hay*

và làm chàng thư sinh mặt trắng của bồ tùng linh gặp cô ma nữ *hỏi không đáp bèn giao hoan*

thôi. nói chuyện bậy bạ quá trời. đó là do ông đỗ hồng ngọc đầu têu. xin người yêu đứng đắn của tôi ở bên bờ tây đừng rầy la. tội nghiệp

thôi. chuyện nghiêm chỉnh vậy

trước hết là chuyện ông võ phiến. cùng bạn. ngồi nhìn bồ câu bay. lâu lâu con mái xòe đuôi để con đực *"lắp ráp". rồi lại bay đi. trưa nào cũng bay* (VP)

trời ơi. lại nói bậy rồi. cho dù nói theo hai ông đỗ hồng ngọc và võ phiến. xin trở về với các bạn ta. chắc ăn hơn

đinh cường chẳng hạn. không bao giờ nói bậy. chỉ nói những lời có cánh dễ thương. nên được bạn bè yêu mến. xin kể ra đây tựa đề những đoạn ghi của cường theo sách đỗ hồng ngọc. đoạn ghi ngắn nhớ *ngày 15 tháng 3 sinh nhật cháu. cho con dốc sâu xuống thân trọng điền trang. thăm những nhà ga sắp hồi sinh. thức dậy ngồi im trong đêm khuya. tạm biệt sài gòn lần nào cũng mưa chiều nặng hạt. từ đà lạt thuê xe tắc xi cùng bửu ý về thăm sơn núi. v.v...*

cường ơi. tôi muốn một hôm nào đó. xin trở lại thăm cái basement của bạn. ngắm các bức tranh. những chân dung bạn bè. và nhìn hình chụp bạn cùng tôn nữ kim phượng. thời còn trẻ. nắm tay nhau chạy xuống đồi. với tôi tấm hình này là đẹp nhất trong những trang đẹp của đời bạn

và lữ kiều. người chủ dễ thương của thân trọng điền trang ở đà lạt. chàng yêu thơ từ lúc trẻ. không hề coi thơ là thứ để trang sức. chàng viết. *con dế mèn có thể hát để mà hát nhưng tôi không thể viết để mà viết*

còn lê ký thương nữa. người luôn bị ám ảnh bởi bông sen. mải mê vẽ nó. để rồi cuối cùng thị được và sụp lạy cúi đầu như quách thoại trước bông thược dược...

lại nữa. tôi từng đọc và mê chiếc piano treo ngược và những giấc mơ của lữ quỳnh có bạn bè cười nói đông vui, ấm áp. lữ quỳnh từ bao lâu nay vẫn là người thiết tha, thủy chung với bạn. những niềm vui, nỗi buồn của anh hầu như lúc nào cũng có bóng người bạn bên mình. nhưng theo đỗ hồng ngọc, thơ lữ quỳnh gần đây đọng một nỗi sầu dằng dặc đến phải kêu lên *"đừng giục cơn sầu nữa sóng ơi"*!

với trần hoài thư. người chủ thư quán bản thảo và thư ấn quán. vẫn là con *bìm bịp gọi chiều nước lên*. Anh và chị yến đã bỏ bao công sức và thì giờ cho những công trình văn học miền nam. có hôm trên đường tới thư viện tìm tài liệu. giữa tiểu bang mênh mông. anh và chị yến dừng xe thổn thức. chị yến giờ này nằm một chỗ trong nursing home. anh một mình ra báo in sách. ôi. *văn chương vô mệnh lụy phần dư*. là nguyễn du hay là anh đó. hả anh thư. *son phấn có thần chôn vẫn hận. văn chương không mệnh đốt đi lụy vẫn còn*. ôi. tôi vẫn mong tới thăm anh và chị yến một lần mà không có ai cùng đi.

anh đỗ hồng ngọc ơi. bây giờ cho nổ sảng chút chơi nha

trong dư vang tiếng sấm. đọc lại thơ mình tôi thấy hiện
lên cây sequoia ngàn tuổi. sừng sững giữa đại

ngàn. ngọn vươn tới trăng sao

*Khi ở Garland. 2016*
**Nguyễn Xuân Thiệp**

# PHAN TẤN HẢI

## BẢN DỊCH VÀI BÀI TRONG TẬP THƠ NGẮN ĐỖ NGHÊ SANG ANH NGỮ

**Trái đất**

Giữa đêm
Thức giấc
Giữa ngày...

*Đỗ Nghê, Boston 1993*

**Earth**

In middle of the night
Awakening
In middle of the day...

*Do Nghe,*
*Boston 1993*

**Sóng**

Sóng
Quằn quại
Thét gào
Không nhớ
Mình
Là nước

*Đỗ Nghê*

**Waves**

The waves
Wriggle
Roar
Forgetting
Of being
Water

*Do Nghe*

**Nước**

Nước từ đâu đến
Nước trôi về đâu
Từ con suối nhỏ
Từ dòng sông sâu
Từ khe núi lở
Từ dưới nhịp cầu
Từ cơn thác lũ
Từ giọt mưa rơi

Nước đến từ đâu
Nước trôi về đâu
Từ cơn gió thoảng
Từ làn mây trôi
Từ hơi biển mặn
Từ phía mặt trời

Nước vẫn muôn đời
Không đi chẳng đến
Ai người nỡ hỏi
Nước đến từ đâu
Ai người nỡ hỏi
Nước trôi về đâu...

*Đỗ Nghê,*
*Paris 1997*

## Water

From where the water comes
To where the water flows
From a small stream
From a deep river
From a steep ravine
From beneath the bridges
From a massive flood
From falling raindrops

From where the water comes
To where the water flows
From a breeze of wind
From a floating cloud
From salty sea air
From the sun's rays
Water forever
neither comes nor goes
Who has the heart to ask
from where the water comes
Who has the heart to ask
to where the water flows

*Do Nghe,*
*Paris, 1997*

*https://www.youtube.com/watch?v=CBk4jUw1IKs*

## Bông hồng cho mẹ

Con cài bông hoa trắng
Dành cho mẹ đóa hồng
Mẹ nhớ gài lên ngực
Ngoại chờ bên kia sông...

*Đỗ Nghê, 2012*

## A rose for Mom

I put on myself a white rose
and give Mom a red one
Mom, be sure to put it on a lapel
Grandma is waiting at the other shore of the river...

*Do Nghe*
*(2012)*

## Giỗ một dòng sông

Sông ơi cứ chảy
Cứ chảy về trời
Cứ về biển khơi
Cứ làm suối ngọt
Cứ làm thác cao
Cứ đổ ầm ào
Cứ làm gió nổi
Cứ làm mây trôi...
Sông ơi cứ chảy
Chảy khắp châu thân
Chảy tràn ra mắt
Chảy vùi bên tai
Dòng sông không tắt
Dòng sông chảy hoài...

*Đỗ Nghê*

## Memorial service for a river

Dear river, just keep flowing
keep flowing to the sky
keep flowing to the ocean
keep being a sweet stream
keep being a high waterfall
keep swirling and gushing
keep becoming the howling wind
keep becoming the floating clouds
Dear river, just keep flowing
flow all over the body
flow throughout the eyes
flow all through the ears
The river doesn't give up
The river flows forever...

*Do Nghe*

## Vè thiền tập

Thả lỏng toàn thân
Như treo móc áo
Ngồi xếp bằng tròn
Vai ngang lưng sổ
Dõi theo hơi thở
Như mượn từ xa
Khi vào khi ra
Khi sâu khi cạn

Chú tâm quãng lặng
"Pranasati"
Hơi thở xẹp xì
Thân tâm an tịnh
Không còn ý tưởng
Chẳng có thời gian
Hạt bụi lang thang
Dính vào hơi thở
Duyên sinh vô ngã
Ngũ uẩn giai không
Từ đó thong dong
Thõng tay vào chợ...

*Đỗ Hồng Ngọc*

**Meditation verse**

Relax your whole body
just like to hang clothes on a coat hanger
Sit in cross-legged position
with your back straight, shoulders horizontal
Focus your mind on the breaths
just like borrowing something from afar
Breathing in and out

Breathing deep and low
Focus your mind on the quiet between
"Pranasati"
When the breaths almost vanish
your mind and body become still and pure
Thoughts cease to exist
Time disappears
Only the wandering dust
attaches to the breaths
See that all things are dependent arising and non-self
See that the five aggregates are emptiness
Thereafter you can leisurely
enter the marketplace.

*Do Hong Ngoc (Do Nghe)*
*(translated by Phan Tấn Hải, 01-2018)*

# MINH LÊ

## HỌC PHẬT QUA THƠ ĐỖ HỒNG NGỌC

Từ trước tới giờ, tôi ít đọc thơ vì tự thấy mình có chút thiếu "hồn thơ lãng mạn". Dù vậy, tôi là người hâm mộ âm thầm nhiều năm của Bác sĩ Đỗ Hồng Ngọc, không chỉ với sách của Anh mà cả với các bài thơ Anh viết. Anh làm thơ cũng như viết văn, nghiêm túc mà dí dỏm, nhẹ nhàng mà sâu sắc, ngắn gọn mà vô số "ý ở ngoài lời". Anh còn giảng và viết nhiều bài về Phật pháp rất hay, nhưng tôi thích học Phật qua thơ của Anh hơn.

Như bài *"Nỗi nhớ"* in trong tập *Vòng quanh* (NXB Trẻ 1997 tr. 38) chỉ có 6 câu:

*"Thôi hết cồn cào*
*Thôi không quặn thắt*
*Chỉ còn âm ỉ*
*Chỉ còn triền miên*
*Thì thôi cấp tính*
*Thì đành kinh niên."*

Lần đầu đọc khi còn trẻ, tôi bật cười, nghĩ tác giả chắc "méo mó nghề nghiệp", tả nỗi nhớ mà cứ như tả cơn đau thể chất vậy, nhưng tác giả cũng thật tài tình, chọn từ và vần điệu làm sao mà người đọc cảm nhận được từ cơn đau ít tới cơn đau nhiều, từ "bệnh" nhẹ tới "bệnh" nặng. Lần thứ hai đọc ở tuổi trung niên, tôi cảm thán tác giả "hiểu đời" ghê, bởi từng trải rồi mới biết "nhớ" cũng đau "quặn thắt ruột gan" chớ không vừa. Lần thứ ba đọc, tôi liên tưởng tới bài hát *"Đưa em tìm động hoa vàng"* (nhạc Phạm Duy, lời Phạm Thiên Thư):

*"Rằng xưa có gã từ quan,*
*Lên non tìm động hoa vàng ngủ say*
*Thôi thì thôi để mặc mây trôi*
*Ôm trăng đánh giấc bên đồi dạ lan*
*Thôi thì thôi chỉ là phù vân*
*Thôi thì thôi nhé có ngần ấy thôi."*

*Nỗi nhớ* của Phạm Thiên Thư dù nói "chỉ là phù vân, có ngần ấy thôi" sao vẫn có cảm giác day dứt luyến tiếc không đành lòng, dù lặp đi lặp lại "thôi" rất nhiều lần mà vẫn chưa "thôi" thật sự. Đúng là nghệ sĩ mà, cho nên mới... khổ! Ngược lại *nỗi nhớ* của Đỗ Hồng Ngọc rất tỉnh táo "rằng đau thì biết là đau", chuyện xác nhận "thì thôi cấp tính thì đành kinh niên" cũng mang vẻ an nhiên. Chính nhờ chấp nhận nỗi đau đó sẽ ở với mình vĩnh viễn mà lòng mình trở nên bình tĩnh hơn để chuyển hóa "rác thành hoa, đau khổ thành an lạc". Đây chẳng phải "chiếu kiến ngũ uẩn giai không" trong *Tâm Kinh* đó sao?

Anh Ngọc quê La Gi, còn tôi sinh Phan Thiết, lớn lên ở Nha Trang nên khi tình cờ đọc bài *"Giả sử"* của Anh, tôi xém chút la lên "ôi bài thơ của đời tôi":

*"Giả sử sóng thần ập vào Nha Trang*
*Ập vào Mũi Né*
*Anh chỉ kịp quẳng em lên một chiếc thuyền thúng*
*Vút qua những ngọn dừa*
*Những đồi cát trắng*
*Em nhớ mang theo đôi quả trứng*
*Vài nắm cơm*
*Vài hạt giống*
*Đừng quên mấy trái ớt xanh...*
*Biết đâu mai này*
*Ta làm An Tiêm*
*Trở về làng cũ*
*Nơi này ta sẽ gọi là Nha Trang*
*Nơi kia gọi là Mũi Né...*
*Cho nên*
*Sao chẳng sớm mà thương nhau hơn?"*
(4/2011, đăng 13/9/2020 dohongngoc.com)

Hồi nhỏ nhà tôi ở sát biển nên tôi rất sợ sóng thần. Lâu lâu tôi lại nằm mơ thấy sóng thần ập vô cuốn trôi mọi thứ, nghĩ mà rùng mình. Sau khi đọc bài *"Giả sử"*, tôi viết email cám ơn Anh Ngọc đã giúp tôi hết sợ sóng thần. Anh đùa: "Hết sợ sóng thần vì đã sẵn thuyền thúng ở trong nhà và đã cụ bị sẵn các thứ, nhất là ớt xanh rồi phải không? Dân Phan Thiết có khác!" Trời, sao Anh đi guốc trong bụng tôi vậy? Thì Anh đã chọn mọi thứ chu đáo quá mà: đôi quả trứng đặng sau này còn nở ra gà con nè, vài nắm cơm vắt ăn đỡ đói lòng những ngày "lênh đênh" nè, rồi hạt giống để trồng lại vườn cây nè, có cả mấy trái ớt xiêm xanh – món "tủ" của dân Phan Thiết và Khánh Hòa nữa.

Nói nhỏ nghen, thiệt ra tôi tâm đắc nhứt câu cuối cùng *"sao chẳng sớm mà thương nhau hơn?"*. Lúc đó, tôi viết cho Anh cách hiểu của tôi như vầy: "Sóng thần, hay sóng cuộc đời có dữ dội cách mấy, mà có một người nắm tay đi với mình, thì có gì phải sợ phải không Anh?" Anh cười không trả lời. Giờ tôi mới nhận ra, cái "thương" mà Anh nói không chỉ là tình yêu trong gia đình mà chính là "tình thương của Bụt" – từ của thiền sư Nhất Hạnh. Đó là "từ bi hỷ xả", gồm khả năng hiến tặng niềm vui, làm vơi nỗi khổ, tình thương mang lại hạnh phúc và tự do. Vậy sao không "sớm mà thương nhau hơn" thì đời sẽ thêm nhiều an lạc, đợi chi tới sóng thần?

Tháng 12/2020, Anh Ngọc viết bài *"Biết rồi còn hỏi!"*:

*"Tôi ngồi trước tượng Phật*
*Viết lăng nhăng mỗi ngày*
*Để khi nào bí thì hỏi*
*Phật tủm tỉm cười*
*"Biết rồi còn hỏi!"*
*Sáng ra đường phố*
*Từng bước như đi dạo*
*Không thấy nở hoa sen*
*Ngước mắt nhìn lên*
*Một tấm biển to chữ đỏ*
*"Đồ ngu cao cấp"*
*Cửa hàng Fashion*
*Rơi dấu hỏi...*
*Đâu cần trốn ra khỏi cổng thành*
*Xóm nghèo nơi tôi ở*
*Bên phải là nhà bảo sanh*
*Bên trái là bệnh viện*
*Đằng kia lớp dưỡng sinh*
*Đằng nọ nhà quàn vô lượng thọ...*
*Hằng ngày nghe tiếng khóc trẻ con*
*Nghe tiếng rên người lớn*
*Tôi nhắc Phật đừng buồn*
*Không được quạu quọ, không được cau có*

*Không được nhăn nhó...*
*Phật cười*
*"Phải! Nó vậy đó"."*
(dohongngoc.com 4/12/2020)

Bài này dễ hiểu, nhưng hiểu hết lại không dễ. Mấy chỗ "bí thì hỏi", mà Phật chỉ tủm tỉm *"biết rồi còn hỏi!"* nghe đơn giản chớ đúng phóc nha. Càng sống lâu càng có nhiều chuyện tưởng "bí", thiệt ra mình đã "biết" rồi, chẳng qua tâm không đủ tịnh để "hiểu" thôi. Khổ thơ thứ hai chắc tác giả vừa viết vừa cười mím chi, té ra "thiếu dấu hỏi" thì thành "ngu", mà đời này, thiếu gì chuyện thắc mắc mà không dám hỏi, nên mình chắc "ngu trường kỳ". Khổ thứ ba tả "sinh, lão, bệnh, tử" – những cảnh ngay trước mắt ta đó thôi. Rồi khổ thơ cuối cùng, giữa "sinh, lão, bệnh, tử" vẫn giữ được tâm an, không "buồn, quạu quọ, cau có, nhăn nhó" thì thành "bụt" rồi, "bụt" là vậy đó! Từ ngữ bình dị, nhịp thơ thong thả, tự nhiên không gò bó nhưng âm điệu bằng trắc nhịp nhàng, láy vần rất duyên dáng. Đây là một trong những bài tôi thích nhứt trong thơ Anh Ngọc bởi nó đại diện cho sự đặc biệt hiếm thấy trong thơ: nội dung dí dỏm mà thâm thúy, từ ngữ, tiết tấu, âm vần đều được chọn rất nghệ thuật mà vẫn trôi chảy tự nhiên mới hay.

Người ta hay nói "thơ là tiếng lòng". Đã là âm thanh thì phải có tần số, và cái radio trong mỗi chúng ta tùy theo tuổi tác, kinh nghiệm sống và tính cách mà "bắt" được những tần số khác nhau. May mắn thay, cái radio cọc cạch của tôi lại bắt được chút xíu "tần số" trong thơ Đỗ Hồng Ngọc, và từ đó học được chút xíu "suy nghĩ của Bụt" từ thơ Anh.

Mong Anh luôn khỏe, an lạc và tiếp tục sáng tác thêm nhiều "tiếng lòng" truyền cảm!

**Minh Lê**
*Suối Tiên, 7/2021*
*(Thư viện Hoa Sen)*

## *Mũi Né*

*Mũi Né – Thơ Đỗ Hồng Ngọc*
*Nhạc Hoàng Quốc Bảo – Tiếng hát Thu Vàng*
*https://www.youtube.com/watch?v=y3O9_pVexA*

## LÊ UYỂN VĂN

### ĐÔI DÒNG

*Bìa tập thơ Đỗ Hồng Ngọc (Nxb Trẻ 1997)*
*Tranh: Trần Văn Thảo*
*Trình bày: Lữ Quỳnh*

Đọc hai tập thơ *"Giữa hoàng hôn xưa"* và *"Vòng quanh"* của Đỗ Hồng Ngọc, càng thấm thía thế nào là "... một thứ thơ đích thực. Không cố buồn khi chưa đủ buồn. Không cố vui khi chưa đủ vui. Không cố nhớ khi chưa đủ nhớ! Thứ thơ mọc từ cội rễ tâm hồn, tự nhiên và giản dị như lời nói." (Lời tựa của *"Giữa hoàng hôn xưa"* - Đỗ Trung Quân). Thật sự, không có gì thâm sâu, bí hiểm cả, chỉ là niềm cô đơn thầm kín, nỗi buồn rực rỡ của xưa xa nhưng làm cho đời sống "bớt bất trắc hơn", "tuyệt vọng bỗng có vẻ đẹp riêng" như bông hoa nở muộn mằn bên trời hanh nắng.

Tôi yêu làn tóc mỏng manh trôi trong dòng lục bát của "Tóc phai sợi nhỏ":

*"Rồi thôi rồi chỉ một lần*
*Áo vàng em mặc mùa xuân gọi về*
*Thời gian sông nước trôi đi*
*Tóc phai sợi nhỏ thương hoài ngàn năm"*
(Giữa hoàng hôn xưa)

Vướng vít nhưng không khiến lòng quá đau thương, bịn rịn, không vò xé mà chỉ thấy trống trơ:

*"Ta về lối cũ*
*Nghe lòng lạnh băng*
*Thiếu em hoàng hậu*
*Ngai vàng như không"*
(Giữa hoàng hôn xưa)

Với *"Vòng quanh"*, tác giả đã chép thơ lên hành trình "lang thang" của mình, từ Huế, Văn miếu... đến Paris, Boston, Montréal, ...

Đây là lần bao nhiêu cũng không nhớ, tôi đã đọc bài thơ *"Tuyết"* – bài thơ tôi nắn nót ghi lại trong Sổ tay thơ - tuy nhiên, cảm giác chạm vào bài thơ được in trong tập *"Vòng quanh"* mà chính tác giả tặng thì lạ lẫm hơn nhiều:

*"Tuyết bay*
*Bay nhẹ*
*Phố Tàu*
*Gió*
*co ro lạnh*
*Phố đìu hiu*
*theo."*
(Vòng quanh)

Bài thơ nhỏ nhắn, chấm phá đơn sơ như tranh thủy mặc. Chỉ có màu trắng xóa của tuyết trên phố Tàu. Sao không là hình ảnh tuyết rơi ở một khu nào khác? Phải chăng ở phố Tàu, khu của người Á Đông, thì tuyết như lạnh hơn, phố đìu hiu hơn bởi niềm giá băng không chỉ do nhiệt độ, mà còn là cái lạnh của ly hương? Những bông tuyết rơi... rơi... rơi theo nhịp thơ ngắn, rất ngắn và những giọt lòng cũng thế, thánh thót rớt cho đầy nỗi niềm của người Việt đang đi giữa trời Tây!

Một tứ thơ bất ngờ ở *"Sóng"* khiến tôi "chết chìm" trong đó:

*"Sóng quằn quại*
*Thét gào*
*Không nhớ*
*Mình*
*Là nước"*
(Vòng quanh)

Hình như có bóng dáng Bashō đâu đây khi đọc mấy dòng này. Sóng cũng từ nước mềm mại, ngọt lành, hiền hòa mà ra đấy thôi! Nhưng sóng lại cuộn trào với một đời sống riêng của sóng... Đếm chữ trong một bài thơ thì cũng không cảm được gì nhưng tôi đã thử đếm, đúng mười âm tiết (chứ không phải mười từ) cho một bài thơ thâm thúy, cho *"Sóng"* bao la và thẳm sâu như biển!

*"Paris tháng Sáu", "Trong một nhà giữ lão ở Montréal", "Những bài La Ngà"*... đều là những bài thơ ấn tượng đối với tôi. Đọc những bài thơ này, cảm thấy những bon chen, giành giật, đua tranh trên thế gian thật nhọc nhằn và vô nghĩa; cảm thấy chữ "tình" trong đời sống thực tại mới quan trọng làm sao!

Để kết thúc bài viết nhỏ, ghi lại những ấn tượng đầu tiên sau khi đọc hai tập thơ của Đỗ Hồng Ngọc, tôi xin chép lại bài *"Nỗi nhớ"* - một bài thơ đậm mùi vị thuốc thang mà vẫn không kém màu lãng mạn - gửi đến mọi người:

*"Thôi hết cồn cào*
*Thôi không quặn thắt*
*Chỉ còn âm ỉ*
*Chỉ còn triền miên*
*Thì thôi cấp tính*
*Thì đành kinh niên".*
(Vòng Quanh)

Mỗi ngày đọc lại những bài thơ trong *"Giữa hoàng hôn xưa"* và *"Vòng quanh"*, tôi lại nhận ra vẻ đẹp khác của chúng, lại ngạc nhiên về chúng! Xin một lần nữa cảm ơn tác giả!

**Lê Uyển Văn**

## Bs. Trương Trọng Hoàng

### Thầy Đỗ Hồng Ngọc

Hôm nay dù chưa đến ngày 20/11 tôi vẫn muốn viết về BS Đỗ Hồng Ngọc – một người Thầy với phong cách giảng dạy đặc biệt đã để lại những ấn tượng và ảnh hưởng sâu sắc đối với công việc giảng dạy của tôi.

Còn nhớ cách đây đã lâu lắm rồi, ngày tôi học năm thứ 4 Đại học Y Dược Thành phố Hồ Chí Minh, tôi được học một buổi với Thầy – chỉ một buổi thôi nhưng đã để lại nhiều ấn tượng sâu đậm. Ngày đó Thầy đến lớp, giảng bài Săn sóc sức khỏe ban đầu trong Nhi khoa, khác với tất cả các giảng viên khác đó là Thầy chỉ giảng bằng hình. Thời đó hình không phải dễ làm, phải chụp bằng phim dương bản (slide), vô khung và phải dùng máy chiếu slide để trình chiếu. Và chính là nhờ những hình ảnh ấy của Thầy mà tôi thấy được Săn sóc sức khỏe ban đầu là những hoạt động thực tế, thấy được cuộc sống thật, thấy được những cảm xúc của người dân thể hiện qua những nụ cười, những vẻ mặt hân hoan, những hoạt động tích cực của họ. Nhờ đó mà tôi có được những cảm nhận sâu sắc, điều mà những bài giảng khác không cho tôi được và đó chính là điều mà tôi nhớ nhất.

Bẵng đi một thời gian tôi không có dịp gặp Thầy cho đến ngày tôi vào Trung tâm Thông tin & Giáo dục sức khỏe để Thầy phỏng vấn khi tôi xin làm việc tại Trung tâm. Thầy hỏi tôi nhiều về các hoạt động xã hội, văn nghệ mà tôi đã tham gia. Đó là điều mà tôi không ngờ tới. Nhưng điều mà tôi không ngờ tới hơn nữa đó là Thầy bảo tôi trang trí cho một tờ giấy bristol trên gắn những tấm ảnh mới chụp về các hoạt động của một chương trình thí điểm giáo dục sức khỏe thông qua mạng lưới nhân viên sức khỏe cộng đồng ở xã Hiệp Phước, huyện Nhà Bè. Cùng ngồi với tôi, Thầy đọc các chú thích ảnh cho tôi viết và Thầy đã hướng dẫn thêm nhiều điều lý thú ví dụ như cách ghi thứ bậc bằng số khi viết tên người như "chị 4 Điện" thay vì "chị Tư Điện" theo cách viết của người dân tại địa phương. Việc để tôi tận tay làm và hướng dẫn trực tiếp tại "hiện trường" giúp tôi cảm thấy tự tin hơn và cũng "nhớ bài" tốt hơn. Đó cũng chính là cách mà Thầy đã định hướng cho Bộ môn Khoa học hành vi & Giáo dục sức khỏe tổ chức cho sinh viên học qua thực hành, thực tế.

Tính đến nay tôi đã làm việc chung với Thầy 22 năm và tôi cũng đã đi dạy chung với Thầy rất nhiều lần. Tôi nhớ cách đây hơn 15 năm, lần đó tôi cùng với Thầy giảng cho lớp Bác sĩ Chuyên khoa cấp I Vệ sinh dịch tễ tại Cần Thơ. Tôi phụ trách giảng một bài và tôi đã chuẩn bị nội dung bài giảng khá chi tiết. Tôi nhớ đó là vào một buổi chiều và tôi đã giảng đến hơn 5 giờ, vượt hơn giờ kết thúc chính thức gần 10 phút. Kết thúc buổi giảng, Thầy không nhận xét nhiều chỉ nhẹ nhàng bảo tôi rằng đúng là tôi dạy rất bài bản, tuy nhiên Thầy cũng hỏi tôi là liệu rằng người ta có tiếp thu được gì không vào thời gian cuối cùng nhất là vào những phút vượt giờ. Lúc ấy tôi giật mình và nhận ra rằng tôi đã cố giảng để hoàn thành nhiệm vụ của mình mà không để ý gì đến việc tiếp thu của người học mà đó mới chính là điều quan trọng nhất trong việc dạy-học. Từ đó tôi tập giảng bài thoải mái hơn, bớt lệ thuộc vào những nội-dung-chuẩn-bị-trước của mình mà hướng đến việc đáp ứng những nhu cầu của người học.

Tôi có nói với nhiều học trò hoặc người quen rằng cách giảng dạy của Thầy Ngọc rất khó bắt chước thậm chí là không thể bắt chước vì không lần nào Thầy giảng giống lần nào. Tất nhiên Thầy có chuẩn bị trước và đến với các lớp tập huấn Thầy với tôi thường trao đổi với nhau về những nội dung gì cần đề cập và những hoạt động gì của học viên cần triển khai. Tuy nhiên đó chỉ là cái sườn còn lại thì Thầy nói tùy cảm nhận mà mình quyết định sẽ nói điều gì, nói cách nào, kể những câu chuyện vui gì... Vì vậy mà về sau này tôi cũng nhập tâm dần cách giảng dạy của Thầy, đến với bất cứ một lớp học nào, nhất là những lớp học lần đầu gặp mặt, tôi cũng dành ra một thời gian để cảm nhận rằng học viên đang muốn gì, đang không muốn gì và kể cả đang có những ưu tư, trăn trở gì ngoài việc học. Trên cơ sở đó mà tôi quyết định nội dung hoặc cách thức mà tôi giảng dạy giống như Thầy vậy.

Còn một điều nữa cũng rất khó bắt chước ở Thầy đó là trong giảng dạy Thầy kể rất nhiều câu chuyện dí dỏm, dùng nhiều sự so sánh rất đắc, chiếu nhiều hình ảnh ấn tượng... Cái nghệ thuật ấy, tôi phải dùng chữ "nghệ thuật", mang phong cách nghệ sĩ đặc trưng Đỗ Hồng Ngọc. Nhiều khi chỉ bằng một câu chuyện vui mà Thầy làm cho người học "nhớ đời", chỉ một trò chơi mà làm người học giật mình, hoặc chỉ một sự so sánh, một cách giải thích từ ngữ mà khiến mọi người hiểu rõ những khái niệm và kể cả thêm yêu ngôn ngữ Việt nhuần nhị, sâu sắc. Thật sự thì tôi cũng "cọp-dê" những câu chuyện, sự so sánh, những hình ảnh, những trò chơi Thầy đã dùng để đưa vào các buổi giảng của mình nhưng mãi vẫn không toát được cái phong cách của Thầy. Thôi thì tôi sẽ cố trau giồi thêm... cái "máu nghệ sĩ" của mình để có thêm sự nhạy cảm, sự tinh tế ngõ hầu trong giảng dạy có thể bật ra những "nốt nhạc" riêng của mình.

Có lẽ những điều tôi nêu trên đây chưa thể nói hết về phong cách giảng dạy của Thầy, nhưng có một điều mà tôi muốn nói đó là nếu không có sự hướng dẫn, khơi gợi của Thầy thì tôi đã không chọn giảng dạy là cái nghiệp của mình vì lẽ nhờ Thầy mà đối với tôi hiện giờ giảng dạy không chỉ là một khoa học mà còn là một nghệ thuật, không chỉ là cái nghề mà còn là cái nghiệp trong đó mình trở thành một đốm lửa nhỏ nhen nhóm cho những ngọn lửa lớn cháy lên trong lòng người học, trong lòng con người.

**Bs Trương Trọng Hoàng**
*2011*

*Sinh viên y khoa năm thứ V học với Thầy ĐHN.*

# ĐINH CƯỜNG

## KHI XEM HAI PHÁC THẢO ĐỖ HỒNG NGỌC VẼ LỮ QUỲNH

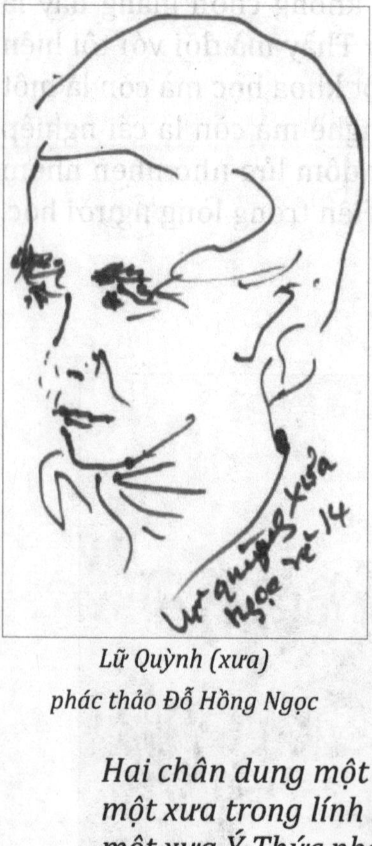


*Lữ Quỳnh (xưa)*
*phác thảo Đỗ Hồng Ngọc*

*Lữ Quỳnh (nay)*
*phác thảo Đỗ Hồng Ngọc*

*Hai chân dung một Lữ Quỳnh*
*một xưa trong lính bềnh bồng tóc xanh*
*một xưa Ý Thức nhóm văn*
*một xưa Huế. những đêm tăm tối cùng*

*nhớ không thuốc vấn từng vòng*
*từng chai để bỏ thuốc rầy cho trong*
*vậy mà vui gặp nhà Sơn*
*vậy mà vui Bửu Chỉ đàn say sưa*
*nay thì hai bạn ta đi*
*nay thì bạn té đôi khi đôi lần*
*nay thì tôi cũng phù vân*
*chiều phone nhau. biết còn gần còn xa*
*chân dung sau như nhìn ra*
*đời nghiêng theo ánh trăng tà. lời kinh*
*mới hay Phật độ an lành*
*mới hay Ngọc vẽ rất rành. tuy chơi...*

**Đinh Cường**
*Virginia, October 30, 2014*
*(tranthinguyetmai wordpress)*

*Đỗ Nghê, Lữ Kiều, Lê Ký Thương, Chu Văn Thuận*

## ELENA PUCILLO TRUONG
## CHUYỂN NGỮ BÀI THƠ RÙNG MÌNH SANG TIẾNG Ý VÀ TIẾNG PHÁP

**Brividi | Rùng Mình**

Rabbrividendo, l'Uomo chiede:
Perche'i terremoti e gli tsunami
Continuano ad arrivare un giorno dopo l'altro?

Perche' i vulcani continuano ad eruttare?
Perche' i ghiacciai si sciolgono, i tifoni distruggono?
Perche' i bambini e i vecchi vengono
trascinati e inceneriti?
Le case crollano e le citta' sono distrutte
come fossero i giocattoli
di un bambino arrabbiato.
E perche', perche'..???

Ed ora ascolta
Solo un istante...
Rabbrividendo anche la Terra chiede:
Perche' le montagne continuano a crollare?
Perche' i fiumi vengono bloccati?

Perche' si continua a perforare il fondo della terra?
Perche' gli uccelli delle foreste,
i pesci del mare non hanno un posto dove stare?

Perche' gli alberi secolari vengono sradicati?
Perche' il riso, il granoturco vengono
modificati geneticamente?
E perche', perche'
Una volta ci si appoggiava uno all'altro
Sembra che ora non abbiamo più bisogno
l'uno dell'altro
La Terra rabbrividisce
L'Uomo rabbrividisce
Ognuno per proprio conto.

*Elena Pucillo Truong*

*Đỗ Hồng Ngọc, Trương Văn Dân & Elena Pucillo Trương*

## Frissons | Rùng Mình

Frissonant, l'Homme demande:
Pourquoi les tremblements de terre et les tsunamis
Continuent à arriver un jour après l'autre?
Pourquoi les volcans continuent à éclater?
Comment arrive-t-il que les glaciers fondent,
les typhons détruisent?
Pourquoi les enfants et les personnes âgées
Sont entraînés et sont reduits en cendres?
Les maisons s'effondrent et les ville sont détruites
Comme si elles étaient des jouets d'un enfant en colère.
Et pourquoi, pourquoi?
Et maintenant écoute
Seulement un instant.....
Frissonant la Terre demande également:
Comment arrive-t-il que les montagne
continuent à s'effriter ?
Pourquoi les rivières viennent bloquées?
Comment arrive-t-il qu'on continue à percer
le fond de la terre?

Pourquoi les oiseaux de forêts, les poissons de la mer
n'ont plus un endroit où vivre?
Pourquoi les arbres sont déracinés?
Pourquoi le riz , le maïs sont génétiquement modifiés?
Et pourquoi, pourquoi?
Une fois on s'appuyait l'un à l'autre
Il semble que maintenant nous n'avons plus
besoin les uns des autres.
La Terre frissonne
L'Homme frissonne
Chacun pour son propre compte.

*Elena Pucillo Truong*

*Buổi RMS Về Thu Xếp Lại của ĐHN tại nhà Lê Ký Thương.*
*Từ trái: Nguyên Cẩn, Trương Văn Dân, Thi Anh, Đỗ Hồng Ngọc, Hoàng Kim Oanh, Elena Pucillo Trương; phía sau: Mỹ Lệ, Đình An*

TM

# LƯƠNG THƯ TRUNG

## NHỚ SÀI GÒN, QUA BÀI THƠ "MAI SAU DÙ CÓ BAO GIỜ" CỦA ĐỖ HỒNG NGỌC

Giới thiệu chương trình nhạc chủ đề "Tình Ca Việt Nam" trên đài phát thanh Sài Gòn, vào đầu thập niên 1970, nhà văn Nguyễn Đình Toàn viết:

"Tình ca, những tiếng nói thiết tha và tuyệt vời của một đời người, bao giờ cũng bắt đầu từ một nơi chốn nào đó, một quê hương, một thành phố, nơi người ta đã yêu nhau.

Tất cả mùa màng, thời tiết, hoa lá, cỏ cây của cái vùng đất thần tiên đó, kết hợp lại, làm nên hạnh phúc, làm nên nỗi tiếc thương của chúng ta..." (1)

Vâng, đó là chương trình nhạc chủ đề mà hồi ấy, những "Ngày hai mươi tuổi, có những đêm chong đèn ngồi..." (2), chúng tôi rất mê và ghiền lời giới thiệu các bản nhạc trong chương trình này mà nhà văn Nguyễn Đình Toàn đã gởi đến thính giả; mà dường như cách nào đó, với Sài Gòn, nơi thành phố ấy của hơn nửa thế kỷ (55 năm) trước, chúng tôi có những lần hẹn hò với một cuộc tình rất tha thiết và nồng nàn mà giờ ngồi hồi tưởng lại đúng là thành phố ấy nó "làm nên hạnh phúc, làm nên nỗi tiếc thương của chúng ta..."

Đó là nhạc chủ đề, còn trong thơ ca thì sao? Xin mời bạn nghe Đỗ Hồng Ngọc (tức nhà thơ Đỗ Nghê), hơn bốn mươi năm trước, đã viết một bài thơ rất đằm thắm, thiết tha trong tâm trạng tiễn người bạn cũ giã từ để ra đi về "nửa vòng trái đất cõi người ta" trong bài thơ *Mai sau dù có bao giờ...*

Lâu nay đọc thơ Đỗ Hồng Ngọc, ít khi thấy ông "thiệt thà" bày tỏ nỗi lòng riêng tư, nhưng với *Mai sau dù có bao giờ* ta thấy thêm góc khuất khác của nhà thơ Đỗ Nghê vậy.

*"Cám ơn em đã đến giã từ*
*Dù sao năm tháng vẫn chưa phai*
*Em cười mà mắt còn đẫm ướt*
*Hình như tối qua trời không mưa"*

Lần đó, họ không nói với nhau một lời nào, mà chỉ trao cho nhau những nỗi niềm bằng ánh mắt; bởi lẽ trong những hoàn cảnh như vậy lời nói nào đủ nghĩa yêu đương cho bằng ánh mắt thiết tha:

*"Tôi hiểu – em đừng nói gì thêm*
*Những lời không đủ nghĩa đâu em*
*Tôi sẽ đưa em thăm thành phố*
*Em không ngại là tôi cũng ghen*

Rồi họ cùng đi thăm lần cuối "một quê hương, một thành phố" nơi mà "cả mùa màng, thời tiết, hoa lá, cỏ cây của cái vùng đất thần tiên đó, kết hợp lại, làm nên hạnh phúc, làm nên nỗi tiếc thương"...

*Thành phố – nơi ta đã lớn lên*
*Nơi ta hò hẹn buổi đầu tiên*
*Nơi ta hờn giận ta vui sướng*
*Thành phố – chân hôn mỗi bậc thềm!"*

Vâng, với nhà thơ, Sài Gòn là cả một vùng kỷ niệm chập chùng với bến Bạch Đằng ngày ấy, (Bạn còn nhớ Nguyên Sa: *"hãy đưa tôi ra bờ sông, để tôi nhìn dòng nước chảy, tôi nhìn tôi bơ vơ..."* không?) và cả ngôi trường Trưng Vương với màu áo xanh của các nàng nữ sinh thướt tha trong nắng sớm sân trường, với khung trời Đại học của một thời sinh viên nhiều mộng đẹp nữa ...; nhiều và nhiều lắm... Những chữ *"lối xưa xanh áo"*, *"mờ rưng rưng"*... rất thiết tha và gợi lại biết bao nỗi nhớ mà con tim và tâm hồn của những người trong cuộc không khỏi bồi hồi, ray rứt, bâng khuâng...

*"Tôi sẽ đưa em ra bờ sông*
*Sông Sài Gòn mà bến Bạch Đằng*
*Lối xưa xanh áo Trưng Vương đó*
*Mái trường Đại học mờ rưng rưng"*

Nhắc tới Sài Gòn là nhắc tới những con đường tình rợp lá me bay như đường Gia Long, đường Lê Thánh Tôn và nhứt là con đường Nguyễn Du trong bài thơ, nhưng không thể không nhắc tới cái nắng của Sài Gòn, những cơn nắng làm "hanh đôi má" nàng, và "mồ hôi mặn", nhưng với họ, những đôi tình nhân gắn bó ấy thì lúc bấy giờ họ không lấy gì làm khó chịu với cái nắng nóng ấy, mà còn "thấy thương ghê"... Mấy chữ "rợp mát bóng me che" trong câu thơ tả cảnh con đường Nguyễn Du dưới đây, thiệt là hết ý!

*"Tôi sẽ đưa em ghé Nguyễn Du*
*Con đường rợp mát bóng me che*
*Cái nắng Sài Gòn hanh đôi má*
*Giọt mồ hôi mặn thấy thương ghê"*

Qua con đường Nguyễn Du, một trong những con đường tình tiêu biểu của Sài Gòn, và dĩ nhiên Sài Gòn không chỉ có thế, mà Sài Gòn ai đã đến đó và ở đó dù lâu, dù mau đều nhận ra rằng Sài Gòn bên cạnh những con đường lớn, những tòa nhà cao, những khu mua bán sầm uất, nó còn có rất nhiều con hẻm nhỏ mà ở đó nhà nhà, người người chen chúc nhau kiếm sống lây lất qua ngày, dù tất bật, nhưng không thiếu tình chòm xóm, tình lân láng, tình người...:

*"Tôi sẽ đưa em về Bàn Cờ*
*Xóm nghèo nho nhỏ đường quanh co*
*Tình người thắm đượm từng nếp áo*
*Bà mẹ ngày nao em nhớ chưa"*

Nhớ lại hồi cách nay năm mươi lăm năm về trước, chúng tôi còn nhiều lắm những kỷ niệm qua bao lần nơi ghế đá công viên, những quán nước bên đường, những cà phê gốc me vào mùa mưa tháng Sáu của Sài Gòn; những rạp xi nê với các phim thời tài tử Alain Delon ăn khách một thời, nào rạp Rex, nào Eden, nào quán Tre quán Trúc nơi thương xá TAX thuở nào... với những hẹn hò mà chúng tôi không *"làm sao quên"* được, như nhà thơ muốn nói với người thương của mình:

*"Tôi hiểu em còn muốn đi thêm*
*Một đời chưa đủ phải không em*
*Chân bước đi mặt còn ngoảnh lại*
*Xao xuyến hồn ta – làm sao quên!"*

Ở đây, nếu bạn để ý một chút, trong đoạn thơ trên chúng ta sẽ bắt gặp tác giả không cố ý làm cho câu thơ cao siêu, bóng bẩy; trái lại ông rất khéo léo dùng một chút tâm sự của "kẻ ở người đi" trong sách Quốc văn Giáo Khoa Thư mà có lẽ ai ai trong chúng ta cũng có lần đã đọc qua mà có khi vì dòng đời tất bật quá, rồi lại quên:"Chân bước đi, mặt còn ngoảnh lại: từ cái mái nhà, cái thềm nhà, cái lối đi, cho đến bụi cây, đám cỏ, cái gì cũng làm cho tôi quyến luyến khác thường!". Cái hay của ý thơ vừa rồi là nó rất gần, rất quen mà gợi đúng cái tâm trạng của "kẻ ở người đi" trong một lần từ giã. Là một người đã hơn một lần "giã từ" Sài Gòn, hơn một lần "giã từ" người thân yêu của mình, tôi rất thấm thía câu thơ này của tác giả, nó nói lên được tấm lòng của người ở lại lo cho người thân của mình, rồi ra ở nơi "Nửa vòng trái đất cõi người ta" ấy, em sẽ sống thế nào và em sẽ phải làm gì với đất trời xa lạ ấy?

*"Thôi nhé từ nay em sẽ xa*
*Nửa vòng trái đất cõi người ta"*

Giữa chập chùng những ý nghĩ vừa lo lắng, vừa ái ngại ấy, rất may, tác giả không quên nuôi trong lòng niềm hy vọng, như một niềm an ủi cho chính mình và cho người thương yêu của mình:

*"Mai sau dù có bao giờ nữa*
*Thành phố – lòng mẹ vẫn bao la"*

Cái hay ở câu thơ *"Mai sau dù có bao giờ nữa"*, một phần rất Kiều, và một phần rất Đỗ Hồng Ngọc! Ở chữ "nữa" của Đỗ Hồng Ngọc, vốn là một trạng từ, mà tác giả cho vào cuối câu Kiều, nó vừa là niềm tin yêu và hy vọng, nó vừa là nỗi bịn rịn không rời như "nữa mai", "nữa rồi", "nữa khi", "nữa là"... mà bàng bạc một tấm lòng! Chính những chữ "nữa" ấy là những chữ làm gợi dậy tấm chơn tình trong tình yêu thương có lẽ chưa bao giờ dứt được... Nó vừa nhẹ nhàng mà thân ái, nó vừa tha thiết mà nồng nàn, nó làm tim gan người trong cuộc nhiều khi muốn đứt ruột nhưng vẫn giữ cho lòng chút hy vọng một ngày nào đó còn có dịp gặp lại nhau dù cho bao lâu sau đi chăng"nữa"!!!

Vâng, với Sài Gòn, với thành phố ấy với những đôi tình nhân đã yêu nhau cách nay hơn năm mươi lăm năm ấy, rồi ra, với chúng tôi, tôi chợt nhớ lại qua những kỷ niệm ngày nào quả quá đúng như nhà văn Nguyễn Đình Toàn nói *"làm nên hạnh phúc, làm nên nỗi tiếc thương của chúng ta..."*! Và với nhà thơ Đỗ Hồng Ngọc, khi tuổi đời giờ không còn trẻ trung gì, và đọc được bài thơ *"Mai sau dù có bao giờ"* này của ông, rồi tôi có dịp hồi tưởng lại những nơi chốn hẹn hò của những "Ngày hai mươi tuổi, có những đêm chong đèn ngồi..." với những con đường tình của Sài Gòn một thời, và nhìn lại lòng mình, tôi thấy ông nói quả quá đúng, không sai chút nào được khi ông viết: *"Mai sau dù có bao giờ nữa!"* thì Sài Gòn lúc nào cũng *"Xao xuyến hồn ta – làm sao quên!"*

**Hai Trầu Lương Thư Trung**
*(2021)*

*1/ CD Nhạc Chủ Đề Tình ca Việt Nam 1970 của NĐT.*
*2/ Lữ Kiều Thân Trọng Minh – "Trên Đồi Là Lô Cốt"*

*ĐHN và LTT ( cafe ở Đường Sách Saigon 2018)*

# NGUYÊN GIÁC PHAN TẤN HẢI

## ĐỌC TUYỂN TẬP
## “NHỮNG BÀI VIẾT VỀ THƠ ĐỖ HỒNG NGỌC”

Đó là một tuyển tập nhiều người viết. Tên đầy đủ của tuyển tập này là *“Những Bài Viết Về Thơ Đỗ Hồng Ngọc (Đỗ Nghê): Như Không Thôi Đi Được...!”* Sách phổ biến trong dạng e-book, chủ yếu để tặng.

Các tác giả trong tuyển tập — Ngô Nguyên Nghiễm, Đỗ Trung Quân, Trần Vấn Lệ, Ý Nhi, Lam Điền, Huỳnh Như Phương, Thu Thủy (Võ Phiến), Lữ Kiều Thân Trọng Minh, Nguyễn Thánh Ngã, Phat’s Blog, Đỗ Hồng Ngọc,

Hồ Đình Nghiêm, Nguyễn Thị Khánh Minh, Nguyễn Thị Tịnh Thy, Lương Thư Trung, Lê Uyển Văn, Thy Ngọc, Tô Thẩm Huy, Huỳnh Ngọc Chiến, Phan Chính, Lê Ngọc Trác, Du Tử Lê, Elena Pucillo Truong, Phan Tấn Hải, Luân Hoán — đưa ra những ghi nhận về thơ Đỗ Nghê, hay dịch một số bài thơ của họ Đỗ...

Một cách đa dạng, các nhận định nhiều tác giả đã cho thấy một chân dung đầy đủ hơn về bác sĩ Đỗ Hồng Ngọc, cũng là nhà thơ Đỗ Nghê. Trong đó, các nhà phê bình nhìn Đỗ Hồng Ngọc như một người làm thơ và viết văn để hiển lộ ra các tư tưởng Thiền vốn đã ẩn kín trong dòng chảy vô thường của đời sống, nơi người sống phải vật lộn với cái chết trong các bệnh viện, nơi đời sống hé lộ trên chiếc bàn sản khoa, nơi đau khổ không ngưng tiếng khóc nơi các nhà quàn phía sau bệnh viện... và nơi đó, thơ là chiếc thang tựa vào mây để bác sĩ Đỗ Hồng Ngọc leo từng bước lên trời...

Tuyển tập này thực hiện với hỗ trợ của nhà nghiên cứu Nguyễn Hiền Đức (thường được bạn hữu thân mật gọi là anh 5 Hiền), và được Đỗ Hồng Ngọc ghi chú là: "'*Như Không Thôi Đi Được*' là những bài viết về Thơ Đỗ Hồng Ngọc (Đỗ Nghê) do tôi gom góp như một "Tệp tuyển" (Bản thảo) đọc vui trong những ngày tháng *"Về thu xếp lại"* này, một kỷ niệm rất riêng tư và chỉ mong được chia sẻ cùng những bạn bè thân thiết..."

Nơi đây, xin phép trích lời các nhà văn trong tuyển tập này.

— Ngô Nguyên Nghiễm: *Như không thôi đi được...*, trích một vấn đáp phỏng vấn:

■ "Ngô Nguyên Nghiễm: Hình như tản văn viết về y học dưới bút pháp Đỗ Hồng Ngọc lại là những tác phẩm văn chương tuyệt diệu. Anh có xem cả hai như một khối duy nhất? Vì sao?

■ Đỗ Hồng Ngọc: Hình như trong tôi có sự lẫn lộn nào đó. Thân và tâm đâu có tách rời. Sắc thọ tưởng hành thức vẫn là một. "Ngũ uẩn giai Không" mà! Tôi không biết cách nào phân biệt rạch ròi hai lãnh vực này. Tại cái "tạng" nó vậy. Người đọc thơ tôi bảo "đời thường" quá, không có gì bay bổng tuyệt vời cả, người đọc tạp văn tôi lại bảo cứ như thơ..." (trang 9)

— Đỗ Trung Quân: Tựa *Giữa Hoàng Hôn Xưa...*, nơi đây Đỗ Trung Quân nói tới thơ Đỗ Hồng Ngọc thâm cảm về một Khổ Đế bất tận trong trần gian, trích:

"Cái nỗi buồn rực rỡ, nỗi cô đơn tuyệt đẹp ấy của bất cứ ai như anh – Đỗ Hồng Ngọc. Đời sống vốn nhiều bất trắc đã bớt bất trắc hơn. Khổ đau cũng có thể mọc lên những bông hoa đẹp đẽ. Tuyệt vọng bỗng có vẻ đẹp riêng. Và đời sống vẫn vĩnh cửu ở một chiều không gian khác. Như vậy, cuộc đời và nhà thơ – Ai sẽ phải cám ơn ai vậy?" (trang 13)

— Trần Vấn Lệ: Cảm Nhận Về Thơ Đỗ Hồng Ngọc... nhà thơ họ Trần đọc thơ họ Đỗ và cảm nhận thấy những trận gió Bấc quê nhà thổi trên các trang giấy, trích:

"Thơ Đỗ Hồng Ngọc / Đỗ Nghê không rườm rà, không làm duyên làm dáng, không lập dị. Thơ ông là Thơ Hồn Nhiên, Thơ Nhã Nhặn, Thơ Ngọt Ngào. Tôi đọc thơ ông rồi úp cuốn sách lên ngực nghe ấm... Gió Bấc đang thổi ở quê nhà, ngày Xuân đang đến không riêng ai..." (trang 14)

— Ý Nhi: Đọc Anh,Tôi Chưa Khi Nào Có Cảm Giác Ngờ Vực... Nhà thơ Ý Nhi nói rằng đọc thơ Đỗ Hồng Ngọc là cảm nhận các tình cảm rất mực tin cậy. Trích:

"Thơ Đỗ Hồng Ngọc là thơ của sự chân thành. Từ những bài thơ tình cảm viết cho cha mẹ, vợ con, bạn bè đến những bài thơ thế sự viết về đất nước, quê hương, từ những chuyện đời thường đến những chuyện cao siêu, những câu hỏi không lời đáp... Đọc anh, tôi chưa khi nào có cảm giác ngờ vực. Sau căn bệnh ngặt nghèo, Đỗ Hồng Ngọc đã viết bài thơ rất hay Xin cảm ơn. Tôi nghĩ, những độc giả của anh cũng cần nói lời cảm ơn anh, bởi chắc chắn, anh đã góp phần giúp chúng ta thanh lọc tâm hồn mình, giữa đời sống nhiều bụi bặm này." (trang 15)

— Lam Điền: Chu Hy Xưa Kia Từng Gọi Rằng *"Như Không Thôi Đi Được"*... Nhà phê bình Lam Điền nhìn ngược về chiều dài hơn nửa thế kỷ làm thơ của Đỗ Hồng Ngọc. Trích:

"... từ những tác phẩm đầu tiên trình làng hồi thập niên 1960-1970, Đỗ Nghê đã có một kiểu duyên ngầm trong những bài thơ tượng thành từ sự bùng phát của cảm xúc hay ông tự chưng cất những suy tư đến cái độ mà Chu Hy xưa kia từng gọi rằng: *như không thôi đi được."* (trang 16)

— Huỳnh Như Phương: Đỗ Hồng Ngọc: Thơ Ẩn Hiện Giữa Đời... Nhà nghiên cứu văn học họ Huỳnh nhìn thấy tư tưởng Thiền đã nằm sâu trong thơ họ Đỗ, và dẫn ra 4 dòng thơ rất Thiền. Trích:

"... ý hướng thiền học và cảm xúc tâm linh đã ươm mầm trong thơ Đỗ Hồng Ngọc từ rất sớm. Nhưng phải qua những trải nghiệm nào đó về cuộc đời, người ta mới có thể nghĩ sâu về Tâm kinh như tác giả Nghĩ từ trái tim. Cũng như phải đạt đến một sự hòa hợp nào đó giữa "ngã" và "tha", người ta mới viết được những câu thơ như Đỗ Hồng Ngọc:

*Hội An còn ngái ngủ*
*Mái chùa ôm vầng trăng*
*Giật mình nghe tiếng chổi*
*Gà gáy vàng trong sương."*
(trang 24)

— Thu Thủy (Võ Phiến): Thơ Đỗ Nghê... Võ Phiến là một Thái Sơn Bắc Đẩu của văn học. Nơi đây, Võ Phiến nhìn về các trang thơ họ Đỗ, nơi có nhiều hình ảnh bom đạn, chết chóc, nhưng nhà thơ lại có văn phong rất mực từ bi ân cần với cuộc đời. Trích:

"Lời thơ không chút gì cầu kỳ, đọc lên lại nghe có vẻ quen quen như từng gặp ở đâu đó. Thế mà những lời giản dị quen thuộc đó lại làm ta xúc cảm, bâng khuâng. Ấy chính bởi cái vẻ chân thành, cái đôn hậu tỏ từ tấm lòng người thơ. Họ Đỗ nói đến chiến tranh, nói đến bom đạn, đến chết chóc, đủ mọi thứ đáng khiếp đáng hãi; nhưng không một lần nào lời thơ có vẻ ác liệt bạo tàn. Không thể tìm ở đâu ra trên đời này một con người hiền lành hơn." (trang 29)

— Lữ Kiều Thân Trọng Minh: Vài Dòng Sau Một Tập Thơ... Nhà thơ Lữ Kiều cũng là một bác sĩ, bạn học của nhà thơ Đỗ Hồng Ngọc. Họ quen từ trường Đại học Y Khoa, cùng viết cho báo trường, cùng chia sẻ các cảm xúc thời quê nhà rất mực sóng gió. Lữ Kiều nói rằng các số báo trong sân đại học khi thiếu thơ họ Đỗ là một trống vắng lạ lùng. Trích:

"Và điều quan trọng là anh làm thơ. Thơ anh cũng giống người anh vậy. Hình như chúng ta chỉ bắt đầu thân nhau, khi cùng làm báo Tình Thương; những bài thơ anh ký Đỗ Nghê xuất hiện trên tờ báo của trường, những bài thơ, thoạt đầu không gây một chú ý nào quan trọng. Nhưng về sau, những số báo thiếu thơ anh, cho tôi cái cảm tưởng trống vắng điều gì đó. Điều gì? Phải chăng là nét đặc thù của thơ anh. Tôi phải diễn đạt thế nào cho đúng?" (trang 31)

— Nguyễn Thánh Ngã: Viết Gửi Những Cụ Già Ở Montréal... Họ Nguyễn viết rằng có những bài thơ của họ Đỗ nghe y hệt kinh, và đặc biệt là bài thơ Đỗ Nghê tặng một em bé sơ sinh nghe tuyệt hảo như một kinh thơ để thai giáo. Trích như sau:

"Đỗ Nghê thi sĩ tên thật là Người Cầm Ống Tiêm. Đối tượng Trẻ Sơ Sinh. Trong cái sát-na rung cảm chàng dám đại diện cho Đời giới thiệu cho "tính bổn thiện" số phận Con người thông qua ngũ uẩn. Bé Sơ Sinh ơi, Ngươi là đứa bé nào ở không-thời-gian Từ Dũ-1965 mà diễm phúc vậy. Mới sinh ra liền được nghe *Kinh Bát Nhã*? Tôi lăn lộn ba đường sáu nẻo giờ mới được nghe lẫn lộn giữa ngộ-mê dày cộp. Sao có thể hiểu được điều gì. Ngươi mới là được nghe cái nghe tuyệt hảo, cái nghe nguyên vẹn gần như là thai giáo - một thứ kinh thơ bất tuyệt giữa chào đời...

*Trân trọng chào em*
*mời em nhập cuộc*
*chúng mình cùng chung*
*số phận*
*con người..."*
(trang 50)

— Nguyễn Thị Khánh Minh: Đỗ Hồng Ngọc, Lang Thang Nghìn Dặm Trái Tim... Nhà thơ nữ họ Nguyễn nói rằng các trang sách của họ Đỗ không để đọc một lần, vì trong thơ họ Đỗ là Kinh Phật, là Thiền... Trích:

"Và ngay lúc này, khi tuổi đang vào lúc đi xuống đồi ngắm mặt trời hoàng hôn, qua những đớn đau bệnh tật, tôi tập tành tu dưỡng, đến với Thiền Và Sức Khỏe, để học biết được Thiền định qua cách thở. Đến với Nghĩ Từ Trái Tim, xem thiền giả kia lắng nghe mình ra sao sau khi qua đường ranh sống chết, và trái tim đã mở con đường dẫn người đến *Tâm Kinh Bát Nhã*. "Ngẫm nghĩ rồi nghe ngóng. Nghiền ngẫm rồi ngập ngừng...". Tôi hình dung được nỗi miệt mài tìm hiểu nghiêm túc này. Và đó là điều cần để đi vào hành trình gian nan ấy. Cái gian nan tủm tỉm một mình... thiền hành mỗi phút mỗi giây. Cũng như những lúc say đọc *Gươm Báu Trao Tay*. Viết, luận về kinh với một văn phong như thế thật đã kéo được người đọc ngồi lại với mình để nghe như to nhỏ chuyện trò. Ông dùng hình ảnh trong *Chinh Phụ Ngâm*, Chín tầng gươm báu trao tay / Nửa đêm truyền hịch định ngày xuất chinh... ví von thanh gươm báu Kim Cang trao cho người thiện tâm để truyền bá đạo giải thoát chặt đứt mọi khổ nạn kiếp người. Với những sách như thế đâu chỉ đọc một lần." (trang 75)

— Nguyễn Thị Tịnh Thy: Yếu Tố Bất Ngờ Trong Bài Thơ *Bông Hồng Cho Mẹ*.... Về một bài thơ hay dị thường, và rất ngắn, chỉ 4 dòng, của họ Đỗ. Trích:

"*Bông hồng cho Mẹ* của bác sĩ – thi sĩ Đỗ Hồng Ngọc là một bài thơ hay về mẹ. Hay đến mức nào? Hay đến mức lặng người, lạnh người. Hay đến mức phải gọi đó là tuyệt tác. Và tuyệt tác này xứng đáng được hiện diện trong tang lễ của những bà mẹ. Bởi vì *Bông hồng cho Mẹ* là một cách viếng mẹ, khóc mẹ vô cùng đặc biệt – đầy uyên áo nhưng rất đỗi giản đơn. Bài thơ được viết theo thể tứ tuyệt ngũ ngôn, chỉ vẻn vẹn bốn câu, hai mươi chữ nhưng đủ để khiến người đọc có nhiều phức cảm buồn vui, thấu đạt lẽ sinh tử, cảm ngộ điều được mất... để có thể tỉnh thức, an nhiên trước sự nghiệt ngã của quy luật sinh ly tử biệt.

*"Con cài bông hoa trắng*
*Dành cho mẹ đóa hồng*
*Mẹ nhớ gài lên ngực*
*Ngoại chờ bên kia sông..."*
(trang 85)

— Lê Uyển Văn: Đôi Dòng... nơi đây, nhìn thấy trong thơ họ Đỗ như hoa nở muộn bên trời hanh nắng. Trích:

"Thật sự, không có gì thâm sâu, bí hiểm cả, chỉ là niềm cô đơn thầm kín, nỗi buồn rực rỡ của xưa xa nhưng làm cho đời sống "bớt bất trắc hơn", "tuyệt vọng bỗng có vẻ đẹp riêng" như bông hoa nở muộn mằn bên trời hanh nắng." (trang 95)

— Thy Ngọc: Họa Sĩ Nhà Thơ... gọi thơ họ Đỗ là một hồn thơ đích thực. Trích:

"... tôi hiểu sau *Giữa hoàng hôn xưa* của 1994 này, sau bài *Đâu có phải tự nhiên* ghi năm 1983 ở cuối tập, sẽ còn những tập thơ tiếp theo, dù chuyên môn của anh đã choán hết ngày, giờ, chỉ mới đọc một tập thơ này đã gặp một tâm hồn thơ đích thực." (trang 102)

— Hồ Đình Nghiêm: Ngọc Hồng... Nhà văn họ Hồ từ Canada gửi lời ca ngợi thơ họ Đỗ. Trích:

"Và hôm nay, tôi cảm ơn anh Đỗ Hồng Ngọc, ngoài việc "cứu nhân độ thế" với vai trò một y sĩ, thì tay trái của anh (tạm gọi vậy) đã không mỏi mòn viết nên những dòng chữ đẹp." (trang 104)

— Hai Trầu Lương Thư Trung: Tuổi Già Thử Đọc *"Thơ Ngắn Đỗ Nghê"*... nhìn thấy đọc thơ họ Đỗ y hệt được thi sĩ nắm tay đi qua một dòng sông đời. Trích:

"Đọc bài thơ *"Mới hôm qua thôi"*, tác giả dưới con mắt của một vị thầy thuốc và dưới con mắt của một nhà nghiên cứu về đạo Phật, và dưới con mắt của một người thương người cùng chất lãng mạn của một nghệ sĩ, thi sĩ Đỗ Nghê nắm tay chúng ta và anh đã dắt chúng ta đi qua một dòng sông đời trôi qua mấy mươi năm rồi với biết bao gian truân, vinh nhục, được và mất rồi ra chỉ còn là "mênh mông" với "mênh mông..." thôi!!!. Chẳng còn lại gì! Chẳng còn lại chút gì!" (trang 141)

— Tô Thẩm Huy: *Thơ Ngắn Đỗ Nghê*... Thơ 5 chữ của họ Đỗ nghe như *Kinh Kim Cang*... Trích:

"Chỉ năm chữ, mà gói cả tư tưởng của Kim Cang Bát Nhã kinh. Năm chữ hiền lành. An nhiên, tự tại. Năm chữ đã biến cái phù du ngắn ngủi của thân phận con người thành vĩnh cửu. Đã biến *Thơ Ngắn Đỗ Nghê* thành tiếng thơ dằng dặc đến vô cùng." (trang 152)

— Huỳnh Ngọc Chiến: *Một Chút Lá Rơi*... Nhà phê bình họ Huỳnh nói rằng thơ họ Đỗ đầy tâm sự. Trích:

"Anh có làm thơ đâu! Anh đang ngồi tâm sự. Với chính mình, với đứa con gái yêu muôn đời vẫn *"mãi mãi tuổi đôi mươi"*! Những vần thơ bình dị, quá đỗi bình dị kia nghe mênh mang một nỗi đau rưng rức. Dường như chính những điều bình dị nhất của thơ lại dẫn con người đi vào những cảm xúc mênh mông nhất. Nhưng những nỗi đau, những sự mất mát trong đời có khi là cơ duyên để ta hiểu cuộc đời hơn." (trang 156)

— Phan Chính: *Bên Bờ Mây Lãng Đãng*... Thơ Đỗ Hồng Ngọc còn mang theo ánh sáng nhà Phật, trích:

"Anh viết *"Nhẹ như không có/ Có mà như không..."*, hay là *"Thực chẳng dễ dàng/ Sống trong cái chết/ Và chết trong cái sống..."*. Chỉ có ở người ngộ được cái giá trị cuộc sống nhân sinh theo triết lý Phật giáo trong cõi vô vi tự tại. Những tập sách Nghĩ từ trái tim, Như thị, Cành mai sân trước, Gió heo may đã về... lại liên tiếp tái bản nhiều lần mà vẫn được đón nhận, là sao? Bởi trong đó không những mang cái tư tưởng Phật học,Thiền học mà sự biểu cảm chân thực của một tâm hồn thơ nên đã dễ dàng chạm đến trái tim của con người. Cũng không thể thoát ly khỏi phiền não trong cuộc sống rộn ràng, Đỗ Nghê bất chợt nhận ra mình *"Lá chín vàng/ lá rụng/ về cội/ Em chín vàng/ chắc rụng về anh"*. Và cũng không khỏi những vướng bận theo vòng hệ lụy: *"Hoa vàng đã rụng đầy sân vắng/ Tình cũng ngùi phai theo tháng năm..."* (trang 160)

— Lê Ngọc Trác: *Nắng Vàng Thơm Quê Nhà...* Nhà phê bình họ Lê nhìn thấy nắng vàng trên trang giấy họ Đỗ. Trích:

"Chúng tôi nghe *"nắng vàng thơm quê nhà"* trong thơ Đỗ Hồng Ngọc. Nắng. Gió. Thấm đẫm yêu thương trong cuộc đời này khi mùa xuân đang đến gần với con người và đất trời..." (trang 167)

— Du Tử Lê: Đỗ Hồng Ngọc, *Thơ Và Thiền Song Sinh?* Có phải thơ họ Đỗ cũng là Thiền:

"Tôi thấy trong Đỗ Nghê không chỉ có một thi sĩ mà, thi sĩ ấy, còn song sinh với một thiền gia nữa. *Như thiên/ địa, nhật/nguyệt, tuy hai mà, thực ra cũng chỉ là một thôi."* (trang 179)

— Luân Hoán: Đỗ Nghê... Nhà thơ Luân Hoán từ Canada gửi thơ về tặng nhà thơ Đỗ Nghê, trích 2 đoạn trong bài như sau:

*"ông anh mang tên thật*
*lấp lánh ngọc màu hồng*
*hẳn ông muốn sống mãi*
*bên cạnh những mỹ nhân.*
*về ý nghĩa bút hiệu*
*tôi nghĩ hoài không ra*
*Nghê là một linh vật*
*trên đỉnh thờ trong nhà?"*
(trang 199)

— Phan Tấn Hải: Dịch thơ *"Bông Hồng Cho Mẹ"*... Bài thơ của Đỗ Hồng Ngọc chỉ có 4 dòng, ghi hình ảnh ngày Lễ Vu Lan, và nhà báo họ Phan đã dịch sang tiếng Anh. Bản gốc và bản dịch như sau.

*Bông hồng cho Mẹ*
*Con cài bông hoa trắng*
*Dành cho mẹ đóa hồng*
*Mẹ nhớ gài lên ngực*
*Ngoại chờ bên kia sông...*

ENGLISH:

*A rose for Mom*
*I put on myself a white rose*
*and give Mom a red one*
*Mom, be sure to put it on a lapel*
*Grandma is waiting at the other shore of the river..."*

(trang 191)

**Phan Tấn Hải**

Đỗ Hồng Ngọc
ĐỖ HỒNG NGỌC
Ghi chép lang thang
Chẳng cũng khoái ru?
Nhớ đến một người
Gió heo may đã về...
Những người
Già ơi... chào bạn!
để làm gì
"Về thu xếp lại..."
biết ơn mình

www.ingramcontent.com/pod-product-compliance
Lightning Source LLC
LaVergne TN
LVHW032110041026
849525LV00005B/1493
*9798330357413*